આલ્બર્ટ આઈન્સ્ટાઈન

જીવનચરિત્ર

ALBERT EINSTEIN

NOW IN
GUJARATI

એલિસ કેલપ્રાઈસ અને ટ્રેવોર લિપ્સકોમ્બ

જયકો પબ્લિશિંગ હાઉસ

અમદાવાદ બેંગલોર ચેન્નાઇ
દિલ્હી હૈદરાબાદ કલકત્તા મુંબઇ

Published by Jaico Publishing House
A-2 Jash Chambers, 7-A Sir Phirozshah Mehta Road
Fort, Mumbai - 400 001
jaicopub@jaicobooks.com
www.jaicobooks.com

Originally published in hard cover by Greenwood Press,
an imprint of ABC-CLIO, LLC
Santa Barbara, CA

Published in arrangement with
ABC-CLIO, LLC, Santa Barbara, CA

ALBERT EINSTEIN
આલ્બર્ટ આઈન્સ્ટાઈન
ISBN 978-81-8495-349-7

Translator: Alkesh Patel

First Jaico Impression: 2013

Printed by
Trinity Academy For Corporate Training Limited, Mumbai

મારું દૈનિક જીવન એક પ્રકારે એકલવાયું હોવા છતાં સત્ય, સૌંદર્ય અને ન્યાય માટે ઝઝૂમતા લોકોના એ અદૃશ્ય સમુદાયનો સભ્ય છું એવી મારી જાગૃતિ મને એકલતાની લાગણીથી દૂર રાખે છે.

- "માય ક્રેડો/વોટ આઈ બિલિવ" ૧૯૩૦ માંથી

હું મક્કમપણે માનું છું કે, કમ સે કમ મારા માટે ફરજની ભાવના કરતાં પ્રેમ (કોઈ વિષય અને શોખ માટે) વધારે સારો શિક્ષક છે.

- જીવનચરિત્ર લખનાર ફિલિપ ફ્રેન્ક સમક્ષ કરેલું નિવેદન, ૧૯૪૦

મને કોઈ સમજતું નથી, અને છતાં બધા મને પસંદ કરે છે એવું શા માટે?

- ન્યૂયોર્ક ટાઈમ્સને ૧૯૪૪ની ૧૨ માર્ચે આપેલી મુલાકાતમાંથી

મારામાં કોઈ વિશેષ કુશળતા નથી. મારામાં માત્ર જિજ્ઞાસાવૃત્તિ ભરપૂર છે.

- જીવનચરિત્ર લખનાર કાલ સીલિગને, માર્ચ ૧૧, ૧૯૫૨

લેખકો વિશે

એલિસ કેલપ્રાઈસ ૨૦ વર્ષ કરતાં વધુ સમય સુધી પ્રિન્સ્ટન યુનિવર્સિટી પ્રેસ ખાતે સિનિયર એડિટર હતાં, અને વિજ્ઞાનના વિષયોમાં એડિટિંગમાં નિષ્ણાત છે. તેઓ કલેક્ટેડ પેપર્સ ઑફ આલ્બર્ટ આઈન્સ્ટાઈન-ના એડિટિંગ અને પ્રોડક્શનના ઈન્ચાર્જ હતાં. આ શ્રેણીના ભાષાંતર પ્રોજેક્ટમાં પણ એડ્મિનિસ્ટ્રેટર હતાં. તેઓ ધ ક્વોટેબલ આઈન્સ્ટાઈન સહિત આઈન્સ્ટાઈનનાં ઘણાં પુસ્તકોનાં લેખિકા છે.

ટ્રેવોર લિપ્સકોમ્બે યુનિવર્સિટી ઑફ લંડન ખાતે અભ્યાસ કર્યો હતો અને ત્યારબાદ ઑક્સફર્ડમાં ભણ્યા હતા, જ્યાં તેમણે થિયોરેટિકલ ફિઝિક્સમાં ડૉક્ટરેટ મેળવી હતી. તેમણે પદાર્થ વિજ્ઞાન અને સ્ટેટેસ્ટિકલ ફિઝિક્સમાં ઘણાં પ્રકાશન કર્યાં છે – આ બંને વિષયો આઈન્સ્ટાઈનના રસના વિષયો હતા.

અનુક્રમ

મહત્ત્વની તસવીરો પાના નં. ૧૦૧થી

પ્ર
સ્તા
વ
ના

આઈન્સ્ટાઈન શા માટે?

પોપસ્ટાર્સની સ્થિતિ ઉન્માદ જેવી હોય છે, આજે ભરપૂર હોય અને બીજા દિવસે શમી જાય. તેઓ પ્રમાણમાં ઘણા ટૂંકા સમય માટે અત્યંત લોકપ્રિય હોય છે, આપણા પર તેમની ટૂંકા ગાળાની અસર કે પ્રભાવ હોય છે. એ અસર કે પ્રભાવ હંમેશાં રચનાત્મક ન પણ હોય. ટૂંક સમયમાં તેઓ ભૂલાઈ જતા હોય છે અને તેમનું સ્થાન બીજા કોઈ લે છે. કદાચ એક આખી સદીમાં એક કે બે વખત કોઈ ચોક્કસ કુશળતા સાથે આવતા હોય છે, જેમનામાં વિશિષ્ટ ગુણ હોય : આવી વ્યક્તિ આપણી સર્વસામાન્ય વિચાર પ્રક્રિયાને પડકારતી હોય છે, અસાધારણ અને લાંબા ગાળા સુધી અસર કરે તેવી કામગીરી કરી જાય છે અને આપણી દુનિયામાં એક રચનાત્મક ક્રાન્તિકારી પરિવર્તન લાવવામાં મદદરૂપ થાય છે. શિક્ષિત જગતમાં લગભગ દરેક જણ આવી વ્યક્તિને નામથી અને ચહેરાથી ઓળખતી હોય છે. આધુનિક સમયમાં આવી વ્યક્તિઓમાં એક હતા આલ્બર્ટ આઈન્સ્ટાઈન. શ્રેષ્ઠ વિજ્ઞાની હોવાની સાથે તેઓ એટલા જ ઉમદા માનવી પણ હતા. ટાઈમ સામયિકે તો તેમને "પર્સન ઑફ ધ ટ્વેન્ટિએથ સેન્ચ્યુરી" ગણાવ્યા હતા. આઈન્સ્ટાઈનને આ સન્માન તેમની ભવ્યતા દર્શાવવા માટે નહોતું અપાયું, પરંતુ માનવીય ક્ષમતાઓ અને દુર્બળતાઓ બંનેનું તેઓ પ્રતીક હતા તે યાદ અપાવવા માટે અપાયું હતું.

આઈઝેક ન્યૂટન પછી છેક આઈન્સ્ટાઈન સુધી કોઈએ પણ ભૌતિક દુનિયા બાબતે સ્વીકૃત જ્ઞાનને આટલું મક્કમ રીતે પડકાર્યું નહોતું. અન્ય બાબતોની સાથે આઈન્સ્ટાઈને આપણને અવકાશ અને સમયના ગુણધર્મો વિશે નવો દૃષ્ટિકોણ આપ્યો, એ બતાવ્યું કે પ્રકાશ કરતાં વધારે ઝડપથી કોઈ જ ચીજ ગતિ કરી શકતી નથી, એવી આગાહી કરી કે ભવિષ્યની અંદર ગણિત અને શારીરિક બંને રીતે મુસાફરી કરવાનું શક્ય છે, એટલું જ નહીં પરંતુ વિશ્વશાંતિ માટે ઉત્સાહપૂર્વક કામગીરી કરી. ઘણા લોકો માટે તેઓ મહાનતાનું એક ઉદાહરણ-ધોરણ છે.

આઈન્સ્ટાઈન આપણા પર શા કારણે આવી સંમોહક અસર ધરાવે છે? ૧૯૦૫ એટલે કે તેમના માટે 'ચમત્કારોનું વર્ષ' - તેમાં સાપેક્ષતાની વિશેષ થિયરી આપી ત્યારથી અત્યાર સુધીમાં એટલે કે સો કરતાં વધુ વર્ષથી એવી કઈ બાબતે આપણને તેમના પ્રત્યે જકડી રાખ્યા છે? દેખીતી રીતે તેમની અસાધારણ પ્રતિભા આ માટે કારણભૂત છે. ભૌતિક દુનિયા વચ્ચેના સંબંધોને આઈન્સ્ટાઈન જ જોઈ શક્યા હતા, જેના તરફ બીજા કોઈનું ધ્યાન ગયું નહોતું. આઈન્સ્ટાઈન તેમના વિશ્વવિખ્યાત મગજ તથા તેમણે કરેલાં સંશોધનોને કારણે જ નોંધપાત્ર છે એવું નથી, પરંતુ તેમનો કરિશ્મા, માનવતા, સાદગી, ચાતુર્યભરી વિનોદવૃત્તિ, જીવન પર જોખમ હતું ત્યારે પણ સાચું બોલવાની હિંમત, બાળકો-સંગીત અને પ્રાણીઓ પ્રત્યે પ્રેમ તથા કપરા સમયને પણ સરળતાથી પસાર કરી જવાની ક્ષમતા- આ બધાં પાસાં તેમની મહાનતાના પૂરક છે. તેઓ તેમના તરંગીપણા, આંખોમાં ચમક. વિખરાયેલા વાળ, મોજાં પહેરવાની ચીડ તથા આઈસક્રીમ કોન માટેના તેમના પ્રેમ જેવી બાબતો પણ એટલા જ પ્રખ્યાત છે. ખાસ કરીને પતિ અને પિતા તરીકે આઈન્સ્ટાઈન આદર્શ નહોતા, અને હાસ્ય વિશેના તેમના વિચારો ઉપરછલ્લા હતા, જે ક્યારેક તો ભાવનાહીન લાગતા હતા, આમ છતાં તેમની નબળાઈઓ વિશ્વ માટે કંઈક પ્રદાન કરતાં તેમને રોકી શકી નહોતી. અને આ બધી બાબતો તેમની માનવતાને વધારે મજબૂત બનાવે છે. આ તમામ બાબતોએ આઈન્સ્ટાઈનને તેમની કેટલીક ભૂલો છતાં એક આકર્ષક વ્યક્તિ બનાવ્યા હતા, જે અત્યંત બુદ્ધિશાળી, જ્ઞાનથી સમૃદ્ધ હતા.

એક સારા વિજ્ઞાની કે ગણિતશાસ્ત્રી બનવા માટે વ્યક્તિ જિનિયસ હોય એ જરૂરી નથી. આઈન્સ્ટાઈને કહ્યું છે તેમ વ્યક્તિએ આ દુનિયા બાબતે માત્ર જિજ્ઞાસુ રહેવાની આવશ્યકતા છે. આઈન્સ્ટાઈન પોતે વિજ્ઞાનમાં એટલા બધા ગળાડૂબ હતા કે અન્ય મોટા ભાગના લોકો માટે મહત્ત્વની હોય એવી બાબતોનું તેમના માટે ખાસ કોઈ મૂલ્ય નહોતું. આ વર્તણૂક ખાસ કંઈ અસાધારણ પણ ન ગણાય, કેમ કે વિજ્ઞાન હોય કે રમતગમત કે પછી કોઈ વિશેષ શોખ હોય – અનેક લોકોના દિમાગ પર પોતાની કોઈ વિશેષ કુશળતાની અસર છવાયેલી રહે છે. આઈન્સ્ટાઈન તેમના જીવનના બીજા તબક્કાની સરખામણીમાં પહેલા તબક્કામાં ભૌતિકશાસ્ત્રના ક્ષેત્રમાં નવી નવી કામગીરી કરવાની બાબતમાં ઘણા વધારે ખૂંપેલા હતા. જીવનનાં પાછલાં વર્ષોમાં તેમણે રાજકીય, સામાજિક અને શૈક્ષણિક પ્રવૃત્તિઓમાં વધારે સમય આપ્યો હતો.

આ પુસ્તકમાં અમે આઈન્સ્ટાઈનના જન્મથી મૃત્યુ વચ્ચેની, બે અલગ અલગ ખંડ પર ફેલાયેલા તેમના જીવનકાળની સારી-નરસી તમામ બાબતોને આવરી લીધી છે. ચાર, સાત અને બાર નંબરનાં પ્રકરણોમાં તેમના ભૌતિકશાસ્ત્રની વિગતો છે, જ્યારે બાકીનાં પ્રકરણોમાં તેમના જીવનનાં મહત્ત્વનાં પાસાં અને એ સમયગાળામાં બનેલી અસાધારણ, પરંતુ રસપ્રદ ઘટનાઓને આવરી લેવામાં આવી છે. આઈન્સ્ટાઈન એક મહાન વિજ્ઞાની સાબિત થયા, એટલું જ નહીં ઉમદા માનવી તરીકે પણ છાપ છોડી ગયા, કેમ કે તેઓ સમગ્ર માનવજાતના કલ્યાણ માટે તથા વિશ્વની સલામતી માટે ચિંતિત હતા. તેઓ તમામ વ્યવસાયના, તમામ જાતિના અને તમામ ઉંમરના લોકો પ્રત્યે માન ધરાવતા. તેમની સલાહ એટલી જ હતી કે તમે જે કોઈ પસંદગી કરો તેમાં શ્રેષ્ઠ કામગીરી કરો, ઉપરાંત તેઓ કહેતા કે આપણા સમુદાય માટે જે કંઈ શ્રેષ્ઠ હોય તે કરવાની આપણી જવાબદારી છે.

***

અમને મહત્ત્વની માહિતી અને સહાય કરનારા લોકોનો અમે આભાર માનવા માગીએ છીએ : એલિસ તેમના એક બ્રિટિશ મિત્રનાં આભારી છે, જેમણે પુસ્તકનું પહેલું લખાણ વાંચ્યું હતું અને તેમને એ સમજાવવાનો પ્રયાસ કર્યો

હતો કે તેમણે સચોટ અંગ્રેજીમાં કેવી રીતે લખવું. ટ્રેવોરે તેમને ફરી કહેવાનો પ્રયાસ કર્યો, પરંતુ ઘણાં વર્ષ સુધી શિકાગો મેન્યુઅલ ઑફ સ્ટાઈલ તથા મોડર્ન અમેરિકન યુસેજને પરિણામે તેઓ સંમત થઈ શક્યાં નહીં. પડકારરૂપ પુસ્તક લખવાની તક આપવા બદલ અમે બંને અમારા એડિટર અને ગ્રીનવૂડ ખાતેના જૂના મિત્ર કેવિન ડોનિંગનો આભાર માનીએ છીએ, તથા અમે બાકીના સાથીદારો, મિત્રો અને પરિવારના સભ્યોનો પણ આભાર માનીએ છીએ, જેઓ અમને પુસ્તકની કામગીરી પૂરી થઈ કે નહીં તે વિશે સતત પૂછ્યા કરતા હતા.

તા
વા
રી
ખ

આલ્બર્ટ આઈન્સ્ટાઈન

૧૮૭૯ માર્ચ ૧૪	જર્મનીના ઉલ્મમાં યહૂદી માતા-પિતા પૌલીન કોશ અને હરમાન આઈન્સ્ટાઈનને ત્યાં આલ્બર્ટ આઈન્સ્ટાઈનનો જન્મ.
૧૮૮૦	આઈન્સ્ટાઈન પરિવારનું મ્યુનિક સ્થળાંતર.
૧૮૮૧	આઈન્સ્ટાઈનનાં બહેન માજાનો જન્મ.
૧૮૮૪	બાળ આઈન્સ્ટાઈનને પિતાએ કમ્પાસ (હોકાયંત્ર) આપ્યું, જેનાથી તે એકદમ પ્રભાવિત થઈ ગયો અને જોઈ ન શકાય એવાં પરિબળોના અસ્તિત્વની ખબર પડી.
૧૮૮૫	ઘરની નજીક કેથોલિક સ્કૂલમાં પાનખર ઋતુમાં આઈન્સ્ટાઈનનું શિક્ષણ શરૂ થયું. વર્ગમાં તે એકમાત્ર યહૂદી બાળક હતા. યહૂદી ધર્મનું શિક્ષણ ઘરે જ મળ્યું અને ધર્મ વિશે જિજ્ઞાસા જાગી. તેણે વાયોલિન શીખવાનું પણ શરૂ કર્યું.
૧૮૮૮	નવ વર્ષની ઉંમરે મ્યુનિકની લ્યુટપોલ્ડ-જિમ્નેશિયમ (માધ્યમિક શાળા)માં પ્રવેશ મેળવ્યો.
૧૮૮૯	૧૦ વર્ષના આલ્બર્ટની બૌદ્ધિક ક્ષમતા અને જિજ્ઞાસા ઓળખી લેનારા એક પારિવારિક મિત્રએ તેને વિજ્ઞાન અને ટેક્નિકલ પુસ્તકો આપ્યાં, જેને પગલે ભૌતિકશાસ્ત્ર, ગણિત અને

ફિલોસોફીમાં આઈન્સ્ટાઈનને રસ જાગ્યો. એ જ વર્ષે એપ્રિલમાં ઑસ્ટ્રિયામાં એડોલ્ફ હિટલરનો જન્મ થયો.

૧૮૯૦ આલ્બર્ટ હવે તેની જાતે પાયથાગોરસની થિયરી સાબિત કરવા લાગ્યો હતો અને કઠિન પ્રશ્નો અને કોયડા ઉકેલવામાં તેને ભારે આનંદ આવતો.

૧૮૯૧ આલ્બર્ટે જાતે જ વાંચીને ગણિત અને આંકડાશાસ્ત્રનો ઉચ્ચ અભ્યાસ કર્યો.

૧૮૯૨ વાયોલિન ઉપર બાળ આલ્બર્ટનો હાથ સરસ બેસી ગયો અને સાથે જ બેહદ ઉત્સાહથી વિજ્ઞાનનાં પુસ્તકો વાંચવાનું ચાલુ રાખ્યું.

૧૮૯૪ આઈન્સ્ટાઈન પરિવારે ઈટાલી સ્થળાંતર કર્યું, પણ શાળાનો અભ્યાસ પૂરો કરવા આલ્બર્ટ મ્યુનિકમાં જ રોકાયો. જો કે થોડા સમયમાં પરિવારની ખોટ સાલવા લાગતાં વર્ષના અંતે અભ્યાસ છોડી દીધો અને માતા-પિતા પાસે પહોંચી ગયો. તે સમયે એક શિક્ષકે તેને એવો ટોણો માર્યો હતો કે તે જીવનમાં કશું હાંસલ નહીં કરી શકે અને તેની અનિચ્છનીય હાજરીના કારણે આખા વર્ગનું શિક્ષક પ્રત્યેનું માન ઘટી જાય છે.

૧૮૯૫ આલ્બર્ટે નિર્ધારિત સમય કરતાં બે વર્ષ પહેલાં ઝુરિકની સ્વિસ ફેડરલ પોલિટેક્નિકલ સ્કૂલમાં પ્રવેશ મેળવવા પ્રયાસ કર્યો, પરંતુ પ્રવેશ પરીક્ષામાં વિજ્ઞાન સિવાયના વિષયોમાં નાપાસ થતાં હજુ વધુ એક વર્ષ માધ્યમિક શાળામાં ભણવા જણાવવામાં આવ્યું.

૧૮૯૬ ૧૭ વર્ષની ઉંમરે આઈન્સ્ટાઈને પિતાની સંમતિથી જર્મન નાગરિકત્વનો ત્યાગ કર્યો, કેમ કે જીવનની ઘણી ખરી બાબતોમાં ચુસ્ત નિયમોવાળી એ દેશની વ્યવસ્થા તેમને પસંદ નહોતી. અને ત્યાર પછીનાં પાંચ વર્ષ સુધી તેઓ કોઈ પણ દેશના નાગરિકત્વ વિના રહ્યા. ઑક્ટોબરમાં તેમણે સ્વિસ ફેડરલ પોલિટેક્નિકલ ઈન્સ્ટિટ્યૂટમાં પ્રવેશ મેળવ્યો. અહીં સર્બિયાથી અભ્યાસ માટે આવેલી ફિઝિક્સની વિદ્યાર્થિની મિલેવા મેરિક સાથે પરિચય થયો.

૧૮૯૯ આઈન્સ્ટાઈને સ્વિસ નાગરિકત્વ માટે અરજી કરી અને સ્વિટ્ઝરલેન્ડમાં માતા અને બહેન સાથે ઉનાળુ વેકેશન ગાળ્યું.

૧૯૦૦ ફેડરલ પોલિટેક્નિકલ ઈન્સ્ટિટ્યૂટમાંથી સ્નાતક થયા અને યુરોપમાં નોકરી શોધવાની શરૂઆત કરી. તે જ સમયે તેમના રસના વિષય સૈદ્ધાંતિક ભૌતિકશાસ્ત્રના પ્રશ્નો પર કામ કર્યું.

૧૯૦૧ સ્વિસ નાગરિક બન્યા. નોકરીની શોધ ચાલુ રાખી. તેમનું સૌપ્રથમ વૈજ્ઞાનિક પેપર "કન્ક્લુઝન્સ ડ્રોન ફ્રોમ ધ ફિનોમિનન ઓફ કેપિલરિટી" ***એનાલેન ડેર ફિઝિક*** સાયયિકમાં માર્ચ મહિનામાં પ્રકાશિત થયું. એ જ વર્ષે ઉનાળામાં વિન્ટરર્થરની ટેક્નિકલ સ્કૂલમાં સહાયક શિક્ષક તરીકે કામગીરી કરી તથા પાનખરમાં સ્કૉફસેનની એક ખાનગી બોર્ડિંગ સ્કૂલમાં ભણાવ્યું. મિલેવાના સંપર્કમાં રહ્યા અને તેને નિયમિત મળતા રહ્યા. ગૅસમાં અણુનાં પરિબળો વિષય પર ડૉક્ટરેટ માટે સંશોધન શરૂ કર્યું અને નવેમ્બરમાં યુનિવર્સિટી ઑફ ઝુરિક ખાતે ડેઝર્ટેશન સુપરત કર્યું. ડિસેમ્બરમાં બર્નસ્થિત સ્વિસ પેટન્ટ ઑફિસમાં નોકરી માટે અરજી કરી.

૧૯૦૨ લગ્ન પહેલાં મિલેવા સાથેના સંબંધથી લગભગ જાન્યુઆરીમાં દીકરી લિઝેરલનો જન્મ થયો. યુનિવર્સિટી ઑફ ઝુરિકમાંથી ડૉક્ટરેટ માટેનું ડેઝર્ટેશન પાછું ખેંચ્યું. જૂનમાં બર્નની પેટન્ટ ઑફિસ ખાતે ત્રીજા વર્ગના ટેક્નિકલ નિષ્ણાત તરીકે શરતી નિમણૂક સ્વીકારી. ઑક્ટોબરમાં મિલાનમાં તેમના પિતાનું અવસાન થયું.

૧૯૦૩ ૬ જાન્યુઆરીએ બર્નમાં મિલેવા સાથે લગ્ન કર્યાં અને ત્યાં જ રહેવાનું શરૂ કર્યું. સપ્ટેમ્બરમાં દીકરી લિઝેરલની નોંધણી કરાવી, જેની પાછળ કદાચ ઇરાદો એવો હતો કે સત્તાવાર લગ્ન વિના તેનો જન્મ થયો હતો અને આ વાત જાહેર થઈ જતાં સરકારી નોકરી પર વાંધો આવે તો દીકરીને દત્તક આપી દઈ શકાય. સપ્ટેમ્બરમાં જ મિલેવા તેને જોવા બુડાપેસ્ટ ગયાં તે જ સમયે

લિઝેરલ ઓરી-અછબડાના તાવમાં સપડાઈ પછી તેના વિશેની કોઈ માહિતી ઉપલબ્ધ નથી. (લિઝેરલને કદી તેનાં માતા-પિતા સાથે રહેવા મળ્યું નહીં, આઈન્સ્ટાઈન કદી તેમની દીકરીને જોઈ જ ન શક્યા અને તેના વિશેની તમામ વિગતો ગુમ થઈ ગઈ.) તે સમયે મિલેવા ફરી ગર્ભવતી થયાં હતાં.

૧૯૦૪ મે મહિનાની ૧૪મીએ પુત્ર હેન્સ આલ્બર્ટ (અદુ)નો બર્નમાં જન્મ થયો. (તે ૧૯૭૩માં મેસાચ્યુસેટ્સના ફેલમાઉથમાં મૃત્યુ પામ્યા અને વૂડ્સ હોલ, મેસાચ્યુસેટ્સમાં દફનાવવામાં આવ્યા). સપ્ટેમ્બરમાં પેટન્ટ ઑફિસ ખાતેની આઈન્સ્ટાઈનની શરતી નિમણૂક કાયમી બની.

૧૯૦૫ તેમનાં વૈજ્ઞાનિક પ્રકાશનોના સંદર્ભમાં આઈન્સ્ટાઈન માટે આ વર્ષ "ચમત્કારોનું વર્ષ" હતું. ૩૦મી એપ્રિલે તેમનું ડૉક્ટરેટ માટેનું ડેઝર્ટેશન "અ ન્યૂ ડિટર્મિનેશન ઑફ મોલેક્યુલર ડાઈમેન્શન્સ" પ્રકાશન માટે સુપરત કર્યું. તે ઉપરાંત તેમનાં ત્રણ સૌથી મહત્ત્વનાં વૈજ્ઞાનિક પેપર પ્રકાશિત કર્યાં, જે આ પ્રમાણે છે : "ઑન એ હ્યુરિસ્ટિક પોઈન્ટ ઑફ વ્યૂ કન્સર્નિંગ ધ પ્રોડક્શન એન્ડ ટ્રાન્સફોર્મેશન ઑફ લાઈટ" (૯ જૂને પ્રકાશિત). તે નિશ્ચિત માત્રાની પૂર્વધારણા વિશેનું હતું અને તેમાં દર્શાવવામાં આવ્યું હતું કે ઈલેક્ટ્રોમેગ્નેટિક રેડિએશન પદાર્થની સાથે એ રીતે અથડાય છે જાણે રેડિએશન ખરબચડા માળખાના સ્વરૂપમાં હોય (કહેવાતી ફોટોઈલેક્ટ્રિક અસર); "ઑન ધ મૂવમેન્ટ ઑફ સ્મોલ પાર્ટિકલ્સ સસ્પેન્ડેડ ઈન સ્ટેશનરી લિક્વિડ્સ રિક્વાયર્ડ બાય મોલેક્યુલર-કાઈનેટિક થિયરી ઑફ હીટ" (૧૮ જુલાઈએ પ્રકાશિત); તથા "ઑન ધ ઈલેક્ટ્રો-ડાઈનેમિક્સ ઑફ મૂવિંગ બોડીઝ" (૨૬ સપ્ટેમ્બરે પ્રકાશિત), સાપેક્ષતાની વિશેષ થિયરી પર તેમનું આ પ્રથમ પેપર હતું અને આધુનિક ભૌતિકશાસ્ત્રના વિકાસમાં દિશાસૂચક બની રહ્યું. વિશેષ થિયરી પર બીજું નાનું પેપર ૨૧ નવેમ્બરે પ્રકાશિત થયું હતું, જે તેના મૂળ સ્વરૂપમાં ઈ = એમસી૨

ના સંબંધમાં હોય છે.

૧૯૦૬ ૧૫ જાન્યુઆરીએ યુનિવર્સિટી ઑફ ઝુરિકમાંથી વિધિવત્ ડૉક્ટરેટની ઉપાધિ મળી. ૧૦મી માર્ચે પેટન્ટ ઑફિસ ખાતે દ્વિતીય વર્ગના ટેક્નિકલ નિષ્ણાત તરીકે બઢતી મળી.

૧૯૦૭ પેટન્ટ ઑફિસ ખાતેની નોકરી દરમિયાન જ ઝુરિકની પ્રાદેશિક સ્કૂલ તથા યુનિવર્સિટી ઑફ બર્ન સહિત અન્યત્ર નોકરી માટે પ્રયાસ કર્યો.

૧૯૦૮ ફેબ્રુઆરીમાં યુનિવર્સિટી ઑફ બર્ન ખાતે વ્યાખ્યાતા બન્યા. બહેન માજાને યુનિવર્સિટી ઑફ બર્નમાંથી રોમાન્સ લેન્ગવેજીસ (પ્રેમની ભાષાઓ)ના વિષયમાં ડૉક્ટરેટની ઉપાધિ મળી.

૧૯૦૯ ૭મી મેએ તેમની નિમણૂક યુનિવર્સિટી ઑફ ઝુરિક ખાતે સૈદ્ધાંતિક ભૌતિકશાસ્ત્રના વિશેષ પ્રોફેસર તરીકે થઈ. આ કામગીરી તેમણે ૧૫ ઑક્ટોબરથી શરૂ કરવાની હતી. સ્વિસ પેટન્ટ ઑફિસ અને યુનિવર્સિટી ઑફ બર્નના હોદ્દાઓ પરથી રાજીનામાં આપ્યાં. ૩૦ વર્ષની ઉંમરે જીનિવા યુનિવર્સિટી તરફથી સૌપ્રથમ માનદ્ ડૉક્ટરેટની ઉપાધિ મળી.

૧૯૧૦ માર્ચમાં બહેન માજાએ અરગાઉમાં આઈન્સ્ટાઈનના મકાનમાલિકના પુત્ર પોલ વિન્ટેલર સાથે લગ્ન કર્યાં. ૨૮ જુલાઈએ બીજા પુત્ર એડુઅર્ડ (ટેટે)નો જન્મ થયો (તેઓ સ્વિટ્ઝરલેન્ડના બર્ગોલઝલીની માનસિક રોગીઓની હૉસ્પિટલમાં મૃત્યુ પામ્યા; તેઓ કિશોરાવસ્થામાં હતા ત્યારથી જ માનસિક અસ્થિરતાથી પીડાતા હતા). ઑક્ટોબરમાં ક્રિટિકલ ઓપેલેસન્સ અને આકાશના ભૂરા રંગ પરનું લખાણ પૂરું કર્યું. આંકડાકીય ભૌતિકશાસ્ત્રમાં આ તેમનું છેલ્લું મહત્ત્વનું કામ હતું.

૧૯૧૧ જર્મન યુનિવર્સિટી ઑફ પ્રાગ ખાતે ઈન્સ્ટિટ્યૂટ ઑફ થિયોરેટિકલ ફિઝિક્સના નિદેશક તરીકેની નિમણૂક સ્વીકારી અને ૧ એપ્રિલથી ત્યાં જોડાતા પહેલાં ઝુરિક યુનિવર્સિટીમાંથી રાજીનામું આપ્યું. પરિવાર સાથે પ્રાગ સ્થળાંતર કર્યું. ૨૯ ઑક્ટોબરે સૌપ્રથમ વખત

બ્રસેલ્સમાં સોલવે કોંગ્રેસમાં હાજરી આપી.

૧૯૧૨ છૂટાછેડા લઈ ચૂકેલી તેમની પિતરાઈ એલ્સા લોવેન્થલ સાથે ફરી પરિચયમાં આવ્યા અને તેની સાથે પ્રેમપત્રોનું આદાનપ્રદાન શરૂ કર્યું, એ જ ગાળામાં તેમનું પોતાનું લગ્નજીવન પણ ડામાડોળ થવા લાગ્યું હતું. ઝુરિકમાં એડજેનોસિશ ટેક્નિશી હોશેલ (ઈ ટી એચ) ખાતે સૈદ્ધાંતિક ભૌતિકશાસ્ત્રના પ્રોફેસર તરીકેની નિમણૂકનો સ્વીકાર કર્યો, જ્યાં ઑક્ટોબરથી જોડાયા. પ્રાગમાં તેમના હોદ્દા પરથી રાજીનામું આપ્યું.

૧૯૧૩ સપ્ટેમ્બરમાં તેમના બંને પુત્ર હેન્સ આલ્બર્ટ અને એડુઅર્ડની તેમની માતાના વતન નોવી સેડ, હંગેરી (યુગોસ્લાવિયા) નજીક રૂઢિચુસ્ત ખ્રિસ્તીઓ તરીકે નામકરણ વિધિ થઈ. નવેમ્બરમાં તેઓ પ્રુશિયન એકેડેમી ઑફ સાયન્સીસમાં ચૂંટાયા અને તેમને બર્લિનમાં નોકરીની ઑફર થઈ, જ્યાં એલ્સા રહેતી હતી. આ ઑફરમાં બર્લિન યુનિવર્સિટી ખાતે વિદ્યાર્થીઓને ભણાવવાની જવાબદારી વિના રિસર્ચ પ્રોફેસરશિપ ઉપરાંત ટૂંક સમયમાં સ્થપાનારી કેઈસર વિલહેમ ઈન્સ્ટિટ્યૂટ ઑફ ફિઝિક્સના ડિરેક્ટોરેટના હોદ્દાનો સમાવેશ થતો હતો. ઈ ટી એચ માંથી રાજીનામું આપ્યું.

૧૯૧૪ નવી કામગીરી શરૂ કરવા એપ્રિલમાં બર્લિન આવ્યા. મિલેવા અને બાળકો પણ તેમની સાથે આવ્યાં તો ખરા, પરંતુ બર્લિન મિલેવાને પસંદ નહીં પડતાં થોડા સમયમાં જ ઝુરિક પરત ચાલ્યાં ગયાં. ઑગસ્ટમાં પ્રથમ વિશ્વયુદ્ધ શરૂ થયું.

૧૯૧૫ યુરોપિયન સંસ્કૃતિના ગુણગાન ગાતા "મેનિફેસ્ટો ઑફ યુરોપિયન્સ" પર અન્ય અગ્રણીઓની સાથે હસ્તાક્ષર કર્યા, સંભવતઃ એ તેમનું સૌપ્રથમ જાહેર રાજકીય નિવેદન હતું. નવેમ્બરમાં જનરલ રિલેટિવિટીના તાર્કિક માળખાની કામગીરી પૂરી કરી.

૧૯૧૬ *એનાલેન ડેર ફિઝિક*માં "ઓરિજિન્સ ઑફ ધ જનરલ થિયરી ઑફ રિલેટિવિટી" નું પ્રકાશન થયું (જે પાછળથી તેમનું પ્રથમ

પુસ્તક બન્યું). મે મહિનામાં જર્મન ફિઝિકલ સોસાયટીના પ્રમુખ બન્યા. ક્વૉન્ટમ થિયરી પર ત્રણ પેપર પ્રકાશિત કર્યાં.

૧૯૧૭ ફેબ્રુઆરીમાં બ્રહ્માંડવિજ્ઞાન પર તેમનું સૌપ્રથમ પેપર લખ્યું. બીમાર પડ્યા અને લિવર તથા અલ્સરની તકલીફને કારણે નબળાઈ આવી ગઈ. એલ્સાએ તેમની સારસંભાળ રાખી. ૧ ઑક્ટોબરથી કેઈસર વિલહેમ ઈન્સ્ટિટ્યૂટ ઑફ ફિઝિક્સના નિદેશક તરીકેની કામગીરી શરૂ કરી. પહેલા વિશ્વયુદ્ધ પછી સ્વિસ અને જર્મન એમ બે દેશોનું નાગરિકત્વ ધરાવતા હતા.

૧૯૧૯ ૧૪ ફેબ્રુઆરીએ મિલેવા સાથે છૂટાછેડા લીધા. છૂટાછેડાના આદેશમાં નિર્ધારિત કરવામાં આવ્યું હતું કે ભવિષ્યમાં (આઈન્સ્ટાઈનને) નોબેલ પુરસ્કાર મળે તો એ રકમનું વ્યાજ મિલેવા તથા બાળકોના ભરણપોષણ માટે આપવામાં આવશે, તેમજ તેમના માટે કાયમી નાણાકીય સલામતી સુનિશ્ચિત કરવામાં આવશે. મે મહિનાની ૨૯ તારીખે સૂર્યગ્રહણ દરમિયાન સર આર્થર એડિંગ્ટને પ્રયોગ દ્વારા પ્રકાશનું પરાવર્તન માપ્યું અને આઈન્સ્ટાઈનની ધારણાઓને અનુમોદન આપ્યું. આઈન્સ્ટાઈનની ખ્યાતિ ફેલાવાની શરૂઆત થઈ. ૨જી જૂને એલ્સા સાથે લગ્ન કર્યાં. એલ્સાની બે દીકરીઓ ઈલ્સે (૨૨ વર્ષ) અને મારગોટ (૨૦ વર્ષ) તેમની સાથે જ રહેતી હતી. વર્ષાંતે કુર્ટ બ્લુમેનફ્લેડ સાથેની મૈત્રીને પગલે આઈન્સ્ટાઈનને યહૂદીવાદમાં રસ પડવા લાગ્યો.

૧૯૨૦ ૨૦ ફેબ્રુઆરીએ બર્લિનમાં માતાનું નિધન થયું. જર્મનો યહૂદીવિરોધી અને સાપેક્ષતાવાદની થિયરી વિરોધી લાગણી જાહેરમાં વ્યક્ત કરવા લાગ્યા, આમ છતાં આઈન્સ્ટાઈન જર્મનીને વફાદાર રહ્યા. વિજ્ઞાન સિવાયની બાબતોમાં વધુને વધુ સક્રિય થવા લાગ્યા.

૧૯૨૧ એપ્રિલ અને મે મહિનામાં પ્રથમ વખત અમેરિકાની મુલાકાત લીધી. માનદ્ ઉપાધિ સ્વીકારી તથા સ્ટેફોર્ડ લિટલ લેક્ચર્સના

ભાગરૂપે પ્રિન્સ્ટન યુનિવર્સિટીમાં સાપેક્ષતાની થિયરી અંગે ચાર પ્રવચન આપ્યાં. આ પ્રવચનો પછીથી અમેરિકામાં પ્રિન્સ્ટન યુનિવર્સિટી પ્રેસ દ્વારા તથા ગ્રેટ બ્રિટનમાં મેથુઅન એન્ડ કંપની દ્વારા ***ધ મીનિંગ ઑફ રિલેટિવિટી*** નામે પ્રકાશિત થયાં. જેરૂસલેમની હિબ્રુ યુનિવર્સિટી વતી અમેરિકામાં ભંડોળ એકત્ર કરવા માટેના અભિયાનમાં કેઈમ વિઝમાન સાથે જોડાયા.

૧૯૨૨ યુનિફાઈડ ફિલ્ડ થિયરી વિષય પર તેમનો પ્રથમ અભ્યાસલેખ પૂરો કર્યો. ઑક્ટોબરથી ડિસેમ્બર સુધી જાપાનની મુલાકાતે ગયા અને તે દરમિયાન પૂર્વના અન્ય દેશોમાં પણ રોકાણ કર્યું. નવેમ્બરમાં સંભવતઃ તેઓ શાંઘાઈ તરફ જઈ રહ્યા હતા, ત્યારે ભૌતિકશાસ્ત્રમાં ૧૯૨૧નો નોબેલ પુરસ્કાર તેમને મળ્યો હોવાના સમાચાર મળ્યા હતા.

૧૯૨૩ પેલેસ્ટાઈન અને સ્પેનની મુલાકાત લીધી.

૧૯૨૪ સાવકી પુત્રી ઈલ્સીએ પત્રકાર અને આઈન્સ્ટાઈનના ભાવિ જીવનચરિત્ર લેખક રુડોલ્ફ કેસેર સાથે લગ્ન કર્યાં. એક સમયે ઈલ્સીએ આઈન્સ્ટાઈન સાથે લગ્ન કરવાનો વિચાર કર્યો હતો કેમ કે આઈન્સ્ટાઈન તેને ચાહતા હતા, પરંતુ પછી તેની માતા (એલ્સા) સાથે લગ્ન કર્યાં.

૧૯૨૫ દક્ષિણ અમેરિકાની મુલાકાત લીધી. ગાંધીજીને સમર્થન આપીને ફરજિયાત લશ્કરી સેવા વિરોધી ઠરાવ પર હસ્તાક્ષર કર્યા. પ્રખર યુદ્ધવિરોધી બન્યા. કોપલે મેડલ એનાયત થયો. ૧૯૨૮ સુધી હિબ્રુ યુનિવર્સિટીના બોર્ડ ઑફ ગવર્નન્સમાં સેવા આપી.

૧૯૨૬ ઈંગ્લેન્ડની રૉયલ એસ્ટ્રોનોમિકલ સોસાયટીએ તેમને સુવર્ણચંદ્રક એનાયત કર્યો.

૧૯૨૭ પિતાના વિરોધ છતાં પુત્ર હેન્સ આલ્બર્ટે ફ્રિડા નેસ્ટ સાથે લગ્ન કર્યાં.

૧૯૨૮ હૃદયની તકલીફ સાથે ફરી બીમાર પડ્યા. ઘણા મહિના સુધી પથારીવશ રહેવું પડ્યું અને ત્યારબાદ એકાદ વર્ષ સુધી નબળાઈ

રહી. એપ્રિલમાં હેલેન ડ્યુકસની તેમના સચિવ તરીકે નિયુક્તિ કરવામાં આવી અને આઈન્સ્ટાઈન જીવ્યા ત્યાં સુધી તેમને ત્યાં સેક્રેટરી અને હાઉસકીપર તરીકે ફરજ બજાવી.

૧૯૨૯ બેલ્જિયમનાં રાણી ઍલિઝાબેથ સાથે આજીવન મૈત્રીની શરૂઆત થઈ. જૂનમાં પ્લેન્ક મેડલ મળ્યો.

૧૯૩૦ હેન્સ આલ્બર્ટ અને ફ્રિડાને ત્યાં પ્રથમ પૌત્ર બર્નહાર્ડનો જન્મ થયો. બીજી સાવકી પુત્રી મારગોટે દમિત્રી મેરિઆનોફ સાથે લગ્ન કર્યાં (જો કે પછીથી બંનેએ છૂટાછેડા લીધા). વિશ્વમાં નિઃશસ્ત્રીકરણ માટેના ઠરાવ પર હસ્તાક્ષર કર્યા. ડિસેમ્બરમાં ન્યૂયોર્ક અને ક્યુબાની મુલાકાત લીધી અને (માર્ચ ૧૯૩૧ સુધી) પાસાડેનામાં કેલિફોર્નિયા ઈન્સ્ટિટ્યૂટ ઑફ ટેક્નોલોજી (કેલટેક) ખાતે રોકાયા.

૧૯૩૧ ર્‌હોડ્‌સ લેક્ચર્સમાં વક્તવ્ય આપવા મે મહિનામાં ઑક્સફર્ડની મુલાકાત લીધી અને માનદ્‌ ઉપાધિ સ્વીકારી. ત્યાર પછી ઘણા મહિના સુધી બર્લિનથી નૈઋત્યમાં કેપુથમાં તેમના સમર કોટેજમાં રોકાયા. ડિસેમ્બરમાં ફરી પાસાડેના ગયા.

૧૯૩૨ જાન્યુઆરીથી માર્ચ સુધી ફરી કેલટેકની મુલાકાત લીધી. બર્લિન પરત આવ્યા. પાછળથી પ્રિન્સ્ટન, ન્યૂજર્સીમાં ઈન્સ્ટિટ્યૂટ ઑફ એડવાન્સ સ્ટડી ખાતે પ્રોફેસર તરીકેની નિમણૂક સ્વીકારવા સંમત થયા. તે સમયે હજુ આ સંસ્થા આયોજનના તબક્કે હતી અને કૅમ્પસ પણ તૈયાર નહોતું. ડિસેમ્બરમાં ફરી અમેરિકાની મુલાકાત લીધી.

૧૯૩૩ જર્મનીમાં નાઝીઓ સત્તા પર આવ્યા. પ્રુશિયન એકેડેમી ઑફ સાયન્સીસના સભ્યપદેથી રાજીનામું આપ્યું, જર્મન નાગરિકત્વનો ત્યાગ કર્યો (સ્વિસ નાગરિક રહ્યા) અને જર્મની પરત ગયા નહીં. તેના બદલે અમેરિકાથી એલ્સા સાથે બેલ્જિયમ ગયા અને કોક સર મેર ખાતે કામચલાઉ રહેઠાણ સ્થાપ્યું. ઈલ્સી, મારગોટ, હેલેન ડ્યુક્સ તથા એક સહાયક વોલ્ટર માયેર પણ તેમની સાથે ત્યાં પહોંચ્યાં. આ બધાની સુરક્ષા માટે સલામતી જવાનો નિયુક્ત

કરવામાં આવ્યા. જૂનમાં ઑક્સફર્ડની મુલાકાત દરમિયાન હર્બર્ટ સ્પેન્સર લેક્ચર આપ્યું અને ત્યારબાદ સ્વિટ્ઝરલેન્ડ ગયા, જ્યાં પુત્ર એડુઅર્ડની આખરી મુલાકાત લીધી. ઈલ્સીના પતિ રુડોલ્ફ કેસેરે આઈન્સ્ટાઈનનાં લખાણો મેળવી લઈને ફ્રાન્સ મોકલી આપ્યાં અને ત્યાંથી છેવટે અમેરિકા પહોંચાડવામાં આવ્યાં. ઑક્ટોબરના પ્રારંભે એલ્સા, હેલેન ડ્યુક્સ અને વોલ્ટર માયેર સાથે યુરોપ છોડી દીધું અને ૧૭ ઑક્ટોબરે ન્યૂયોર્ક પહોંચ્યાં. ઈલ્સે અને મોરગોટ તેમના પતિઓ સાથે યુરોપમાં જ રહી. સિગ્મન્ડ ફ્રોઈડની સાથે મળી "શા માટે યુદ્ધ?"નું પ્રકાશન કર્યું. ઈન્સ્ટિટ્યૂટ ફૉર એડવાન્સ્ડ સ્ટડીઝ ખાતે પ્રાધ્યાપક તરીકે કામગીરી શરૂ કરી, તે સમયે સંસ્થા પ્રિન્સ્ટન યુનિવર્સિટી કેમ્પસમાં જૂના ફાઈન હૉલ (હવે જોન્સ હૉલ)માં કામચલાઉ ચાલતી હતી.

૧૯૩૪ ૧૦ જુલાઈએ લાંબી અને પીડાદાયક બીમારી બાદ ઈલ્સીનું ૩૭ વર્ષની વયે પેરિસમાં અવસાન થયું. મારગોટ અને દમિત્રિ પ્રિન્સ્ટન આવ્યાં. રુડોલ્ફ યુરોપમાં જ રોકાયા.

૧૯૩૫ ૧૧૨ મર્સર સ્ટ્રીટ, પ્રિન્સ્ટનમાં સ્થળાંતર કર્યું. ત્યાં આઈન્સ્ટાઈન, એલ્સા, મારગોટ, માજા અને હેલેન ડ્યુક્સ સાથે રહ્યાં. ફ્રેન્કલીન મેડલ એનાયત થયો.

૧૯૩૬ હેન્સ આલ્બર્ટને ઝુરિકમાં ઈ ટી એચ તરફથી ટેક્નિકલ સાયન્સીસમાં ડૉક્ટરેટની ઉપાધિ મળી. (૧૯૪૭માં તેઓ બર્કલે ખાતે કેલિફોર્નિયા યુનિવર્સિટીમાં હાઈડ્રોલિક એન્જિનિયરિંગના પ્રોફેસર બન્યા). હૃદય અને કિડનીની બીમારીઓ સામે લાંબો સમય ઝઝૂમ્યા બાદ ૨૦ ડિસેમ્બરે એલ્સાનું અવસાન થયું.

૧૯૩૯ બહેન માજા વિન્ટેલર-આઈન્સ્ટાઈન પાસે મર્સર સ્ટ્રીટ ખાતે રહેવા આવી. પરમાણુ ઊર્જાની લશ્કરી અસરો અંગે પ્રમુખ રુઝવેલ્ટને લખાયેલા સુવિખ્યાત પત્ર પર બીજી ઑગસ્ટે સહી કરી. યુરોપમાં બીજું વિશ્વયુદ્ધ શરૂ થયું.

૧૯૪૦ અમેરિકન નાગરિકત્વ મેળવ્યું. જીવ્યા ત્યાં સુધી અમેરિકી અને

સ્વિસ એમ બંને નાગરિકત્વ જાળવ્યાં. અગાઉ કૉંગ્રેસ (અમેરિકી સંસદ)માં કાયદો પસાર કરીને તેમને નાગરિકત્વની દરખાસ્ત કરવામાં આવી હતી, પરંતુ તેમણે કાયદાકીય પ્રક્રિયા અનુસાર જ નાગરિકત્વ મેળવવા માટે રાહ જોવાનો વિકલ્પ પસંદ કર્યો હતો.

૧૯૪૧ ડિસેમ્બરમાં અમેરિકાએ બીજા વિશ્વયુદ્ધમાં ઝુકાવ્યું.

૧૯૪૩ અમેરિકી નૌકાદળના બ્યુરો ઑફ ઓર્ડનન્સમાં વિસ્ફોટકો અને દારૂગોળા વિભાગના સલાહકાર બન્યા.

૧૯૪૪ સાપેક્ષતાવાદની સ્પેશિયલ થિયરી પર ૧૯૦૫માં લખાયેલા મૂળ પેપરની નવી હસ્તલિખિત નકલની હરાજી થઈ, જેના ૬ મિલિયન ડોલર ઊપજ્યા.

૧૯૪૫ બીજા વિશ્વયુદ્ધનો અંત આવ્યો. ઈન્સ્ટિટ્યૂટ ઑફ ઍડવાન્સ સ્ટડીઝના ફેકલ્ટી પદેથી સત્તાવાર નિવૃત્ત થયા, પેન્શન મળવાનું શરૂ થયું, પરંતુ મૃત્યુ પામ્યા ત્યાં સુધી એ જગ્યાએ તેમની ઑફિસ રહી.

૧૯૪૬ માજાને લકવા થયો અને પથારીવશ બની. આઈન્સ્ટાઈન અણુ વિજ્ઞાનીઓની ઈમર્જન્સી કમિટીના અધ્યક્ષ બન્યા. વિશ્વ સરકારની રચના કરવા માટે યુનાઈટેડ નેશન્સને વિનંતી કરવા સાથે જાહેર કર્યું કે વિશ્વ શાંતિ જાળવવા માટે માત્ર આ એક જ માર્ગ છે.

૧૯૪૮ ૪ ઑગસ્ટે ઝુરિકમાં મિલેવાનું અવસાન થયું. ડિસેમ્બરમાં આઈન્સ્ટાઈનના ડોક્ટરોએ તેમને કહ્યું કે તેમને પેટમાં નીચેના ભાગે ધમની પર સોજો છે.

૧૯૫૦ ૧૮ માર્ચે છેલ્લું વસિયત બનાવ્યું, જેના અમલની જવાબદારી મિત્ર ઓટ્ટો નેથનને સોંપી અને પોતાની મિલકતના ટ્રસ્ટીઓ તરીકે ઓટ્ટો નેથન અને હેલેન ડ્યુક્સનાં નામ લખ્યાં. (વસિયત અનુસાર) તેમની સાહિત્યિક મિલકત નેથન અને ડ્યુક્સના અવસાન પછી હિબ્રુ યુનિવર્સિટી ઑફ જેરુસલેમને આપવાની હતી. (જો કે પાછળથી આ હસ્તાંતરણ વહેલું કરવા માટે વ્યવસ્થા

કરવામાં આવી હતી.)

૧૯૫૧ જૂનમાં પ્રિન્સ્ટનમાં માજાનું અવસાન થયું.

૧૯૫૨ ઈઝરાયેલના પ્રમુખપદની દરખાસ્ત થઈ, પરંતુ તેમણે સ્વીકારી નહીં.

૧૯૫૪ હેમોલિટીક એનીમિયા (લોહીમાં રક્તકણોની અછત)નું નિદાન થયું.

૧૯૫૫ ૧૧ એપ્રિલે હસ્તાક્ષર કરેલો છેલ્લો પત્ર બર્ટ્રાન્ડ રસેલને લખ્યો, જેમાં અણુશસ્ત્રોનો ત્યાગ કરવા તમામ દેશોને વિનંતી કરતા સંયુક્ત ઘોષણાપત્ર પર હસ્તાક્ષર કરવા સંમતિ આપી હતી. ૧૩મી એપ્રિલે સોજો થયેલો હતો એ ધમની ફાટી ગઈ. ૧૫ એપ્રિલે પ્રિન્સ્ટન હોસ્પિટલમાં દાખલ કરવામાં આવ્યા. ૧૮ એપ્રિલે મધ્યરાત્રિએ ૧.૧૫ વાગ્યે ધમનીમાંથી નીકળેલું લોહી અન્ય ફેલાઈ જવાને કારણે આલ્બર્ટ આઈન્સ્ટાઈનનું નિધન થયું. બીમારીમાંથી સાજા થઈને નવજીવન મળે તેમ હતું પરંતુ એ માટે ઓપરેશન કરાવવાનો તેમણે ઈનકાર કર્યો હતો.

આલ્બર્ટ આઈન્સ્ટાઈન

પ્રકરણ

૧

"હું જન્મ્યો હતો તે એક જાણીતી હકીકત છે"

મારું જીવન એટલી સાદી-સરળ બાબત છે કે તેમાં કોઈને પણ રસ ન હોય. જાણીતી હકીકત એટલી જ છે કે હું જન્મ્યો હતો, અને બસ માત્ર એટલું જ જરૂરી છે.

- ૧૯૩૫ની ૧૩ એપ્રિલે સ્કૂલના અખબાર ધ ટાવર માટે પ્રિન્સ્ટન (ન્યૂજર્સી) હાઈસ્કૂલ રિપોર્ટર સમક્ષ કરેલું નિવેદન.

૧૮૭૯ની ૧૪મી માર્ચે દક્ષિણ જર્મનીના ઉલ્મ ગામમાં આઈન્સ્ટાઈન પરિવારમાં ભારે ઉત્સાહ-ઉમંગનો માહોલ હતો. બનોફસ્ટ્રી વિસ્તારમાં આવેલા આ ઘરમાં થોડા કલાક પહેલાં જ પુત્રનો જન્મ થયો હતો. તેનાં માતા-પિતા પૌલીન અને હરમાનના રોમેરોમમાં આનંદ છલકાતો હતો. આનંદી છતાં સરળ સ્વભાવના હરમાન પથારી પર સહેજ ઝૂકીને પોતાની જૂની ઢબના દાંડી વિનાનાં ચશ્માંમાંથી યુવાન પત્નીને અહોભાવ સાથે અને તેની બાજુમાં મીઠીમીઠી ઊંઘ માણી રહેલા નવજાત બાળક તરફ જોઈ રહ્યા હતા. દુનિયાના દરેક પિતાની જેમ તેઓ પણ તેમના આ પ્રથમ પુત્રના ઉજ્જવળ ભવિષ્યનું સ્વપ્ન અત્યારથી જ સેવવા લાગ્યા હતા. અલબત્ત, માતા-પિતાને એકમાત્ર ચિંતા સતાવતી હતી કે આ નવજાત બાળકના માથાનો આકાર અને કદ

અસાધારણ હતાં. માતા શ્રીમતી આઈન્સ્ટાઈન તો આને જન્મની ખોડ માનવા લાગ્યાં હતાં, પરંતુ ડૉક્ટરે તેમને આશ્વાસન આપ્યું કે બધું જ બરાબર છે અને થોડા સમયમાં જ આ બાળકનું માથું યોગ્ય આકારમાં આવી જશે અને બધું સામાન્ય થઈ જશે. પૌલીન અને હરમાને તેમના બાળકનું નામ 'આલ્બર્ટ' રાખ્યું.

૧૮૭૬માં આઈન્સ્ટાઈન દંપતીનાં લગ્ન થયાં ત્યારે તેઓ દક્ષિણ જર્મનીના વર્ટમ્બર્ગ રાજ્યમાં ઉલ્મથી નૈઋત્યમાં ૩૦ માઈલ દૂર આવેલા નાનકડા બુકાઉ ગામમાં રહેતાં હતાં. હરમાનનો પરિવાર આ ગામમાં છેક ૧૮૫૦ના દાયકાથી રહેતો હતો, જ્યારે પૌલીનનો પરિવાર પછીથી અહીં આવ્યો હતો. તેઓ ઉલ્મથી ૫૦ માઈલ નૈઋત્યમાં આવેલા વિશાળ સ્ટોટગર્ટ શહેર નજીકના કેનસ્ટેટથી સ્થળાંતર કરીને આવ્યા હતા. આ દંપતીનાં લગ્ન થયાં ત્યારે પૌલીનની ઉંમર ૧૮ વર્ષ હતી અને હરમાન ૨૯ વર્ષના હતા. બંને મૂળભૂત રીતે યહૂદી હતાં, પરંતુ યહૂદી ધર્મની પરંપરાઓ સાથે ખાસ સંકળાયેલાં નહોતાં. કદાચ આ કારણે જ પુત્રનું નામ કોઈ પ્રિય પૂર્વજના નામ પરથી રાખવાને બદલે દાદાના નામ અબ્રાહમનો પહેલો અક્ષર પસંદ કરીને આલ્બર્ટ રાખ્યું. આ રીતે તેઓ કદાચ તેમના વ્યાપક સામાજિક દૃષ્ટિકોણનો સંકેત આપવા માગતાં હતાં. જો કે, વિશ્વભરના યહૂદીઓમાં શિક્ષણ અને માનવતાવાદની જે ભવ્ય પરંપરા છે તે તેમણે જાળવી રાખી હતી.

અગાઉ પીંછાંનાં ગાદલાં બનાવવાના વ્યવસાયમાં નિષ્ફળ ગયેલા હરમાને હસતા મોંએ સંજોગોનો સ્વીકાર કરીને મહેનત તેમજ નસીબ બંનેને સાથે રાખીને બે વર્ષ પહેલાં જ મુખ્ય દેવળની પાછળ ઈલેક્ટ્રિકલ અને એન્જિનિયરિંગની નાની વર્કશોપ શરૂ કરી હતી. તેમનો પરિવાર ઉદ્યોગસાહસિક હતો, પરંતુ ધનિક નહોતો. આથી જ પૌલીનના પરિવારે તેમને વર્કશોપ શરૂ કરવા નાણાકીય સહાય કરી હતી. એ અરસામાં યુરોપિયનો તેમજ અમેરિકનોએ લાઈટ માટે વીજળીનો ઉપયોગ કરવાનો પ્રારંભ કર્યો હતો, તેથી હરમાન સારી કમાણી કરીને પરિવારનું પાલન વધુ સારી રીતે કરવાની અપેક્ષા રાખતા હતા. અઢી હજાર વર્ષ જેટલા સમયથી વીજળીના અસ્તિત્વ વિશે જાણકારી હતી, એમ્બરને ઘસવામાં આવે તો પદાર્થોમાં પ્રકાશ પેદા થઈ

શકે છે તેવી શોધ થેલેસ ઑફ મિલેટ્સે (ઈ.પૂર્વે સાતમી સદીમાં થઈ ગયેલા ગ્રીક વિદ્વાન) કરી હતી અને એમ્બરનો પ્રાચીન ગ્રીક શબ્દ 'એલેક્ટ્રોન' જાણીતો હતો તેમ છતાં ટેલિગ્રાફ અને ટેલિફોનને બાદ કરતાં વીજળીના ખાસ કોઈ વ્યવહારુ ઉપયોગ તે સમયે હજુ શોધવામાં આવ્યા નહોતા. અલબત્ત, આલ્બર્ટનો જન્મ થયો એ વર્ષે જ ''ધ વિઝાર્ડ ઑફ મેનલો પાર્ક '' તરીકે ઓળખાતા થોમસ આલ્વા એડિસન વીજળીના બલ્બની પેટન્ટ મેળવવા કામગીરી કરી રહ્યા હતા. એ જ વર્ષે જર્મનીની સિમેન્સ કંપની બર્લિનમાં તેની પ્રથમ ઈલેક્ટ્રિક ટ્રામ દોડાવવાની હતી અને આગળ જતાં અન્ય ઘણાં વીજળી આધારિત ઉપકરણો બનાવવાની તૈયારી કરી લીધી હતી.

હરમાનની વિનોદવૃત્તિ સારી હતી, પરંતુ કમનસીબે તેમની વેપારની આવડત એટલી સારી નહોતી. અને આશાવાદી સ્વભાવને કારણે તેઓ ક્યારેય સંશોધન તથા વેચાણ માટે ખાસ પ્રયાસો કરતા નહીં. પરિણામે તેમનો આ નાનો વ્યવસાય પડી ભાંગ્યો ત્યારે આલ્બર્ટ હજુ એક વર્ષનો પણ થયો નહોતો. પરિવારના આર્થિક ભવિષ્ય માટે ચિંતિત છતાં હિંમત નહીં હારેલા હરમાને નક્કી કર્યું કે પોતે ધ્યેય હાંસલ કરવા માગતા હોય તો કોઈ મોટા નગરમાં સ્થળાંતર કરવું જોઈએ. આ બાબતે તેમણે તેમના એન્જિનિયર ભાઈ જેકબ સાથે વાતચીત કરી અને ૧૮૮૦ના જૂનમાં દક્ષિણ-પૂર્વ (ઈશાન)માં બેવરિઆની રાજધાની મ્યુનિક સ્થળાંતર કરવાનો નિર્ણય લીધો. કેથોલિક સંપ્રદાયના લોકોની બહુમતી ધરાવતા આ વિશાળ અને આધુનિક શહેરમાં બંને ભાઈઓએ નાની ઈલેક્ટ્રોકેમિકલ વર્કશોપ શરૂ કરી. આ સમયગાળામાં આલ્બર્ટ માંડ સવા વર્ષનો હતો, તેથી તેમના જન્મસ્થળ ઉલ્મની કોઈ યાદગીરી તેમને રહી નહીં.

વાસ્તવમાં આઈન્સ્ટાઈનના જન્મનાં હજુ થોડાં વર્ષ પહેલાં સુધી તો વર્ટમ્બર્ગ અને બેવરિઆ રાજાઓના શાસન હેઠળ સ્વતંત્ર દેશો હતા. તેમને ૧૮૭૧માં જર્મનીનાં અન્ય રાજ્યોની સાથે પ્રુશિયાના શાસન હેઠળ સમાવી લેવામાં આવ્યા અને એક નવા જર્મન સામ્રાજ્યનો ભાગ બન્યા. નવા દેશનો નેતા ઓટ્ટોવોન બિસ્માર્ક પ્રુશિયાનો હતો. પ્રુશિયાની પ્રજા કડક શિસ્તમાં માનનારી, વડીલો તથા સત્તાવાળાઓના આદેશનું પાલન કરનારી તથા સમાજના ઉચ્ચ વર્ગના

લોકો માટે ઊંચો આદર રાખનારી હતી. નવા શાસને ટૂંક સમયમાં જ દક્ષિણમાંથી સ્થળાંતર કરીને આવેલા અને મુક્તપણે જીવનાર લોકોને શિસ્તપાલનનો આદેશ કરી દીધો. આ સમગ્ર નવી વ્યવસ્થાની અસર શહેરની શિક્ષણ વ્યવસ્થા ઉપર પણ થઈ, જેને કારણે બાળ આલ્બર્ટની જાણે આખી દુનિયા જ બદલાઈ ગઈ.

દરમિયાન, મ્યુનિકમાં પૌલીને ભાડાના નાનાકડા ઘરમાં સંસાર શરૂ કર્યો અને પરિવારના વ્યવસાયના ભાગ્યનું ચક્ર કઈ દિશામાં ફરે છે તેની રાહ જોતી રહી. ભૂતકાળની નિષ્ફળતામાંથી યોગ્ય પાઠ શીખી ચૂકેલા હરમાન હવે સાવધ હતા અને તેથી વ્યવસાય સરસ ચાલવા લાગ્યો. પાંચ વર્ષમાં તો તેમની સ્થિતિ એટલી સુધરી કે આઈન્સ્ટાઈન પરિવાર શહેરની બહાર મોટા મકાનમાં રહેવા જઈ શક્યો, પરંતુ તે પહેલાં નાના ઘરમાં રહેવા આવ્યાને દોઢ વર્ષ બાદ ૧૮૮૧ના નવેમ્બરમાં પરિવારમાં એક નવા સભ્ય-દીકરીનો ઉમેરો થયો હતો. તેનું નામ માજા રાખવામાં આવ્યું. આ ઉમેરો સરળ-સહજ બને તે હેતુથી માતા-પિતાએ આલ્બર્ટને કહ્યું કે તેને રમવા માટે હવે એક નવું પાત્ર મળ્યું છે, પરંતુ તેને માજા બતાવવામાં આવી ત્યારે અઢી વર્ષના આલ્બર્ટે નિસાસો નાખીને સવાલ કર્યો હતો કે, "હા, એ તો બરાબર. . . પણ આને પૈડાં ક્યાં છે?"

આલ્બર્ટના ઉછેરના પ્રારંભનાં વર્ષોમાં બાહ્ય રીતે એવું જરાય નહોતું લાગતું કે તેનામાં કોઈ મહાન વિભૂતિ પાંગરી રહી છે. તે અત્યંત ધીમેથી બોલતો, ખાસ કરીને માજાના જન્મ સુધી તો આ જ સ્થિતિ હતી, પરંતુ ત્યારબાદ એ પૂરાં વાક્યો બોલવા લાગ્યો. જો કે ઘણાં વર્ષ સુધી પરિસ્થિતિ એવી હતી કે તેને કંઈ પણ બોલવું હોય તો તે પહેલાં પોતાની જાત સાથે વાત કરતો હોય એટલું ધીમેથી બોલતો અને ત્યારબાદ અન્યને સંભળાય એ રીતે બોલતો. કેટલાક લોકો માટે જાણે દરેક બાબત બે વખત બનતી – એક વખત ધીમેથી, બીજી વખત મોટેથી. આલ્બર્ટ ૧૦ વર્ષની ઉંમર સુધી સ્પષ્ટ રીતે બોલી શકતો નહોતો એવું જાણવા મળ્યા બાદ કેટલાક ડૉક્ટરો એવા તારણ ઉપર આવ્યા હતા કે તેને કદાચ બાળપણમાં જોવા મળતી ડિસ્લેક્સિયા (શબ્દોનું ઉચ્ચારણ ન કરી શકવું કે તેનો અર્થ ન સમજી શકવો) ની બીમારી હશે. જીવનના પાછલા તબક્કે તેમણે પોતે પણ એકરાર કર્યો હતો કે શબ્દોને તેઓ ભાગ્યે જ યાદ રાખી શકતા હતા. વાસ્તવમાં, એક પુસ્તકના ઈન્ટરવ્યૂ દરમિયાન એક

મનોવિજ્ઞાનીને તેમણે કહ્યું હતું કે, ''હું શબ્દોમાં ભાગ્યે જ વિચારું છું. મને પહેલાં વિચાર આવે છે અને ત્યારપછી હું તેને શબ્દમાં વ્યક્ત કરવા પ્રયાસ કરું છું.'' કદાચ આ કારણે જ પાછળથી તેઓ તેમના રચનાત્મક ''વિચારોના પ્રયોગો'' માટે પ્રખ્યાત થયા હતા.

બાળ આલ્બર્ટ મોટા ભાગે એકલો જ રમતો અને બ્લોક ગોઠવવાની કે કોયડા ઉકેલવાની (પઝલ્સ) રમતોમાં તેને આનંદ આવતો, પરંતુ તેનો સ્વભાવ આક્રમક હતો. ગુસ્સે થાય ત્યારે નાકના ટેરવા સિવાયનો તેનો આખો ચહેરો પીળો થઈ જતો. તેનું નાકનું ટેરવું સફેદ થઈ જતું અને પોતાની જાત પરનો અંકુશ ગુમાવી દેતો. ગુસ્સાની આવી એક ક્ષણે તેણે તેનાં વાયોલિન શિક્ષિકા ઉપર ખુરશીનો ઘા કર્યો હતો, તો અન્ય એક પ્રસંગે નાની બહેન માજા તરફ બાગકામનું ઓજાર ફેંક્યું હતું, એટલું જ નહીં સ્કિટલ્સ (બૉલિંગ જેવી રમત)નો બોલ તેના માથા પર માર્યો હતો. (ખ્રિસ્તી ધર્મના પ્રારંભિક દિવસોમાં જર્મન સાધુઓ સ્વબચાવ માટે કેગેલ અથવા ક્લબ (ગદા – ડાંગ) જેવાં સાધનો સાથે રાખતા, અને તેમની રમતોમાં આ કેગેલ પાપ અથવા પ્રલોભનનું પ્રતીક ગણાતું અને તેને પાડી ન નાખે ત્યાં સુધી તેના પર પથ્થરો ફેંકતા. જર્મનો આજે કેગેલેન રમે છે જેમાં નાની નવ બૉલિંગ પિન અને એક બૉલનો સમાવેશ થાય છે.)

પોતાના ભાઈ વિશે એક ટૂંકા જીવનચરિત્રમાં માજાએ લખ્યું છે, એક તરફ આલ્બર્ટ કલાકો સુધી ધીરજપૂર્વક ૧૪ માળ ઊંચાં પત્તાંનાં ઘર બનાવ્યા કરતો અને એ દરમિયાન પડતી કોઈ પણ મુશ્કેલીઓથી જરાપણ ચલિત થતો નહીં. માતા-પિતા કે બીજા કોઈ પણ દ્વારા તેના માટે લાવવામાં આવતી કોઈ પણ નવી વસ્તુ માટે તેને હંમેશાં કુતૂહલ રહેતું અને તેનો ઉપયોગ કરવા માટે સતત અને ધીરજપૂર્વક શીખવાનું ચાલુ રાખતો. મોટા થયા પછી એક સમયે તેમણે એવું નિવેદન કર્યું હતું કે, પોતે બીજા કરતાં હોશિયાર નહોતા, પરંતુ માત્ર વધુ ઉત્સાહપૂર્વકની કુતૂહલતા તેમનામાં હતી. તેમણે એક સહકર્મચારીને લખ્યું હતું, ''મારો વિકાસ એટલો ધીમો હતો કે પુખ્ત થયો ત્યાં સુધી અવકાશ અને સમય બાબતે મને કોઈ આશ્ચર્ય નહોતું થયું. તે સમયે સમસ્યાઓના ઉકેલ શોધવામાં કોઈ પણ પુખ્ત વ્યક્તિ કરતાં પણ વધારે ઊંડાણપૂર્વક ખૂંપી

જતો." ત્યારપછી તેમણે પોતાની માન્યતા વ્યક્ત કરી છે કે, જે પ્રકારની સમસ્યાઓ હોય છે તે પુખ્તવયના લોકો માટેની નહીં, પરંતુ સામાન્ય રીતે બાળકો માટેની હોય છે અને તે તેમનું જીવનકાર્ય બન્યું હતું.

યોગ્ય નિદાન કરવાનું અશક્ય છે એ વાત ઉપર ભાર મૂકીને ઑટિઝમ (પોતાના વિચારોમાં જ ખોવાયેલા રહેવાની માનસિક સ્થિતિ) પર સંશોધન કરનાર અને તેની સારવાર કરનાર ઈંગ્લેન્ડમાં કેમ્બ્રિજ યુનિવર્સિટીના એક પ્રોફેસર એવા તારણ ઉપર આવ્યા હતા કે બાળક તરીકે અને ત્યારબાદ જીવનના પછીના તબક્કે આઈન્સ્ટાઈનમાં જોવા મળેલી કેટલીક અસાધારણ વર્તણૂક એસ્પેન્જરની બીમારીનાં લક્ષણો હતાં, જે ઑટિઝમનું હળવું અને તીવ્ર કાર્યક્ષમતાવાળું સ્વરૂપ ગણાય. મહાપુરુષો શાને કારણે ડાહ્યા અથવા યુદ્ધ મેદાનમાં શૂરવીર હતા એ સવાલો અંગે ઈતિહાસમાં હંમેશાં ભ્રમણાઓ ફેલાતી રહી છે. તેમાંની કેટલીક ધારણાઓ કદાચ સાચી હોઈ શકે, જ્યારે બાકીની તમામ મોટા ભાગે ખોટી હોય છે. આઈન્સ્ટાઈન અંગે સંશોધન કરનારા માને છે કે આઈન્સ્ટાઈનના કિસ્સામાં માનસિક અસંતુલનની શક્યતા સાવ નહિવત્ છે. આઈન્સ્ટાઈન બાબતે એવી ઘણી ભ્રમણાઓ છે, જે એસ્પેન્જરના નિદાનમાં બંધ બેસે છે – જેમ કે, તેઓ સામાજિક રીતે અસંગત અને વિચિત્ર હતા, તેમને લખવામાં મુશ્કેલી પડતી હતી, તેઓ ભાગ્યે જ બોલતા અને લેક્ચરર તરીકે અસાધારણ રીતે ગૂંચવાયેલા હતા. આમાંની એક પણ બાબત સાચી નથી, અને આ બધું તો આપણા સૌની સાથે બનતું હોય છે. એ જ રીતે તેમના સમગ્ર જીવન દરમિયાન આ લાક્ષણિકતાઓ જોવા મળતી હતી. વળી, કેમ્બ્રિજના પ્રોફેસરના અનુમાનનો પ્રતિભાવ આપતાં સાન ડિએગોસ્થિત યુનિવર્સિટી ઑફ કેલિફોર્નિયા ખાતેના એક મનોવિજ્ઞાનીએ કહ્યું હતું કે, સારી રમૂજવૃત્તિ એક એવું લક્ષણ છે જે એસ્પેન્જરનાં ગંભીર લક્ષણો ધરાવતા હોય તેવા લોકોમાં જોવા મળે નહીં. આઈન્સ્ટાઈન તેમની રમૂજ માટે જાણીતા હતા. ક્યારેક તેમની રમૂજ મનમોહક પણ બની રહેતી. એક સમયે તેઓ પ્રિન્સ્ટનમાં રહેતા હતા ત્યારે ટાઈગર નામની તેમની પાળેલી બિલાડી વરસાદને કારણે સૂનમૂન થઈને બેસી રહી હતી, ત્યારે આઈન્સ્ટાઈને તેના શરીર પર વહાલથી હાથ ફેરવતાં કહ્યું હતું, "પ્રિય મિત્ર, તારી સ્થિતિ હું સમજું છું, પરંતુ આ

(વરસાદ) બંધ કેવી રીતે કરવો તે હું નથી જાણતો.''

આલ્બર્ટ પાંચ વર્ષનો હતો ત્યારે એક દિવસ પિતાએ તેને હોકાયંત્ર (કમ્પાસ) લાવી આપ્યું. આ નાના સાધનની તેમના જીવન ઉપર ઘણી મોટી અસર પડી. હોકાયંત્રની સોય સતત ઉત્તર દિશામાં જ રહેતાં આલ્બર્ટના આશ્ચર્યનો કોઈ પાર ન રહ્યો અને એટલી નાની ઉંમરે જ તેને એટલું તો સમજાઈ ગયું કે કુદરતમાં એવું કોઈ બળ છે જેને જોઈ શકાતું નથી. આ જાદુઈ સાધનની અસર તેમના પર આજીવન રહી અને અનેક પ્રસંગે તેઓ તેને યાદ કરતા હતા. એ જ વર્ષે મ્યુનિકની પ્રાથમિક શાળામાં એડ્‌મિશન મળે તેટલી ઉંમર હજુ થઈ નહોતી, તેથી આલ્બર્ટને એક શિક્ષકની મદદથી ઘરે જ શિક્ષણ આપવાની શરૂઆત થઈ.

૧૮૮૫માં છ વર્ષની ઉંમરે આલ્બર્ટને તેમના જ વિસ્તારમાં આવેલી કેથોલિક પ્રાથમિક શાળામાં સંભવતઃ બીજા ધોરણમાં બેસાડવામાં આવ્યો. તેના વર્ગમાં તે એકમાત્ર યહૂદી હતો. અહીં ધાર્મિક શિક્ષણ એ અભ્યાસક્રમનો ભાગ હતો અને તેથી તેના બાઈબલની વાર્તાઓ અને (ખ્રિસ્તી) સંતો વિશે જાણવા મળ્યું. યહૂદી પરંપરાઓ વિશે તેને ઘરે દૂરના એક સગા દ્વારા શિક્ષણ આપવામાં આવતું. તેનાં માતા-પિતા ધાર્મિક વૃત્તિનાં ન હતાં, તેથી તેઓ જાતે યહૂદી પરંપરાઓનું શિક્ષણ આપી શકતાં નહીં, છતાં તેઓ ઈચ્છતાં હતાં કે તેમનાં બાળકોને તેમના વારસા વિશે જાણવાની તક મળે. આ ગાળા દરમિયાન આલ્બર્ટને પરંપરાગત ધર્મમાં ઊંડો રસ પડ્યો અને ઈશ્વરને પ્રસન્ન કરવાના પ્રયાસો પણ કરતો. જીવનમાં પાછલા તબક્કે 'લાઈબ્રેરી ઑફ લીવિંગ ફિલોસોફર્સ (૧૯૪૯)' માટે પોતાના વિશે જીવનચરિત્રરૂપ નોંધ પૂરી પાડતાં તેમણે લખ્યું હતું, ''આ રીતે મારામાં ઊંડી ધર્મભાવના જાગી હતી, જેનો છેવટે બાર વર્ષની ઉંમરે અચાનક અંત આવી ગયો.'' ''ઊંડી ધર્મભાવના'' શબ્દ લખીને તેઓ વાસ્તવમાં પોતાની જાતને અંધશ્રદ્ધાની કક્ષાથી દૂર રાખવા માગતા હતા. જીવનના અંતિમ દિવસોમાં તેઓ પોતાને અત્યંત વ્યાપક અર્થમાં ''ધાર્મિક'' ગણતા અને તેનો શો અર્થ થાય એ લોકોને સમજાવવા પ્રયાસ કરતા. (આ બાબતે વધારે વિગત પ્રકરણ ૮ના અંત ભાગમાં આપવામાં આવી છે.) અંગત ઈશ્વરના મુદ્દે તેમણે પોતાની જાતને અકળ-ગૂઢ જાહેર કર્યા હતા.

આલ્બર્ટે છ વર્ષની ઉંમરથી વાયોલિન શીખવાનું પણ શરૂ કર્યું હતું, આ ક્રમ તેઓ ૧૪ વર્ષના થયા ત્યાં સુધી ચાલ્યો. ક્યારેક ગુસ્સાવાળો સ્વભાવ ધરાવતા આ બાળક ઉપર સંગીતની જાદુઈ અસર થઈ હતી. તેણે સંગીતમાં કાબેલિયત હાંસલ કરી, એટલું જ નહીં વાયોલિન અને પિયાનોવાદક તરીકે તેમજ શ્રોતા તરીકે જીવનના અંત સુધી સંગીતનો આનંદ લીધો. ૧૯૨૯માં આપેલી એક મુલાકાતમાં તેમણે કહ્યું હતું, ‘‘હું જો ભૌતિકશાસ્ત્રી ન હોત તો કદાચ સંગીતકાર હોત. સંગીત મારાં દીવાસ્વપ્નોમાં છવાયેલું રહે છે. હું મારા જીવનને સંગીતના સંદર્ભમાં જ જોઉં છું. સંગીતમાંથી મને જીવનનો આનંદ મળે છે.’’ કેટલાક લોકો એવું કહેતા કે આઈન્સ્ટાઈન સારા સંગીતકાર છે, તો બીજા કેટલાક એ વાતે સંમત નહોતા. એક વ્યવસાયી વાયોલિનવાદકે દાવો કર્યો હતો કે, આઈન્સ્ટાઈન (ના સંગીતમાં)માં ‘‘ઝાડ કાપતા કઠિયારા જેવો ધ્વનિ નીકળે છે’’, તો તેની સાથે પિયાનો વગાડવાનો પ્રયાસ કરનાર એક વિખ્યાત પિયાનોવાદકે માગણી કરી હતી, ‘‘હે ભગવાન... આલ્બર્ટ શું તમે તાલ મિલાવી શકતા નથી?’’, જ્યારે બર્લિનના એક સંગીત વિવેચકે તો આઈન્સ્ટાઈન ભૌતિકશાસ્ત્ર માટે નહીં પણ વાયોલિનવાદન માટે પ્રખ્યાત છે તેમ માની લઈને નિવેદન કરી દીધું હતું, ‘‘આઈન્સ્ટાઈન શ્રેષ્ઠ વગાડે છે, પરંતુ વિશ્વમાં તેમની ખ્યાતિ છે તેને લાયક નથી, તેમના કરતાં સારું વગાડનારા બીજા ઘણા છે.’’ વૈકલ્પિક કારકિર્દી અંગે આઈન્સ્ટાઈને પાછળથી કહ્યું હતું કે પોતે પ્લમ્બર કે સેલ્સમેન તરીકેનું કામ પણ પસંદ કર્યું હોત, અને એક વખત તો વિજ્ઞાનના વિદ્યાર્થીઓને સૂચન કર્યું હતું કે લાઈટહાઉસના ચોકીદાર તરીકેની કામગીરી વધારે લાભદાયી છે. આમ, દેખીતી રીતે તેમને ઘણી બાબતોમાં રસ હતો. આવા વ્યવસાયોની ભલામણ કરવા પાછળનું કારણ એ હતું કે તેઓ માનતા કે આવી કામગીરી કરતી વખતે ગંભીર વિષયો પર વિચારણા થઈ શકે.

૧૮૮૮ની શરદ ઋતુમાં નવ વર્ષના આલ્બર્ટને મ્યુનિકમાં જર્મન સેકન્ડરી સ્કૂલ - જે જિમ્નેશિયમ તરીકે પણ ઓળખાતી તેમાં પ્રવેશ મળ્યો. નવ વર્ષના આ અભ્યાસને અંતે ૧૮ વર્ષની ઉંમરે તે યુનિવર્સિટીમાં પ્રવેશ મેળવી શક્યા. જિમ્નેશિયમમાં કેટલાંક યહૂદી બાળકો સાથે મુલાકાત થઈ, પરંતુ કોઈની સાથે

ગાઢ મૈત્રી કરી નહીં અને એકલા-એકલા જ રહેતા, અન્ય વિદ્યાર્થીઓ અને શિક્ષકો સાથે પણ સંપર્ક રાખતા નહીં. એક શિક્ષકે તો તેને કહી દીધું હતું કે તે કશું હાંસલ નહીં કરી શકે અને શિક્ષક પ્રત્યે વર્ગને જે માન હોવું જોઈએ તે તેની હાજરીને કારણે જ જળવાતું નથી. અન્ય એક શિક્ષકે આઈન્સ્ટાઈનની યાદશક્તિ ચાળણી જેવી હોવાનો આક્ષેપ મૂકી દીધો હતો.

જર્મનીમાં એ દિવસોમાં શિક્ષકો કડક અને સત્તાવાહી હતા, એટલું જ નહીં પોતે લાયક ન હોય છતાં તેમનું માન જળવાવું જોઈએ તેવું સામે ચાલીને કહેતા. જર્મનીની શૈક્ષણિક વ્યવસ્થામાં શિસ્તના નિયમો આકરા હતા તથા નિશ્ચિત અભ્યાસક્રમ હતો જે મુખ્યત્વે ગોખણપટ્ટી પર આધારિત હતો. જે વિદ્યાર્થીઓએ તૈયારી ન કરી હોય તેમનું ક્લાસની વચ્ચે જ અપમાન કરવું અને જરૂર લાગે તો શારીરિક સજા કરવાનું સામાન્ય હતું. આ અંગે આઈન્સ્ટાઈને પછીથી એક વખત લખ્યું હતું, ''મારા મતે ભય, દબાણ અને કૃત્રિમ સત્તા જેવી પદ્ધતિઓ હેઠળ કામ કરવું એ સ્કૂલની સૌથી ખરાબ બાબત છે. આવા વલણથી વિદ્યાર્થીની લાગણી, ગંભીરતા અને આત્મવિશ્વાસ નાશ પામે છે. ઓછી લાયકાત ધરાવતા અને સ્વાર્થી શિક્ષકો દ્વારા થતું અપમાન અને માનસિક હેરાનગતિ બાળમાનસ ઉપર ભારે અવળી અસર કરે છે, જે ફરી ક્યારેય સુધારી શકાતી નથી અને જીવનના પાછળના તબક્કે ઘાતક અસર કરે છે.'' આ ઉપરાંત લશ્કરી શિસ્ત પણ તેમને પસંદ નહોતી અને આગળ જતાં પોતે યુદ્ધવિરોધી બની ગયા હોવાથી લશ્કરી જીવન પ્રત્યે પણ તેમને ઘૃણા ઊપજતી હતી. તેમણે કહ્યું હતું, ''બેન્ડના તાલ સાથે કદમ મિલાવીને ચાલવામાં જે માણસને આનંદ આવતો હોય એ બાબતે જ મને તેના પ્રત્યે તિરસ્કાર પેદા થાય છે.'' કડકાઈભરી અને ટૂંકી દૃષ્ટિવાળી શિક્ષણપ્રથા આઈન્સ્ટાઈનની સ્વતંત્ર વિચારસરણીને માફક આવતી નહોતી. કોઈ શિક્ષક પોતાનાં વખાણ કરે તેવી જે બાળકને ઈચ્છા જ ન હોય તે તેમના તરફથી થતી બિનજરૂરી ટીકાઓ પર ધ્યાન ન આપે એ સ્વાભાવિક છે.

આમ છતાં, એક શિક્ષકને તે પ્રિય હતો. એ હતા તેના ક્લાસટીચર, જે તેને ચોથા અને છઠ્ઠા ધોરણમાં ઈતિહાસ, લેટિન અને ગ્રીક શીખવતા. આ શિક્ષક સ્કૂલના સમય પછી પણ રોકાવાનું કહે તો આલ્બર્ટ ખુશી-ખુશી રોકાતો.

વળી, તેનું જિમ્નેશિયમ જર્મનીના વિશાળ અને શ્રેષ્ઠ જિમ્નેશિયમ પૈકી એક હતું અને જે સમયે તેઓ ભણતા હતા ત્યારે તેની શાખ ઉદાર અભિગમ ધરાવતી એક સંસ્કારી સ્કૂલ તરીકેની હતી. કદાચ શક્ય છે કે અભ્યાસ દરમિયાન આલ્બર્ટને જે કંઈ ખરાબ અનુભવો થયા તેનું કારણ સ્કૂલ પોતે નહીં, પરંતુ તેમના પોતાના વ્યક્તિત્વ અથવા અંગત અનુભવોને કારણે હોય. શક્ય છે તેમના પોતાના કારણે શિક્ષકો તેમને ઠપકો આપવા પ્રેરાયા હોય અથવા તેમની યાદશક્તિ ઉપર જર્મનીમાં સામાન્ય સંજોગોમાં પ્રવર્તતા દમનકારી વાતાવરણની અસર હોય.

આ પછી જોકે તેમણે જિમ્નેશિયમ છોડ્યું ત્યાં સુધીમાં ભૌતિકશાસ્ત્ર, ગણિત તથા તત્ત્વજ્ઞાનમાં સ્કૂલના અભ્યાસ સિવાય પણ વ્યક્તિગત રસ કેળવાયો હતો. ઘડતરના આ દિવસોમાં તેના એન્જિનિયર કાકા જેકોબ તથા મેડિકલના યુવાન વિદ્યાર્થી મેક્સ ટોલમેનો ઘણો પ્રભાવ રહ્યો. ૧૮૮૯થી ૧૮૯૪ના સમયગાળા દરમિયાન ટોલમે અઠવાડિયામાં એક વખત આઈન્સ્ટાઈનના ઘરે ડિનર લેતા. નાનકડા કમ્પાસ (હોકાયંત્ર)થી માંડીને ધર્મ જેવી બાબતોમાં આલ્બર્ટના કુતૂહલનો સંતોષકારક જવાબ આપીને તેઓ બંને તેને પ્રોત્સાહિત કરતા. ટોલમે આ બાળકને રસ પડે તેવાં સામાન્ય વિજ્ઞાનનાં પુસ્તકો લાવતા, ઉપરાંત ક્યારેક તત્ત્વજ્ઞાનનાં પુસ્તકો પણ લાવતા અને વિશ્વ વિશે જાણવા માગતા આલ્બર્ટ દ્વારા જે પ્રશ્નો કરવામાં આવે તેના જવાબો પણ બંને આપતા. ટોલમે આલ્બર્ટ કરતાં મોટા હોવા છતાં તેની સાથે મિત્ર જેવો વ્યવહાર કરતા, જે આલ્બર્ટને ખૂબ ગમતું. તેમણે આલ્બર્ટને ઉંમરના એક એવા તબક્કે પૂરતો સમય આપ્યો હતો જ્યારે એ બાળક પુખ્ત બનવાની દિશામાં આગળ વધી રહ્યો હતો. એ સમયે આલ્બર્ટને માત્ર ગણિતમાં નહીં, પરંતુ કુદરતી વિજ્ઞાનની તમામ બાબતોમાં ઊંડો રસ પડ્યો હતો.

૧૨ વર્ષની ઉંમર સુધીમાં વિજ્ઞાન અને ગણિતનો એટલો બધો અભ્યાસ કરી લીધો હતો કે હવે તેને બાઈબલમાં વાંચેલી અલૌકિક ઘટનાઓ અને લોકો વિશે સવાલો ઊઠવા લાગ્યા હતા. એ બધું માની લેવા જેટલી શ્રદ્ધા તેમનામાં નહોતી, પરિણામે તેણે પરંપરાગત ધર્મનો સ્વીકાર કરી લીધો. તેમને લાગતું કે વિશ્વ ખરેખર જે છે તેના કરતાં અલગ રીતે બાળકો સમક્ષ રજૂ કરવા માટે

શાસન દ્વારા કાવતરું થાય છે અને પોતે બેમાંથી એકપણ નથી, છતાં જીવનના પાછલા તબક્કે તેમણે કેટલીક અંગત ધાર્મિક માન્યતાઓ વિકસાવી હતી. પણ વિદ્યાર્થીકાળમાં તેણે પોતાની મેળે વિજ્ઞાન અને ગણિતનો અભ્યાસ ચાલુ રાખ્યો હતો. આ વિષયોમાં તેને કોઈ પડકારી શકે તેમ નહોતું. તેમના માટે 'સેક્રેડ લિટલ જિઓમેટરી બુક' (ભૂમિતિનું નાનું પવિત્ર પુસ્તક)નું વિશેષ મહત્ત્વ હતું. ભૂમિતિના સાદા સિદ્ધાંતોનું આ નાનું પુસ્તક કદાચ તેને તેના કાકા જેકોબે આપ્યું હતું. પુસ્તકમાં આપવામાં આવેલાં સરળ-સ્પષ્ટ ઉદાહરણોની આલ્બર્ટ ઉપર ભારે અસર થઈ હતી અને તે તેના માટે 'બીજું આશ્ચર્ય' બની રહ્યું હતું. તેના માટે પહેલું આશ્ચર્ય હોકાયંત્ર હતું, જે તેને તેના પિતાએ ઘણાં વર્ષ પહેલાં આપ્યું હતું. આ પછી તો તેને ઘણાં દળદાર પુસ્તકો મળ્યાં, જેના સહારે તેમણે તે સમીક્ષાત્મક ભૂમિતિ અને ગણતરીમાં મહારત હાંસલ કરી લીધી. ટૂંક સમયમાં જ તે ગણિતના સિદ્ધાંતો સાબિત કરવા લાગ્યા અને અઘરા કોયડા ઉકેલવા લાગ્યા, એટલું જ નહિ ભૂમિતિમાં પાયથાગોરસની થિયરી માટે સંપૂર્ણ મૌલિક પુરાવો પણ શોધી કાઢ્યો. સ્કૂલના સહાધ્યાયીઓને ગાઢ મિત્રો બનાવવાને બદલે તેને આ કોયડા ઉકેલવામાં અત્યંત આનંદ આવતો. તેમની પહેલા થઈ ગયેલા આઈઝેક ન્યૂટનની જેમ જ આઈન્સ્ટાઈનને પણ પરંપરાગત ભૂમિતિનાં સમન્વયો તરફ આકર્ષણ હતું, કેમ કે તે સ્પષ્ટ અને સચોટ હતા. બાળક તરીકે ગણિતમાં પોતાને જે રસ પડતો હતો તેને યાદ કરતાં ૧૯૩૫માં તેમણે ન્યૂજર્સીના પ્રિન્સ્ટનની હાઈસ્કૂલના અખબારના પત્રકાર સાથે વાત કરતાં કહ્યું હતું કે, ''બાર વર્ષના બાળક તરીકે પ્રારંભિક ગણિત ભણતી વખતે મને એ જોઈને રોમાંચ થતો હતો કે માત્ર દલીલો દ્વારા સત્યને શોધવાનું શક્ય છે. મને વધુને વધુ ખાતરી થતી ગઈ કે કુદરતને પણ ગણિતના પ્રમાણમાં સામાન્ય માળખાથી સમજી શકાય તેમ છે.''

વિદ્યાર્થી તરીકે આલ્બર્ટ નબળો હતો એવી વાતો માત્ર ભ્રમણા છે. આમાંની કેટલીક વાતો તેના શિક્ષકોએ તેના વિશે કરેલી નકારાત્મક ટિપ્પણીઓને કારણે હોઈ શકે, પરંતુ તેની સ્કૂલમાં ગ્રેડિંગની પદ્ધતિમાં ફેરફારો થયા તેને કારણે આ સ્થિતિ નિર્માણ થઈ હોવાની શક્યતા વધારે છે. એક તબક્કે ૧થી ૬ નો ગ્રેડ અપાતો અને ત્યારે '૧' ગ્રેડ શ્રેષ્ઠ ગણાતો, પછીથી આ વ્યવસ્થા તદ્દન

ઊંધી કરી દેવામાં આવી હતી, અર્થાત 'ε' ગ્રેડ શ્રેષ્ઠ ગણાવા લાગ્યો હતો. ગણિત અને ફિઝિક્સમાં હંમેશાં તેને અસાધારણ ગ્રેડ મળતા જ્યારે સ્કૂલના અન્ય વિષયોમાં પણ તેના ગ્રેડ સામાન્ય કરતાં વધારે જ રહેતા. તેમની એકમાત્ર નબળાઈ વિદેશી ભાષાઓ હતી, જેને તેઓ પોતે જાહેરમાં સ્વીકારતા, અને અમેરિકા સ્થળાંતર કર્યા પછી પણ તેમણે અંગ્રેજી ઉપર પ્રભુત્વ મેળવ્યું નહોતું. અલબત્ત તે સમયે તેઓ પ્રૌઢાવસ્થામાં પ્રવેશી ચૂક્યા હતા. વિદ્યાર્થી અવસ્થામાં તેમનામાં 'જિનિયસ' તરીકેનાં લક્ષણો દેખાતાં નહોતાં. ૨૦ વર્ષની ઉંમર પછી ફિઝિક્સના વિષયમાં તેમણે પાયાની કામગીરી કરી અને ત્યારબાદ સમય તથા અવકાશને તદ્દન નવા જ સ્વરૂપે દુનિયા સમક્ષ રજૂ કર્યાં, ત્યારબાદ જ તેમની પ્રતિભાનો દુનિયાને પરિચય થયો હતો.

૧૩ વર્ષની ઉંમર થતાં તો તત્ત્વજ્ઞાન અને સંગીત બંનેમાં આઈન્સ્ટાઈન ઊંડો રસ લેવા લાગ્યા હતા. તેમણે જર્મન ફિલોસોફર ઈમાન્યુલ કેન્ટની *ક્રિટિક ઑફ પ્રેક્ટિકલ રિઝન* નો અભ્યાસ કર્યો, જેમની સ્વતંત્રતાની નૈતિક થિયરી સાથે પોતાના વિચારો સુસંગત હોવાનું આલ્બર્ટ અનુભવતો. તેમણે કેન્ટનું એક અત્યંત પ્રખ્યાત નિવેદન વાંચ્યું કે, ''બે બાબતો મનને સતત નવા આશ્ચર્યથી ભરી દે છે તથા અભિભૂત કરે છે : ઉપર તારાઓથી છવાયેલું સ્વર્ગ અને અંતરમાં રહેલો નૈતિક સિદ્ધાંત.'' જો કે આ શબ્દો આઈન્સ્ટાઈનના પોતાના હોય એ રીતે ઘણી વાર રજૂ કરવામાં આવે છે. અને આ તબક્કે આ કિશોરે કંટાળાજનક અને યાંત્રિક લાગતા વાયોલિનના વર્ગો ભરવાનું છોડી દીધું. તેણે જાતે જ સંગીતનો અભ્યાસ અને પ્રેક્ટિસ શરૂ કરી અને એ દરમિયાન તેને વધારે સંતોષ મળ્યો. એ ગાળામાં અને પછી જીવનભર મોઝાર્ટની સંગીત રચનાઓ તેમને સૌથી વધુ પ્રિય રહી. આ સંગીત રચનાઓ તેમને એટલી શુદ્ધ અને સુંદર લાગતી કે તેમાં તેમને બ્રહ્માંડના આંતરિક સૌંદર્યનું પ્રતિબિંબ જોવા મળતું. તેમણે તો તેમના પુત્રને પણ કહ્યું હતું, ''મોઝાર્ટની સંગીત રચનાઓને યાદ કરજે. તેના દ્વારા જ તારા પપ્પા સંગીત સારી રીતે શીખી શક્યા છે.''

૧૮૯૪માં આલ્બર્ટના પરિવારે ભારે હૈયે મ્યુનિક છોડવાનો નિર્ણય કર્યો. સ્ટ્રીટલાઈટ્સ નાખીને, આખા શહેરમાં અન્ય વિવિધ યોજનાઓ હાથ ધરીને

તથા લેમ્પ, ઈલેક્ટ્રિક મીટર, ડાઈનેમો તથા શહેરમાં વીજળીકરણ માટેનાં અન્ય જરૂરી સાધનોનું ઉત્પાદન કરીને હરમાન તથા જેકોબની કંપની પ્રગતિ કરી રહી હતી. એક તબક્કે તેમની કંપનીમાં ૨૦૦ માણસો કામ કરતા હતા, પરંતુ ત્યારબાદ મોટી ઈલેક્ટ્રિકલ એન્જિનિયરિંગ કંપનીઓએ આ વ્યવસાયમાં ઝંપલાવ્યું અને આઈન્સ્ટાઈન બંધુઓનો જેના પર મુખ્ય આધાર હતો તેવા મ્યુનિસિપલ કોન્ટ્રાક્ટ આ કંપનીઓએ મેળવી લીધા. તેમણે જર્મનીમાં તેમનો વેપાર આટોપી લઈને ઉત્તર ઈટાલીમાં મિલાન નજીક પાવિઆમાં નસીબ અજમાવવાનો નિર્ણય કર્યો. પોતાના વતનથી દૂર જવાનું આખા પરિવાર માટે, ખાસ કરીને આલ્બર્ટ અને માજા માટે વધારે પીડાકારક હતું, કેમ કે તેમની નજર સામે તેમનું ઘર તોડી પાડવામાં આવ્યું હતું. સંવેદનશીલ અને સમજદાર આલ્બર્ટ તે સમયે ૧૫ વર્ષનો હતો અને જર્મનીમાં પોતાના પરિવારને વૈભવી દિવસો બતાવનાર વેપારી કોન્ટ્રાક્ટ છીનવાઈ જવાની પીડા શી હોય તે સારી રીતે જાણતો હતો. આ સમગ્ર ઘટનાક્રમમાં યહૂદી વિરોધી માનસિકતા હોવાનું તેને સમજાતાં તેનું માતૃભૂમિ પ્રત્યેનું વલણ નકારાત્મક થવા લાગ્યું.

જિમ્નેશિયમમાં આલ્બર્ટનો સાતમા વર્ષમાં અભ્યાસ ટૂંક સમયમાં શરૂ થવાનો હતો અને તેમાં કોઈ ખલેલ પડે તેવું તેનાં માતા-પિતા નહોતાં ઈચ્છતાં, તેથી તેમણે શહેરમાં જ દૂરની એક સંબંધી વૃદ્ધ મહિલાના ઘરે આલ્બર્ટ માટે રહેવાની વ્યવસ્થા કરી દીધી. તેની નાની બહેન માજાને તેમની સાથે લઈ ગઈ. આ નવી સ્થિતિ આલ્બર્ટને જરાય માફક આવતી નહોતી. તે સ્કૂલને ધિક્કારતો હતો ત્યાં સુધી ઠીક હતું, કેમ કે ત્યારે વૈભવી ઘરમાં પરિવાર સાથે રહેવા તો મળતું હતું, પરંતુ હવે એ સ્થિતિ નહોતી. ઘણા મહિના સુધી પીડા સહન કર્યા પછી તેમજ ઈટાલીમાં પોતે સુખેથી જીવે છે તે મતલબના માતા-પિતાના પત્રો વાંચ્યા પછી એક દિવસ તેણે માતા-પિતાને પૂછ્યા વિના જ સ્કૂલ છોડી દીધી. આ માટે તેણે ફેમિલી ડૉક્ટર પાસેથી ''નર્વસ ઍક્ઝોશન''ની બીમારીનું પ્રમાણપત્ર મેળવી લીધું. ડિસેમ્બરના અંતે માતા-પિતા પાસે પહોંચવા એક દિવસ તે મિલાનની ગાડીમાં બેસી ગયો.

આમ અચાનક ઘરે આવી પહોંચેલા આલ્બર્ટને જોઈને પૌલીન અને હરમાનને ભારે આશ્ચર્ય થયું. બંનેએ તેની સાથે દલીલો કરી, પરંતુ આલ્બર્ટે મિલાનમાં

જ તેમની સાથે રહેવા દેવાની વિનંતી ચાલુ રાખી. તેણે માતા-પિતાને ખાતરી આપી કે પોતે જાતે ભણીને ઝુરિકની સ્વિસ ફેડરલ ઈન્સ્ટિટ્યૂટ ઑફ ટેક્નોલોજીની ૧૮૯૫ની શરદ ઋતુમાં યોજાનારી પ્રવેશ પરીક્ષા માટે તૈયારી કરશે. સંભવતઃ કાકા જેકોબ અથવા માતાએ આ સંસ્થાનું તેને સૂચન કર્યું હતું. માતાને અપેક્ષા હતી કે તેનો પુત્ર કોઈ વ્યવહારુ વ્યવસાય પસંદ કરશે. જે લોકોને વિજ્ઞાન અને ટેક્નોલોજીમાં રસ હોય તેમના માટે આ સંસ્થા યુરોપની સૌથી શ્રેષ્ઠ સંસ્થાઓ પૈકી એક હતી અને વિદ્યાર્થી જો પ્રવેશ પરીક્ષામાં સારા માર્ક મેળવી શકે તેમ હોય તો જિમ્નેશિયમ ડિપ્લોમાની જરૂર નહોતી. તેણે આપેલી ખાતરી પર તેનાં માયાળુ માતા-પિતાએ વિશ્વાસ મૂક્યો.

આલ્બર્ટને ઈટાલીમાં રહેવાનું ગમ્યું. તે સરસ રીતે ભણ્યો એટલું જ નહીં સાધનો માટેની ડિઝાઈન તૈયાર કરવામાં કાકાને મદદ પણ કરી. અલબત્ત, આ કિશોરની અભ્યાસની ટેવ ઘણી વિચિત્ર હતી. આસપાસ ગમે તેટલો ઘોંઘાટ થતો હોય તો પણ તે પોતાની જાતને બધાથી અલગ કરી શકતો અને સોફા પર બેસી ''પેન અને કાગળ લઈ, શાહીના ખડિયાને સોફાના હાથા પર મૂકી કોયડો ઉકેલવામાં એટલો બધો રસપૂર્વક ખૂંપી જતો કે આસપાસ મોટેથી થતી વાતચીત તેને ખલેલ પહોંચાડવાને બદલે જાણે તેના કામમાં સહાયક બની જતી'' તેમ બહેન માજાએ લખ્યું હતું. આલ્બર્ટ તેના લક્ષ્યાંકો બાબતે ગંભીર હતો અને હવે તેણે પોતાના આનંદ ખાતર તેનો સૌપ્રથમ વૈજ્ઞાનિક નિબંધ લખ્યો. આ નિબંધમાં ઈલેક્ટ્રોમેગ્નેટિક ફિનોમિના (ચુંબકીય તત્ત્વની ઘટના)માં તેને જાગેલા રસનું પ્રતિબિંબ પડતું હતું, એટલું જ નહીં એ પણ સ્પષ્ટ થયું કે ઈલેક્ટ્રોડાઈનેમિક્સ બાબતે તે સમયે જેટલી પણ જાણકારી ઉપલબ્ધ હતી એ તેણે મેળવી લીધી હતી.

આ તબક્કે ૧૬ વર્ષની ઉંમરે આલ્બર્ટે પોતાના સૌપ્રથમ પ્રયોગની કલ્પના કરી. આગળ જતાં એ બાબત તેમની સાપેક્ષવાદની થિયરી બની રહી. તેણે કલ્પના કરી કે પ્રકાશના કિરણનો પીછો કરવામાં આવે તો શું થાયઃ શું પોતે એ કિરણ જેટલી ઝડપથી જઈ શકે, કે પછી તેના કરતાં વધુ ઝડપથી જઈને તેનાથી આગળ નીકળી જાય? 'ઑટોબાયોગ્રાફિકલ નોટ્સ' માં તેમણે લખ્યું હતું, ''જો હું 'સી' ની ઝડપે (શૂન્યાવકાશમાં પ્રકાશની ઝડપ) પ્રકાશનાં

કિરણોનો પીછો કરી શકું તો અવકાશમાં પ્રકાશનું કિરણ આંદોલિત હોવા છતાં ઈલેક્ટ્રોમેગ્નેટિક ક્ષેત્રમાં એ કિરણ મને સ્થિર જોવા મળે. ... મારા મનમાં પ્રારંભથી જ એક મુદ્દો સ્પષ્ટ હતો કે આવી નિરીક્ષણ કક્ષાએથી જોવામાં આવે તો જે કંઈ બનતું હોય તેના સિદ્ધાંતો તો એક નિરીક્ષક માટે એ જ રહે, જે રીતે પૃથ્વી પર તેને સ્થિર લાગે છે.'' પ્રતિ સેકન્ડ ૧,૮૬,૩૨૪ માઈલની ઝડપે દોડી રહેલા પ્રકાશના કિરણની ઉપર સવાર થનારા નિરીક્ષકને દુનિયા કેવી દેખાય? શું ચાલુ ટ્રેનમાંથી ફેંકાતા પ્રકાશની ઝડપ સ્ટેશન પર ઊભેલી ટ્રેનમાંથી ફેંકાતા પ્રકાશ કરતાં વધુ હશે? પાછળથી, પોતાની સાપેક્ષવાદની ખાસ થિયરી (વાંચો પ્રકરણ - ૪) તેઓ સૌપ્રથમ વ્યક્તિ હતા જેમણે પ્રસ્થાપિત કર્યું કે, જે પદાર્થમાંથી પ્રકાશની ગતિ માપવાની હોય તે ગમે તેટલી ઝડપે ગતિ કરતો હોય તો પણ છેવટે શૂન્યાવકાશમાં તો પ્રકાશ હંમેશાં એકસરખી ગતિએ જ પ્રવાસ કરે છે. અર્થાત, પ્રકાશ ચાલતી ટ્રેનની ગતિએ પ્રવાસ કરતો નથી, એની ગતિ તો યથાવત્ જ રહે છે. આ સંશોધનની સમય અને અવકાશ અંગેના આપણા અભિપ્રાયો ઉપર ઘણી મોટી અસર પડી હતી.

એ વર્ષે ઉનાળામાં આઈન્સ્ટાઈન પરિવારે મિલાનથી પાવિઆ સ્થળાંતર કર્યું અને અભ્યાસ સિવાયના સમયે આલ્બર્ટ આલ્પ્સની પહાડીઓની પેલે પાર આવેલા ગેનોઆમાં સંબંધીઓને મળવા પહોંચી જતો. (ત્યાર પછી બીજા જ વર્ષે તેનાં માતા-પિતા મિલાન પર આવી ગયાં.)

પોલિટેક્નિકમાં ઍડ્મિશન લેવા માટે પ્રવેશ પરીક્ષા આપવા આલ્બર્ટ ઑક્ટોબરમાં ઝુરિક ગયો. અહીં ઍડ્મિશન માટે આવશ્યક સરેરાશ ઉંમર કરતાં આલ્બર્ટ બે વર્ષ નાનો હતો, છતાં એક પારિવારિક મિત્રની મદદથી વહેલી પ્રવેશ પરીક્ષા આપવાની ખાસ પરવાનગી મેળવી લીધી હતી. ગણિત અને વિજ્ઞાનના વિષયોમાં તે ઘણા ઊંચા માર્ક સાથે પાસ થયો, જેને કારણે એક પ્રોફેસર તો એટલા બધા પ્રભાવિત થયા કે તેમણે આલ્બર્ટને ઝુરિકમાં રોકાઈ જઈને તેમના વર્ગોમાં હાજરી આપવાનું નિમંત્રણ આપ્યું. પરંતુ પોલિટેક્નિકના નિયામક ઑલ્બિન હર્ઝોગને લાગ્યું કે આ બાળકમાં અસાધારણ પ્રતિભા હોવા છતાં યુનિવર્સિટીમાં અભ્યાસ કરવાની આ ઉંમર નથી અને તેથી તેણે ભાવિ પડકારોને પહોંચી વળવા માટે ખાસ કરીને ભાષા અને ઈતિહાસના વિષયોમાં

યોગ્ય તૈયારી કરવા માટે ઓછામાં ઓછું એક વર્ષ રાહ જોવી જોઈએ. એ સમયે પરિવારના એક મિત્ર ગુસ્તેવ મેયરે ભલામણ કરી કે આલ્બર્ટે સ્વિટ્ઝરલેન્ડ જઈને એક વર્ષ માટે (૧૮૯૫-'૯૬) હાઈસ્કૂલના ટેક્નિકલ વિભાગમાં અભ્યાસ કરવો જોઈએ. આ સૂચન સાથે માતા-પિતા સંમત થયાં. સ્વિટ્ઝરલેન્ડના અરગાઉ રાજ્યના અરાઉમાં શૈક્ષણિક વર્ષ શરૂ થવાની તૈયારીમાં જ હતું અને આલ્બર્ટે પણ વડીલોની સલાહ તત્કાળ સ્વીકારી લીધી. એક વર્ષમાં તે સ્નાતક થઈ ગયો અને પોલિટેક્નિકમાં પ્રવેશ મેળવવા તેણે ફરીથી પરીક્ષા આપવાની જરૂર ન રહી. તેનું ધ્યેય વિજ્ઞાન સિવાયના વિષયો તેમજ કેમેસ્ટ્રીના અભ્યાસનો પાયો વધુ મજબૂત કરવાનું હતું, અને તે રીતે યુનિવર્સિટીમાં વધુ ગંભીર અભ્યાસ શરૂ કરતાં પહેલાં એક વર્ષમાં તે વધુ સજ્જ થવા માગતો હતો.

પ્રકરણ

૨

માનસિક સજ્જતાનો ગાળો

શિક્ષણનું મૂલ્ય... ઘણી બધી હકીકતો શીખવામાં નથી, પરંતુ મનને એવી બાબતો માટે વિચાર કરતું કેળવવામાં છે, જે પાઠ્યપુસ્તકોમાંથી ભણી ન શકાય.

- કૉલેજનું શિક્ષણ નિરર્થક છે તેવા થોમસ ઍડિસનના અભિપ્રાય અંગે પ્રતિભાવ આપતા, ૧૯૨૧.

યુનિવર્સિટી શિક્ષણ શરૂ થયા પહેલાંનું સ્કૂલનું છેલ્લું વર્ષ આલ્બર્ટ માટે દરેક રીતે સરસ અને કંઈક નવું શીખવાની દૃષ્ટિએ મહત્ત્વનું બની રહ્યું. સ્વિસની શિક્ષણપ્રથા તેમને વધુ અનુકૂળ આવે તેવી હતી. જર્મનીમાં તેમણે જે દમનકારી, સંકુચિત, ઔપચારિકતાઓથી ભરપૂર અને ચુસ્ત નીતિ-નિયમોનું પાલન કરવું પડતું હતું, તેના પ્રત્યે તેમને નફરત હતી, પણ હવે એ દિવસો પૂરા થઈ ગયા હતા. આથી વિરુદ્ધ તેમને મુક્ત અને મૈત્રીભર્યું વાતાવરણ મળ્યું, જ્યાં કોઈ બદલો લેશે એવા કોઈ ભય વિના અભ્યાસ શક્ય હતો. વહીવટકર્તાઓ તથા શિક્ષકો વિદ્યાર્થીઓને કોઈ લશ્કરી જવાન તરીકે નહીં, પરંતુ વ્યક્તિ તરીકે જોતા હતા અને એ પ્રમાણે વ્યવહાર રાખતા હતા, તેમને તેમના વિચારો અને કાર્યોમાં સ્વતંત્ર રહેવા માટે પ્રોત્સાહિત કરતા હતા. બદલામાં વિદ્યાર્થીઓ

પણ શિક્ષકોને માન આપતા અને કોઈ પણ પ્રશ્ન કે સમસ્યા ઉદ્‌ભવે ત્યારે કોઈ જાતના ડર વિના તેમની પાસે જઈ મુક્ત મને વાતચીત કરતા.

સ્વિટ્ઝરલેન્ડ શાંતિપ્રિય અને તટસ્થ દેશ હતો. તેને યુદ્ધમાં ઝંપલાવવાની, લોકોને જીતી લેવાની, અન્ય પ્રદેશો પર કબજો જમાવવાની કોઈ ઈચ્છા નહોતી. અલબત્ત, એ દેશ પાસે જે લશ્કરી દળ હતું તે વિશ્વનાં કેટલાંક શ્રેષ્ઠ દળો પૈકી એક હતું, પરંતુ તે માત્ર સંરક્ષણના હેતુ માટે હતું. આલ્બર્ટ જેવા ચારિત્ર્ય, પ્રતિભા અને વધી રહેલી રાજકીય વિચારસરણીવાળા લોકો માટે આ નાનો દેશ આદર્શ વાતાવરણ પૂરું પાડતો હતો અને આ નવા વાતાવરણમાં તેઓ ખીલ્યા. તેમના આ નવા આનંદ-ઉત્સાહ માટે તે વર્ષે જ સહાધ્યાયી બનેલા જો અને પૌલીન વિન્ટલર જવાબદાર હતા.

અરગાઉની પ્રાદેશિક સ્કૂલમાં મુક્ત અને ધર્મનિરપેક્ષ શિક્ષણની પરંપરા હતી તથા ફિઝિક્સ અને એન્જિનિયરિંગની પ્રયોગશાળા માટે પણ તે જાણીતી હતી. અરાઉ નગર ફળદ્રુપ ઉત્તરીય પ્રદેશનું પાટનગર હતું. અહીં આરે નદી વહેતી હતી જે અન્ય એક નદી સુહની સાથે મળીને ઈશાનમાં દરિયામાં ભળતી હતી. આ પ્રાન્તના ૨,૦૦,૦૦૦ નાગરિકો પૈકી મોટા ભાગના જર્મન ભાષા બોલતા હતા અને તમાકુની ખેતી, સિલ્ક વિવિંગ તથા સ્ટ્રો પ્લાન્ટિંગ સાથે સંકળાયેલા હતા. ૭૦૦૦ની વસતીવાળા અરાઉ અને ઝુરિક વચ્ચે ખાસ કોઈ અંતર નહોતું. ત્યાં ઝુરિકથી ટ્રેન મારફતે માત્ર ૩૦ મિનિટમાં પહોંચી શકાતું. ઝુરિકમાં કૉલેજ શિક્ષણ પહેલાં સ્કૂલના છેલ્લા વર્ષના અભ્યાસ તરીકે મહત્ત્વ ધરાવતી પ્રાદેશિક શાળામાં વિવિધ માનવવિદ્યાઓનું શિક્ષણ આપવામાં આવતું, ત્યાં બે વર્ષના અભ્યાસક્રમવાળી કોમર્શિયલ સ્કૂલ પણ હતી, તેમજ ટેક્નિકલ શિક્ષણ પણ અપાતું. અહીં આલ્બર્ટ અન્ય ૬૪ વિદ્યાર્થીઓ સાથે ભણ્યો.

જિમ્નેશિયમ ખાતે ગ્રીક ભાષા અને ઈતિહાસના લોકપ્રિય શિક્ષક જો વિન્ટલર અત્યંત માયાળુ હતા અને તેમનો વ્યવહાર મિત્રતાભર્યો હતો. તેઓ સાત બાળકો સાથેના વિશાળ પરિવારના મોભી હતા. આલ્બર્ટ થોડા સમયમાં જ આ બંને સાથે લાગણીના તાંતણે બંધાઈ ગયો અને જો તથા પૌલીનને પપ્પા-મમ્મી તરીકે સંબોધન કરવા લાગ્યો. જો ના ઉદાર રાજકીય અને ધાર્મિક વિચારો

પ્રત્યે પણ તેને માન હતું. આ ગાળા દરમિયાન વિન્ટલર દંપતીની દીકરી મેરી પ્રત્યે આલ્બર્ટને આકર્ષણ થયું. મેરીને વાયોલિન પસંદ છે એવું જાણ્યા પછી કિશોર આલ્બર્ટે વાયોલિન વગાડીને તેને ઈમ્પ્રેસ કરવાનો પ્રયાસ કર્યો. મેરીને પણ ગમ્યું અને તે આલ્બર્ટની પહેલી ગર્લફ્રેન્ડ બની. ઈસ્ટરની રજાઓ માતા-પિતા સાથે ગાળવા તે પાવિઆ પરત ગયો ત્યારે એકલતા અનુભવતા આલ્બર્ટે મેરીને પત્ર લખીને જણાવ્યું કે પોતે તેને કેટલી મિસ કરે છે, અને ઉમેર્યું, "પ્રેમ ઘણી બધી ખુશી લાવે છે, એ ખુશી કોઈના દ્વારા મળતી પીડા કરતાં વધારે હોય છે." આલ્બર્ટ-મેરી વચ્ચે પાંગરી રહેલા પ્રેમથી બંનેનાં માતા-પિતા ખુશ હતાં, પરંતુ કિશોરાવસ્થાના આ રોમાન્સનો એક વર્ષમાં જ અંત આવી ગયો. અરગાઉ છોડ્યા પછી પણ આલ્બર્ટે આ પરિવાર સાથે સંપર્કો જાળવી રાખ્યા હતા. જો કે એ પછી ૧૯૦૬માં મેરીના ભાઈ જુલિઅસે તેની માતા તથા બીજી એક બહેન રોસાના પતિને ઠાર માર્યાં અને પોતે પણ આત્મહત્યા કરી લીધી. ૧૯૦૧માં મેરીના અન્ય એક ભાઈ પૌલે આલ્બર્ટની બહેન માજા સાથે લગ્ન કર્યાં હતાં.

૧૮૯૬ના પ્રારંભે અરાઉ આવ્યાના માત્ર ત્રણ મહિનામાં જ આઈન્સ્ટાઈને તેમના માયાળુ સ્વભાવના પિતાની મંજૂરી લઈને જર્મન નાગરિકત્વનો ત્યાગ કરવાનું હિંમતભર્યું પગલું લીધું. આલ્બર્ટને સ્વિટ્ઝરલેન્ડમાં આવ્યાને હજુ ત્રણ મહિના જ થયા હતા પણ તેને અહીં ઘર જેવું લાગતું હતું. જર્મની અંગે તેનો અભિપ્રાય બહુ સારો નહોતો, ખાસ કરીને શાળા જીવનનાં દુઃખદાયક વર્ષો, ટીકા પ્રત્યે લાગણીશીલતા અને તેના પરિવારના વેપારની નિષ્ફળતાના અનુભવોની યાદો ઘણી કડવી હતી. આવી સ્થિતિમાં તેણે પોતાની કોઈ ધાર્મિક ઓળખ પણ નહીં રાખવાનો નિર્ણય કર્યો. તેને લાગ્યું કે યહૂદીવાદને પોતે જે રીતે ઓળખે છે તે પોતાને કશું મૂલ્યવાન આપી શકે તેમ નથી અને તેથી તેમણે પોતાની જાતને કોઈ ધાર્મિક જોડાણ વિનાની વ્યક્તિ જાહેર કરી. અલબત્ત તેમણે ધર્મનો ત્યાગ કર્યો, પોતાના પૂર્વજોનો નહીં. તેમનામાં યુદ્ધવિરોધી લાગણી પણ પ્રબળ બની રહી હતી અને એ સંદર્ભમાં તેમણે કહ્યું હતું કે પોતે એવા કોઈ દેશનો ભાગ બનવા નથી માગતા, જ્યાં લશ્કરી માનસિકતાની બોલબાલા હોય. તેમને એવો પણ ડર હતો કે તેમને જર્મન લશ્કરમાં સામેલ

થવા ફરજ પાડવામાં આવશે, અને તેના માટે પોતે સંપૂર્ણ અયોગ્ય હતા. આ સંજોગોમાં સ્વિટ્ઝરલેન્ડની લોકશાહી અને ઉદાર જીવનપદ્ધતિથી તેઓ ઘણા પ્રભાવિત થઈ ગયા. અહીં તેઓ તેમની વિચારધારાને અનુરૂપ મુક્ત આબોહવામાં જીવી શકે તેમ હતા અને આ કારણથી જ નાગરિકત્વ મેળવવા માટે જરૂરી પાંચ વર્ષ રાહ જોવા પણ તૈયાર હતા. પોતાના પૈતૃક દેશનો સ્વેચ્છાએ ત્યાગ કરી દીધો હોવાથી આઈન્સ્ટાઈન કોઈ પણ દેશના નાગરિકત્વ વિનાના થઈ ગયા અને સમગ્ર કૉલેજકાળ દરમિયાન એ જ સ્થિતિમાં રહ્યા.

અરાઉમાં કૉલેજકાળ દરમિયાન આલ્બર્ટને લોકપ્રિય વિષયો ભણવામાં રસ નહોતો અને તે કારણે સાથી વિદ્યાર્થીઓ તેમને વિચિત્ર વિદ્યાર્થી તરીકે ઓળખતા. મોટા ભાગના વિદ્યાર્થીઓ કાયદો અથવા મેડિસિન ભણવા માગતા અથવા શિક્ષક બનવાની તૈયારી કરતા, પણ આલ્બર્ટે તો ગણિત અને ભૌતિકશાસ્ત્રની પસંદગી કરી હતી. આ તબક્કે તે પોતાના ભવિષ્ય અંગે ગંભીરતાપૂર્વક વિચારવા લાગ્યા હતા. જો કે રસપ્રદ વાત એ છે કે ફ્રેન્ચ ભાષાની અંતિમ પરીક્ષામાં "મારી ભાવિ યોજનાઓ" વિશે લખેલા નિબંધમાં પોતાની ક્ષમતાઓ અને નબળાઈઓની છણાવટ કરતા આલ્બર્ટે લખ્યું હતું કે, "ભવિષ્ય અંગે વધારે પડતો વિચાર કરવાને બદલે પોતાના વર્તમાનથી સંતુષ્ટ હોય તે વ્યક્તિ વધારે સુખી હોય છે." પોતે વૈજ્ઞાનિક જીવન જીવવાનું પસંદ કરશે તેમ જણાવી તેમણે લખ્યું હતું કે, હકીકત તો એ છે કે (વૈજ્ઞાનિક) સિદ્ધાંત અને ગણિત પ્રત્યેની મારી રૂચિ, કલ્પનાશીલતા અને વ્યવહારુ કુશળતાનો અભાવ જેવી બાબતો જ મારું ભવિષ્ય નિર્ધારિત કરશે. આ નિબંધમાં આગળ તેમણે લખ્યું હતું કે, તેમને આ પ્રકારનું કામ કરવાનું ગમતું હોવાથી તેમાં કારકિર્દી પસંદ કરવાનું સ્વાભાવિક છે અને એ સંદર્ભમાં ઉમેર્યું હતું કે, વિજ્ઞાનના ક્ષેત્રમાં જે સ્વતંત્રતા છે તે તેમને આકર્ષે છે. જો કે, પોતાના વિશેના આ પ્રારંભિક અભિપ્રાયમાં તેઓ સંપૂર્ણ સાચા નહોતા. તેમનામાં અમુક વ્યવહારુ કુશળતા છે એ વાત તેઓ પુરવાર કરવાના હતા એટલું જ નહીં નોંધપાત્ર કહી શકાય એવી કલ્પનાશક્તિ પણ તેમનામાં હોવાનું આગામી ૧૦ વર્ષમાં સાબિત થવાનું હતું. ૧૯૨૯માં તેમણે લખ્યું હતું, "જ્ઞાન કરતાં કલ્પનાશક્તિ વધારે મહત્ત્વની છે. જ્ઞાન સીમિત છે, જ્યારે કલ્પનાશીલતા આખી દુનિયાને

આવરી લે છે, પ્રગતિની પ્રક્રિયાને ઝડપી બનાવે છે."

આલ્બર્ટ ૧૮૯૬માં અરાઉ સ્કૂલમાંથી સ્નાતક થયા. એ પરીક્ષામાં આખા ક્લાસમાં તેમને સૌથી વધુ માર્ક મળ્યા હતા અને તેમાં પણ ગણિત, ભૌતિકશાસ્ત્ર તથા જર્મનમાં ફરજિયાત નિબંધોના વિષયોમાં તેમના માર્ક શ્રેષ્ઠ હતા. આ ક્ષેત્રોમાં તેમણે દર્શાવેલી યોગ્યતા અને સ્પષ્ટ તથા સુંદર લખાણથી તેમના પરીક્ષકો પ્રભાવિત થયા હતા. જો કે ફ્રેન્ચ અને ભૂગોળમાં તેમને ઓછા માર્ક મળ્યા હતા.

ઉચ્ચ શિક્ષણ માટે ઑક્ટોબરના અંતે આલ્બર્ટ ઝુરિક પહોંચ્યા. વિન્ટલર પરિવારથી અલગ થવાની એ ક્ષણ ઘણી પીડાદાયક હતી, અલબત્ત ત્યારપછી ઘણા મહિના સુધી તેઓ ગર્લફ્રેન્ડ મેરીને યાદ કરતા રહ્યા. પણ હવે તેમની પ્રાથમિકતા ફેડરલ ઈન્સ્ટિટ્યૂટ ઑફ ટેક્નોલોજીમાં પ્રવેશ મેળવવાની હતી – (આ સંસ્થાનું નામ પછીથી ફેડરલ પોલિટ્રેકનિકલ ઈન્સ્ટિટ્યૂટ રાખવામાં આવ્યું). ૧૯૧૧ના પ્રારંભે તે એજનોસિસ ટેક્નિશ હોક્શલ (ઈ ટી એચ) બની અને તે સાથે આ શૈક્ષણિક સંસ્થા સાથે આઈન્સ્ટાઈનનું આજીવન જોડાણ શરૂ થયું. ત્યાં તેમને તાર્કિક અને બૌદ્ધિક સહિત તમામ પ્રકારની ચર્ચા – વિચારણા માટેની મોકળાશ મળી.

આલ્બર્ટને યુરોપમાં વિજ્ઞાન અને એન્જિનિયરિંગમાં શિક્ષણ અને સંશોધન માટે શ્રેષ્ઠ ગણાતી સંસ્થાઓની યાદીમાં સ્થાન પામતી શૈક્ષણિક સંસ્થામાં પ્રવેશ મળ્યો હતો. આ સંસ્થાની શાખ આખા વિશ્વમાં હતી, એટલું જ નહીં તેના ઉમદા શિક્ષકોને કારણે અનેક દેશોમાંથી વિદ્યાર્થીઓ અહીં આવવા આતુર રહેતા. અહીં તેમને ગહનતા તરફ દોરી જતા વિષયોમાં આગળ વધવાની મોકળાશ હતી. તેમના વિભાગે વિધિવત્ રીતે કોઈ ચોક્કસ અભ્યાસક્રમ તૈયાર કર્યો ન હોવાથી વિભાગીય વડાએ જ તેમના માટે અભ્યાસની યાદી બનાવી હતી. આલ્બર્ટે ભૌતિકશાસ્ત્રનો અભ્યાસક્રમ પસંદ કર્યો અને એન્જિનિયરિંગ પસંદ કરવાની પરિવારની ભલામણની ઉપેક્ષા કરી. ઈ ટી એચ ખાતે તમામ વિદ્યાર્થીઓએ તેમના મુખ્ય વિષય ઉપરાંત વધારાનો ઓછામાં ઓછો એક વિષય પસંદ કરવો પડતો. આલ્બર્ટના રસના વિષયો વ્યાપક હોવાને કારણે તેમણે ફિલોસોફી, રાજકારણ અને અર્થશાસ્ત્ર એમ એક કરતાં વધારે ઈતર

વિષયો પસંદ કર્યા. પોતાના વ્યવસાયી ધ્યેયને ખાતર એક સ્વતંત્ર યુવાન તરીકે જીવન શરૂ કરવા માટે તૈયાર આઈન્સ્ટાઈને ઝુરિકના યુનિયન સ્ટ્રેસ વિસ્તારમાં રૂમ ભાડે રાખીને રહેવાનું શરૂ કર્યું.

ભૌતિકશાસ્ત્રી તરીકે ઊભરી રહેલો આ યુવાન જો કે કૉલેજનો એક પરંપરાગત આદર્શ વિદ્યાર્થી નહોતો. તે ગમે ત્યારે કંટાળી જતો અને થોડો ઘમંડી પણ હતો, પરિણામે સામાન્ય કક્ષાના માણસોની આકરી ટીકા પણ કરતો. વર્ગોમાં જવાનું વારંવાર ટાળતો અને તેના બદલે કાં તો લાઈબ્રેરીમાં જઈને જાતે અભ્યાસ કરતો અથવા ફિઝિક્સની પ્રયોગશાળાઓમાં આંટા મારતો. તેને લાગતું કે ફિઝિક્સના સૌથી મહત્ત્વના સવાલોને પોતે સરળતાથી સમજી શકે તેમ છે. તેણે ગણિતના ઓછામાં ઓછા આઠ વર્ગોમાં નોંધણી કરાવી હતી, પરંતુ કદી એકપણ વર્ગમાં હાજરી આપી નહોતી. જે વિદ્યાર્થીઓ નિષ્ઠાપૂર્વક વર્ગો ભરતા અને પોતાના પ્રત્યે સહાનુભૂતિ રાખતા હોય તેમની પાસેથી ગણિતના લેક્ચર્સની નોટ મેળવી લેવામાં તેમને કોઈ છોછ નહોતો. તેમના આવા એક સહાધ્યાયીમાં માર્શલ ગ્રોસમાનનો સમાવેશ થતો હતો. આ સંદર્ભમાં આઈન્સ્ટાઈને પાછળથી લખ્યું હતું, “આ નોટ્સ વિના મારું શું થયું હોત તેની કલ્પના કરવાનું મુશ્કેલ છે.” ગણિતના વિદ્યાર્થી ગ્રોસમાન તેમના ગાઢ મિત્ર બન્યા અને પછીથી તો સામાન્ય સાપેક્ષતા (જનરલ રિલેટિવિટી) પરની આઈન્સ્ટાઈનની કામગીરીમાં સહાયક બનીને ગણિતની જટિલ સૈદ્ધાંતિક રચનાઓ પૂરી પાડી હતી.

ઈ ટી એચ ખાતે પ્રથમ સેમિસ્ટરમાં આઈન્સ્ટાઈનના કેટલાક નવા મિત્રોમાં ફિઝિક્સની વિદ્યાર્થિની મિલેવા મેરિકનો પણ સમાવેશ થતો હતો. મિલેવા નોવી સેડમાં જ્યુડિશિયલ ક્લાર્ક તરીકે કામ કરતા સર્બિયાના એક સુખી જમીનદારની દીકરી હતી. પોતાના કરતાં ચાર વર્ષ મોટી મિલેવાની વિદ્વતા અને સમજદારીથી આલ્બર્ટ પ્રભાવિત હતા. દૂબળી-પાતળી અને કાળા વાળ ધરાવતી મિલેવા ભૌતિકશાસ્ત્રમાં ડૉક્ટરેટની ઉપાધિ મેળવવા માટે નોવી સેડથી સ્વિટ્ઝરલેન્ડ આવી હતી. તે સમયે યુનિવર્સિટીમાં મહિલાઓને પ્રવેશ આપનાર અત્યંત જૂજ યુરોપિયન દેશોમાં સ્વિટ્ઝરલેન્ડનો સમાવેશ થતો હતો. તેના મિત્ર તરીકે તેમણે ૧૮૯૮માં લખ્યું હતું, “મિલેવા ડાહી, હોશિયાર અને

ગંભીર છોકરી છે; તે (કદમાં) નીચી, પાતળી, શ્યામ, વિચિત્ર છે અને નોવી સેડની પરંપરાગત છોકરી હોય એ રીતે વાત કરે છે. થોડી લંગડાય છે, પરંતુ શિષ્ટાચાર સરસ છે." તેને પણ આલ્બર્ટની જેમ જ ફિઝિક્સ અને સંગીત પ્રત્યે લગાવ હતો. ટૂંક સમયમાં જ કિશોર આલ્બર્ટ તેના પર મોહિત થઈ ગયો અને તેનાથી દૂર હોય ત્યારે ભાવુક પ્રેમપત્રો લખવાનું પણ શરૂ કરી દીધું હતું. મિત્રોના નાના જૂથમાં તેઓ બંને વારંવાર મળતાં અને સંગીતની મહેફિલ જામે ત્યારે મિલેવા પિયાનો વગાડતી અને આલ્બર્ટ વાયોલિન પર સંગત આપતો.

૧૮૯૯ની પાનખરમાં આલ્બર્ટ સ્વિસ નાગરિકત્વ માટે અરજી કરવા લાયક થઈ ગયો હતો અને હવે તે માટેની જટિલ પ્રક્રિયા શરૂ કરી હતી. તેણે ઘણી કામગીરી કરવાની હતીઃ લાંબી પ્રશ્નાવલીમાં જવાબો લખવાના હતા, પિતા પાસેથી મંજૂરીનું નિવેદન, જન્મનું પ્રમાણપત્ર, સારી વર્તણૂકનો પોલીસ રિપોર્ટ તેમજ નાણાકીય રિપોર્ટ વગેરે રજૂ કરવાનું હતું; નાગરિકત્વ મંજૂર કરતા કમિશન સમક્ષ રૂબરૂ હાજર થવાનું હતું અને છેવટે ઝુરિકની મ્યુનિસિપાલિટી તથા પ્રાદેશિક કચેરીમાં ફી ભરવાની હતી. આ દેશની રાજકીય પદ્ધતિ અને સંસ્થાઓ પસંદ હોવાને કારણે તેઓ સ્વિસ નાગરિકત્વ ઈચ્છતા હતા, તેમ છતાં તેમની આ નવી ઓળખથી વધુ વ્યવહારુ હેતુ સિદ્ધ થવાનો હતો. એકાદ વર્ષમાં તેને શિક્ષક તરીકેની કામગીરી સહિત નાગરિક સેવા ક્ષેત્રમાં નોકરી શોધવાની જરૂરિયાત ઊભી થવાની હતી અને આ માટે નાગરિકત્વ જરૂરી હતું.

વચગાળાના એ વર્ષ દરમિયાન, આઈન્સ્ટાઈને ઈ ટી એચ ખાતે અભ્યાસ ચાલુ રાખ્યો. તેણે વાચનસામગ્રી ચતુરાઈપૂર્વક પસંદ કરી, જેથી ફિઝિક્સના વિષયમાં તે છેલ્લામાં છેલ્લી માહિતીથી અવગત રહે. પોતે જે કંઈ નવું જોતો-શીખતો તેના વિશે મિલેવા અને માર્શલ ગ્રોસમાન સાથે ચર્ચા કરતો. તે ઘણોખરો સમય ફિઝિક્સની પ્રયોગશાળામાં પસાર કરતો અને માનતો કે અભ્યાસ માટે સૌથી વધુ સમય અહીં આપવો પડે છે. ચોથા વર્ષમાં તેણે અંતિમ પરીક્ષા માટે તૈયારી કરી. સ્કૂલ શિક્ષણનાં તમામ વર્ષો દરમિયાન પરીક્ષા પ્રત્યે તેને અણગમો અને કંટાળો ઊપજતો હતો. આ પછી ઘણાં વર્ષે અંતિમ

પરીક્ષાના એક વિષયમાં ધ નાઈટમેર નામનો ટૂંકો લેખ લખીને આ અંગે પોતાના વિચારો વ્યક્ત કર્યા હતા. જેમાં સ્પષ્ટ થતું હતું કે તેના માટે તેમજ અન્ય વિદ્યાર્થીઓ માટે પરીક્ષા માનસિક પીડાદાયક બની રહેતી હશે. એ નિબંધમાં તેમણે દરખાસ્ત કરી હતી કે, હાઈસ્કૂલમાંથી સ્નાતક થતા પહેલાં વિદ્યાર્થીઓએ આપવી પડતી આખરી પરીક્ષા નાબૂદ કરવી જોઈએ, કેમ કે તેનાથી વિદ્યાર્થીના જ્ઞાનની ચકાસણી કરવામાં સફળતા મળતી નથી અને ગોખણપટ્ટીવાળા શિક્ષણને પ્રોત્સાહન મળે છે. તેને લાગતું કે પરીક્ષા પદ્ધતિ નિરર્થક તેમજ નુકસાનકારક હતી – નિરર્થક એટલા માટે કે શિક્ષકો જેટલાં વર્ષ સુધી વિદ્યાર્થીને ભણાવે તેના આધારે જ તે તેનું મૂલ્યાંકન કરી શકે તેમ છે, અને નુકસાનકારક એટલા માટે કે તેમના ભવિષ્યનો પૂરો આધાર આ પરીક્ષા પાસ કરવા ઉપર છે, આને પરિણામે પરીક્ષાના દિવસે તેઓ ભયના ઓથાર હેઠળ હોય છે.

આમ છતાં, ઈ ટી એચ ખાતે છેલ્લા વર્ષે આઈન્સ્ટાઈને કોઈ મુશ્કેલી વિના પરીક્ષા પાસ કરી દીધી. ઉનાળુ વેકેશન તેણે પરિવાર સાથે પસાર કર્યું, પણ એ સમય દરમિયાન તેમની માતાએ મિલેવા વિશે સવાલો ઉઠાવ્યા કેમ કે તેઓ જાણતા હતા કે આલ્બર્ટ તેની સાથે ડેટિંગ કરે છે. આલ્બર્ટે જ્યારે કહ્યું કે ભવિષ્યમાં પોતે મિલેવા સાથે લગ્ન કરશે ત્યારે માતા પૌલીન હતાશ થઈને બેસી પડ્યાં હતાં. આલ્બર્ટે મિલેવા સમક્ષ આ દૃશ્યનું આ રીતે વર્ણન કર્યું હતું: “મમ્મા પથારી પર પટકાઈ ગઈ, માથું ઓશિકા નીચે છુપાવી દીધું અને એક બાળકની જેમ રડવા લાગી.” ત્યારપછી ઘણાં વર્ષ સુધી આવા જ પ્રકારનાં દૃશ્યો બનતાં રહ્યાં, પરંતુ આલ્બર્ટે તેની માતાના આ નાટકીય વર્તનની ઉપેક્ષા કરી અને મિલેવાને વફાદાર રહ્યો. જો કે, બુદ્ધિશાળી છતાં સાવ સામાન્ય દેખાતી આ મહિલાની આલ્બર્ટે પસંદગી કરી હતી, તેનાથી તેના મિત્રોને પણ ભારે આશ્ચર્ય હતું. પણ, તેના માટે તો એ સ્ત્રી પ્રિયપાત્ર હતી એટલું જ નહીં એક એવી સંભવિત સાથીદાર હતી, જેની સાથે પોતે પોતાના જીવનની કામગીરીની ચર્ચા કરી શકે તેમ હતો.

એ વર્ષે પાનખરમાં આલ્બર્ટ વિધિવત્ રીતે સ્નાતક થયો, પરંતુ માર્ક્સ નોંધપાત્ર કહી શકાય એવા નહોતા. તેના વિભાગમાં પાંચ ઉમેદવારો પૈકી તે ચોથા ક્રમે પાસ થયો હતો. મિલેવાનો પાંચમો નંબર હતો અને ડિપ્લોમા

મેળવવામાં નિષ્ફળ રહી હતી. બીજી તરફ આલ્બર્ટ બુદ્ધિશાળી હોવા છતાં વર્ગમાં ગેરહાજરીને કારણે તથા અતડા સ્વભાવને કારણે પ્રોફેસરોમાં લોકપ્રિય નહોતો. ગણિત અને ટેક્નિકલ ફિઝિક્સ વિભાગના વડા તથા તેના સુપરવાઈઝર પ્રોફેસર હેનરિક વેબરે મિલેવાના અભ્યાસમાં પણ માર્ગદર્શન આપ્યું હતું. વિદ્યાર્થીઓ સ્નાતક થાય ત્યારે પરંપરાગત રીતે પ્રોફેસરો તેમને થોડા સમય માટે સહાયક તરીકે સાથે રાખતા, પરંતુ આલ્બર્ટ કે મિલેવા બેમાંથી કોઈને પણ આ જૉબની ઑફર કરવામાં ન આવી. વેબર અને આઈન્સ્ટાઈન બંને એકબીજાને પસંદ કરતા નહોતા. વેબર એક પરંપરાગત જર્મન હતા તેથી તેઓ આઈન્સ્ટાઈનને પસંદ નહોતા, તો બીજી તરફ આઈન્સ્ટાઈન બળવાખોર વિદ્યાર્થી છે અને તેના અભ્યાસમાં મને ગણતરીમાં જ નથી લેતો તેમ માનીને વેબર આલ્બર્ટને નાપસંદ કરતા. વેબર આઈન્સ્ટાઈનને એટલા માટે નાપસંદ કરતા કે તેઓ તેને બળવાખોર વિદ્યાર્થી માનતા, જે પોતાના અભ્યાસમાં તેમની મદદ લેતો નહોતો. મિલેવાને ખાસ કરીને પોતે છેલ્લી પરીક્ષામાં નાપાસ થઈ તે કારણે વેબર પ્રત્યે નારાજગી હતી.

૧૯૦૦ની સાલના ઉનાળામાં મિલેવા તેના વતન હંગેરી ગઈ અને થોડા મહિના ત્યાં જ રહી. ત્યારબાદ અંતિમ પરીક્ષા ફરીથી આપવાના ઈરાદા સાથે ઝુરિક પાછી આવી અને આલ્બર્ટની સાથે રોકાઈ અને અભ્યાસ કર્યો. તેની એવી ધારણા હતી કે એ વર્ષે ડિસેમ્બર સુધીમાં તેના પ્રિયપાત્રને નોકરી મળી જશે, પરંતુ જ્યારે ખબર પડી કે આલ્બર્ટ તો અન્યત્ર નોકરી કરવા માટે ઝુરિક છોડીને જવાનો છે ત્યારે તે હતાશ થઈ ગઈ હતી અને ફરિયાદના સૂરમાં કહ્યું હતું કે, "એ તેની સાથે મારું અડધું જીવન લઈ જઈ રહ્યો છે." અન્યત્ર આલ્બર્ટને નોકરી મળે એવા કોઈ સંજોગો ન હતા તેમ છતાં તે જશે એવા વિચારે મિલેવા ભારે હતાશામાં સરકી પડી હતી.

વીસમી સદીના પ્રારંભે ટેક્નોલોજી અને વિજ્ઞાનનાં ક્ષેત્રોમાં વિજ્ઞાનીઓએ ભારે પ્રગતિ કરી અને આગળ જતાં એ બધાની અસર આપણા દૈનિક જીવન ઉપર પડી. પરમાણુ અંગેનાં રહસ્યો છતાં થવા લાગ્યાં અને જર્મન ભૌતિકશાસ્ત્રી મેસ પ્લેન્કે રજૂઆત કરી કે પરમાણુ નાની જગ્યામાં અથવા નિશ્ચિત માત્રામાં રેડિએશન છોડે છે અથવા ગ્રહણ કરે છે. આ રજૂઆતને પગલે ક્વૉન્ટમ

ફિઝિક્સના ક્ષેત્રનો પ્રારંભ થયો. ૧૯૦૦ની સાલમાં જ ન્યૂઝીલેન્ડના અર્નેસ્ટ રુથરફોર્ડે ગામા રેડિએશન ઓળખી કાઢ્યું, જેમાં આલ્ફા અને બીટામાં હોય તેવા પાર્ટિકલ્સને બદલે ઈલેક્ટ્રોમેગ્નેટિક ફોટોનો સમાવેશ થતો હતો. સિગ્મન્ડ ફ્રોઈડે ધ ઈન્ટરપ્રિટેશન ઑફ ડ્રીમ્સ પ્રકાશિત કર્યું અને મનનાં રહસ્યો જાણવા સંશોધન શરૂ કર્યું. તે પછીના વર્ષે ગુલિલ્મો માર્કોની ઈંગ્લેન્ડના કોર્નવેલથી એટલાન્ટિક પાર કેનેડાના ન્યૂફાઉન્ડલેન્ડમાં સેન્ટ જોન્સ ખાતે સિગ્નલ મોકલવા તૈયારી કરી રહ્યા હતા. એક નોંધપાત્ર નવી સદીનું હજુ તો આ પહેલું વર્ષ હતું, જેમાં વૈજ્ઞાનિક સંશોધનોનું પ્રભુત્વ રહ્યું અને ત્યારપછી આપણા જીવનમાં ઘણેખરે અંશે પરિવર્તન આવ્યું.

પ્રકરણ

3

પ્રેમ અને કારકિર્દી

આપણા ભવિષ્ય માટે મેં આ પ્રમાણે નિર્ણય કર્યો છેઃ હું તત્કાળ ગમે તેવી નોકરી શોધી લઈશ. મારાં વૈજ્ઞાનિક લક્ષ્યાંકો અને મારી અંગત ઈચ્છાઓ મને અત્યંત ગૌણ નોકરી સ્વીકારતાં પણ અટકાવી શકશે નહીં.

- ભાવિ પત્ની મિલેવાને, જુલાઈ ૭, ૧૯૦૧, પ્રથમ નોકરી મેળવવામાં પડી રહેલી મુશ્કેલીના સંદર્ભમાં.

૧૯૦૧ના ફેબ્રુઆરીમાં આઈન્સ્ટાઈને પાંચ વર્ષ રાહ જોવાની આવશ્યકતા પૂરી કરી અને એ દેશનું પૂર્ણ નાગરિકત્વ મેળવ્યું, જેને તેમણે એક વખત "મારી જાણમાં હોય તેવો વિશ્વનો સૌથી સુંદર હિસ્સો" ગણાવ્યો હતો. સ્વિસ નાગરિકત્વ મેળવ્યા પછી તરત જ લશ્કરી સેવા માટે નોંધણી કરાવવાનું જરૂરી હતું, આ એ જ સ્થિતિ હતી જેને તેઓ જર્મનીમાં ટાળવા માગતા હતા. આઈન્સ્ટાઈનના સદ્‌ભાગ્યે લશ્કરી સેવા માટે તેઓ અનફિટ જાહેર થયા, કેમ કે તેમને પગમાં તકલીફ હતીઃ સપાટ તળિયું, પગમાં વધારે પડતો પરસેવો થવો (કદાચ આ કારણે જ તેમને મોજાં પહેરવા બાબતે અણગમો હતો) અને નસો સૂજેલી દેખાતી હતી. સશસ્ત્ર દળમાં સક્રિય કામગીરીને બદલે તેમને

સહાયક લશ્કરી કામગીરી માટે વર્ગીકૃત કરવામાં આવ્યા. જો કે આમ છતાં તેમણે કદી આ સેવા બજાવી નહીં અને તેના બદલે સ્વિસ કાયદા હેઠળ જરૂરી એવો વાર્ષિક લશ્કરી કર ૪૨ વર્ષની ઉંમર સુધી ચૂકવતા રહ્યા.

મિલેવા સાથેનો સંબંધ હવે ગાઢ બની ચૂક્યો હતો. મિલેવાને બાળપણમાં થાપામાં થયેલા ટીબીને કારણે આવેલી શારીરિક ખોડ, કે પછી તેનાં ઑર્થોપેડિક બૂટ કે તેના વારંવાર બદલાઈ જતા મૂડી સ્વભાવ છતાં આલ્બર્ટની તેના પ્રત્યેની લાગણીમાં જરા પણ ઓટ ન આવી. વર્ષોથી તેની સાથે પરિચયમાં રહ્યા બાદ ૨૨ વર્ષની યુવાન વયે આલ્બર્ટે તેની સાથે ફરી લગ્ન કરવાની ઈચ્છા વ્યક્ત કરી. જો કે, માતા પૌલિન આઈન્સ્ટાઈનને કોઈ અગમ્ય કારણોસર મિલેવા પ્રત્યે હજુ પણ ભારે અણગમો હતો. શું એ મિલેવાની શારીરિક ખોડને કારણે હતો? તે યહૂદી નહોતી તે કારણે હતો? તે પૂર્વ યુરોપિયન હતી તે કારણે હતો? આલ્બર્ટ કરતાં તે ચાર વર્ષ મોટી હતી તે કારણે હતો? પૌલીનની દૃષ્ટિએ તે સુંદર નહોતી તે કારણે હતો? કારણ ગમે તે હોય પરંતુ તે સ્પષ્ટપણે માનતાં કે પુત્ર આલ્બર્ટ માટે મિલેવા યોગ્ય નથી અને આલ્બર્ટને તેની સાથે લગ્ન કરતા રોકવા શક્ય તમામ પ્રયાસો કરી છૂટ્યાં હતાં. તેમની સૌથી મોટી ચિંતા એ હતી કે મિલેવા ગર્ભવતી થઈ જશે તો! "એ સંજોગોમાં તારી હાલત કેવી થશે!" તેમ પૌલીને હજુ બેરોજગારીનો સામનો કરી રહેલા પુત્રને લખેલા પત્રમાં આશંકા અને ચિંતા વ્યક્ત કરી હતી. પ્રારંભમાં તો મિલેવા આશાવાદી હતી કે તે પૌલીનનું મન જીતી શકશે. અલબત્ત, મિલેવાનાં માતા-પિતાને આક્રોશપૂર્ણ પત્ર લખીને તેના ચારિત્ર્ય વિશે સવાલ ઉઠાવ્યો ત્યારે છેવટે મિલેવા સમજી ગઈ કે પૌલીન આલ્બર્ટને કોઈ પણ સંજોગોમાં મારાથી દૂર કરવા જ માગે છે.

આલ્બર્ટને ભલામણપત્રો મેળવવામાં મુશ્કેલી પડતી હતી. ઝુરિકમાં સહાયક શિક્ષક તરીકે તેની પસંદગી કરવામાં નહોતી આવી અને બર્ગડોર્ફ તથા ફ્રોનફેલ્ડ ગામોમાં માધ્યમિક શાળાઓમાં શિક્ષક તરીકે જોડાવા માટે કરેલી અરજીઓનું પણ ઈચ્છિત પરિણામ આવ્યું નહોતું. છેવટે તેને અન્ય ગામોમાં શિક્ષક અને ટ્યૂશન શિક્ષક તરીકેના કામચલાઉ કામ મળ્યાં, જેના બદલામાં સાવ નજીવું વળતર મળતું. જો કે આ તમામ સમયગાળા દરમિયાન તે ઝુરિકમાં મિલેવાના

સંપર્કમાં રહ્યા. મિલેવા હંગેરી તેના પરિવાર સાથે રહેવા જતી ત્યારે પણ આલ્બર્ટ તેને લાગણીસભર પત્રો લખવાનું ચાલુ રાખતા. સાથે જ તેમણે આખા યુરોપમાં ફિઝિક્સના પ્રોફેસરોને વિનંતીપત્રો લખીને પૂર્ણ સમયની કાયમી નોકરી માટેની શોધ ચાલુ રાખી હતી. તેમાંના એક પણ પ્રોફેસરે તેનામાં રસ ન દાખવ્યો અને આ અંગે આઈન્સ્ટાઈને પ્રોફેસર વેબરને જવાબદાર ઠેરવ્યા હતા.

પૌલીનને જે સૌથી મોટો ડર હતો તે છેવટે સાચો પડ્યો અને ૧૯૦૧ની વસંત ઋતુમાં મિલેવા ગર્ભવતી થઈ. આ માટેનો કારણરૂપ પ્રસંગ કદાચ ઉત્તર ઈટાલીના લેક કોમો ખાતે બંનેની ગુપ્ત મુલાકાત દરમિયાન સર્જાયેલી રોમેન્ટિક ક્ષણો હતી. આલ્બર્ટે થોડા સમય પહેલાં જ મિલાનમાં તેનાં માતા-પિતાની મુલાકાત લીધી હતી અને વિન્ટરથર ગામની ટેક્નિકલ સ્કૂલમાં બે મહિના માટે શિક્ષક તરીકે જોડાવાનો હતો. આ સંભવિત ધન્ય ક્ષણ માટે પહેલા તો તેને કોઈ ચિંતા ન થઈ, પરંતુ પછી તરત જ ખ્યાલ આવી ગયો કે આવનારા બાળકનું પાલન કરવા માટે પોતાની પાસે પૂરતી નાણાકીય જોગવાઈ નથી. નોકરી ન મળે ત્યાં સુધી તે લગ્ન કરતાં પણ ખચકાતો હતો. બાળકના જન્મનો સમય નજીક આવી રહ્યો હતો, ત્યારે હજુ તેને બર્નસ્થિત સ્વિસ પેટન્ટ ઑફિસમાં સરકારી હોદ્દા માટે છ મહિના પહેલાં કરેલી અરજીનો જવાબ મળ્યો નહોતો. એ ઉનાળામાં કામચલાઉ શિક્ષક તરીકેની કામગીરી તો પૂર્ણ કરી અને ત્યારબાદ માતા અને બહેન સાથે ટૂંકું વેકેશન માણ્યું. તો બીજી તરફ મિલેવાએ ફરી વાર્ષિક પરીક્ષા આપવા માટે ગોખીને યાદ રાખવાના પ્રયાસો શરૂ કરી દીધા, છતાં બીજી વખત પણ તે નાપાસ થઈ અને ડૉક્ટરેટ મેળવવાની યોજના પડતી મૂકી દીધી. હતાશા અને નિરાશાથી ઘેરાયેલી અને પોતે કદી કલ્પના નહોતી કરી એ દિશામાં જઈ રહેલી જિંદગીથી નારાજ મિલેવા વતન હંગેરી પાછી ફરી અને પોતાની કૂખે બાળકનો જન્મ થવાની રાહ જોવા લાગી.

ઑક્ટોબરમાં મિલેવાએ સ્વિટ્ઝરલેન્ડની ટૂંકી મુલાકાત લીધી, પરંતુ તેની હાજરી અંગે તેઓ બંને કોઈને પણ, ખાસ કરીને પૌલીનને જાણ થવા દેવા નહોતાં માગતાં. હવે તો મિલેવા ગર્ભવતી છે એવું સ્પષ્ટપણે દેખાય એવું હતું – જાન્યુઆરીના અંતમાં બાળકનો જન્મ થવાની સંભાવના હતી, તેથી મિલેવા

થોડા માઈલ દૂર એક ગામની હોટેલમાં રોકાઈ. પૌલીનને હજુ પણ મિલેવા પ્રત્યે નારાજગી હતી, તેને કદાચ પ્રેગ્નન્સી વિશે ખબર પડી ગઈ હતી. આલ્બર્ટ – મિલેવા કદાચ મિત્રોથી આ વાત છુપાવવામાં સફળ રહ્યાં હતાં. પોતાના પ્રત્યે પૌલીનના ધિક્કારથી વ્યથિત મિલેવાએ ૧૯૦૧ના અંતમાં હંગેરી પરત આવ્યા પછી એક મિત્રને લખ્યું હતું, "એવું લાગે છે કે શ્રીમતી આઈન્સ્ટાઈને માત્ર મારા જ નહીં, પરંતુ તેમના પુત્રના જીવનને પણ શક્ય તેટલું કડવું બનાવી દેવાને પોતાના જીવનનું ધ્યેય બનાવી દીધું છે. હું તો વિચારી પણ નહોતી શકતી કે આવા હૃદયવિહીન અને સદંતર દુષ્ટ લોકોનું અસ્તિત્વ હોઈ શકે." આલ્બર્ટને પણ તેની માતાનું વર્તન સમજાતું નહોતું. તેણે તેની 'ડોલી' અર્થાત મિલેવાને આશ્વાસન આપતા અને પ્રેમભર્યા પત્રો લખવાનું ચાલુ રાખ્યું. મિલેવા પણ આલ્બર્ટને લાડમાં 'જોની' કહેતી. આ બંને જર્મન શબ્દોનો અર્થ એક જ, એટલે કે 'પ્રેમ-હેત' થતો હતો.

કાયમી નોકરી મેળવવામાં આઈન્સ્ટાઈનને હજુ ભારે મુશ્કેલી પડતી હતી તેમ છતાં મનમાં ઉદ્ભવતા રચનાત્મક વિચારોને અચૂક લખી લેતા. તેમને જે કામમાં સૌથી વધુ રસ પડતો તે કરવા માટે તેમને કોઈ નોકરીની કાયમી જગ્યાની જરૂર નહોતી અને બૉસની પણ જરૂર નહોતી જે તેમને શું કામ કરવું અને કેવી રીતે કરવું તેની સૂચના આપે. આ સંદર્ભમાં તેમણે પછીથી લખ્યું હતું, "હું સમજદાર યુવાન હતો તે કારણે મોટા ભાગના પુરુષો જીવનભર જેની પાછળ પડેલા રહે છે તેવી આશાઓ અને ઉદ્યમની નિરર્થકતા સમજી ગયો હતો. મને આ બાબત વહેલી તકે સમજાઈ ગઈ હતી અને તે દિવસોમાં એ બાબતને આજની સરખામણીમાં દંભી અને આલંકારિક શબ્દોથી ઢાંકવામાં આવતી હતી." એક સ્વતંત્ર વિદ્વાન તરીકે તેમણે હવે પોતાનું ધ્યેય પૂર્ણ કરવાનું નક્કી કરી લીધું અને ફિઝિક્સના પ્રતિષ્ઠિત જર્મન સામયિકમાં કેપિલારિટી – કેશાકર્ષણના વિષય ઉપર પોતાનું પ્રથમ વૈજ્ઞાનિક પેપર રજૂ કર્યું. તંત્રીઓ પ્રભાવિત થયા અને આ અજાણ્યા યુવા વિજ્ઞાનીનું પેપર માર્ચ ૧૯૦૧ના અંકમાં પ્રકાશિત કર્યું, તે સમયે આલ્બર્ટની ઉંમર માત્ર ૨૨ વર્ષ હતી. પોતાને આમ સરળતાથી સફળતા મળી તેનાથી ઉત્સાહમાં આવેલા આઈન્સ્ટાઈને ગૅસ પર અણુની અસર અંગે થોડા મહિનામાં જ એટલે કે સપ્ટેમ્બરમાં થીસિસ લખવાનું

ચાલુ કરી દીધું. તેમને આશા હતી કે આ થીસિસના આધારે તેમને ઝુરિકની યુનિવર્સિટીમાંથી પીએચ.ડી.ની ડિગ્રી મળશે.

૧૯૦૨માં જાન્યુઆરીની અંતિમ તારીખોમાં મિલેવાએ આઈન્સ્ટાઈનની પ્રથમ દીકરીને જન્મ આપ્યો ત્યારે તે નોવીસેડ નજીક તેનાં માતા-પિતાને ત્યાં જ હતી. દીકરીનું નામ લિઝેરલ રાખવામાં આવ્યું. તેના જન્મ સમયે આલ્બર્ટ હાજર નહોતા. મિલેવાના પિતાએ પત્ર દ્વારા આલ્બર્ટને આ બાબતે જાણ કરી હતી અને સાથે એ માહિતી પણ આપી હતી કે પ્રસૂતિ સમયે ઘણી મુશ્કેલી પડી હતી. આ અંગેની વિગતો બહાર નથી આવી, પરંતુ જવાબમાં મિલેવાને લખેલા પત્રમાં આલ્બર્ટે ભય અને ખેદ વ્યક્ત કર્યો હતો. આમ છતાં તે માતા-દીકરીની ખબર જોવા જાતે ગયા નહીં, તેનું કારણ કદાચ નાણાંની અછત હશે. તેમની પાસે વધારાનો ખર્ચ કરી શકાય એટલાં નાણાં નહોતાં અને દેખીતી રીતે આવા સંજોગોમાં તે પોતાનાં માતા-પિતા પાસેથી પણ ટ્રેનભાડાંના પૈસા માગી શકે તેમ નહોતા. તેમણે મિલેવાને પ્રેમભર્યા પત્રો લખ્યા અને દીકરી વિશે સવાલો કર્યા, "શું તે તંદુરસ્ત છે અને યોગ્ય રીતે રડે છે? તેની આંખો કેવી લાગે છે? આપણા બંનેમાંથી કોના જેવી લાગે છે? મેં હજુ તેને જોઈ જ નથી છતાં તેને ખૂબ ચાહું છું અને હું તારી પણ દરરોજ આતુરતાથી રાહ જોઉં છું." જો કે ત્યાર પછીના છ મહિના સુધી હંગેરીમાં જ પરિવાર અને દીકરી સાથે રહી, તે દરમિયાન આલ્બર્ટે પત્રો લખવાનું ચાલુ રાખ્યું, જેમાં ભવિષ્યમાં સાથે રહેવાના આયોજનની ચર્ચા કરી, પોતે મિલેવાને કેટલી મિસ કરે છે તેની જાણ કરી અને દીકરી વિશે પણ સવાલો પૂછ્યા. તેમણે લગ્નનો ક્યાંય ઉલ્લેખ કર્યો નહીં, અને દેખીતી રીતે એ માટેનું મુખ્ય કારણ અસાધારણ ગરીબી તો હતું જ, પરંતુ સાથે માતા-પિતાના પ્રત્યાઘાત કેવા આવશે તેનો પણ ડર હતો. ફેબ્રુઆરીમાં પૌલીને મિત્રોને લખ્યું હતું, "આલ્બર્ટના ફ્રોલિન મેરિક (મિલેવા) સાથેના સંબંધનો અમે મક્કમપણે વિરોધ કરીએ છીએ અને તેણી સાથે ક્યારેય કોઈ સંબંધ ઈચ્છતાં નથી. ...તેના કારણે મારું જીવન કડવાશભર્યું બની રહ્યું છે." બીજી તરફ મિલેવાનાં માતા-પિતા સામાજિક રીતે શરમજનક સ્થિતિમાં મુકાયાં હોવા છતાં તે સમયે આલ્બર્ટની સરખામણીમાં પોતાની દીકરી અને પૌત્રીની વધારે સારી રીતે સંભાળ રાખી શકે તેવી સ્થિતિમાં

હતાં.

દીકરીના જન્મથી કદાચ ઉત્સાહમાં આવેલા આઈન્સ્ટાઈને ફેબ્રુઆરીમાં પોતાની પાસે જે થોડો ઘણો સામાન હતો તે પેક કરી લીધો અને સ્વિસ પેટન્ટ ઑફિસમાં નોકરીની ઑફર મળશે તેવી આશાએ બર્ન સ્થળાંતર કર્યું. તેમના મિત્ર માર્શલ ગ્રોસમાનના પિતાએ તો ભલામણ કરી જ દીધી હતી અને સાથે તેને ઝુરિકમાં પોતાના સંશોધન માર્ગદર્શક પ્રોફેસર આલ્ફ્રેડ ક્લેઈનરનો પણ ટેકો મળ્યો હતો. ક્લેઈનર અંગે આઈન્સ્ટાઈને એ વાતનો એકરાર કર્યો હતો કે પોતે ધાર્યા હતા એટલા આ પ્રોફેસર મૂર્ખ નથી. તે પહેલાં જાન્યુઆરીમાં લિઝેરલના જન્મ સમયની આસપાસ અને સ્થળાંતર કરતાં પહેલાં આઈન્સ્ટાઈને ડૉક્ટરેટ માટે રજૂ કરેલું પોતાનું ડેઝર્ટેશન એકાએક પાછું ખેંચી લીધું હતું. એ પેપર બાબતે ક્લેઈનરને કેટલાક વાંધા હતા, કેમ કે તેમાં અન્ય એક ભૌતિકશાસ્ત્રી, લુડવિગ બોલ્ટ્ઝમાનની કામગીરીની ટીકા કરવામાં આવી હતી. બોલ્ટ્ઝમાન આંકડાકીય મિકેનિક્સના સંશોધકો પૈકી એક હતા અને આઈન્સ્ટાઈન પોતાનું સંશોધન પેપર નવેસરથી તૈયાર કરવા માગતા હતા. આ નિર્ણયને કારણે તેમને અન્ય ગામમાં સ્થળાંતર કરવાની આઝાદી પણ મળી.

બર્નમાં સ્થાયી થવાના ઈરાદા સાથે આલ્બર્ટે વિદ્યાર્થીઓને ખાનગી ટ્યૂશન આપવાનો નિર્ણય કર્યો અને એ માટે જાહેરખબરો પણ ચોંટાડી. સાવ જૂજ લોકોએ તેમાં રસ દાખવ્યો, જેને કારણે આર્થિક ભીડમાંથી બહાર આવવાની તેમની ગણતરી સફળ ન થઈ. એ ગાળામાં તેમણે કેટલાક નવા મિત્રો બનાવ્યા તેમજ વધારે અભ્યાસ માટે બર્ન આવેલા જૂના મિત્રો સાથે ફરીથી સંપર્કો સ્થાપ્યા. તેમાં પોતાની ભૂતપૂર્વ ગર્લફ્રેન્ડ મેરીના એક ભાઈ પૌલ વિન્ટલરનો પણ સમાવેશ થતો હતો. બીજો હતો કોનાર્ડ હેબિશ. તે ગણિતમાં ડૉક્ટરેટ મેળવવા અભ્યાસ કરતો હતો. આલ્બર્ટની જાહેરખબર જોઈને ફિઝિક્સમાં ટ્યૂશન લેવાની ઈચ્છા વ્યક્ત કરનાર મોરિસ સોલોવિન સાથે પણ આઈન્સ્ટાઈનની ગાઢ મૈત્રી થઈ. આ બંને યુવાન મિત્રો ઘણી વાર ભૌતિકશાસ્ત્રની તત્ત્વજ્ઞાનીય પાસાંની ચર્ચા કરતા.

છેવટે જૂનમાં આલ્બર્ટને સરકારી પેટન્ટ ઑફિસની એ નોકરી મળી જ ગઈ, જેના માટે અરજી કરી હતી અને ઘણા વખતથી પોતે રાહ જોતા હતા.

પગાર તો હજુ પણ પૂરતો નહોતો કે બર્ન જેવા મોંઘા શહેરમાં તે પરિવાર સાથે રહી શકે. અહીં નીચલા સ્તરના પેટન્ટ ક્લાર્ક તરીકે તેમણે મોટા ભાગે વીજળી પર ચાલતાં સાધનો ચકાસવાનાં હતાં અને તેની ઉપયોગિતા અંગે અભિપ્રાય આપવાનો હતો. આ નોકરીનો પ્રોબેશન ગાળો બે વર્ષ હતો, ત્યાર પછી સરકાર કાં તો તેમને કાયમી નોકરી પર રાખી લે અથવા કામગીરીમાં અસક્ષમ પુરવાર થાય તો હાંકી પણ કાઢે.

એ વર્ષે સંભવતઃ ઉનાળામાં અથવા પાનખરમાં મિલેવા દીકરી લિઝેરલને હંગેરીમાં જ મૂકીને સ્વિટ્ઝરલેન્ડ આલ્બર્ટ પાસે આવી ગઈ. આલ્બર્ટે તો હજુ સુધી તેમની દીકરીને જોઈ જ નહોતી. એ જ ગાળામાં વેપારમાં ભારે ખોટ જવાને કારણે આલ્બર્ટના પિતા હૃદયની તકલીફને કારણે ગંભીર બીમારીમાં સપડાયા. ૧૯૦૨ના ઑક્ટોબરમાં આલ્બર્ટ પિતાને મળવા મિલાન પહોંચ્યા. મરણપથારીએ પડેલા હરમાને આલ્બર્ટને કહ્યું કે તેમને હવે મિલેવા સાથેના તેનાં લગ્ન સામે કોઈ વાંધો નથી અને ત્યાર પછી પોતે કાયમી આંખો બંધ કરી દે તે પહેલાં રૂમ છોડી જવા આલ્બર્ટને જણાવ્યું. તે સમયે હરમાન ૫૫ વર્ષના હતા અને તેમના મૃત્યુથી પૌલીન ૪૪ વર્ષની વયે વિધવા થયાં.

મિલેવા સાથેની મુલાકાતનાં સાડા છ વર્ષ પછી દીકરી લિઝેરલના જન્મના એક વર્ષ પછી અને નવી નોકરી શરૂ કર્યાના છ મહિના પછી આલ્બર્ટે બર્નમાં ૧૯૦૩ની છ જાન્યુઆરીએ મિલેવા સાથે લગ્ન કર્યાં ત્યારે પિતાના મૃત્યુને હજુ ત્રણ મહિના પૂરા થયા નહોતા. તેમણે સાવ સામાન્ય વિધિ રાખી હતી અને ત્યારે માત્ર બે મહેમાન તરીકે આલ્બર્ટના મિત્રો મોરિસ સોલોવિન તથા કોનાર્ડ હેબિશ હાજર રહ્યા હતા. પતિના નિધનથી શોકગ્રસ્ત અને સાથે જ પોતાને પસંદ નહોતી એવી છોકરી સાથે પુત્ર લગ્ન કરતો હતો તેનાથી વ્યથિત પૌલીને પણ લગ્નમાં હાજરી આપી નહોતી. આઈન્સ્ટાઈન તેમના પરિવારની પહેલી વ્યક્તિ હતા જેમણે બિનયહૂદી યુવતી સાથે લગ્ન કર્યાં હતાં. નવદંપતીએ બર્નમાં ટિલિસ્ટ્રેસ વિસ્તારના એક ઍપાર્ટમેન્ટમાં તેમના લગ્નજીવનનો પ્રારંભ કર્યો. સ્વિસની રાજધાનીમાં તેઓ સાત વર્ષ રહ્યાં તે દરમિયાન તેમણે બીજા ઘણાં મકાન બદલ્યાં હતાં. લગ્નના થોડા સમય બાદ જ આલ્બર્ટે મિત્રોને કહ્યું હતું કે, પત્ની સરસ રસોઈ બનાવે છે અને ઘરકામમાં પણ હોશિયાર છે,

એટલું જ નહીં હંમેશાં આનંદમાં રહેતી હોવાને કારણે પોતે સરસ રીતે લગ્નજીવન પસાર કરી રહ્યા છે.

બર્ન જીવંત અને પ્રેમાળ શહેર હતું, જયાં વિવિધ કાફે અને ઘરોમાં બુદ્ધિજીવીઓ અને વિદ્યાર્થીઓના સમૂહ એકત્ર થતા. નવદંપતી માટે પણ આ વાતાવરણ અનુકૂળ હતું. પોતાના વિચારો મુક્તપણે વ્યક્ત કરવા માગતા અને સામાજિક સંબંધો વિસ્તારવા માગતા આઈન્સ્ટાઈન, સોલોવિન તથા હેબિશે ૧૯૦૩ની વસંત ઋતુમાં એક સંસ્થા બનાવી અને તેને તેમણે "ઓલિમ્પિયા એકેડેમી" નામ આપ્યું. આ નામ ગ્રીક દેવો પરથી રાખવામાં આવ્યું હતું, જેઓ ઓલિમ્પસ પર્વત પર વસતા હોવાની માન્યતા હતી. તેમની આ "એકેડેમી" ચર્ચાનું એક એવું જૂથ હતું, જેમાં તેઓ તે સમયના અગત્યના વૈજ્ઞાનિક અને અન્ય બૌદ્ધિક વિષયોની ચર્ચા કરતા. અહીં તેમણે કાર્લ પિઅર્સન, ડેવિડ હ્યુમ, અર્નેસ્ટ મેશ, જયોર્જ ફ્રેડરિક રિમાન, બરુક સ્પિનોઝા તથા હેનરી પોનકેરનાં તત્ત્વજ્ઞાન પરનાં લખાણોની ઘણી વાર મોડી રાત સુધી ચર્ચા કરતા. ક્યારેક આઈન્સ્ટાઈન વાયોલિન પર કોઈ નાની ધૂન વગાડતા, અથવા અન્ય કોઈ મિત્ર સાહિત્યના કોઈ પાઠનું મોટેથી વાચન કરતા. આ મુલાકાતો ક્યારેક સામાજિક ઉજવણીનું માધ્યમ બની જતી અને ક્યારેક તેમાં ભારે મજાક-મસ્તી પણ થતી. મિલેવા આ નાના જૂથમાં હાજરી આપતી ખરી, પરંતુ તેમાં સક્રિય ભાગ લેવાને બદલે શાંત શ્રોતા બની રહેતી. તેનું કારણ કદાચ એ હતું કે ભૌતિકશાસ્ત્ર અને તત્ત્વજ્ઞાનને બદલે તેને સતત દીકરી લિઝેરલના વિચારો આવ્યા કરતા હતા. જીવનના પાછલા તબક્કે આઈન્સ્ટાઈને આ દિવસોને યાદ કરતાં કહ્યું હતું કે, નિષ્કપટ અને બૌદ્ધિક પ્રસંગોમાંથી ઉદ્ભવતા બાળસહજ આનંદના એ દિવસો શ્રેષ્ઠ હતા.

સાથી વાયોલિનવાદક હેબિશ હવે બર્ન યુનિવર્સિટીમાં ગણિતનો અભ્યાસ કરતો હતો પણ હવે આઈન્સ્ટાઈન સાથેની તેમની મિત્રતા ગાઢ થઈ ગઈ હતી અને બંને વચ્ચે આજીવન પત્રવ્યવહાર ચાલુ રહ્યો હતો. એ દાયકાના અંત ભાગમાં ૧૯૦૭થી ૧૯૧૦ વચ્ચે હેબિશ, તેના નાના ભાઈ પૌલ તથા આઈન્સ્ટાઈને સાથે મળીને વીજળીની ઊર્જાના સૌથી નાનામાં નાના એકમને પકડી પાડીને તેની ગણતરી કરવા માટેના એક મશીનની ડિઝાઈન તૈયાર કરી

હતી, જેને તેઓ 'લિટલ મશીન' તરીકે ઓળખાવતા હતા. આઈન્સ્ટાઈન જેને લાડમાં 'સોલો' કહીને બોલાવતા એ સોલોવિનને માનવવિદ્યાઓ અને વિજ્ઞાનમાં રસ હતો.

૧૯૦૩ના સપ્ટેમ્બરમાં નોવીસેડમાં પરિવાર અને લિઝેરલની મુલાકાતે ગયેલી મિલેવાએ આલ્બર્ટને પીડાદાયક સમાચાર મોકલાવ્યા કે, લિઝેરલ ઓરીના તાવમાં પટકાઈ છે. આઈન્સ્ટાઈને જવાબમાં લખેલા પત્રમાં દીકરી માટે ભારે ચિંતા વ્યક્ત કરવામાં આવી. સાથે તેમણે એવો સવાલ પણ કર્યો હતો કે લિઝેરલની નોંધણી થઈ છે કે નહીં. જો કે આ સવાલના જવાબમાં મિલેવાએ લખેલો પત્ર હાથમાં નથી આવ્યો, અથવા શક્ય છે કે તે નાશ પામ્યો હોય. લિઝેરલના જન્મ અને નામકરણ વિધિની ક્યાંક તો નોંધ થઈ હશે, પરંતુ બંનેમાંથી એકપણ બાબતનો પુરાવો મળ્યો નથી. શક્ય છે કે 'નોંધણી' શબ્દ દત્તક લેવાની પ્રક્રિયાના કાગળો સાથે સંકળાયેલો હોય.

લિઝેરલને જન્મ પછી શા માટે સ્વિટ્ઝરલેન્ડ લાવવામાં ન આવી તે અંગે આઈન્સ્ટાઈનની બાબતોના વિદ્વાનો પૂરા બે દાયકા સુધી ધારણાઓ કરતા રહ્યા હતા. શક્ય છે કે બાળક લગ્ન પહેલાં જન્મેલું છે એવી વાત જાહેર થઈ જાય તો આઈન્સ્ટાઈનને પેટન્ટ ઑફિસમાં નોકરી મેળવવામાં મુશ્કેલી પડે તેવો ડર હોય. તે ઉપરાંત તે સમયનું સ્વિટ્ઝરલેન્ડ સામાજિક રીતે રૂઢિચુસ્ત હોવાને કારણે માતા-પિતાએ બાળકના જન્મની વાત થોડો સમય ગુપ્ત રાખવાની અને આર્થિક રીતે સધ્ધર થઈને લગ્ન કર્યાં બાદ તેને ઘરે લાવવાનો નિર્ણય કર્યો હોય.

છતાં એક વાત નિશ્ચિત છે, આઈન્સ્ટાઈન લિઝેરલને તેમની સાથે રાખવા માગતા હતા અને તેમનો ઈરાદો પણ હતો. તેના જન્મ પછી તેમણે મિલેવાને લખ્યું હતું કે, લિઝેરલને તેઓ સાથે કેવી રીતે રાખી શકે તે અંગે નિર્ણય લેવાની જરૂર છે. હંગેરી પત્ર લખીને તેમણે કહ્યું હતું, "હું તેને તરછોડી દેવા માગતો નથી." જો કે, એવું લાગે છે કે બાળકને ઘરે લાવવા બાબતે મિલેવાને સમજાવવાનો પછી કોઈ પ્રયાસ કર્યો નહોતો. કેટલાક લોકો એવું માને છે કે સંભવતઃ જન્મ સમયે પડેલી મુશ્કેલી બાદ લિઝેરલની આરોગ્યલક્ષી કે શારીરિક સ્થિતિ ચિંતાજનક હશે અને તે કારણે જ તેની સંભાળ રાખવા તેનાં માતા-

પિતા અસમર્થ હશે. મહદ્અંશે શક્યતા એવી છે કે એ સમયે ઓરીના તાવને કારણે અન્ય ઘણા લોકોની જેમ લિઝેરલ પણ મૃત્યુ પામી હશે. તે સમયે જે કંઈ બન્યું તેનાથી મિલેવા દેખીતી રીતે અસ્વસ્થ અને હતાશ દેખાતી હતી તેમ તેના મિત્રોએ કહ્યું હતું, અને સાથે મિત્રોએ એવી પણ આશંકા વ્યક્ત કરી હતી કે મિલેવા અને આલ્બર્ટ વચ્ચે પણ આ બાબતે ગંભીર મતભેદો સર્જાયા હશે. એ વાતમાં તો શંકા નથી જ કે કોઈ પણ માતાની જેમ મિલેવા પણ, ખાસ કરીને લગ્ન પછી તેની દીકરીને પોતાની સાથે રાખવા ઈચ્છતી હતી. મિલેવાનો પરિવાર પણ કામચલાઉ નાણાકીય સહાય કરવાની સ્થિતિમાં હતો. પણ કોઈ કારણસર આલ્બર્ટ તે માટે તૈયાર નહોતા.

લિઝેરલ બાબતે એટલું સ્પષ્ટ થાય છે કે ઓરીના તાવમાં પટકાયા પછી તેના વિશેનો કોઈ ઉલ્લેખ આલ્બર્ટ અને મિલેવા વચ્ચેના કે પછી અન્ય કોઈના પત્રવ્યવહારમાં જોવા મળતો નથી. આનો અર્થ એ નથી કે આ દંપતીએ કે પછી તેમનાં સગાં-સંબંધીઓએ તેમની વાતચીત દરમિયાન લિઝેરલ અંગે ચર્ચા જ નહીં કરી હોય અથવા શોક વ્યક્ત નહીં કર્યો હોય, પરંતુ બર્નમાં એ બાળકી વિશે કોઈ કશું જાણતું નથી. દાયકાઓ સુધી તેના અસ્તિત્વ બાબતે અસાધારણ ગુપ્તતા જાળવવામાં આવી. તેનો જન્મ થયો હતો એ સમાચાર પણ પૂરા ૭૫ વર્ષ પછી એ સમયે જાહેર થયા, જ્યારે આઈન્સ્ટાઈન પરિવારના પત્રોની સાથે મિલેવા અને આલ્બર્ટે એ સમયગાળામાં એકબીજાને લખેલા પત્રો મળી આવ્યા. લિઝેરલનું અસ્તિત્વ રહસ્યમાં લપેટાયેલું રહ્યું છે અને હજુ પણ સંશોધકોને મૂંઝવણમાં નાખે છે.

લિઝેરલના જન્મ અને સંભવિત મૃત્યુના દોઢ વર્ષ પછી ૧૯૦૩ની પાનખરમાં હંગેરીથી મિલેવાએ આલ્બર્ટને પત્ર લખીને જાણ કરી કે પોતે ફરી ગર્ભવતી બની છે. જવાબમાં તેમણે લખ્યું કે પોતે આ સાંભળી ખુશ છે અને તે (મિલેવા) ઘરે પરત આવે તેની આતુરતાથી રાહ જુએ છે. આગામી વર્ષે બાળકનો જન્મ થશે એવી ગણતરી સાથે આ દંપતીએ ઑક્ટોબરમાં બર્નના કેટલાક પ્રમાણમાં સારા કહી શકાય તેવા વિસ્તારો પૈકી એકમાં બે રૂમના ઍપાર્ટમેન્ટમાં સ્થળાંતર કર્યું. ભૌતિકશાસ્ત્રની અંતિમ પરીક્ષામાં બે વખત નાપાસ થયા પછી અને બે વખત ગર્ભવતી થયા પછી હવે મિલેવાએ તો પોતાની વ્યવસાયિક

કારકિર્દીમાંથી રસ જ ગુમાવી દીધો હતો. તેણે ગૃહિણી તરીકેની જવાબદારીઓ સંભાળી લીધી અને ફિઝિક્સની બાબતો પતિ પર છોડી દીધી.

બર્નમાં ભૌતિકશાસ્ત્રીઓ, તબીબો તથા વિજ્ઞાનમાં રસ ધરાવતા અન્ય લોકોના બનેલા સંગઠનમાં આઈન્સ્ટાઈન જોડાયા અને ત્યાં જ ડિસેમ્બરમાં "થિયરી ઑફ ઈલેક્ટ્રોમેગ્નેટિક વેવ્સ" વિષય પર વક્તવ્ય આપ્યું. તેઓ બેઠકોમાં નિયમિત હાજરી આપતા, પરંતુ ઔપચારિક રીતે ખાસ કશું બોલતા નહીં અને તેના બદલે અન્ય વિજ્ઞાનીઓના ઘરે અનૌપચારિક વાતચીતમાં સામેલ થવાનું પસંદ કરતા. સંભવતઃ લગભગ એ જ ગાળામાં તેમણે ડૉક્ટરેટની ઉપાધિ માટે નવા વિષય અંગે વિચારવાનું શરૂ કરી દીધું હતું.

૧૯૦૪ની ૧૪મી મેએ વધુ એક મુશ્કેલજનક પ્રસૂતિ પછી મિલેવાએ તેમના પ્રથમ પુત્ર – હેન્સ આલ્બર્ટને જન્મ આપ્યો. આ વખતે તો આ નવજાત બાળકને તેનાં માતા-પિતા પાસે જ રહેવા મળ્યું અને તે સમયે ૨૫ વર્ષના આઈન્સ્ટાઈને પિતૃત્વ અને પરિવારની જવાબદારી ઉપાડી લીધી. આ સમય સુધી પૌલીનની જેમ જ મિલેવાનાં માતા-પિતા પણ આલ્બર્ટ સાથે પોતાની દીકરીનાં લગ્નથી ખુશ નહોતાં, પરંતુ પુત્રના જન્મ પછી તેમનામાં પરિવર્તન આવ્યું. પૌલીન પણ નરમ પડ્યાં અને તેને કારણે આલ્બર્ટ અને મિલેવાને રાહત થઈ. તેમના લગ્નજીવનમાં હવે ખુશીનો માહોલ છવાયો અને એ ગાળો લાગણી અને બૌદ્ધિક બંને સ્તરે યુવાન દંપતી માટે સંતોષકારક બની રહ્યો.

આઈન્સ્ટાઈનના વ્યવસાયિક જીવનમાં પણ હકારાત્મક વળાંક આવ્યો, કેમ કે બર્નમાં પેટન્ટ ઑફિસ ખાતે તેમની કામચલાઉ નોકરી એ વર્ષે સપ્ટેમ્બરમાં કાયમી થઈ. આ પેટન્ટ ક્લાર્ક તેમના પ્રોબેશનમાં પાસ થયા અને કાયમી નોકરી સાથે વેતનમાં આંશિક વધારો થયો. આ બધું બન્યું તેના અગાઉના વર્ષે જ આઈન્સ્ટાઈને તેમના યુવાન મિકેનિકલ એન્જિનિયર મિત્ર માઈકલ બેસ્સોને એ જ પેટન્ટ ઑફિસમાં ઊંચા હોદ્દા માટે અરજી કરવા સમજાવ્યા હતા. આ હોદ્દા માટેના ૧૩ ઉમેદવારોમાંથી પોતાની પસંદગી થઈ છે એ જાણીને બેસ્સો રોમાંચિત થઈ ગયા હતા અને હવે બંને મિત્રો એક જ શહેરમાં સલામત નોકરી કરવા લાગ્યા હતા. આઈન્સ્ટાઈન અને બેસ્સોની મુલાકાત ઝુરિકમાં થઈ હતી અને બેસ્સોના જ્ઞાનની વિશાળતાથી પ્રભાવિત થયા હતા.

બેસ્સોના વ્યક્તિત્વ અને અંગત ગુણોથી આઈન્સ્ટાઈન ઘણા પ્રભાવિત હતા એ વાત બંને વચ્ચે પછીના તબક્કે થયેલા પત્રવ્યવહાર પરથી જણાય છે. બેસ્સોએ આઈન્સ્ટાઈનની પહેલી ગર્લફ્રેન્ડ મેરીની બહેન એન્ના વિન્ટલર સાથે ૧૮૯૮માં લગ્ન કર્યાં હતાં. એન્ના અને મિલેવા પણ ઘણા સારા મિત્રો બની ગયાં હતાં. જીવનના પાછલા તબક્કે બેસ્સોએ તેમના જીવનમાં આનંદ ઉલ્લાસ લાવનાર બે બાબતો – પત્ની અને નોકરી માટે આઈન્સ્ટાઈનનો આભાર માન્યો હતો.

બર્નમાં રહેતા હતા તે સમયે જ આઈન્સ્ટાઈન છેવટે આર્થિક સંકડામણમાંથી મુક્ત થયા અને તેમના જીવનનાં સૌથી વધુ રચનાત્મક વર્ષો પસાર કર્યાં. આ ગાળામાં જ તેમના સૌથી મહત્ત્વના ક્રાંતિકારી વિચારો જન્મ્યા અને વિકાસ પામ્યા અને તે પણ તે સમયના ટોચના વૈજ્ઞાનિકો સાથે ગાઢ સંપર્ક વિના જ. અલબત્ત, માર્ચ ૧૯૦૩માં મિલેવાએ એક મિત્રને લખેલા પત્ર પરથી સ્પષ્ટ થાય છે કે, શરૂઆતના તબક્કામાં પેટન્ટ ચકાસવાની કામગીરી આઈન્સ્ટાઈનને ભારે કંટાળાજનક લાગતી અને તેઓ વધારે સારી નોકરીની સતત શોધ કર્યા કરતા હતા. મિલેવાના જણાવ્યા અનુસાર આલ્બર્ટ માટે નોકરી મેળવવાનું કામ સૌથી મુશ્કેલ હતું, કેમ કે તે આખાબોલા હતા અને યહૂદીવિરોધી યુરોપમાં એક યહૂદીને ખાસ કોઈ મદદ મળવાની સંભાવના નહોતી. મિલેવાએ એ પત્રમાં લખ્યું હતું કે, એક તબક્કે તો અમે બંનેએ જો શક્યતા ઊભી થાય તો હંગેરીના બુડાપેસ્ટ જઈને જર્મન ભાષાના વર્ગો લેવાની પણ વિચારણા કરી હતી. દેખીતું છે કે આવી વિચારણા સમયે મિલેવાના મનમાં લિઝેરલનો ખ્યાલ હશે, કેમ કે એવી કોઈ શક્યતા ઊભી થાય તો તે પોતાની દીકરીની સાથે નહીં તો છેવટે તેની નજીક તો રહી શકે.

પેટન્ટ ઑફિસમાં પ્રારંભમાં તેમને પોતાની કામગીરી કંટાળાજનક લાગી હશે, પરંતુ વાસ્તવમાં એ કામ માટે એ યોગ્ય વ્યક્તિ હતા. એ હોદ્દા માટે એવી વ્યક્તિની જરૂર હતી જે અત્યંત મહત્ત્વનો નિર્ણય લઈ શકે તથા તેમની ઑફિસમાં આવતા ઘણા બધાં સાધનોમાંથી કંઈક અલગ વિચારણા દ્વારા યોગ્ય સાધનનું મૂલ્ય સમજી શકે. તેઓ આખા દિવસની કામગીરી થોડા કલાકમાં જ પૂરી કરી દેતા અને પરિણામે પોતાના રસના વિષયમાં વિચારણા કરવા માટે

તેમને પૂરતો સમય મળી રહેતો. મોટા ભાગના મિકેનિકલ એન્જિનિયર્સના જૂથમાં તેઓ એકમાત્ર ભૌતિકશાસ્ત્રી હતા, પરંતુ ત્યાં તેમની હાજરી મહત્ત્વની બની રહી. તે સમયગાળામાં ઝડપથી વિકસી રહેલા ઈલેક્ટ્રિકલ ઉદ્યોગમાં ઘણાખરાં સંશોધનો ઈલેક્ટ્રોમેગ્નેટિક સિદ્ધાંત પર આધારિત હતાં અને એ વિષયથી આઈન્સ્ટાઈન પરિચિત હતા. પેટન્ટ ઑફિસ છોડી દીધા પછી અને તેઓ પ્રખ્યાત થઈ ગયા પછી પણ ઘણી પેટન્ટ અરજીઓ પર તેમના અભિપ્રાય માગવામાં આવતા હતા અને તેઓ આપતા પણ ખરા. એ કામગીરીમાં તેમને રસ પડવાનું કારણ એ હતું કે તેમને ટેક્નોલોજીમાં રસ હતો અને તેમણે પોતે જ કહ્યું હતું કે આવા કામથી તેમના પોતાનાં સંશોધનમાં લાભ થતો હતો. પેટન્ટ ઑફિસમાં તેમની નોકરીના સમયગાળા દરમિયાન ૧૯૦૬માં બર્નમાં એક વિશ્વવિખ્યાત ઉત્પાદનને પેટન્ટ મળી, એ ચીજ એવી હતી કે ઘણા બધા ક્લાર્ક્સને તેનો 'ટેસ્ટ' કરવાનું ગમ્યું હોત – એ હતી અસમાન આકાર ધરાવતી ટોબ્લેરોન ચૉકલેટ બાર. બદામ અને મધ ધરાવતી એ ચૉકલેટ બાર સૌપ્રથમ પેટન્ટ મેળવેલી ચૉકલેટ હતી.

નોકરીનાં આ વર્ષો દરમિયાન આઈન્સ્ટાઈનને તેમની કામગીરી બોજારૂપ ન લાગી અને ઑફિસમાં તેમજ ત્યાર પછી તેમને પોતાના વિષયમાં રચનાત્મક વિચાર કરવા માટે પૂરતો સમય મળી રહેતો, અને પરિણામે એક આખો ગાળો તેમના માટે 'ચમત્કારોનું વર્ષ' બની રહ્યો.

પ્રકરણ

૪

૧૯૦૫, ભૌતિકશાસ્ત્ર માટે "ચમત્કારોનું વર્ષ"

સમસ્યાનો સંપૂર્ણ ઉકેલ મેં શોધી કાઢ્યો છે. મારે સમયની વિભાવનાની સમીક્ષા કરવાની હતી. સમયને સંપૂર્ણપણે વ્યાખ્યાબદ્ધ કરી શકાય નહીં અને સમય તથા ગતિ વચ્ચે અવિભાજ્ય સંબંધ છે.

- સાપેક્ષતાના નવા સિદ્ધાંત અંગે મિત્ર
માઈકલ બેસ્સોને મે ૧૯૦૫માં લખેલા પત્રમાંથી.

૧૯૦૫નું વર્ષ આઈન્સ્ટાઈન માટે ફિઝિક્સમાં તેમણે આપેલા ફાળાના સંદર્ભમાં *એન્યુઅસ મિરાબિલિસ* અર્થાત ચમત્કારોનું વર્ષ બની રહ્યું હતું. તે સમયે તેમની ઉંમર ૨૬ વર્ષ હતી અને તેઓ વિશ્વના અગ્રણી ભૌતિક વિજ્ઞાની તરીકે પ્રસ્થાપિત થઈ ગયા. એ વર્ષે તેમણે પાંચ મહત્ત્વનાં અભ્યાસ પેપર પ્રકાશિત કર્યાં, એટલું જ નહીં વિવિધ સામયિકોમાં ૨૩ સમીક્ષા લેખો પણ લખ્યા હતા. આ તમામ કામગીરી તેમણે પેટન્ટ ઑફિસમાં ફરજ બજાવીને ઘરે આવ્યા પછી કરી હતી. કોઈ શૈક્ષણિક સંસ્થામાં જોડાયેલા ન હોવા છતાં ભૌતિક વિજ્ઞાનના ક્ષેત્રમાં આઈન્સ્ટાઈન એ એક જ વર્ષમાં આટલું લખી શક્યા એ ખરેખર નોંધપાત્ર ગણાય. ક્યારેક વિવાદાસ્પદ ગણાયો હોય છતાં તે સમયે

ફિઝિક્સમાં આપેલો ફાળો નાનોસૂનો નહોતો. ૧૬૬૬માં આઈઝેક ન્યૂટને ગણિત, ગુરુત્વાકર્ષણ અને પ્રકાશનાં ક્ષેત્રોમાં ભાવિ પ્રગતિ માટે અત્યંત નોંધપાત્ર સંશોધન કામગીરી કરી હતી, ત્યારપછી છેક ૧૯૦૫ સુધી બીજા કોઈ વિજ્ઞાનીએ એક વર્ષમાં આટલું મોટું પ્રદાન આપ્યું નહોતું.

૧૯૦૫ના પ્રારંભે આલ્બર્ટ આઈન્સ્ટાઈન ૨૫ વર્ષના હતા અને તેમના લગ્ન થયાને બે વર્ષ થયાં હતાં. પુત્ર હેન્સ આલ્બર્ટ હજુ સાવ નાનું બાળક હતું. આઈન્સ્ટાઈન સ્વિસ પેટન્ટ ઑફિસમાં ત્રીજા વર્ગના પેટન્ટ ક્લાર્ક તરીકે આમ સન્માનજનક, પરંતુ સાવ નિરસપણે નોકરી કરતા હતા. તેમના આ સામાન્ય પારિવારિક જીવનની વચ્ચે પણ આલ્બર્ટને ફિઝિક્સ અંગે વિચારવાનો સમય મળી રહેતો. ગેરિસ્ટેગાર્ટેન વિસ્તારમાં આવેલા તેમના ઍપાર્ટમેન્ટ અને પેટન્ટ ઑફિસ વચ્ચેનું અંતર તેઓ દરરોજ ચાલીને કાપતા અને કદાચ એ ગાળામાં જ તેમને ભૌતિક વિજ્ઞાન વિશે વિચારવાનો સમય મળી રહેતો. ઑફિસના સમય બાદ સાંજે બાળ હેન્સ સાથે થોડું રમીને તેને ઉંઘાડી દીધા બાદ પણ તેઓ તેમની સંશોધન કામગીરી કરતા હશે. મિત્રોને લખેલા પત્રોમાં આલ્બર્ટે ઉલ્લેખ કર્યો હતો કે મિલેવા તેમને તેમના કામમાં મદદ કરતાં હતાં, પરંતુ તેઓ ખરેખર કેટલી મદદ કરી શક્યાં તે આપણે નથી જાણતા. અલબત્ત, એટલું તો નિશ્ચિત છે કે તેમની બંને વચ્ચે વાતચીત થતી હશે અને મિલેવાએ આપેલા મૂલ્યવાન અભિપ્રાયોને આધારે તેઓ તેમના વિચારો લખાણમાં ઉતારી શક્યા હશે.

તેમના વ્યસ્ત જીવનમાં ભૌતિક વિજ્ઞાન પર તેમણે કેવી રીતે ધ્યાન કેન્દ્રિત કર્યું હશે એ તો એક પ્રશ્ન છે, પરંતુ ૧૯૦૫માં જે પરિણામો મળ્યાં તે ઘણાં ભવ્ય હતાં. એ વર્ષમાં આઈન્સ્ટાઈને જે પાંચ અભ્યાસ પેપર લખ્યાં તે ફિઝિક્સના વિષયમાં પ્રકાશિત સર્વશ્રેષ્ઠ પેપરોમાં ટોચના સ્થાને હતાં. તેમાંથી એક પેપરના આધારે તેમને પીએચ.ડી.ની ડિગ્રી મળી અને એ પ્રસ્થાપિત કરવામાં મદદ મળી કે પરમાણુનું ખરેખર અસ્તિત્વ છે. અન્ય બે પેપર દ્વારા સ્પેશિયલ રિલેટિવિટીનાં બે નવાં ક્ષેત્રો ખૂલ્યાં, જેના આધારે આઈન્સ્ટાઈન સુપ્રસિદ્ધ થઈ ગયા. ચોથું પેપર પરમાણુના કદની પરાગરજની અનિયમિત હિલચાલ - બ્રોનિઅન મૂવમૅન્ટ બાબતે તેમના કુતૂહલભર્યાં નિરીક્ષણને લગતું

હતું. એ વર્ષના છેલ્લા પેપરે આઈન્સ્ટાઈનને ૧૯૨૧માં નોબેલ પારિતોષિક અપાવ્યું અને આધુનિક ભૌતિક વિજ્ઞાનનો પાયો નખાયો – એ હતું ક્વૉન્ટમ ફિઝિક્સના સિદ્ધાંતને લગતું.

આ પ્રકાશનો આઈન્સ્ટાઈનનાં કંઈ પહેલવહેલાં પ્રકાશનો નહોતાં. છેક ૧૯૦૧થી શરૂ કરીને પાંચ પેપર તો પ્રકાશિત થઈ ચૂક્યાં હતાં અને તે પણ પ્રતિષ્ઠિત જર્મન સામયિક ***એનાલેન ડેર ફિઝિક***માં. ૧૯૦૫માં પોતે જે કામગીરી કરી તે આશ્ચર્યકારક નહીં તો પણ કેટલી વિચારપ્રેરક હતી એ બાબતથી આઈન્સ્ટાઈન સભાન હતા કે નહીં તે સ્પષ્ટ થતું નથી, પરંતુ એ વર્ષે મે મહિનામાં મિત્ર કોનાર્ડ હેબિશને પોતાના એક પેપરના સંદર્ભમાં લખ્યું હતું કે, "રેડિએશન તથા પ્રકાશનાં તત્ત્વોની ઊર્જાને લગતું પેપર અત્યંત ક્રાંતિકારી છે." સ્પેશિયલ રિલેટિવિટી અંગેની તેમની કામગીરી અંગે આઈન્સ્ટાઈને માત્ર એટલું જ કહ્યું હતું કે, "દલીલ રસપ્રદ છે, પરંતુ હું તો માત્ર એટલું જ જાણું છું કે આ બાબતે ભગવાન કદાચ હસતા હશે અને મને માર્ગદર્શન આપતા હશે."

***

"ઓન એ હ્યુરિસ્ટિક પોઈન્ટ ઑફ વ્યૂ કન્સર્નિંગ ધ પ્રોડક્શન એન્ડ ટ્રાન્સફોર્મેશન ઑફ લાઈટ" (પ્રકાશની રચના અને પરિવર્તન સંદર્ભે પ્રાયોગિક અભિપ્રાય) શીર્ષક સાથેનું "અત્યંત ક્રાંતિકારી" પેપર આઈન્સ્ટાઈને સૌપ્રથમ લખ્યું હતું. આ પેપર ***એનાલેન ડેર ફિઝિક***ને તેમણે ૧૭ માર્ચે મોકલ્યું હતું અને ત્રણ મહિનામાં પ્રકાશિત થયું હતું. તેમાં ફોટોઈલેક્ટ્રિક અસર વિશે સમજૂતી આપવામાં આવી હતી, આ વિષય ઉપર છેલ્લાં ૨૦ વર્ષથી વિજ્ઞાનીઓ મૂંઝવણમાં હતા. એ પેપરની વિશેષતા એ પણ હતી કે તેના દ્વારા પદાર્થના સિદ્ધાંત બાબતે નવા ભૌતિક વિજ્ઞાનનો પાયો નાખવામાં આવ્યો હતો. પ્રકાશને તરંગોને બદલે કણોના જૂથ અથવા લાઈટ ક્વૉન્ટા તરીકે વિચારવા તેમણે વિજ્ઞાનીઓને પડકાર આપ્યો હતો.

સૂર્યપ્રકાશ જેવો સામાન્ય સફેદ પ્રકાશ ચોક્કસ પરિસ્થિતિમાં તેના અંગભૂત ઘટકોના રંગમાં વિખેરાઈ જાય છે. પાણીનું એક નાનું ટીપું આ જાદુ કરી શકે છે – આ કારણે જ વરસાદના દિવસોમાં સૂર્ય હજુ આકાશમાં દેખાતો હોય ત્યારે

– ક્યારેક મેઘધનુષ જોઈ શકાય છે. આ સ્થિતિમાં જે રંગો દેખાય છે તેના કરતાં પ્રકાશ વધારે મહત્ત્વનો હોય છે. જે પ્રકાશ દેખાય છે તે *ઈલેક્ટ્રોમેગ્નેટિક રેડિએશન*નું માત્ર એક ઉદાહરણ છે. હંમેશાં એવું માનવામાં આવતું કે આ જે દેખાય છે તે તરંગ તરીકે વહે છે. જોઈ શકાય તેવા તમામ પ્રકાશ પૈકી લાલ પ્રકાશમાં સૌથી ઓછી ઊર્જા અને સૌથી લાંબી તરંગલંબાઈ હોય છે. *ઈન્ફ્રારેડ તરંગો* (અદૃશ્ય કિરણો) જે જોઈ શકાતા નથી, તેમાં તેના કરતાં પણ ઓછી ઊર્જા હોય છે અને વધારે લાંબી તરંગ લંબાઈ હોય છે. દા.ત. તમારા ટીવીના રિમોટ કંટ્રોલમાં ચેનલો બદલા માટે ઈન્ફ્રારેડ પ્રકાશનો ઉપયોગ કરવામાં આવ્યો છે. જો તમારે ઈન્ફ્રારેડ એડિએશન શોધી કાઢવું હોય તો ઈલેક્ટ્રિક સ્ટવ ચાલુ કરીને ઉપરની હૉટપ્લેટ પર હાથ મૂકી જોજો. આ પ્લેટ લાલ થવાનું શરૂ થાય તે પહેલાં જ હાથ પર તમે ગરમીનો અનુભવ કરી શકશો – તેને ઈન્ફ્રારેડ રેડિએશન કહેવાય. ઈન્ફ્રારેડ તરંગો કરતાં ટૂંકી તરંગ લંબાઈ ***માઈક્રોવેવ*** માં હોય છે પાણીના કણોને ઝડપથી ગરમ કરીને ખોરાક રાંધી શકે છે. લાંબી તરંગ લંબાઈમાં *રેડિયો તરંગો* નો સમાવેશ થાય છે, જે રેડિયો સંકેતોને પ્રસારિત કરે છે.

૧૮૦૦ના દાયકાના અંતે જો કે વિજ્ઞાનીઓને સતાવતી સૌથી મોટી સમસ્યા સ્પેક્ટ્રમ (રંગછટા)ના છેવાડા અંગેની હતી. જાંબુડિયા પ્રકાશ કરતાં પણ ઊંચી ઊર્જાના સ્તરે *અલ્ટ્રાવોયોલેટ લાઈટ* – યુવી રેડિએશન આવે છે. હવે આપણે જાણીએ છીએ તેમ યુવીમાં વધારે પડતું રહેવામાં આવે તો ચાઠાં પડી શકે અને ચામડીનું કેન્સર થઈ શકે. યુવીને કારણે સફેદ સપાટી ઝગારા મારતી થઈ શકે, આ કારણે જાહેરખબર ઉદ્યોગમાં તેનો ઉપયોગ વધારે થાય છે. સફેદ શર્ટ ઉપર અલ્ટ્રાવાયોલેટનો ચળકાટ અથવા ટીવીની જાહેરખબરમાં બતાવવામાં આવતા દાંત સફેદીનો ચમકાર દેખાય છે, અને એ વાત વોશિંગ પાવડર અને ટૂથપેસ્ટના ઉત્પાદકો સારી રીતે જાણે છે. ઍક્સ-રેમાં પણ ઊંચી ઊર્જાના તરંગો હોય છે. ડૉક્ટરો જ ઍક્સ-રેનો ઉપયોગ કરે છે એવું નથી, પરંતુ અવકાશમાં બ્લેકહૉલ પણ નજીકના તારામાંથી ગૅસ ખેંચી લે ત્યારે ઍક્સ-રે પેદા થતા હોય છે. ઍક્સ-રે બ્રહ્માંડના નકશા તૈયાર કરવા માટે અવકાશ વિજ્ઞાનીઓએ રોન્ટજેન અને ચંદ્ર જેવા ઘણા ઉપગ્રહોનો ઉપયોગ કર્યો છે.

ભૌતિક વિજ્ઞાનીઓને આ યુવી લાઈટ જ મૂંઝવતી હતી. તેઓ જાણતા હતા કે ટંગસ્ટન જેવી પોલાદ પર આ પ્રકાશ નાખવામાં આવે તો તેની સપાટી પર વીજળીનો કરંટ વહે છે. આ ***અલ્ટ્રાવોયોલેટ ફોટોઈલેક્ટ્રિક અસર*** કહેવાય અને વિલહેમ વૉલેસે છેક ૧૮૮૮માં તેની શોધ કરી હોવા છતાં ૧૯૦૫માં આ સિદ્ધાંત કોઈ સમજાવી શકતું નહોતું. ફોટોઈલેક્ટ્રિક અસર અંગે એક લાંબો લેખ ૧૯૦૪માં પ્રકાશિત થયો હતો, અને કદાચ તે વાંચીને આઈન્સ્ટાઈનને કુતૂહલ પેદા થયું હોઈ શકે.

ફોટોઈલેક્ટ્રિસિટી ઉપરાંત તે સમયે વિજ્ઞાનીઓ રેડિએશનના રહસ્યનો ઉકેલ પણ મેળવી શકતા નહોતા. ઈલેક્ટ્રિક ગૅસ ચાલુ કરવામાં આવે ત્યારે તેના પરની પ્લેટ કાળી હોય છે, ગરમી જેમ વધે તેમ તે લાલ થાય છે અને પછી અત્યંત લાલ થઈ જાય છે. આ પછીના સમયગાળામાં એક લુહાર તેની ભઠ્ઠીમાં લોખંડના સળિયાને વધુ તપાવે ત્યારે કેસરી દેખાય, ત્યારબાદ પીળો અને પછી બ્લૂ-સફેદ રંગ દેખાય. આમ સ્પષ્ટપણે કોઈ ચીજની ગરમી અને તેમાંથી નીકળતા રંગ વચ્ચે સંબંધ હતો ખરો, પણ એ શું હતું? ૨૦મી સદીના પ્રારંભે બે નિયમો અસ્તિત્વમાં હતા. ૧૯૦૦થી ૧૯૦૫ વચ્ચે બે અંગ્રેજ ભૌતિક વિજ્ઞાનીઓ - લોર્ડ રેલિગ અને જેમ્સ જીન્સે ઈન્ફ્રારેડ જેવી લાંબી તરંગ લંબાઈ માટે ચોક્કસ તાપમાને રેડિએશનની અસરકારકતાની આગાહી કરવા માટે રેલિગ-જીન્સ લૉ નામે એક અલગ ફોર્મ્યુલા ઘડી કાઢી હતી. ફિઝિક્સ માટે ૧૯૧૧માં નોબેલ જીતનાર આ વિષય ઉપર વિલહેમ વિને ૧૮૯૬માં શોધેલી ફોર્મ્યુલા અલગ હતી. તેમણે ચોક્કસ તાપમાને વાયોલેટ અથવા અલ્ટ્રાવાયોલેટ જેવી ટૂંકી તરંગ લંબાઈઓ માટે પ્રકાશની તીવ્રતાની ધારણા કરી હતી. વિનના આ સિદ્ધાંતને પ્રાયોગિક રીતે પુરવાર કરવામાં હેનરિક વેબરે મદદ કરી હતી. વેબર ઈ ટી એચ ખાતે આઈન્સ્ટાઈનના શિક્ષક હતા અને તેમના પીએચ.ડી. પ્રારંભિક અભ્યાસલેખની સમીક્ષા કરી હતી. વિને ચોક્કસ તાપમાને પ્રકાશની સૌથી તીવ્ર તરંગ લંબાઈની પ્રાયોગિક ધારણા આપી હતી અને ૧૮૯૮-૧૮૯૯ના શિયાળામાં રેડિએશનના ગુણધર્મો વિશે શ્રેણીબદ્ધ વ્યાખ્યાન આપ્યાં હતાં. તે સમયે આઈન્સ્ટાઈન હજુ સ્નાતક નહોતા થયા અને વેબરના હાથ નીચે અભ્યાસ કરતા હતા.

તરંગ લંબાઈની સમગ્ર રંગછટા (સ્પેક્ટ્રમ)ને સમજાવવા માટે ભૌતિક વિજ્ઞાનીઓ કોઈ એક સરળ પદ્ધતિ શોધી રહ્યા હતા. જર્મન ભૌતિક વિજ્ઞાની મેક્સ પ્લેન્કે આ દિશામાં કામગીરી શરૂ કરી. આઈન્સ્ટાઈન પ્લેન્કને પોતાના વૈજ્ઞાનિક આદર્શ માનતા હતા અને તેમના વિશે કહ્યું હતું કે, "તેમના જેવા થોડા વધુ લોકો હોત તો માનવજાત માટે કેટલું સારું હોત." વર્ષ ૧૯૦૦ની સાતમી ઑક્ટોબરે અથવા તેની આસપાસના દિવસોમાં પ્લેન્કને પ્રેરણાદાયક વિચાર આવ્યો અને તેમણે સિદ્ધાંત લખ્યો કે, નિશ્ચિત તરંગ લંબાઈ અને તાપમાનના રેડિએશનથી ભરેલી ચોક્કસ કદની પેટીમાં કેટલી ઊર્જા સમાઈ શકે. આ પછી તેમણે તદ્દન અલગ પ્રયોગ કર્યો. તેમણે વીજઊર્જાના પ્રવાહમાં પરિવર્તન લાવતા સાધન વિશે વિચાર કર્યો. આ સાધનમાં કેટલી ઊર્જાનો સંગ્રહ હોઈ શકે? પ્લેન્કે તેનો જવાબ આપ્યો કે આ સાધનમાં રહેલી ઊર્જા અને રેડિએશનની ઊર્જા એકસમાન હતી. જવાબ મેળવવાની આ જ ચાવી હતી, કેમ કે રેડિએશનની સમસ્યા કરતાં ઑસ્કિલેટરનો પ્રશ્ન ઉકેલવાનું સરળ હતું. તેમની આ શોધનાં તારણો તેમણે લખી લીધાં જે *પ્લેન્કનો કાયદો* તરીકે ઓળખાય છે અને તેને પગલે ભૌતિક વિજ્ઞાનીઓ જે ઈચ્છતા હતા અને તેમણે જે કરવું જોઈએ એ જ થયું. જો તમને રેડિએશનના તાપમાન અને તરંગ લંબાઈની ખબર હોય તો એ રેડિએશનની તીવ્રતા કેટલી હશે તે પ્લેન્કના કાયદાને આધારે કહી શકાય. ખગોળ વિજ્ઞાનીઓએ આ ફોર્મ્યુલાનો સારામાં સારો ઉપયોગ કર્યો. તારામંડળમાં વેગા જેવા કેટલાક તારા ભૂરા રંગના દેખાય, જ્યારે સપ્તર્ષિમાં આવેલો બેટેલેગસ જેવા દેખીતી રીતે લાલ હોય. હવે અવકાશ વિજ્ઞાનીઓ તારા અથવા ગ્રહમાંથી નીકળેલા રેડિએશનની તીવ્રતા માપી શકે તેમ હતા અને એ રીતે તેના ઉષ્ણતામાનનો અંદાજ મેળવી શકાતો હતો.

આમ છતાં એક અણધારી સમસ્યા આવી. પ્લેન્ક પ્રયોગ દ્વારા માન્ય કરાવી શકે તેમ હતા, પરંતુ એ માટે શરત માત્ર એટલી હતી કે તેમના ઑક્સિલટરની માત્રા – એફ-માં ચોક્કસ ઊર્જા – ઈ – હોય, જે માટે ઈ = એચએફ થાય. આ સરળ નિરીક્ષણ સાથે પદાર્થ વિજ્ઞાનના સિદ્ધાંતનો જન્મ થયો હતો. ત્યારથી પ્રકાશના કણો એટલે કે ફોટોનમાં માત્ર એક ચોક્કસ માત્રામાં જ, જેમ કે

એચએફ ના પ્રમાણમાં ઊર્જા હોય. લાઈટ પોતે ઊર્જાના વાહક અથવા પદાર્થ તરીકે વર્તન કરે છે.

પ્લેન્કની ફોર્મ્યુલા સાચી હતી. ટૂંકી તરંગ લંબાઈમાં સમીકરણની કેટલીક માત્રાઓ નાની થઈ જાય છે, અને આ રીતે પ્લેન્કનો કાયદો વિનનો કાયદો બની જાય છે. ઊર્જાના ઉચ્ચ સ્તરે અન્ય માત્રાઓ સૂક્ષ્મ થઈ જાય છે અને ત્યાં પ્લેન્કનો કાયદો રેલિગ-જીન્સનો કાયદો બને છે. આ ઉપરાંત પ્લેન્કનો કાયદો એ પ્રયોગમાં પણ સફળ થાય છે કે જો એચ - જે છેવટે પ્લેન્કના કોન્સ્ટન્ટ તરીકે ઓળખાયું તેની અંદાજે ગણતરી ૬.૬૩૪x૧૦$^{-૩૪}$ જેએસ.ને સમાન કહેવાય. *એચ* માટેના તેમના ગુણાંકના આધારે પ્લેન્કે ઈલેક્ટ્રોનનો ચાર્જ તૈયાર કર્યો. તેમણે એવોગેર્ડો નંબર – મોલેક્યુલની સંખ્યા, જે એક ગ્રામ મોલના પદાર્થમાપમાં હોય છે. બંને મૂલ્ય મહત્ત્વનાં હતાં, પરંતુ પરમાણુ સિદ્ધાંતના એ પ્રારંભના દિવસોમાં ઓછા જાણીતાં હતાં. ઈટાલિયન વિજ્ઞાની લોરેન્ઝો રોમાનો કાર્લો એવોગાર્ડો એટલે કે એમેડિઓ એવોગાર્ડોના સિદ્ધાંતનો પ્લેન્કે પ્રયોગો દ્વારા જવાબ મેળવ્યો હતો અને પ્લેન્કની ઈલેક્ટ્રિક ચાર્જ વેલ્યુ ત્યાર પછી ૧૦ વર્ષ સુધી શ્રેષ્ઠ રહી.

ફોટોઈલેક્ટ્રિક અસર અંગેના પેપરમાં જો કે આઈન્સ્ટાઈને પ્રારંભમાં જ દર્શાવ્યું હતું કે પ્લેન્ક ખરેખર તો ખોટા હતા. પ્લેન્કની ફોર્મ્યુલા ‘આજદિન સુધીના તમામ પ્રયોગો સાથે સુસંગત’ એવો એકરાર કરીને આઈન્સ્ટાઈને વિશ્વના તે સમયના એક અગ્રણી ભૌતિક વિજ્ઞાની સામે પડકાર ફેંક્યો હતો અને સાબિત કર્યું હતું કે તેમના તર્કમાં ભૂલ છે. આઈન્સ્ટાઈને દર્શાવ્યું કે પ્લેન્કના આઈડિયાનું તર્કબદ્ધ પરિણામ એ છે કે ઊર્જા અનંત બની જશે. સાથે શ્રેષ્ઠ તર્ક આપીને તેમણે એમ પણ બતાવ્યું કે પ્લેન્કની ફોર્મ્યુલા હજુ ઉપયોગી થઈ શકે તમે છે અને તે માટે તેમણે પ્લેન્ક દ્વારા જે બ્લૉક ઉપયોગમાં લેવામાં આવ્યા હતા તેના કરતાં અલગ બ્લૉક ઉપયોગમાં લીધા.

આઈન્સ્ટાઈને નોંધ લીધી કે વિનના સિદ્ધાંત અને નિશ્ચિત ગેસના અત્યંત જાણીતા અને વ્યાપક રીતે સ્વીકૃત વર્તન વચ્ચે સમાનતા છે. રેડિએશનની ગેસ સાથે સરખામણી કરીને તેમણે તેજસ્વી પ્રકાશની વિભાવના આપી કે : રેડિએશન એ ઊર્જા ઈ = એચએફ ના ઊર્જાના પદાર્થની જેમ વર્તે છે.

આઈન્સ્ટાઈનનો આ તર્ક નિશ્ચિત ધોરણના ક્લાસિકલ ફિઝિક્સ, અતિઆધુનિક પ્રયોગ દ્વારા મેળવેલી આંકડાકીય વિગતો તેમજ એક જિનિયસની છાંટથી મિશ્રિત હતો. તેમણે પણ પ્લેન્ક જેવું જ સમીકરણ રજૂ કર્યું હતું, પરંતુ તેમનો તર્ક ઘણો વધારે સલામત હતો. એ ત્યાં અટક્યા નહીં અને જાણવા માગતા હતા કે : પ્રકાશ એક પદાર્થની જેમ વર્તે ત્યારે તેનાં પરિણામો કેવાં હોઈ શકે?

લગભગ બે સદી સુધી વિજ્ઞાનીઓ પ્રકાશને તરંગો જ માનતા હતા. મૃતઃપ્રાય બની રહેલી અનેક ભાષાઓના નિષ્ણાત અને ઈજિપ્શિયન ચિત્રલિપિના ભાષાંતરકાર એક અંગ્રેજ ભૌતિક વિજ્ઞાની થોમસ યંગે એક સરસ પ્રયોગ શોધી કાઢ્યો. તેમણે પ્રકાશને બે લાંબાં છીદ્રો ધરાવતા પડદામાંથી પસાર કર્યો. તેમની દલીલ એવી હતી કે પ્રકાશ જો કણોનો બનેલો હશે તો છીદ્રોમાંથી પસાર થતી વખતે તેમને બે પ્રવાહ દેખાશે અને પ્રકાશ જો તરંગનો બનેલો હશે તો પોતે પ્રકાશ અને અંધકાર એમ બે બાબતો જોઈ શકશે. યંગ્સ સ્લીટ્સ નામે આ પ્રખ્યાત પ્રયોગે સાબિત કર્યું કે પ્રકાશ તરંગોના સ્વરૂપમાં જ હતો. ૧૯મી સદીના ભૌતિક વિજ્ઞાનીઓ પ્રકાશને તરંગો તરીકે જ વિચારવા ટેવાયેલા હતા, જેને કારણે તેઓ ફોટોઈલેક્ટ્રિક અસરને વર્ણવી શકે તેમ નહોતા.

પરંતુ જો પ્રકાશ તરંગ ન હોત તો શું થાત? જો આઈઝેક ન્યૂટન, મેક્સ પ્લેન્ક અને આઈન્સ્ટાઈન સાચા હોત અને પ્રકાશ કણોની જેમ વર્તન કરતો હોત તો શું? અલ્ટ્રાવાયોલેટ ફોટોઈલેક્ટ્રિક અસરમાં અલ્ટ્રાવાયોલેટ પ્રકાશના કણો ધાતુની સપાટી પર અથડાત જેને કારણે વીજળી કરંટનું વહન થાય. જો ધાતુ અણુઓની બનેલી હોત તો? આ બાબતે આઈન્સ્ટાઈનના મનમાં શ્રેષ્ઠ વિચાર આવ્યો. એક કણ, પ્રકાશનું એક કિરણ નામે *ફોટોન* ઊર્જા ઈ = એચએફ સાથે આવે છે. ફોટોન ધાતુની સપાટીની નીચે સુધી પહોંચી શકે અને ઈલેક્ટ્રોનને અલગ પાડી શકે. ફોટોનની કેટલીક ઊર્જા જે ધાતુના વર્ક ફંક્શન - પી તરીકે ઓળખાય છે, તેની મદદથી ઈલેક્ટ્રોનને સપાટી સુધી લઈ જઈ શકાય. ફોટોનની બાકીની ઊર્જા ઈલેક્ટ્રોનને ગતિશીલ કરે : આ ગતિશીલ ઈલેક્ટ્રોન એ *વીજકરંટ* છે. ફોટોઈલેક્ટ્રિક અસર અંગે આઈન્સ્ટાઈને આપેલી સમજૂતીના મૂળમાં આ આધુનિક ખુલાસો રહેલો છે. પ્રકાશ એ તરંગને બદલે કણોનો બનેલો હોઈ

શકે એ વિચારને આગળ વધારીને આઈન્સ્ટાઈને સમસ્યા ઉકેલી નાખી હતી. તેમણે એ પણ દર્શાવ્યું કે કરંટના કદનો આધાર ધાતુ પર પડતી પ્રકાશની તીવ્રતાપર નથી, અને આ રીતે ફિલિપ લેનાર્ડના ૧૯૦૨ના પ્રયોગને સમર્થન મળ્યું હતું. ઋણ કિરણો અંગેની નોંધપાત્ર કામગીરી બદલ ૧૯૦૫માં નોબેલ પારિતોષિક જીતનાર લેનાર્ડ પછી તો પ્રખર નાઝી બની ગયા અને સાપેક્ષતાના સિદ્ધાંતને 'યહૂદી ફિઝિક્સ' તરીકે ધુત્કારી કાઢ્યો. ફોટોઈલેક્ટ્રિક અસર અંગે આઈન્સ્ટાઈને આપેલા સિદ્ધાંતને અમેરિકન પ્રયોગશીલ ભૌતિક વિજ્ઞાની રોબર્ટ મિલિકેને ૧૯૧૬માં સમર્થન આપ્યું હતું. ફોટોઈલેક્ટ્રિક અસર માટે નીકળતી ઈલેક્ટ્રોનની ઊર્જા સમજાવવા આઈન્સ્ટાઈને આપેલા સમીકરણ ઈ = એચએફ – પી નો ઉપયોગ કરીને મિલિકેન અત્યંત ચોકસાઈપૂર્વકના પ્રયોગો કરી શક્યા હતા. એક ધાતુ લો, તેના પર *એફ* ફ્રિક્વન્સીથી પ્રકાશ ફેંકો અને ઈલેક્ટ્રોનમાંથી નીકળતી ઊર્જાને પકડો. ઈ વિરુદ્ધ એફ નો ગ્રાફ સીધી લાઈનમાં હોવો જોઈએ, જેનો ઢાળ એચ હોય. મિલિકેને નોંધ્યું હતું કે એચ = ૬.૫૭ x ૧૦$^{-૩૪}$ જેએસ.માં ૦.૫ની સચોટતા મળે છે.

***

પીએચ.ડી.ની ડિગ્રી મેળવવા માટે એક વિદ્યાર્થી તેના સલાહકારના હાથ નીચે કામ કરે છે અને એક વણઉકલ્યા પ્રશ્નનું સમાધાન મેળવવા મથામણ કરે છે. સલાહકારની સાવ ઓછી અથવા કોઈ મદદ વિના જ વિદ્યાર્થી પ્રશ્નો ઉકેલ શોધી કાઢે છે અને તેના આધારે પીએચ.ડી. થીસિસ લખે છે. વિદ્યાર્થી એ સંશોધન લેખ પરીક્ષકોને સુપરત કરે છે, જેઓ એ સમીક્ષા કરે છે કે આ કામગીરી મૌલિક, મહત્ત્વની અને સાચી છે કે નહીં તથા ફિઝિક્સના સારા સામયિકમાં પ્રકાશિત કરવાને પાત્ર છે કે નહીં. આઈન્સ્ટાઈને આમ તો ૧૯૦૧માં તેમનો સંશોધન લેખ રજૂ કરી દીધો હતો પરંતુ તેનો સ્વીકાર થયો નહોતો. થોડી હતાશામાં તેમણે ૧૯૦૩ના જાન્યુઆરીમાં મિત્ર માઈકલ બેસ્સોને લખ્યું હતું કે પોતે ડૉક્ટરેટ મેળવવાના પ્રયાસો છોડી દીધા છે, કેમ કે "તેનાથી ખાસ કોઈ મદદ મળે એમ નથી અને સમગ્ર રમૂજ થકવી નાખનારી પ્રક્રિયા બની રહી છે." જો કે આઈન્સ્ટાઈને પછીથી વિચાર બદલ્યો. સમગ્ર સમસ્યાનો એક હિસ્સો તેમના થીસિસ સલાહકાર હેનરિર વેબર હતા. તેમની

રોધોની સંખ્યા કેવી હશે, ત્યારબાદ તેમણે 'પી' અને 'એન' ના સંદર્ભમાં હિતાની ગણતરી કરી. આઈન્સ્ટાઈને ચતુરાઈપૂર્વક આ સમીકરણ બદલીને શોધવા પ્રયાસ કર્યો કે 'ડી' તથા પ્રવાહિતાના સંદર્ભમાં 'પી' અને 'એન' સ્થિતિ શું હોય. આ અત્યંત મહત્ત્વની બાબત હતી કેમ કે પ્રવાહિતા અને . ભળવાની પ્રક્રિયાને સામાન્ય ટેબલ પર જ પ્રયોગો દ્વારા માપી શકાય તેમ . ત્યારબાદ તેમણે આ પ્રયોગ પાણીમાં ખાંડ ભેળવેલા પ્રવાહીમાં કર્યો. . વિગતોને ધ્યાનમાં લઈને આઈન્સ્ટાઈને અંદાજ મૂક્યો કે એક અણુનો ગ આશરે ૧૦$^{-૯}$ મીટર છે. તેમણે એવો પણ અંદાજ મૂક્યો કે એક ગ્રામ .ક્યુલ પદાર્થમાં આશરે ૨x૧૦^{૨૩} અણુઓ છે. આ માત્રા હવે એવોગાર્ડો ર તરીકે જાણીતી છે. એ સમયગાળામાં ઉપયોગમાં લેવાતી અન્ય પદ્ધતિઓ . આ પદ્ધતિ સરસ રીતે મેળ ખાતી હતી.

થીસિસ સબમિટ થઈ ગયા પછી આલ્બર્ટ અને મિલેવા બાળક હેન્સ આલ્બર્ટને ગ્રેડ અને નોવીસેડ લઈ ગયાં, જેથી તે તેનાં નાના-નાની મિલોસ મેરિક મારિજા રુઝી મેરિકને મળી શકે.

***

યારપછી ૧૧ દિવસના ગાળામાં જ આઈન્સ્ટાઈને વધુ એક મહત્ત્વનું પેપર ન ધ મોશન ઑફ સ્મોલ પાર્ટિકલ્સ સુપરસીડેડ ઈન લિક્વિડ્સ એટ રેસ્ટ ાયર્ડ બાય ધ મોલેક્યુલર-કાઈનેટિક થિયરી ઑફ હિટ" *એનાલેન ડેર ફિઝિક* મોકલાવ્યું. આ પેપર સૌથી પ્રચલિત થયું અને વિજ્ઞાનીઓ દ્વારા વારંવાર ટાંકવામાં આવતું રહ્યું. પીએચ.ડી.ના થીસિસમાં તેમણે ગણતરીની જે તે આપી હતી તેના કરતાં આ પેપરમાં થોડી અલગ પદ્ધતિ અપનાવીને .ણના ગુણાંકની ગણતરી કરી. આ પછી તેમણે પ્રવાહીમાં અણુઓ કેવી પ્રસરે છે તે શોધવા અણુઓના જથ્થામાં પ્રયોગ કર્યો. અણુ જો એક તબક્કે ન્ટ x ખાતે હોય તો પછીના તબક્કે ક્યાં હોઈ શકે? આઈન્સ્ટાઈને આનો જવાબ આપ્યો છે તેમાં જટિલ ગણતરીઓનો સમાવેશ થાય છે, પરંતુ મૂત વિચાર સરળ છે.

કવામાં એક સિક્કો ઉછાળો, તે નીચે આવે ત્યારે હેડ્સ પડે તો ડાબી તરફ

સાથે આઈન્સ્ટાઈનના સંબંધો સુમેળભર્યા નહોતા. આ
સલાહ માટે અન્ય એક પ્રોફેસર આલ્ફ્રેડ ક્લેઈનર પર અ
તેમના માર્ગદર્શન હેઠળ ૧૯૦૫ની ૩૦ એપ્રિલે તેમણે વધુ
''અ ન્યૂ ડિટર્મિનેશન ઑફ મોલેક્યુલર ડાઈમેન્શન્સ'' પૂર્ણ
ક્લેઈનરે આઈન્સ્ટાઈનને જણાવ્યું કે આ થીસિસ ઘણો નાનં
તેમાં માત્ર એક વાક્યનો ઉમેરો કર્યો અને ફરીથી સબમિટ
જુલાઈએ યુનિવર્સિટીના અધિકારીઓને મોકલી આપવામ
સમયમાં જ આઈન્સ્ટાઈનને પીએચ.ડી.ની ડિગ્રી મળી
આ અભ્યાસ લેખ તેમના શ્રેષ્ઠ મિત્ર ગણિતશાસ્ત્રી માર્શલ
કર્યો હતો. સાપેક્ષતાના સામાન્ય સિદ્ધાંતના વિકાસમાં
ભૂમિકા અદા કરી હતી.

ભૌતિક વિજ્ઞાનીઓને હજુ થોડા સમય પહેલાં જ અણુન
આવ્યો હતો. ૧૯૦૦ના દાયકાના પ્રારંભે અણુના કદની
તથા કોઈ ચોક્કસ તત્ત્વમાં કેટલા અણુ હોઈ શકે તેની
હતો, જેનો ઉલ્લેખ એવોગાર્ડોના સિદ્ધાંતમાં કરવા
આઈન્સ્ટાઈને તેમના પીએચ.ડી. થીસિસમાં આ બંને બ
નવી પદ્ધતિનો ઉલ્લેખ કર્યો. એ માટે તેમણે પ્રવાહીના વહેણ
પર્વત પરથી નીચે વહેતી નદીનો વિચાર કરો. તમે એ વ
મૂકો તો પાણીનું વહેણ બદલાશે. આઈન્સ્ટાઈને જોયું કે પ્ર
અવરોધ મૂકવાથી તેનું વહેણ કેવી રીતે બદલાય છે. આ પદ્
પ્રયાસ કર્યો કે પ્રવાહીમાં માત્ર એકને બદલે અનેક અવરોધ
છે. ઓછામાં ઓછી બે બાબતો બને. એક, પ્રવાહીના વહેણ
અવરોધોની હાજરીના કારણે નવી 'અસરકારક' પ્રવાહિતા સ
કુદરતી વહેણ કરતાં ઊંચી હોય. બીજું, અવરોધો ધીમેધી
જાય: અર્થાત એ અવરોધો એ વહેણમાં ધીમેધીમે વહેવા
જતાં તેનો વિસ્તાર થાય. ભૌતિક વિજ્ઞાનીઓએ અવરો
વિસ્તરે છે તે જોવા માટે માત્ર એક જ 'ડી' નંબરનો ઉ
આઈન્સ્ટાઈને ગણતરી કરી કે રેડિયસ 'પી' ના સંદર્ભમાં ન

એક ડગલું ભરો, નીચે આવે ત્યારે ટેઈલ પડે તો જમણી તરફ એક ડગલું ભરો. સિક્કો જો યોગ્ય હશે અને ડાબી અને જમણી તરફ ભરેલાં ડગલાંની સંખ્યા સમાન હશે તો તમે જ્યાંથી પ્રારંભ કર્યો હતો, ત્યાં જ પરત આવી જશો. તમે ચાર વખત સિક્કો ઉછાળો અને તે હેડ્સ, ટેઈલ, ટેઈલ, હેડ્સના ક્રમમાં નીચે આવે. આ સંજોગોમાં એક વખત ઉછાળ્યા પછી તમે એક ડગલું ડાબી તરફ, બે વખત પછી તમે પાછા હતા ત્યાં જ આવી જશો, ત્રીજી વખત ઉછાળ્યા પછી તમે એક ડગલું જમણી તરફ હશો જ્યાંથી તમે પ્રારંભ કર્યો હતો, અને ત્યારપછી ચોથી વખત ઉછાળ્યા બાદ તમે મૂળ સ્થાને પરત આવી જશો. આમ સરેરાશ તમે એ જ સ્થાને રહેશો જ્યાંથી પ્રારંભ કર્યો હોય. પ્રારંભ કરતી વખતે આપણે ડાબે છીએ કે જમણે તેની દરકાર ન રાખીએ તો શું થાય? અર્થાત, આપણા પ્રારંભિક પોઈન્ટથી આપણે કેટલાં પગલાં દૂર છીએ એની જ માત્ર દરકાર કરીએ તો શું? ઉપરોક્ત ઉદાહરણમાં, એક વખત સિક્કો ઉછાળ્યા પછી આપણે એક ડગલું દૂર જઈએ, બે ડગલા પછી આપણે શૂન્ય ડગલાં દૂર હોઈએ, ત્રણ ડગલાં પછી આપણે પાછા એક ડગલું દૂર હોઈએ અને ચાર ડગલાં પછી મૂળ સ્થાને પાછા આવીએ. આમાં અડધા ડગલાંની સરેરાશ આવે. ભૌતિક વિજ્ઞાનીઓ માટે સરેરાશ ગણતરી કરવાનું સામાન્ય રીતે સરળ હોય છે, આથી તેઓ કહેવાતા સરેરાશ અંતરની ગણતરીઓ આપતા હોય છે. સિક્કાને 'એન' વખત ઉછાળવાથી સરેરાશ અંતર 'એન' ના પ્રમાણમાં મળે. આનો અર્થ એ કે અણુઓ વ્યક્તિની જેમ વર્તન કરે છે. પ્રત્યેક નાના સમયખંડમાં એક અણુ ચોક્કસ અંતરે જાય છે અને સરેરાશ રીતે તે ક્યાંય પહોંચતો નથી. સરેરાશ અંતરનો આધાર ભરવામાં આવેલાં ડગલાંની સંખ્યા ઉપર છે, જેનો આધાર છેવટે પસાર થયેલા સમય ઉપર હોય છે. આઈન્સ્ટાઈનને અહીં બે બાબતોનો ખ્યાલ આવ્યો. એક, અણુઓ તેમની વિચિત્ર 'અનિયમિત ચાલ' દરમિયાન વિસ્તરે છે. બીજું, આવી અનિયમિત હિલચાલ ધરાવતા કણોના વિસ્તરણની માત્રા પણ સામાન્ય મિશ્રણ દ્વારા થતા વિસ્તરણ જેટલી જ હોય છે. સૌથી મહત્ત્વની વાત એ છે કે તેમને ટાઈમ 'ટી' સુધી વહન કરનાર એક કણના ફેલાવાનું સરેરાશ અંતર માપવા માટેની ફોર્મ્યુલા શોધવામાં સફળતા મળી હતી. તેમને જે સમીકરણ મળ્યું તેનાથી ભૌતિક વિજ્ઞાનીઓને

એવોગાર્ડોની નિશ્ચિત સંખ્યા અને અણુઓનું કદ નક્કી કરવાની વધુ એક પદ્ધતિ મળી.

આઈન્સ્ટાઈનના આ પ્રતિપાદનને કારણે ૧૮૨૮માં સ્કોટના જીવવિજ્ઞાની રોબર્ટ બ્રાઉને જે નિરીક્ષણો કર્યાં હતાં તે સમજવામાં મદદ મળી. બ્રાઉને નોંધ લીધી હતી કે પરાગરજનું વહન અનિયમિત માર્ગમાં થતું હોય છે. ૧૯મી સદીના કેટલાક જીવવિજ્ઞાનીઓ તો એવું પણ માનતા કે કણો જીવંત છે. આ વિચાર નકારી કાઢવામાં આવ્યો ત્યારે કેટલાકને એવું લાગ્યું કે એ માટે વીજળી જવાબદાર હોઈ શકે. પણ આઈન્સ્ટાઈને સ્પષ્ટ ચિત્ર રજૂ કર્યું : હવાના અણુઓ તેમની અનિયમિત હિલચાલ દરમિયાન પરાગરજના કણોને ધકેલે છે. પોલેન્ડના તર્કશાસ્ત્રી મારિઅન રિટ્ટર વોન સ્મોલાન સ્મોલુકોવસ્કીએ ૧૯૦૬માં આઈન્સ્ટાઈનના સિદ્ધાંતને સમર્થન આપ્યું હતું, પરંતુ તેમણે કદાચ આઈન્સ્ટાઈન કરતાં વધુ સારા અભિગમથી આ સિદ્ધ કર્યું હતું. આ બાબતે પ્રયોગ કરવા માટે તેમનો સંયુક્ત સિદ્ધાંત અમલમાં મૂકવામાં આવ્યો, પરંતુ એ અત્યંત મુશ્કેલ સાબિત થયું. બેએક વર્ષ પછી આઈન્સ્ટાઈને રસાયણ વિજ્ઞાનીઓને સમજાય એ રીતે બ્રાઉનિયન મોશનના સિદ્ધાંત પર શ્રેણીબદ્ધ લેખો લખ્યા.

૧૯૦૮માં ફ્રેન્ચ પ્રયોગકર્તા જિન પેરિને આ ધારણાઓને સમર્થન આપ્યું. આ કામગીરી માટે પેરિનને ૧૯૨૬માં નોબેલ પારિતોષિક મળ્યું, અને તે યોગ્ય પણ હતું. પોલેનનો ઉપયોગ કરવાને બદલે પેરિને ગેમ્બોજ (દક્ષિણ એશિયાનું એક વૃક્ષ) તથા ગુંદરમાંથી હજારો નાના કણો તૈયાર કર્યા. તેમણે આ કણોને તીવ્રતાથી ગોળ ફરતા મશીન સેન્ટ્રીફ્યુજમાં નાખી એકસરખા કદના નાના કણોમાં વિભાજન કર્યું, તેને માઈક્રોસ્કોપની નીચે મૂક્યા અને કલાકો સુધી તેની હિલચાલ જોતા અને નોંધ કરતા રહ્યા. તેમનાં પરિણામો આઈન્સ્ટાઈનની થિયરી સાથે મેળ ખાતા હતા. પેરિન એનાથી પણ આગળ વધ્યા અને ગેમ્બોજ તથા ગુંદરમાં થતી ક્રમાનુસાર હિલચાલને પ્રયોગ દ્વારા સાબિત કરી. પેરિનનાં પરિણામોથી આઈન્સ્ટાઈનને પણ આશ્ચર્ય થયું, કેમ કે તેમણે ૧૯૦૬માં રોટેશનલ બ્રાઉનિયન મોશનની અસરની ગણતરી કરી હતી, પરંતુ તે એક રસપ્રદ નાના આઈડિયાથી કંઈ આગળ હશે તેવું વિચાર્યું નહોતું.

***

પરંતુ આઈન્સ્ટાઈન પ્રખ્યાત થયા સાપેક્ષતાના સિદ્ધાંતને કારણે. અહીં પણ તેમણે વિવાદાસ્પદ આઈડિયાને હાથમાં લીધો અને તેનાં પરિણામો મેળવવા કામગીરી શરૂ કરી. ૧૬૦૦ના દાયકાની મધ્યમાં અંગ્રેજ વિજ્ઞાની સર આઈઝેક ન્યૂટને ગતિનાં ત્રણ સમીકરણ આપ્યાં. ન્યૂટનની ગણતરીઓની સાથે આ સમીકરણોને આધારે સાદાં પરિબળોની અસર હેઠળ કામ કરતાં તત્ત્વોની હિલચાલને માપી શકાય છે. તેમનો ગતિનો સિદ્ધાંત સરસ રીતે સફળ રહ્યો હતો અને હવામાં બૉલ કેવી રીતે ગતિ કરે છે, એટલું જ નહીં સૂર્યની આસપાસ ગ્રહો કેવી રીતે ગતિ કરે છે તે નિર્ધારિત કરવામાં પણ તેનો ઉપયોગ થઈ શકે તેમ હતો. ન્યૂટનના સિદ્ધાંતો સાચા હતા એ બાબતે ૧૯મી સદીના મધ્યમાં કોઈ આશંકા નહોતી. જો કે, ૧૯મી સદીના અંત સુધીમાં કેટલાક ભૌતિક વિજ્ઞાનીઓએ આ સિદ્ધાંત બાબતે શંકાઓ ઊભી કરી. તેમાંના મોટા ભાગના હજુ પણ એમ માનતા હતા કે ભૌતિક વિજ્ઞાનના તમામ મુખ્ય કાયદાઓનું સંશોધન થઈ ગયું છે અને હવે જે કામ બાકી છે તેમાં માત્ર બાકી રહી જતા છેડાઓને ભેગા કરવાનું છે. પણ તેઓ ખોટા હતા.

૧૮૬૪માં સ્કૉટિશ વિજ્ઞાની જેમ્સ ક્લાર્ક મેક્સવેલે વીજળી અને ચુંબકત્વને એક સંયુક્ત પરિબળ *ઈલેક્ટ્રોમેગ્નેટિઝમ* માં જોડી દીધા. ઈલેક્ટ્રોમેગ્નેટિઝમનાં તેમનાં ચાર સમીકરણોએ એક સ્પષ્ટ ધારણા કરી : પ્રકાશ એક ઈલેક્ટ્રોમેગ્નેટિક તરંગ છે અને એકસરખી ગતિએ આગળ વધે છે. આ તારણથી એક સમસ્યા ઊભી થઈ. ધારો કે તમે કલાકના ૩૦ માઈલની ઝડપે દોડતી કારમાં મુસાફરી કરી રહ્યા હોવ, અને કલાકના ૫૫ માઈલની ઝડપે દોડતી કાર તમારી ઓવરટેક કરે. તમારી કારમાં બેઠાબેઠા તમને બીજી કાર કલાકના ૨૫ માઈલની ઝડપે તમારાથી દૂર જતી હોય એવું તમને લાગે. આ સરળ અને સીધી બાબત છે. સાપેક્ષ ગતિ માત્ર બે કાર વચ્ચેના ઝડપના તફાવતની છે, ૫૫ – ૩૦ = ૨૫. પરંતુ કારની હેડલાઈટ ચાલુ હોય તો શું? ધારો કે અન્ય કારના ડ્રાઈવર સંદર્ભે પ્રકાશની ગતિ 'સી' હોય. હવે જો તમે અન્ય કારની હેડલાઈટમાંથી ફેંકાતા પ્રકાશની ઝડપ માપો તો તમને આવો જવાબ મળવો જોઈએ : ૫૫ + સી – ૩૦ = સી + ૨૫. જો પ્રકાશની ગતિ અનંત હોય તો 'સી' માટે એકમાત્ર રસ્તો સી + ૨૫ ને સમકક્ષ છે. મેક્સવેલે આવો સિદ્ધાંત નહોતો આપ્યો.

ભૌતિક વિજ્ઞાનીઓ દ્વિધામાં મુકાયાઃ કાં તો મેક્સવેલ અથવા ન્યૂટન સાચા હોઈ શકે, પરંતુ બંને સાચા ન હોઈ શકે. ન્યૂટનના સિદ્ધાંતની ૨૫૦ વર્ષની પરંપરાને ધ્યાનમાં લઈને મોટા ભાગના ભૌતિક વિજ્ઞાનીઓએ વિચાર્યું કે ન્યૂટન જ સાચા હશે, પરંતુ આઈન્સ્ટાઈને મેક્સવેલની તરફેણ કરી.

પ્રકાશની ગતિ માપવાના પ્રયાસો સદીઓ જૂના છે. તમે એક વિશાળ અને મહદ્અંશે ખાલી રૂમમાં હોવ અને કંઈ બોલો તો તમને પડઘો સંભળાય એવી પૂરી શક્યતા છે. તમારી સ્વરપેટીમાંથી નીકળેલા અવાજના તરંગો રૂમના બીજા છેડા સુધી જાય છે અને ત્યાંથી પાછા ફેંકાય છે. તમે બોલો તેની થોડી ક્ષણમાં જ પરાવર્તિત થાય છે. દીવાલ કેટલે દૂર છે એ જો તમે જાણતા હોવ અને બોલવા અને પડઘો સાંભળવા વચ્ચેના સમયની ગણતરી કરી શકો તો અવાજની ગતિ કેટલી ઝડપી છે તે જાણી શકો. ગેલિલિઓએ ૧૬૩૮માં પ્રકાશિત થયેલા તેમના પુસ્તક ***ડાઈલોગ ઑન ધ ટુ ન્યૂ સાયન્સીસ*** માં આવા જ પ્રયોગનું સૂચન કર્યું હતું, પરંતુ તે પ્રકાશ માટે હતું. બે માણસો એકબીજાથી દૂર ઊભા રહે. બંને પાસે ફાનસ હોય. પ્રથમ વ્યક્તિ તેનું ફાનસ ખુલ્લું કરે જેમાંથી પ્રકાશનું કિરણ અન્ય વ્યક્તિ તરફ જાય. બીજી વ્યક્તિ જ્યારે પ્રકાશનું આ કિરણ જુએ ત્યારે તેની પાસેનું ફાનસ ખુલ્લું કરે, જેમાંથી પ્રકાશનું કિરણ પ્રથમ વ્યક્તિ તરફ જાય. બંને જો જાણતા હોય કે એકબીજાથી કેટલા દૂર છે અને બીજી વ્યક્તિ તરફથી આવેલા પ્રકાશનું કિરણ જોવામાં કેટલો સમય લાગ્યો તેની ગણતરી કરે તો તેઓ પ્રકાશની ઝડપ માપી શકે. ગેલિલિઓએ પોતે આ પ્રયોગ કર્યો હતો કે કેમ તે સ્પષ્ટ નથી, પરંતુ તેઓ ચોક્કસપણે જાણતા હતા કે પ્રકાશની ગતિ ઘણી ઝડપી છે, કેમ કે ગેલિલિઓએ નોંધ લીધી હતી કે વીજળીના કડાકા કરતાં તેનો ચમકારો પહેલા દેખાય છે અને બંદૂક ફોડવામાં આવે ત્યારે તેના અવાજ કરતાં પહેલાં પ્રકાશનો ચમકારો પહોંચી જાય છે. આથી તેઓ જાણતા હતા કે અવાજ કરતાં પ્રકાશની ઝડપ ઘણી વધારે હોય છે.

પોતાના ટેલિસ્કોપની મદદથી ગુરુના ગ્રહના ચંદ્રોને જોનાર ગેલિલિઓ પ્રથમ વ્યક્તિ હતા. પ્રકાશની ગતિ નક્કી કરવાનો સૌપ્રથમ મોટા પાયે પ્રયાસ ૧૬૭૫માં ડેનિશ વિજ્ઞાની ઓલે રોમેરે કર્યો હતો. તેમણે ગુરુના ચંદ્રોને

બારીકાઈથી જોયા અને નોંધ લીધી કે ચંદ્રો તેની પાછળ જતા જોઈએ અને વાસ્તવમાં જાય એ બે પ્રક્રિયા વચ્ચે સમયનો આંશિક તફાવત હતો. તેમણે વિચાર્યું કે આ વિલંબ થવાનું કારણ પ્રકાશની ચોક્કસ ગતિ હતું, એ સમય પ્રકાશને ગુરુથી આપણા સુધી આવવામાં લાગેલા સમય જેટલો હતો. રોમરે તારણ કાઢ્યું કે પ્રકાશને સૂર્યથી પૃથ્વી સુધી આવતાં આશરે ૧૧ મિનિટ થાય છે, પૃથ્વીની ભ્રમણકક્ષાનું કદ તેઓ જાણતા નહોતા. ૧૬૬૯માં ફ્રેન્ચ ખગોળશાસ્ત્રી જિન પિકાર્ડે પૃથ્વીના વ્યાસની ગણતરી કરી લીધી. ફ્રાન્સના નેતૃત્વ હેઠળ ગુયાના ગયેલી સંશોધક ટીમે પૃથ્વીના વ્યાસના સંદર્ભમાં સૂર્યના અંતરની ગણતરી કરી. આ ત્રણે તારણો ભેગા કરવાથી વિજ્ઞાનીઓ માટે પ્રકાશની ઝડપની ગણતરી કરવાનું શક્ય બન્યું. સૌપ્રથમ ડચ વિજ્ઞાની ક્રિસ્ટિન હ્યુજેન્સે ૧૬૯૦માં તેમના પુસ્તક *ટ્રીટાઈઝ ઑન લાઈટ* (પ્રકાશ અંગે નિબંધ)માં લખ્યું કે આ ઝડપ પ્રતિ સેકન્ડ ૧,૩૦,૦૦૦ માઈલ છે.

૧૭૨૬માં જેમ્સ બ્રેડલીએ પણ ખગોળની રીતે સમગ્ર વાત સમજાવવા પ્રયાસ કર્યો. તારા આકાશમાં ગતિ કરે છે અને કયા એન્ગલે તે દેખાય છે તેનો આધાર પ્રકાશ અને પૃથ્વીની ભ્રમણકક્ષાની ગતિ પર હોય છે. વરસાદમાં દોડવાની પ્રક્રિયા પણ લગભગ આવી જ છે : વરસાદ તમારા પર કયા એન્ગલથી અથડાય છે તેનો આધાર તમારી ગતિ તેમજ પાણીના બુંદની ગતિ પર હોય છે. હેલીના ધૂમકેતુથી જાણીતા એડમન્ડ હેલીના નિધન પછી એસ્ટ્રોનોમર રૉયલ ઑફ ગ્રેટ બ્રિટન બનનાર બ્રેડલી તથા રોમેર પ્રકાશની ગતિનો સારામાં સારો અંદાજ મેળવવામાં સફળ રહ્યા હતા.

૧૮૫૦ના દાયકામાં પ્રકાશની ઝડપ શોધી કાઢવા માટે બે ફ્રેન્ચ ભૌતિક વિજ્ઞાનીઓ આર્મન્ડ ફિઝુ તથા લિઓન ફોકલ્ટે લેબોરેટરીમાં પ્રયોગ કરવાનો રસ્તો શોધી કાઢ્યો. ફોકલ્ટની પદ્ધતિ સારી જ હતી, પરંતુ પ્રયોગ સારી રીતે કરવા માટે તેમની લેબોરેટરી ઘણી નાની હતી. પોલેન્ડમાં જન્મેલા અમેરિકન આલ્બર્ટ મિશેલસને છેક ૧૯૨૪માં કેલિફોર્નિયામાં ૨૨ માઈલની બાહ્ય વ્યવસ્થા ઊભી કરીને પ્રકાશની ઝડપ માપવાનો પ્રયોગ કર્યો. આ પ્રયોગના પરિણામ અનુસાર પ્રકાશની ગતિ પ્રતિ સેકન્ડ ૧,૮૬,૦૦૦ માઈલ અર્થાત પ્રતિ સેકન્ડ લગભગ ૩,૦૦,૦૦૦ કિલોમીટર હોય છે.

પ્રકાશ જો તરંગ હોય તો તે શેના મારફતે ગતિ કરે છે? અવાજના તરંગો હવા અથવા પાણી મારફતે ગતિ કરે છે. સરોવર પરની લહેરો એ હવા દ્વારા મુસાફરી કરતા પાણીના તરંગો છે. આથી, પ્રકાશ પણ કોઈક માધ્યમ મારફતે ગતિ કરતો હોવો જોઈએ. તે સમયે ભૌતિક વિજ્ઞાનીઓ આ અજાણ્યા માધ્યમને ઈથર કહેતા હતા. ઈથર બાબતે ઘણી થિયરી સૂચવવામાં આવી હતી, પરંતુ પ્રયોગોમાં એકપણ ટકી શકી નહીં. ઈથરના ત્રણ મહાન નિષ્ણાતો - લોર્ડ કેલવિન, લોર્ડ રેલિગ તથા આલ્બર્ટ મિશેલન ૧૮૮૪માં બાલ્ટિમોરસ્થિત જહોન્સ હોપકિન્સ યુનિવર્સિટી ખાતે એકત્ર થયા હતા. તેનાં ત્રણ વર્ષ અગાઉ તે સમયે અમેરિકન નૌકાદળમાં સેવા બજાવતા મિશેલને એક પ્રયોગ પૂર્ણ કરી લીધો હતો, જેમાં ઈથરની શક્યતા નકારી કાઢવામાં આવી હતી. રેલિગે મિશેલનને ફરી પ્રયોગ કરવા વિનંતી કરી અને તેથી બંનેએ અમેરિકન રસાયણ વિજ્ઞાની એડવર્ડ મોરલે સાથે મળીને પ્રયોગ કર્યો અને તે સાથે ઈથરની ધારણાનો અંત આવ્યો. આઈન્સ્ટાઈને ૧૯૦૫માં દર્શાવ્યું હતું કે ઈથરની ધારણાની જરૂર જ નહોતી. મિશેલનને ૧૯૦૭માં ફિઝિક્સનું નોબેલ પારિતોષિક મળ્યું હતું.

“ઑન ધ ઈલેક્ટ્રોડાઇનેમિક્સ ઑફ મૂવિંગ બોડીઝ” શીર્ષક હેઠળ સ્પેશિયલ રિલેટિવિટી અંગેનું આઈન્સ્ટાઈનનું પ્રથમ પેપર *એનાલેન ડેર ફિઝિક* ને ૩૦ જૂને મળ્યું. સાપેક્ષતાના વિશેષ સિદ્ધાંત નામે જાણીતા થયેલા આ સંશોધન ઉપર તેઓ ૧૮૯૯થી કામ કરી રહ્યા હતા. આ પેપરમાં આઈન્સ્ટાઈને દર્શાવ્યું કે પ્રકાશની ગતિ એકસરખી હોય તો શું થાય. ૧૯૦૫માં કારનું પ્રચલન એટલું સામાન્ય નહોતું, તેથી ઉદાહરણમાં કારનો કે પછી ટ્રેનનો ઉપયોગ કરવાને બદલે તેમણે રેફરન્સ ફ્રેમની વાત કરી. જો એક રેફરન્સ ફ્રેમ (દા.ત. ટ્રેન) બીજી રેફરન્સ ફ્રેમની સરખામણીમાં ‘વી’ની ગતિએ મુસાફરી કરે અને બંને ફ્રેમમાં પ્રકાશ ‘સી’ની ઝડપ એકસરખી હોય તો શું થાય? અકળ અને વિચિત્ર પરિસ્થિતિ સર્જાય. અવકાશ અને સમય અલગ નથી પરંતુ *સ્પેસટાઈમ* નામે એક જ બાબતમાં બંનેનો સમાવેશ થઈ ગયો છે. આ વિચિત્ર લાગે પરંતુ આપણે દરરોજ આવું જ કરીએ છીએ. કોઈને તમે પૂછો કે બાલ્ટિમોરથી વૉશિંગ્ટન ડી.સી. કેટલું દૂર છે, તો કદાચ જવાબ મળશે ‘૪૫ મિનિટ’ : તમે તો અંતર પૂછ્યું હતું અને જવાબ મળ્યો સમયમાં. ટ્રાફિકના કાયદા અને ઝડપની

મર્યાદાનું તમે પાલન કરો તો બંને એકબીજા સાથે સંકળાયેલા છે. બ્રહ્માંડમાં પણ અંતર અને સમય સતત ચાલુ રહેતી પ્રકાશની ગતિ સાથે સંકળાયેલાં છે.

જો 'સી' ખરેખર એકસમાન હોય, એટલે કે પ્રત્યેક ફ્રેમમાં પ્રતિ સેકન્ડ ૧,૮૬,૦૦૦ માઈલ - તો આઈન્સ્ટાઈનના મતે કંઈક વિચિત્ર પરિસ્થિત સર્જાય. જો એક રેફરન્સ ફ્રેમ સ્થિર હોય અને બીજી ફ્રેમ ઝડપ 'વી'ની એકધારી ગતિએ આગળ વધે તો સ્થિર ફ્રેમમાં રહેલા સળિયાની લંબાઈની સરખામણીમાં ગતિશીલ ફ્રેમના સળિયાની લંબાઈ ઓછી હોય. આ *લંબાઈનું સંકોચન* છે. અગાઉ ડચ ભૌતિક વિજ્ઞાની હેનડ્રિક એ. લોરેન્ઝે તથા ૧૮૮૯માં આઈરિશ ભૌતિક વિજ્ઞાની જ્યોર્જ ફિટઝેરાલ્ડે આ સિદ્ધાંત રજૂ કર્યો હતો. લોરેન્ઝ અને ફિટઝેરાલ્ડે વાસ્તવમાં ઈથર અંગેના મિશેલસન-મોરલેના પ્રયોગનાં પરિણામને સમજાવવા માટે મદદરૂપ થવા પ્રયાસ કર્યો હતો. ઈથર થિયરી ઘણા વખત પહેલાં જ નિરર્થક બની ગઈ હતી, જ્યારે લોરેન્ઝ – ફિટઝેરાલ્ડનું સંશોધન યથાવત્ રહ્યું.

તમે જો સ્થિર રેફરન્સ ફ્રેમમાં હોવ તો ગતિશીલ રેફરન્સમાં રહેલા માપક સળિયાની લંબાઈ ઓછી લાગે છે. તમને એવો આભાસ થાય કે ગતિશીલ રેફરન્સમાંથી તમારા મિત્રએ માપેલી લંબાઈ કરતાં આ લંબાઈ ઓછી છે. આશ્ચર્યજનક બાબત એ છે કે તમારા મિત્રને તો પોતે ગતિશીલ રેફરન્સમાં હોય એવું લાગતું જ નથી. આથી વિરુદ્ધ તે એમ વિચારે કે પોતે સ્થિર રેફરન્સમાં છે અને તમે ગતિશીલ રેફરન્સમાં છો. વળી તેના મતે તમારા રેફરન્સમાં રહેલો સળિયો તેના કરતાં નાનો છે. પણ તમે બંને સાચા છો. તમારી કે તમારા મિત્ર બેમાંથી કોઈની પાસે વિશેષ રેફરન્સ ફ્રેમ અથવા વિશ્વ બાબતે નિશ્ચિત અભિગમ નથી : બધું જ રિલેટિવ – સાપેક્ષ છે.

એ જ પ્રમાણે ગતિશીલ ફ્રેમમાં રહેલી ઘડિયાળ સ્થિર ફ્રેમમાં રહેલી ઘડિયાળની સરખામણીમાં ધીમી ચાલે છે. આ *સમયનું વિસ્તરણ* છે. ફરીથી તમારી રેફરન્સ ફ્રેમની સરખામણીમાં તમારા મિત્રની ગતિશીલ ફ્રેમમાં રહેલી ઘડિયાળ ધીમે ચાલે છે, પરંતુ તમારા મિત્રને એવું લાગે છે કે તેની ઘડિયાળની સરખામણીમાં તમારી ઘડિયાળ ધીમી છે. આ *બેવડા વિરોધાભાસ* માટે સમયનું વિસ્તરણ કારણભૂત છે. જન્મ સમયે જોડિયા હોય એવાં બાળકોને અલગ પાડી

દો અને એકને 'વી' ગતિએ દૂર લઈ જાવ, પછી ફરી ભેગા કરી દો. શું મુસાફરી કરનાર બાળક ઘરે રહેલા બાળક કરતાં નાનું હશે? વિજ્ઞાનીઓએ કેટલીક અત્યંત સચોટ પરમાણુ ઘડિયાળનો ઉપયોગ કરીને આવી ધારણાઓ કે ભ્રમણાઓ પર પૂર્ણવિરામ મૂક્યું હતું. એક ઘડિયાળને પ્રયોગશાળામાં રાખવામાં આવી અને બીજીને તીવ્ર ગતિના વિમાનમાં લઈ જવામાં આવી. આ પછી બંને ઘડિયાળની સરખામણી કરવામાં આવી તો સ્પષ્ટ થયું કે પ્રયોગશાળામાં રાખવામાં આવેલી ઘડિયાળની સરખામણીમાં વિમાનમાં લઈ જવામાં આવેલી ઘડિયાળ ધીમી હતી. આ વિરોધાભાસ લાગે. વિશેષ સાપેક્ષતામાં જોડિયા બાળકોની ઉંમર વચ્ચે કોઈ તફાવત ન હોવો જોઈએ. ભાઈને એમ લાગે કે તેની બહેન ગઈ અને પાછી આવી. એ પ્રમાણે બંને જોડિયા બાળકોને પોતપોતાની પાસે રહેલી ઘડિયાળમાં એકસરખો સમય જોવા મળવો જોઈએ. પ્રયોગમાં લેબોરેટરીની ઘડિયાળ અને વિમાનની ઘડિયાળનો સમય એકસરખો જ હોવો જોઈએ, પરંતુ એવું નહોતું. જો કે આમાં કોઈ વિરોધાભાસ નથી. વિશેષ સાપેક્ષતા માત્ર વેગને ધ્યાનમાં લે છે અને એક ઘડિયાળ કે એક જોડિયું બાળક જઈને પરત આવે તે દરમિયાન ગતિમાં વધારો કે ઘટાડો થયો હોવો જોઈએ. આમ, આ પરિસ્થિતિ વિશેષ સાપેક્ષતા હેઠળ આવતી જ નથી અને તમામ દાવા સ્થગિત થઈ જાય છે.

લંબાઈનું સંકોચન અને સમયનો તફાવત એ બંને બાબતોને અત્યંત સચોટ પ્રયોગો દ્વારા સાબિત કરવામાં આવી હતી. પ્રયોગશાળામાં રહેલા રેડિયોએક્ટિવ કણો એક ચોક્કસ સમય પછી નબળા પડી જાય છે. પણ પ્રયોગ દરમિયાન એવું જણાઈ આવે છે કે આ કણો સાજા કણો તરફ ગતિ કરીને આપણી ધારણા કરતાં વધારે સમય જીવંત રહે છે. આ અંગે વારંવાર કરવામાં આવેલા પ્રયોગોથી એ જ સાબિત થયું, જેની ધારણાઓ સમયના વિસ્તારણ અને લંબાઈના સંકોચન અંગે કરવામાં આવી હતી.

આઈન્સ્ટાઈને એ પણ દર્શાવ્યું કે, ઘટી રહેલી 'વી' ગતિમાં જે પ્રકાશ દેખાતો હોય તે સ્થિર ફ્રેમમાં રહેલા બરાબર એવા જ પ્રકાશની સરખામણીમાં સાધારણ લાલ લાગે છે. આ એક પ્રકારે સાપેક્ષતાવાદી ડોપ્લર શિફ્ટ છે. ૧૯મી સદીના ડચ ભૌતિક વિજ્ઞાની ક્રિસ્ટિન ડોપ્લરે દર્શાવ્યું હતું કે ગતિશીલ સ્રોતમાંથી

અવાજ બહાર આવે ત્યારે તેની ફ્રિકવન્સી કેવી રીતે બદલાય છે. આનું સારામાં સારું ઉદાહરણ પોલીસકાર (કે એમ્બુલન્સ)ની સાઈરનનું છે, જે પાછળથી આવીને તમને ઓવરટેક કરીને આગળ જાય ત્યારે અનુભવી શકાય છે. આઈન્સ્ટાઈને આ જ બાબતને પ્રકાશની ગતિની ફ્રિક્વન્સી સાથે જોડીને સિદ્ધાંત રજૂ કર્યો.

સાપેક્ષતા અંગેનો પ્રથમ લેખ મોકલ્યાના ત્રણ મહિના પછી સપ્ટેમ્બરમાં આઈન્સ્ટાઈને તેના અનુસંધાનમાં ''ડઝ ધ ઈનર્શિયા ઑફ એ બોડી ડિપેન્ડ ઑન ઈટ્સ એનર્જી કન્ટેન્ટ?'' શીર્ષક હેઠળ બીજો અભ્યાસ લેખ મોકલાવ્યો. આઈન્સ્ટાઈને ગતિશીલ પદાર્થની મહત્તમ ઊર્જાનો અભ્યાસ કર્યો. ગતિશીલ ફ્રેમની 'વી' ઝડપ ઓછી હતી ત્યારે મહત્તમ ઊર્જાની આઈન્સ્ટાઈનની ફોર્મ્યુલા આઈઝેક ન્યૂટનની ફોર્મ્યુલા સાથે એક મહત્ત્વના તફાવતને બાદ કરતાં મેળ ખાતી હતી. જ્યારે ઝડપ 'વી' શૂન્ય હોય ત્યારે પદાર્થ 'એમ' માં હજુ ઊર્જા તેના શૂન્ય સ્તર 'ઈ' સુધી પહોંચી ન હોય. આ પદાર્થની સ્થિર-દ્રવ્ય ઊર્જા કહેવાય. આઈન્સ્ટાઈને ૧૯૦૭ સુધી આ સમીકરણ લખ્યું નહોતું, તેમ છતાં સ્થિર-દ્રવ્ય ઊર્જા અંગેની આઈન્સ્ટાઈનની ફોર્મ્યુલા ઈ = એમસી². તરીકે દુનિયાભરમાં વિખ્યાત થઈ ગઈ હતી. ૧૯૦૫માં તેમણે અભ્યાસ લેખો પ્રકાશિત કર્યા, જેમાં ભારપૂર્વક સૂચવવામાં આવ્યું હતું કે પ્રકાશ સૂક્ષ્મ કણોની જેમ વર્તે છે અને પ્રકાશના કણોમાં મર્યાદિત ઊર્જા હોય છે. ૧૯૦૭માં તેમણે એવું સમીકરણ રજૂ કર્યું કે ફોટોનમાં નિશ્ચિત ગતિ હોય છે. ૧૯૦૫માં સાપેક્ષતા પરના બીજા પેપરમાં આઈન્સ્ટાઈને સંકેત આપ્યો કે સ્થિર-દ્રવ્ય ઊર્જાનો અર્થ એ છે કે ઊર્જા અને દ્રવ્ય સમાન છે, જે કદાચ રેડિયોએક્ટિવિટીનો ખુલાસો આપી શકે. તેમણે કહ્યું હતું કે તમે એવા પદાર્થોનો ઉપયોગ કરીને આ થિયરીનું પરીક્ષણ કરી શકો છો, જેનું ઊર્જા સ્તર નોંધપાત્ર રીતે ઊંચું હોય (એટલે કે રેડિયમ સોલ્ટ). જો આ થિયરી હકીકતો સાથે મેળ ખાય તો ઊર્જા બહાર ફેંકતાં અને સ્વીકારતાં તત્ત્વો વચ્ચે રેડિએશન થાય છે. એ સમયે તેમને ખ્યાલ નહોતો કે તેમનું આ નિરીક્ષણ તથા સાદું સમીકરણ તેમનું જીવન બદલી નાખશે. આ સમીકરણને આધારે લગભગ ૪૦ વર્ષ પછી અણુ બોંબ બન્યો હતો.

પ્રકરણ

૫

સ્વિટ્ઝરલેન્ડમાં શૈક્ષણિક કારકિર્દી

પુસ્તકો અથવા અખબારોમાં શિક્ષણ અને અભિપ્રાયની સ્વતંત્રતા એ કોઈ પણ પ્રજાના મજબૂત અને કુદરતી વિકાસનો પાયો છે.

- ફ્રીડમ ઑફ ઓપિનિયન નામના સંગઠનમાં ૧૯૩૬માં આપેલું વક્તવ્ય

પેટન્ટ ઑફિસમાં નોકરી ચાલુ હતી અને છતાં વધુ સારી નોકરી માટે પ્રયાસ કરી રહેલા આઈન્સ્ટાઈને ડૉક્ટરેટની ઉપાધિ મેળવવાનો વિચાર પડતો મૂક્યો, કેમ કે હવે તેમને લાગતું હતું કે, આવી ડિગ્રીથી તેમની કારકિર્દીમાં કોઈ મદદ નહીં મળે, પરંતુ શૈક્ષણિક કારકિર્દી સાથે સંકળાયેલું પ્રલોભન, પ્રતિષ્ઠા અને લાભ હજુ તેમને આકર્ષી રહ્યાં હતાં અને તેથી ૧૯૦૫ના ઉનાળામાં તેમણે પીએચ.ડી.ની ડિગ્રી મેળવવાના પ્રયાસો ફરી શરૂ કર્યા. કામ સરળ હતું કેમ કે એ વિષય ઉપર થોડું કામ તો તૈયાર હતું, બસ બાકીનું પૂરું કરીને સંશોધન રજૂ કરવાનું હતું. પહેલા તેમણે સાપેક્ષતા ઉપરનું "ઓન ધ ઈલેક્ટ્રોડાઈનેમિક્સ ઑફ મૂવિંગ બોડીઝ" પેપર રજૂ કર્યું, પરંતુ ડેઝર્ટેશન સમિતિએ તે ફગાવી દીધું. જો કે આ સંશોધન પેપરને કારણે જ પછીથી તેઓ વિખ્યાત બન્યા હતા. ૨૦ જુલાઈએ તેમણે "અ ન્યૂ ડિટરમિનેશન ઑફ

મોલેક્યુલર ડાઈમેન્શન" શીર્ષક હેઠળ બીજું સંશોધન રજૂ કર્યું અને તે સમિતિને પસંદ પડ્યું. સમિતિના સભ્યો ૧૭ પાનાંનું આ પેપર ઝડપથી વાંચી ગયા અને ફિઝિક્સના વિષયના લખાણની ઉચ્ચ ગુણવત્તા તથા ઊંડાઈનાં વખાણ કર્યાં. તેમની ટીકા માત્ર એટલી જ હતી કે તેમાં વિગતો તથા સ્ટાઈલનો અભાવ હતો અને લખાણમાં ક્યાંક ક્યાંક ભૂલો રહી હતી. મંજૂરીની આખી પ્રક્રિયા ઑગસ્ટમાં પૂરી કરી દેવામાં આવી અને આઈન્સ્ટાઈન હવે "હેર ડૉક્ટર" બની ગયા. અલબત્ત, તેમને વિધિવત્ ડિગ્રી તો ત્યાર પછીના વર્ષે જાન્યુઆરીમાં જ મળવાની હતી.

કેટલાંક મહત્ત્વનાં પ્રકાશનો કરી ચૂકેલા આઈન્સ્ટાઈનને ડૉક્ટર ઑફ ફિલોસોફીની ડિગ્રી મળ્યાના બે જ મહિના પછી ૧૯૦૬ના માર્ચમાં પેટન્ટ ઑફિસમાં ઊંચા દરજ્જાના ક્લાર્ક તરીકે બઢતી મળી. કેટલીક અત્યંત જટિલ પેટન્ટ અરજીઓની સમીક્ષા કરવાની તેમની ક્ષમતાનું તેમને આ વળતર મળ્યું હતું. પ્રમોશન સાથે આઈન્સ્ટાઈનને જેની અપેક્ષા હતી તે અનુસાર વેતનમાં વધારો પણ થયો, અને આ યુવાન પરિવારે વધુ મોટા ઍપાર્ટમેન્ટમાં સ્થળાંતર કર્યું. પરંતુ અગાઉના વર્ષમાં તેમણે જે સંશોધનપત્રો લખ્યાં હતાં તેની વૈજ્ઞાનિક સમુદાય પર ખાસ કોઈ અસર પડી નહોતી, એટલું જ નહીં તેનાં પ્રકાશન પછી સાવ સામાન્ય માન્યતા મળી. તેમનાં લખાણો પ્રતિષ્ઠિત જર્મન સામયિક એનાલેન ડેર ફિઝિકમાં પ્રકાશિત થયાં હતાં, તેથી તે અંગે અગ્રણી ભૌતિકશાસ્ત્રીઓ ચોક્કસ ચર્ચા કરતા હશે, પરંતુ કદાચ આઈન્સ્ટાઈનને તેની જાણ નહોતી.

પોતાના આ ચમત્કારોના વર્ષ પછી હવે આઈન્સ્ટાઈન તેમનાં પ્રકાશનો અંગે પ્રતિભાવોની આતુરતાથી રાહ જોઈ રહ્યા હતા. ફિઝિક્સની દુનિયામાં હજુ સુધી તેઓ એક અજાણી વ્યક્તિ હતા અને પોતે જે સખત મહેનત કરતા હતા તેના વિશે નજીકના પરિચિતો સિવાય કોઈને જાણ નહોતી, પરંતુ પરિસ્થિતિમાં પરિવર્તન નિશ્ચિત હતું. તે સમયના કેટલાક સૌથી અગ્રણી ભૌતિકશાસ્ત્રીઓ – ડેન્માર્કના નોબેલ પારિતોષિક વિજેતા એચ. એ. લોરેન્ઝ અને ભવિષ્યમાં નોબેલ જીતવા માટેના દાવેદાર જર્મનીના મેક્સ પ્લેન્કે આઈન્સ્ટાઈનની કામગીરીની નોંધ લીધી અને ક્રાંતિકારી અસરોને સમજ્યા,

એટલું જ નહીં વખાણ કર્યાં. તેમના સમયના યુરોપમાં ફિઝિક્સના ક્ષેત્રના કેટલાક સુવિખ્યાત લોકો સાથે તેમણે મોટા પાયે વૈજ્ઞાનિક પત્રવ્યવહાર પણ શરૂ કર્યો.

આઈન્સ્ટાઈનને લોરેન્ઝ માટે અસાધારણ માન હતું અને પરિચયના ટૂંક સમયમાં જ તેમને પિતા જેવો દરજ્જો આપ્યો. લોરેન્ઝને તેઓ વિસ્તારપૂર્વક પત્રો લખતા અને અહોભાવ વ્યક્ત કરતા. થોડા મહિના પછી એક મિત્રને લખેલા પત્રમાં આઈન્સ્ટાઈને કહ્યું હતું, "લોરેન્ઝ બુદ્ધિ અને ચતુરાઈનો શ્રેષ્ઠ દાખલો છે. કળાનો એક જીવંત નમૂનો છે." ખુદ લોરેન્ઝને તેમણે એક વખત લખ્યું હતું કે, "તમારી સરખામણીમાં બૌદ્ધિક લઘુતાની મારી લાગણી આપણી વાતચીતના ભવ્ય આનંદને બગાડી શકે તેમ નથી, ખાસ કરીને એટલા માટે કે તમામ લોકો પ્રત્યે તમે જે પિતૃભાવ રાખો છો તેના કારણે હતાશાની લાગણી જાગતી નથી." લોરેન્ઝની ખ્યાતિ આખા યુરોપમાં હતી અને આઈન્સ્ટાઈન કરતાં પહેલાં તેઓ પોતાની સાપેક્ષતાની થિયરી રજૂ કરી ચૂક્યા હતા કે, ગતિશીલ પદાર્થ એક સ્થળે સ્થિર ઊભેલા નિરીક્ષકને સંકુચિત અવસ્થામાં દેખાઈ શકે. અને આવું શા માટે બને તેનું તર્કસંગત વિવરણ આઈન્સ્ટાઈને પૂરું પાડ્યું હતું.

આઈન્સ્ટાઈન પ્લેન્કના પણ ભારે ચાહક હતા. પ્લેન્ક એનાલેન ડેર ફિઝિક ના સહતંત્રી હતા. હિટલરના સમયગાળામાં આઈન્સ્ટાઈને અન્ય જર્મન વિજ્ઞાનીઓની ટીકા કરી હતી, પરંતુ પ્લેન્ક વિશે કહ્યું હતું કે તેઓ, "મારી જાણમાં હોય તેવા કેટલાક સર્વશ્રેષ્ઠ લોકો પૈકી એક છે." પ્લેન્કે થોડાં વર્ષ પહેલાં જ તેમની કામગીરી પૂર્ણ કરી હતી, જેમાં તેમણે સૂચન કર્યું હતું કે, પદાર્થ નામે ઓળખાતી નાની નાની ચીજોમાંથી કિરણોત્સર્ગ – રેડિએશન થાય છે. આ સંશોધન દ્વારા તેમણે ગરમ પદાર્થના કિરણોત્સર્ગનું ઉષ્ણતામાન અલગ શા માટે હોય છે તે સવાલનો જવાબ આપ્યો હતો અને માટે તેમને ૧૯૧૮માં નોબેલ પારિતોષિક મળ્યું. પોતાની સાપેક્ષતાવાદની થિયરીએ આ ક્ષેત્રના અન્ય સાથીદારોનું ખૂબ ઝડપથી ધ્યાન ખેંચ્યું તેનું શ્રેય આઈન્સ્ટાઈને પ્લેન્કને આપ્યું હતું. પછીનાં વર્ષોમાં તેઓ પ્લેન્કની ઘણા નજીક રહ્યા અને આ જર્મન ભૌતિકશાસ્ત્રીના અંગત જીવન પર બે વિશ્વયુદ્ધને કારણે આવેલા

આઘાતો દરમિયાન તેમને આશ્વાસન પૂરું પાડ્યું હતું : સૌ પહેલાં ૧૯૦૯માં તેમનાં પત્ની મૃત્યુ પામ્યાં, ૧૯૧૬માં પ્રથમ વિશ્વયુદ્ધ દરમિયાન તેમનો મોટો પુત્ર યુદ્ધ મેદાનમાં શહીદ થયો અને ત્યાર પછીના વર્ષે તેમની દીકરી પ્રસૂતિ બાદ મૃત્યુ પામી. આટલું પૂરતું ન હોય તેમ બીજા વિશ્વયુદ્ધમાં એક હવાઈ હુમલા દરમિયાન પ્લેન્કનું ઘર બળીને ખાખ થઈ ગયું અને તેમના બીજા પુત્રને ૧૯૪૫માં મૃત્યુદંડની સજા થઈ, કેમ કે હિટલરની હત્યા કરવાના કાવતરામાં પોતે સામેલ હતો તેવો તેણે એકરાર કરી લીધો હતો.

આવા તમામ અગ્રણીઓ અને બીજા ઘણા લોકો યુવાન ભૌતિકશાસ્ત્રી સાથે વૈજ્ઞાનિક ચર્ચા કરતા, તે સાથે આઈન્સ્ટાઈનના સાથીદારોનું વર્તુળ આખા યુરોપમાં વિસ્તરી ગયું. આ પછીનાં થોડાં વર્ષ સુધી પોતાના સિદ્ધાંતની યોગ્યતા અંગે ટીકાકારોને સમજાવવા આઈન્સ્ટાઈને વિસ્તૃત લેખો પ્રકાશિત કરવા પર ધ્યાન કેન્દ્રિત કર્યું. પરંતુ લગભગ ૨૫ વર્ષ પછી ૧૯૩૦ના દાયકામાં પરમાણુ રિએક્ટર્સના અભ્યાસ બાદ જ તેમના વિશેષ સાપેક્ષતાના સિદ્ધાંતને પ્રયોગ દ્વારા સાબિત કરવામાં આવ્યો, અને સમયના વિસ્તારનો સિદ્ધાંત તો છેક ૧૯૩૮માં પુરવાર થયો. કોઈ સિદ્ધાંતના અનુમોદન માટે આ સમય પ્રમાણમાં ઘણો લાંબો કહેવાય.

દરમિયાન મિલેવાને એવું લાગ્યું કે તેના પતિની કારકિર્દી અને ખુશી માટે ફિઝિક્સનું મહત્ત્વ વધારે છે અને પોતે હાંસિયામાં ધકેલાઈ ગયાં છે. આમ છતાં, આઈન્સ્ટાઈન તો પરિવારની કાળજી લેતા જ હતા અને હેન્સ આલ્બર્ટ પ્રત્યે તો તેમને ખૂબ પ્રેમ હતો. પોતાની એકલતામાંથી બહાર આવવા મિલેવા તેનાં માતા-પિતાના સંપર્કમાં રહેતાં અને હેન્સ પણ તેમને મળી શકે તે માટે તેને હંગેરી લઈ જતાં અને ત્યાં થોડો સમય રોકાતાં. આ જુદાઈ દરમિયાન પતિ-પત્ની એકબીજાને લાગણીભર્યા પત્રો લખવાનું ચાલુ રાખતાં. આઈન્સ્ટાઈન પોતાના કોઈ નવા વૈજ્ઞાનિક સંશોધન વિશે મિલેવાને જાણ કરતા તો મિલેવા પોતાના પરિવારની વાતોથી આઈન્સ્ટાઈનને વાકેફ કરતાં. એ ગાળામાં આ દંપતીનું લગ્નજીવન હર્યું-ભર્યું જણાતું હતું.

બીજી તરફ નાની પણ જીવંત ઓલિમ્પિયા એકેડેમી વિખેરાઈ ગઈ, કેમ કે તેના સભ્યો દૂર દૂર રહેવા ચાલ્યા ગયા હતા. ફ્રાન્સ જઈને ભાષાંતરકાર બની

ગયેલા પોતાના સૌથી સારા મિત્ર સોલોને આઈન્સ્ટાઈન સૌથી વધુ મિસ કરતા હતા. પણ હવે તેમને પુત્ર હેન્સ આલ્બર્ટ સાથે વધારે સમય પસાર કરવાની તક મળી. હેન્સને તેઓ લાડથી આલ્બર્ટ અથવા અડુ કહેતા. તેમણે ગૌરવપૂર્વક કહ્યું હતું કે બાળ આલ્બર્ટમાં પોતાના જેવા જ ગુણો છે અને તેની સમજદારી અને હોશિયારીને કારણે તેમને તથા મિલેવાને ઘણો આનંદ થાય છે. ઓલિમ્પિયા જૂથ વિખેરાઈ જતાં આઈન્સ્ટાઈને બર્નમાં રહેતા અન્ય મિત્રો માઈકલ બેસ્સો તથા બહેન માજાના ફિઆન્સ પૌલ વિન્ટલર સાથે સંબંધો ગાઢ બનાવ્યા. તે વર્ષે માજા પણ રોમાન્સ લેંગ્વેજીસમાં પીએચ.ડી.ની ડિગ્રીનો અભ્યાસ આગળ વધારવા બર્ન આવી પહોંચી હતી. તેણે એક દુષ્ટ ઉમરાવના સકંજામાંથી એક યુવતીને છોડાવવા માટે રાજહંસની બોટમાં આવી પહોંચતા શેવેલિઅર ઉ સિન્જ નામના રહસ્યમયી ઉમરાવ અંગેની એક પ્રાચીન ફ્રેન્ચ વાર્તા પર સંશોધન લેખ લખ્યો અને ૧૯૦૯માં ડૉક્ટરેટ મેળવી. એ દિવસોમાં એક મહિલા માટે આવી સિદ્ધિ અસામાન્ય ગણાતી અને હવે પૌલીન ગૌરવથી કહી શકતાં હતાં કે તેમનાં બંને બાળકો 'ડૉક્ટર'નું પ્રતિષ્ઠિત વિશેષણ ધરાવે છે. બર્નમાં કાયદા સ્નાતક થયેલા પૌલ સાથે માજાએ ૧૯૧૦માં લગ્ન કર્યાં.

માર્ચ ૧૯૦૧ના એક પત્રમાં આઈન્સ્ટાઈને મિલેવાને ‘આપણું કામ’ એવો શબ્દપ્રયોગ કર્યો હતો, તેના આધારે કેટલાક ઈતિહાસકારો માને છે કે આઈન્સ્ટાઈનનાં વૈજ્ઞાનિક સંશોધનોમાં મિલેવાએ સક્રિય સાથ આપ્યો હતો. આ દાવાને પૂરેપૂરો નકારી શકાય તેમ ન હોવા છતાં તેને સ્વીકારી લઈ શકાય તેમ પણ નથી. બંને અલગ હોય ત્યારે તેમની વચ્ચે થયેલા પત્રવ્યવહાર પરથી જાણી શકાય છે કે આલ્બર્ટ પોતાને ઉદ્‌ભવતા વિચારોની જાણ કરતા અને જવાબમાં મિલેવા સૂચનો કરતાં. એવી પણ શક્યતા છે કે શ્રીમતી આઈન્સ્ટાઈને પતિનાં લખાણોનું પ્રૂફ રીડિંગ કર્યું હોય તેમજ લખાણમાં રહી ગયેલી ખામીઓ તરફ ધ્યાન દોર્યું હોય, પરંતુ આઈન્સ્ટાઈનની કામગીરીના સંદર્ભમાં મિલેવાની આવડત અંગે સમીક્ષા કરનાર ભૌતિકશાસ્ત્રીઓ માને છે કે આઈન્સ્ટાઈનના કામમાં મિલેવા રચનાત્મક ભાગ ભજવી શક્યાં હોય તેવી શક્યતા ઓછી છે. આ ઉપરાંત આઈન્સ્ટાઈન સૌથી મહત્ત્વના સિદ્ધાંતો પર કામ કરી રહ્યા હતા ત્યારે મિલેવાના માથે માતૃત્વ અને ગૃહિણી તરીકેની નવી નવી જવાબદારી

આવી હતી, એટલું જ નહીં એ ગાળામાં મિત્રોને લખેલા પત્રોમાં પણ મિલેવાની કોઈ રચનાત્મક હિસ્સેદારીનો સંકેત મળતો નથી. આમ છતાં, તે પોતે એક ભૌતિક વિજ્ઞાની હતાં અને તેમને દેખીતી રીતે પતિના કામમાં રસ હોય, એ કારણે બધા એક બાબતે તો સંમત છે કે તેમણે પતિને તેમના કામમાં સૂચનો કે ચર્ચા દ્વારા જે કોઈ મદદ કરી હોય તે માટે તેમને શ્રેય મળવું જોઈએ.

પોતાનાં સંશોધનપત્રોમાં આઈન્સ્ટાઈને સાપેક્ષતાના સિદ્ધાંતનાં મૂળ અને સંકેતોની કોઈ માહિતી આપી નથી અને તેથી તેમના પર કયા વિચારોએ સીધો પ્રભાવ પાડ્યો હતો તે સ્પષ્ટ નથી. એવી શક્યતા છે કે, ફ્રેન્ચ ગણિતશાસ્ત્રી હેનરી પોઈનકેરે ૧૮૯૭માં લખેલા "ધ રિલેટિવિટી ઑફ સ્પેસ" અને એચ.એ. લોરેન્ઝે ૧૮૯૫માં પ્રકાશિત કરેલા "ઈન્ક્વાયરી ઈન ટુ અ થિયરી ઑફ ઈલેક્ટ્રિકલ એન્ડ ઑપ્ટિકલ ફિનોમિના ઈન મૂવિંગ બોડીઝ" જેવા લેખોએ આઈન્સ્ટાઈનના વિચારોને ગતિ આપવાનું કામ કર્યું હોય. ઘણા ભૌતિકવિજ્ઞાનીઓ માને છે કે આ બંને મહાનુભાવોએ સાપેક્ષતાના સિદ્ધાંતમાં ઘણો મોટો ફાળો આપ્યો છે અને તેના આધારે આઈન્સ્ટાઈને પોતાનાં ક્રાંતિકારી તારણો રજૂ કર્યાં. ૧૯૨૧માં અમેરિકાની મુલાકાત દરમિયાન આઈન્સ્ટાઈને કહ્યું હતું કે, "ચાર વિદ્વાનોએ નાખેલા ભૌતિકશાસ્ત્રના પાયાના આધારે હું મારો સિદ્ધાંત તૈયાર કરી શક્યો છું. તેમાં ગેલિલિઓ, ન્યૂટન, મેક્સવેલ તથા લોરેન્ઝનો સમાવેશ થાય છે." જેમ્સ ક્લાર્ક મેક્સવેલે ૧૯મી સદીના અંત ભાગમાં ઈલેક્ટ્રોડાઈનેમિક્સ, ઈલેક્ટ્રોમેગ્નેટિક તથા રેડિએશનના સિદ્ધાંતોનાં ક્ષેત્રોમાં પાયાની કામગીરી કરી હતી. આઈન્સ્ટાઈને હેનરી પોઈનકેરની પ્રારંભિક કામગીરીનો ઉલ્લેખ શા માટે નહોતો કર્યો તે સ્પષ્ટ થતું નથી. પોઈનકેરે સાપેક્ષતાના સિદ્ધાંતો પર પોતાના વિચારો ૧૯૦૫ અને ૧૯૦૬માં પ્રકાશિત કર્યા હતા. બીજી તરફ પોઈનકેરે પણ આઈન્સ્ટાઈનની ઉપેક્ષા કરી અને સાપેક્ષતા પર પોતાના વિચારોને વળગી રહ્યા.અહીં એક વાત સ્પષ્ટ છે કે સાપેક્ષતાના સિદ્ધાંતના વિકાસ માટે ૧૯૦૫નો ગાળો ઉત્તમ હતો અને આઈન્સ્ટાઈને પોતે પાછળથી કહ્યું હતું કે જો તેમણે ૧૯૦૫માં આ સંશોધન કર્યું ન હોત તો બીજા કોઈએ કર્યું હોત. તેઓ કદાચ ભાગ્યશાળી હતા કે પેટન્ટ ઑફિસમાં કામગીરીની સાથેસાથે ફાજલ સમયમાં રચનાત્મક કામગીરી

માટે વિચારવાની તક મળી હતી અને આ વિષય પર નોંધપાત્ર કામ કરી શક્યા : બીજા શબ્દોમાં – તેઓ યોગ્ય સમયે યોગ્ય સ્થળે હતા, પરંતુ તેમની રચનાત્મકતા અને બૌદ્ધિક ક્ષમતાએ પણ ઘણો મોટો ભાગ ભજવ્યો છે.

આઈન્સ્ટાઈનની કામગીરી અને ખાસ કરીને સાપેક્ષતા પર તેમના અભ્યાસ લેખો અંગે યુરોપના તમામ અગ્રણી ભૌતિક વિજ્ઞાનીઓ ગંભીરતાપૂર્વક ચર્ચા કરવા લાગ્યા હતા. આ વિદ્વાનોને એ વાતની ખબર જ નહોતી કે આ પ્રતિભાશાળી યુવાન કોઈ પ્રતિષ્ઠિત સંશોધન સંસ્થામાં પ્રોફેસર નહોતો, પરંતુ બર્નની પેટન્ટ ઑફિસમાં ક્લાર્ક તરીકે કામગીરી કરતો હતો. તેમની પ્રતિષ્ઠા વધી રહી હતી અને ત્રણ વર્ષમાં ૨૫ પેપર પ્રકાશિત કર્યાં હતાં, છતાં શૈક્ષણિક સંસ્થામાં જોડાવાની તેમની મહેચ્છા પૂરી થતી નહોતી. આવું નહીં થઈ શકવા પાછળની મુખ્ય સમસ્યા એ હતી કે તેઓ પ્રસ્થાપિત નિયમોનું પાલન કરવા તૈયાર નહોતા. જેમ કે જૂન ૧૯૦૭માં તેમણે બર્ન યુનિવર્સિટી ખાતે પોસ્ટ ડૉક્ટરલ હોદ્દા માટે અરજી કરી, પરંતુ તે માટે જરૂરી નવું સંશોધન પેપર રજૂ કરવાની આવશ્યકતા પૂરી કરવા તેઓ તૈયાર નહોતા અને તેથી યુનિવર્સિટીના અધિકારીઓએ તેમની અરજી નકારી કાઢી. નવાં સંશોધન પેપરને બદલે તેમણે સર્ચ કમિટીને પોતાનાં અગાઉ પ્રકાશિત થયેલાં પેપર મોકલી આપ્યાં. આ અંગે તેમની અંગત માન્યતા એવી હતી કે નોકરીની પૂર્વ શરતના સંદર્ભમાં આ પ્રકાશનો પૂરતાં છે. સાથે તેમણે તેમની ડિપ્લોમા ડિગ્રી, ડેઝર્ટેશન તેમજ નવ લાનિનો રિઝ્યુમી (બાયો-ડેટા) મોકલી આપ્યો. આમ છતાં તેમની અરજી નકારી કાઢવામાં આવી ત્યારબાદ તેમણે ઝુરિકમાં જિમ્નેશિયમ ખાતે નોકરી મેળવવા નિષ્ફળ પ્રયાસ કરી જોયો, અને ત્યારબાદ ૧૯૦૧ના પ્રારંભે પોતે ટૂંકા ગાળા માટે કામ કર્યું હતું તે વિન્ટરથરની ટેક્નિકલ કૉલેજમાં નોકરી માટે અરજી કરવાનો વિચાર કર્યો.

૧૯૦૭ના અરસામાં સાપેક્ષતાનો સિદ્ધાંત ગુરુત્વાકર્ષણને બાદ કરતાં બાકીની તમામ ભૌતિક બાબતોને શા માટે લાગુ પડે છે તે વિશે વિચાર કર્યા બાદ આઈન્સ્ટાઈનને અસાધારણ વિચાર ઝબક્યો, જેને તેમણે "મારા જીવનનો સૌથી આનંદદાયક વિચાર" ગણાવ્યો હતો. તેમણે "સમાન રીતે ગતિશીલ મિકેનિકલ વ્યવસ્થા માટે સમાનતાના સિદ્ધાંત"ની રચના કરી, જેમાં

દર્શાવવામાં આવ્યું હતું કે ગુરુત્વાકર્ષણ અને ગતિની ઝડપ એકસમાન જ છે. ૧૯૦૫માં સાપેક્ષતા અંગેના સંશોધન પેપરમાં એ વાત દર્શાવવામાં નહોતી આવી કે ગતિના પ્રશ્નને કેવી રીતે ઉકેલવો. તેઓ પેટન્ટ ઑફિસમાં બેઠા હતા ત્યારે એકાએક વિચાર ઝબક્યો કે વ્યક્તિ જો ઉપરથી નીચે પટકાય તો તેનું પોતાનું વજન અનુભવી શકે નહીં. એ વ્યક્તિની સાથે પડી રહેલી તમામ વસ્તુઓ એકસરખા બળથી પડે તો એ વ્યક્તિ ગુરુત્વાકર્ષણના ક્ષેત્રમાં હતી એવું કહી શકાય નહીં, આ માટે કોઈ સૈદ્ધાંતિક મુદ્દો નથી. આ બાબતમાં આઈન્સ્ટાઈને તારણ કાઢ્યું કે, વ્યક્તિ એવું ધારી શકે કે તે પોતે તથા તેની છેક નજીકની તમામ ચીજો સ્થિર થઈ ગઈ છે, જ્યારે એ જોઈ શકે કે દૂરની તમામ ચીજો ઉપર તરફ ખેંચાઈ રહી છે. બીજા શબ્દોમાં, આઈન્સ્ટાઈન માટે ગુરુત્વાકર્ષણ એટલે સાપેક્ષતા. આ નિરીક્ષણ તથા આઈઝેક ન્યૂટનના એ વિચારમાં ખાસ તફાવત નથી કે જે બળ સફરજનને જમીન તરફ ખેંચે છે એ જ ચંદ્રને ભ્રમણકક્ષામાં પકડી રાખે છે. ન્યૂટનના કિસ્સામાં તેમના વિચારનો જે વિસ્તાર થયો તેમાંથી તેમની પ્રખ્યાત કામગીરી – પ્રિન્સિપિઆ મેથેમેટિકા આપણી સમક્ષ આવી, જ્યારે આઈન્સ્ટાઈનના કિસ્સામાં આ વિચાર ઘણાં વર્ષો પછી સાપેક્ષતાની સામાન્ય થિયરી તરફ દોરી ગયો. તેમાં અગાઉની વિશેષ થિયરીનો વિસ્તાર હતો. આ જ ગાળામાં આઈન્સ્ટાઈનને બુધના ગ્રહની ન સમજાય તેવી ગતિમાં પણ રસ પડ્યો.

૧૯૦૮ના જાન્યુઆરીમાં આઈન્સ્ટાઈને પ્રસ્થાપિત સંસ્થામાં પ્રવેશ મેળવવા માટે વાસ્તવિકતાનો સામનો કરવો પડ્યોઃ તેમને જણાવવામાં આવ્યું કે તમારે છેવટે શરૂઆતના તબક્કે તો નિયમોનું પાલન કરવું જરૂરી છે જ. આ પછી તેમણે જરૂરી સંશોધન પેપર રજૂ કર્યું, જેનું શીર્ષક હતું "કોન્સિક્વેન્સિસ ફૉર ધ કન્સ્ટિટ્યૂશન ઑફ રેડિએશન ઑફ ધ એનર્જી ડિસ્ટ્રિબ્યુશન લૉ ઑફ બ્લેક બૉડી રેડિએશન" (આ સંશોધનનું પ્રકાશન થઈ શક્યું નહોતું, કેમ કે પછીથી તેમણે તે ફાડીને ફેંકી દીધું હતું), પણ પેપર રજૂ કરવાથી તેમને બર્ન યુનિવર્સિટીમાં પાર્ટ ટાઇમ વ્યાખ્યાતા બનવામાં મદદ મળી. ફેકલ્ટીએ ઝડપથી નિર્ણય લીધો અને પેપર રજૂ કર્યાના પછીના મહિનાથી તેમની નિમણૂક કરી. ફેબ્રુઆરીના અંતે આઈન્સ્ટાઈને યુનિવર્સિટીમાં પરંપરાગત પ્રારંભિક વ્યાખ્યાન

આપ્યું. તેમની શૈક્ષણિક કારકિર્દીનો વિધિવત્ પ્રારંભ એપ્રિલમાં મોલેક્યુલર થિયરી ઑફ હિટ- ના અભ્યાસક્રમ સાથે થયો. યુનિવર્સિટીમાં વેતન સાવ નજીવું હોવાને કારણે તેમણે પેટન્ટ ઑફિસમાં કામ કરવાનું પણ ચાલુ રાખ્યું. એક મિત્રને લખેલા પત્રમાં મિલેવાએ પતિની શૈક્ષણિક કારકિર્દી અંગે કહ્યું હતું, "કમનસીબે આ નોકરીમાં એટલું બધું ઓછું વેતન છે કે જે માન મળ્યું છે તેના માટે અમે આનંદ પણ વ્યક્ત નથી કરી શકતાં." જુલાઈમાં અભ્યાસક્રમ પૂરો થયા બાદ આઈન્સ્ટાઈન મિલેવા અને હેન્સ આલ્બર્ટ સાથે વેકેશન ગાળવા આલ્પ્સ ગયા હતા. એ વર્ષના અંતે વિન્ટર સેમેસ્ટર દરમિયાન તેમણે થિયરી ઑફ રેડિએશન ભણાવવાનું શરૂ કર્યું હતું.

૧૯૦૮માં આખું વર્ષ હેબિશ બંધુઓ પૌલ અને કોનરેડની સાથે મળીને આઈન્સ્ટાઈને ઊર્જાનાં નાનાં એકમો માપવા માટે ડિઝાઈન કરાયેલા 'લિટલ મશીન' ઉપર પ્રયોગો કરવાનું ચાલુ રાખ્યું હતું. પૌલ હેબિશે થોડા સમય પહેલાં જ વૈજ્ઞાનિક સાધનો બનાવવાની કંપની શરૂ કરી હતી અને આ મશીન બનાવ્યું હતું. એ તૈયાર થયા પછી તેમણે તેની પેટન્ટ મેળવવાનો પ્રયાસ કર્યો, પરંતુ તે સમયે કોઈ ઉત્પાદકોએ તેમાં રસ ન દાખવતાં વિચાર પડતો મૂક્યો હતો. બીજી તરફ આઈન્સ્ટાઈને એ લિટલ મશીનના સિદ્ધાંતોની સમજ આપતો એક લેખ પ્રકાશિત કર્યો. તે સમયે આ સાધન ઉપયોગી પુરવાર થયું હતું, કેમ કે કિરણોત્સર્ગ માપી શકતું હતું તથા પદાર્થ તથા ઊર્જાની સમાનતાનું માપ કાઢીને સાપેક્ષતાના સિદ્ધાંતનું પરીક્ષણ કરી શકતું હતું. તેમને છેવટે પેટન્ટ મળી, પરંતુ એ સાધન ક્યારેય લોકપ્રિય થઈ શક્યું નહીં અને ઉત્પાદન પણ સાવ નહિવત્ સંખ્યામાં કરવામાં આવ્યું હતું.

મોટા ભાગના લોકો આઈન્સ્ટાઈનને સૈદ્ધાંતિક ભૌતિકશાસ્ત્રી જ માને છે, પરંતુ આ લિટલ મશીન તૈયાર કરવા ઉપરાંત ઘણાં વર્ષ સુધી તેમણે અન્ય સાધનો પર પ્રયોગો કર્યા હતા, જટિલ કોયડા ઉકેલ્યા હતા તેમજ પ્રયોગશાળાઓમાં પ્રયોગો પણ કર્યા હતા. પુત્ર હેન્સ આલ્બર્ટ તેમજ પૌત્રી એલવિને વર્ષો બાદ એક પ્રસંગે જણાવ્યું હતું કે આઈન્સ્ટાઈન બગડેલાં સાધનો રિપેર કરવાનું કામ ભારે ઉત્સાહથી કરતા. તેમણે માચીસના ખોખામાંથી એક કેબલ કાર બનાવી હતી અને હેન્સ આલ્બર્ટનું તે સૌથી પ્રિય રમકડું હતું. તો

એલવિને પણ દાદાના આવા પ્રસંગો યાદ કરતાં કહ્યું હતું કે, દાદા ઘણી વાર મિત્રો તરફથી મળેલા જટિલ કોયડાની રમતો લઈને બેસી જતા, એ બધું છૂટું કરી દેતા અને ફરી પાછું યથાવત્ સ્થિતિમાં લાવી દેતા. (આઈન્સ્ટાઈનના પ્રયોગો અને પેટન્ટ અંગેની માહિતી માટે જુઓ પ્રકરણ ૧૨).

નવા નવા વિચારોથી ભરપૂર એવા આ યુવાન ભૌતિકશાસ્ત્રીની પ્રતિષ્ઠા વિકસવાનું અને વિસ્તરવાનું ૧૯૦૯માં પણ ચાલુ રહ્યું. વધુ મહત્ત્વના હોદ્દા માટેની તેમની ઈચ્છા ટૂંક સમયમાં પૂરી થવાની હતી. ઝુરિકમાં તેમના ભૂતપૂર્વ ગુરુ આલ્ફ્રેડ ક્લેઈનર ઝુરિક યુનિવર્સિટીમાં આ સૈદ્ધાંતિક ભૌતિકશાસ્ત્રીની નિમણૂક કરવા માટે પોતાના વિભાગને સમજાવી રહ્યા હતા અને આઈન્સ્ટાઈનને જૉબ ઑફર કરવાની વિચારણા કરતા હતા. આઈન્સ્ટાઈનની શૈક્ષણિક કાર્યની કુશળતા ચકાસવા તેઓ બર્ન પણ ગયા, પરંતુ ખાસ પ્રભાવિત થયા નહીં. આ અંગે આઈન્સ્ટાઈને એકરાર કર્યો હતો કે તેમના માટે એ દિવસ ખરાબ હતો, કેમ કે પોતે પૂરતી તૈયારી કરી નહોતી, તે ઉપરાંત ક્લાસમાં ક્લેઈનર બેઠા હોવાથી પોતે નર્વસ હતા. ક્લેઈનરે ઑફર નહીં કરવાનો નિર્ણય કર્યો, પરંતુ ફરી વિચાર કરીને આઈન્સ્ટાઈને વધુ એક તક આપી. ૧૯૦૯ના ફેબ્રુઆરીમાં ઝુરિકની ફિઝિકલ સોસાયટીમાં વક્તવ્ય આપવા તેમને નિમંત્રણ આપ્યું અને આઈન્સ્ટાઈન સફળ થયા. ક્લેઈનર પણ હવે તેમની સર્ચ કમિટીને સમજાવી શક્યા કે તે સમયના સૈદ્ધાંતિક ભૌતિકશાસ્ત્રીઓમાં આઈન્સ્ટાઈન સર્વશ્રેષ્ઠ પૈકી એક હતા અને તેમનાં લખાણોમાં ફિઝિક્સની એક વ્યાપક સમજ વ્યક્ત થાય છે. તેમણે તેમના સાથીદારોને લખ્યું, "સૌથી મહત્ત્વના સૈદ્ધાંતિક ભૌતિકશાસ્ત્રીઓમાં આજે આઈન્સ્ટાઈન ટોચના ક્રમે આવે છે." ત્યારપછી ટૂંક સમયમાં જ સમિતિએ થિયોરેટિકલ ફિઝિક્સના પ્રોફેસર તરીકે આઈન્સ્ટાઈનની નિમણૂક કરવાની તરફેણમાં મત આપ્યો, જે કામગીરી ઑક્ટોબર ૧૯૦૯થી શરૂ થવાની હતી. પૂર્ણ સમયના પ્રોફેસર તરીકે આઈન્સ્ટાઈનની આ પહેલી જૉબ હતી.

મિલેવાને આલ્બર્ટ અને સમાજમાં એ બંનેના નવા દરજ્જાનું ગૌરવ થયું, પરંતુ તે સાથે થોડી મિશ્ર લાગણી પણ થઈ કેમ કે તે જાણતાં હતાં કે શૈક્ષણિક ક્ષેત્રમાં પ્રવેશવા સાથે તેમના પતિ હવે પેટન્ટ ઑફિસની આઠ કલાકની

નિર્ધારિત નોકરીમાંથી મુક્ત થઈ જશે. "તે હવે પોતાના પ્રિય વિજ્ઞાન માટે, અને માત્ર તેમના વિજ્ઞાન માટે સમર્પિત થઈ શકશે" તેમ મિલેવાએ આગાહીસૂચક શબ્દોમાં એક મિત્રને કહ્યું હતું. અલબત્ત, ઝુરિક ખાતે આલ્બર્ટનું પ્રારંભિક વેતન તેમને પેટન્ટ ઑફિસમાંથી મળતું હતું એટલું જ હતું, પરંતુ આ પરિસ્થિતિ ટૂંક સમયમાં બદલાશે તેવી તેમને આશા હતી.

પ્રોફેસર તરીકે પોતાની નિમણૂકને બહાલી મળી ગઈ છે તેવી જાણ થતાં આઈન્સ્ટાઈને ૧૯૦૯ના ઉનાળામાં પેટન્ટ ઑફિસમાંથી રાજીનામું આપ્યું. એ સ્થળે તેઓ છેલ્લાં સાત વર્ષથી કામ કરતા હતા. ત્યારપછીના બે જ દિવસ બાદ આ નવા પ્રોફેસર માનદ્ ડૉક્ટરેટ તરીકેની પોતાની સૌપ્રથમ ઉપાધિ મેળવવા જીનિવા ગયા હતા. (તેમના જીવન દરમિયાન આઈન્સ્ટાઈનને આવાં અંદાજે ૨૫ સન્માન મળ્યાં હતાં.) વાસ્તવમાં તેઓ આ સન્માન મેળવવા માટે પહોંચી જ ન શક્યા હોત, કેમ કે આ અંગેનો પત્ર તેમને મળ્યો ત્યારે તેને ગંભીરતાથી ન લીધો અને ફગાવી દીધો હતો. તેમણે પત્રનો જવાબ ન આપ્યો ત્યારે યુનિવર્સિટીના અધિકારીઓએ જાતે આઈન્સ્ટાઈનને જીનિવાની મુલાકાત લેવા વિનંતી કરી, પણ છતાં એ હજુ સમજી નહોતા શક્યા કે આવું શા માટે? તેમને છેવટે કાર્યક્રમની વિધિવત્ જાણ કરવામાં આવી ત્યારે પણ તેમને એ પ્રસંગની ગંભીરતા જણાઈ નહોતી. આ કાર્યક્રમમાં શૈક્ષણિક ક્ષેત્રના અન્ય તમામ મહાનુભાવો શ્રેષ્ઠ વસ્ત્રો અથવા શૈક્ષણિક પરિધાનમાં ઉપસ્થિત રહ્યા હતા, જ્યારે એકમાત્ર આઈન્સ્ટાઈન સમર સ્યૂટ અને સાદડીની જેમ ગૂંથેલી હૅટ પહેરીના આવ્યા હતા. આવું માનદ્ સન્માન મેળવનાર અન્ય અગ્રણી હતાં મેરી ક્યુરી, અને આ સ્થળે બંને વિજ્ઞાનીઓ પ્રથમ વખત મળ્યાં હતાં. જો કે મોટા ભાગના જીવનચરિત્રમાં દાવો કરવામાં આવ્યો છે કે આ બંને વચ્ચેની પ્રથમ મુલાકાત ૧૯૧૧માં પ્રથમ સોલવે કૉંગ્રેસ દરમિયાન થઈ હતી. ઉપરાંત તે દિવસે સન્માન મેળવનારની યાદીમાં હતા નોબેલ પારિતોષિક વિજેતા રસાયણશાસ્ત્રી ફ્રેડરિક ઓસ્ટવલ્ડ, જેમણે પાછળથી ફિઝિક્સમાં નોબેલ પુરસ્કાર માટે આઈન્સ્ટાઈનને ઘણી વખત નોમિનેટ કર્યા હતા. હવે સમય બદલાઈ ગયો હતો, પરંતુ એક દાયકા પહેલાં એટલે કે ૧૯૦૧માં આઈન્સ્ટાઈન અને તેમના પિતા બંનેએ એકબીજાની જાણકારી વિના જ ઓસ્ટવલ્ડને પત્રો

લખીને યુવાન બેરોજગાર આઈન્સ્ટાઈનને નોકરી મળે તે માટે મદદ માગી હતી.

એ વર્ષે બર્ન છોડવાની મિલેવાની ઈચ્છા નહોતી. આલ્બર્ટની વધી રહેલી ખ્યાતિ અને પરિવાર પર તેની અસરથી તે વધુને વધુ અસલામતી અનુભવી રહ્યાં હતાં. આઈન્સ્ટાઈને વારંવાર પત્ની અને પુત્રથી દૂર જવું પડતું હતું. આ સંદર્ભમાં મિલેવાએ એક મિત્રને લખ્યું હતું, "હું માત્ર એટલી જ આશા રાખું છું અને ઈચ્છું છું કે આ ખ્યાતિની અસર તેમની (આઈન્સ્ટાઈનની) માનવતા પર ન પડે." એ સાથે પતિ પ્રત્યે વધી રહેલા અન્ય મહિલાઓના આકર્ષણને કારણે મિલેવાને ઈર્ષા થવા લાગી, ગુસ્સો પણ આવતો, એટલું જ નહીં પોતાની ઉપેક્ષા થતી હોવાનું પણ લાગ્યું. ઝુરિકમાં પ્રોફેસરપદે નિમણૂક થવા બદલ આઈન્સ્ટાઈનને તેમની ૧૦ વર્ષ પહેલાંની ગર્લફ્રેન્ડ મેરીએ પત્ર લખ્યો ત્યારે તો તેઓ વધારે ચીડાઈ ગયાં, તે એટલે સુધી કે મેરીના પતિને પત્ર લખીને સવાલ ઉઠાવ્યો કે તમારી પત્ની મેરી આ રીતે પત્ર લખી જ કેવી રીતે શકે, અને મિલેવાના આ પગલાને કારણે આઈન્સ્ટાઈન ભારે દુવિધાભરી સ્થિતિમાં મુકાયા હતા. પરંતુ આઈન્સ્ટાઈન ચોક્કસપણે યુવાન અને પ્રૌઢ એમ બંને પ્રકારની મહિલાઓની કંપનીથી ખુશ હતા અને મહિલાઓ પણ આ ભૌતિક વિજ્ઞાનીના ચાર્મ અને સુંદર દેખાવ પ્રત્યે સરળતાથી વશ થઈ જતી.

ઉનાળાના અંતે, આલ્બર્ટે ઑસ્ટ્રિયાના સલ્ઝબર્ગ ખાતે વ્યાખ્યાન આપ્યું તે પહેલાં મિલેવાએ તેમને દક્ષિણ આલ્પ્સમાં વેકેશન માણવા માટે જવા મનાવી લીધા. આ પ્રવાસનો આશય કદાચ બંને વચ્ચે વધી રહેલું અંતર દૂર કરવાનો હતો, અને ઑક્ટોબરના અંત સુધીમાં એટલે કે આઈન્સ્ટાઈન દંપતીએ ઝુરિકમાં નાના ઍપાર્ટમેન્ટમાં સ્થળાંતર કર્યું તથા આઈન્સ્ટાઈને યુનિવર્સિટીમાં શૈક્ષણિક કારકિર્દી શરૂ કરી તેના થોડા સમય બાદ જ મિલેવા ફરી ગર્ભવતી બન્યાં. આ સમય આગળ વધતો ગયો તેમ આઈન્સ્ટાઈન મિકેનિક્સ તેમજ થર્મોડાઇનેમિક્સના વિષયોમાં શિક્ષણકાર્ય આગળ વધારી રહ્યા હતા, એટલું જ નહીં યુનિવર્સિટીમાં ફિઝિક્સના એક સેમિનારનું નેતૃત્વ પણ કર્યું હતું.

પોતાના વિચારો અને સમીક્ષા લેખો પ્રકાશિત કરી રહેલા, શિક્ષણકાર્ય કરી

રહેલા અને વિજ્ઞાનના ક્ષેત્રના શ્રોતાઓ સમક્ષ વ્યાખ્યાનો આપી રહેલા આઈન્સ્ટાઈનનો પ્રભાવ આખા યુરોપમાં વધી રહ્યો હતો. આઈન્સ્ટાઈનની આતુરતાથી રાહ જોઈ રહેલા યુરોપના ભૌતિકશાસ્ત્રીઓને સલ્ઝબર્ગમાં વ્યાખ્યાન દરમિયાન તેમને જોવાની તક મળી, અને સામે પક્ષે આઈન્સ્ટાઈન પણ તેમની સાથે પત્રવ્યવહાર કરનાર ઘણા લોકોને તેમજ ટીકાકારોને રૂબરૂ મળ્યા. જો કે હવે તેમને સાપેક્ષતા પર વ્યાખ્યાન આપવામાં ખાસ રસ રહ્યો નહોતો અને તેને બદલે તેમણે રેડિએશનના સિદ્ધાંત પર ધ્યાન કેન્દ્રિત કર્યું હતું. સલ્ઝબર્ગમાં આ વિષય ઉપર તેમણે જે વ્યાખ્યાન આપ્યું તેને સૈદ્ધાંતિક ભૌતિકશાસ્ત્રના વિકાસના મહત્ત્વના તબક્કાઓ પૈકી એક ગણવામાં આવ્યું.

સાપેક્ષતાના સિદ્ધાંત અંગે તેમણે કરેલી કામગીરી બદલ આઈન્સ્ટાઈનને ૧૯૧૦માં ફિઝિક્સના નોબેલ પુરસ્કાર માટે નામાંકિત (નોમિનેટ) કરવામાં આવ્યા, પરંતુ તેમને પારિતોષિક મળ્યું નહીં. નોબેલ સમિતિનો મત એવો હતો કે આ પુરસ્કારથી આઈન્સ્ટાઈનનું સન્માન કરવામાં આવે તે પહેલાં તેમના સિદ્ધાંતને પ્રયોગ દ્વારા સમર્થન મળવું જોઈએ. આ પછી ૧૦ વર્ષના ગાળામાં (૧૯૧૨થી ૧૯૧૪ તથા ૧૯૧૬થી ૧૯૧૮) વધુ છ વખત તેમને નોમિનેટ કરવામાં આવ્યા અને છેવટે ૧૯૨૧ના વર્ષ માટે તેમને નોબેલ મળ્યો. અગાઉનાં વર્ષોમાં તેમને માત્ર રિલેટિવિટી થિયરી માટે જ નહીં, પરંતુ બ્રાઉનિઅન મોશન પર તેમણે કરેલી આંકડાકીય સંશોધન કામગીરી માટે પણ નોમિનેટ કરવામાં આવ્યા હતા. તેમની જનરલ રિલેટિવિટી ૧૯૧૯માં જ પ્રયોગ દ્વારા સાબિત થઈ ચૂકી હતી, તેમ છતાં હજુ કેટલીક આશંકાઓ હતી. આ કારણે ૧૯૨૧નું પારિતોષિક તેમને તેમની ફોટોઈલેક્ટ્રિક અસર પરની કામગીરી માટે મળ્યું હતું. આ કામ તેમણે તેમના ચમત્કારોના વર્ષ દરમિયાન પૂરું કર્યું હતું અને પ્રકાશિત પણ કર્યું હતું.

હવે તો સ્થિતિ એવી હતી કે અન્ય શૈક્ષણિક સંસ્થાઓ પણ ઈચ્છતી હતી કે આઈન્સ્ટાઈન તેમને ત્યાં જોડાય. ૧૯૧૦માં પ્રાગસ્થિત ચાર્લ્સ યુનિવર્સિટીના અધિકારીઓ પણ ઈચ્છતા હતા કે આઈન્સ્ટાઈન તેમની યુનિવર્સિટીમાં આવે. આ જર્મન યુનિવર્સિટી યુરોપમાં ઉચ્ચ શિક્ષણ માટેની સૌથી જૂની અને સૌથી પ્રખ્યાત શૈક્ષણિક સંસ્થા ગણાતી હતી. થિયોરેટિકલ ફિઝિક્સના પ્રોફેસર તરીકે

આઈન્સ્ટાઈનની નિમણૂક માટે તેમણે ભલામણ કરી હતી. આ હોદ્દો એવો હતો જેના માટે ઓસ્ટ્રો-હંગેરિયન શાસનના શિક્ષણ મંત્રાલયની મંજૂરી જરૂરી હતી. આ પ્રતિષ્ઠિત હોદ્દા માટે આઈન્સ્ટાઈનની ખૂબ પ્રશંસા કરવામાં આવી હતી અને તેમને પોતાને પણ એ હોદ્દામાં રસ હતો, પરંતુ મંજૂરીની પ્રક્રિયા ઘણી લાંબી અને અનિશ્ચિત હતી. તેમને લાગતું હતું કે એક સમસ્યા તો એ છે કે પોતે યહૂદી મૂળના છે. તે સમયે આ શાસન હેઠળનાં ક્ષેત્રોમાં તેમજ યુરોપના ઘણાખરા પ્રદેશોમાં યહૂદીવિરોધી લાગણી વ્યાપક હતી.

આ સૂચિત હોદ્દો તેમના વર્તમાન હોદ્દા કરતાં ઊંચો અને મહત્ત્વનો હોવાથી ઝુરિકમાં તેમણે એ જાણ કરવી જરૂરી હતી કે જો ઑફર આવશે તો પોતે ત્યાં જવા તૈયાર છે. આ વાત ફેલાતાં જ તેમના કેટલાક ઉત્સાહી અને પ્રતિબદ્ધ વિદ્યાર્થીઓ તેમને રોકી રાખવા માગતા હતા અને એ માટે તેમણે ઝુરિકમાં અધિકારીઓ સમક્ષ રજૂઆત કરી કે તેઓ આઈન્સ્ટાઈનને રોકાઈ જવા માટે સમજાવે તથા વેતનમાં વધારો કરી આપવાની ઑફર કરે. એક શિક્ષક કે વ્યાખ્યાતા તરીકે આઈન્સ્ટાઈન અસરકારક નહોતા, તેમ છતાં તેમની સર્વસાધારણ રીતભાત તથા રચનાત્મક વિચારોથી વિદ્યાર્થીઓ પ્રભાવિત હતા, તેથી આઈન્સ્ટાઈન તેમની સાથે જ રહે તેવી તેમની લાગણી અને માગણી હતી. યુનિવર્સિટીના અધિકારીઓએ પણ આ વાત સ્વીકારી અને આઈન્સ્ટાઈનને પ્રતિવર્ષ ૧,૦૦૦ સ્વિસ ફ્રાન્કનો વધારો કરી આપવાની દરખાસ્ત કરી. પરંતુ પોતાના વિચારોનો વ્યાપક ફેલાવો થાય તે માટે યુરોપના વૈજ્ઞાનિક સમુદાયમાં પોતાની સ્થિતિ સુધારવા માટે આતુર આઈન્સ્ટાઈનને આ દરખાસ્ત પૂરતી ન લાગી. તેમણે પોતાની સંભવિત નિમણૂક અંગે અધિકારીઓ સાથે વધારે ચર્ચા કરવા ઑસ્ટ્રો-હંગેરિયન શાસનની રાજધાની વિયેના જવાનો નિર્ણય કર્યો. એ મુલાકાત દરમિયાન તેઓ તત્ત્વજ્ઞાની અર્ન્સ્ટ મૅકને મળ્યા અને તેમના પ્રત્યેની સન્માનની લાગણી વ્યક્ત કરી. મિત્ર માઈકલ બેસ્સોએ મૅકના લખાણ 'નેચરલ ફિલોસોફ' થી આઈન્સ્ટાઈનને અવગત કરાવ્યા હતા, એટલું જ નહીં તેમના વિચારોનો આઈન્સ્ટાઈનના પ્રારંભિક વૈજ્ઞાનિક જીવન પર પ્રભાવ પડ્યો હતો. એ વર્ષે વિયેનાથી પરત આવ્યા બાદ અને પ્રાગમાં નિમણૂક અંગેના સમાચાર સાંભળવાની રાહ જોઈ રહેલા

આઈન્સ્ટાઈને સંશોધનલેખ પ્રકાશિત કર્યો, જેમાં અન્ય બાબતોની સાથેસાથે આકાશના ભૂરા રંગ બાબતે સમજૂતી આપવામાં આવી હતી. તેમનાં કેટલાંક સંશોધન સમજવા અત્યંત અઘરાં છે અને તેમાં આ પેપરનો પણ સમાવેશ થાય છે.

એ વર્ષ પારિવારિક ઘટનાઓથી પણ ભરપૂર રહ્યું હતું. માર્ચમાં આઈન્સ્ટાઈનનાં બહેન માજાએ પૌલ વિન્ટલર સાથે લગ્ન કર્યાં; મિલેવાનાં માતા-પિતા દીકરી-જમાઈને મળવા આવી પહોંચ્યાં હતાં; અને જુલાઈના અંતે આઈન્સ્ટાઈનના બીજા પુત્ર એડુઅર્ડ (ટેટે અથવા ટેડી)નો જન્મ થયો. આ બધી ઘટનાઓ આનંદદાયક હતી, છતાં વિજ્ઞાનના ક્ષેત્રમાં કારકિર્દી વિસ્તારવા માગતા આઈન્સ્ટાઈન માટે હવે એ ઘટનાઓનું સ્થાન ગૌણ હતું, જેની મિલેવાએ ફરિયાદ પણ કરી હતી "આવી ખ્યાતિને કારણે તેમની પાસે પત્ની માટે પણ સમય નથી." સંવેદનશીલ અને તેજસ્વી દેખાતા બાળક ટેટેનો ઉછેર મુશ્કેલ બનવા લાગ્યો. બાળપણનાં પ્રારંભિક વર્ષોમાં નબળાઈ અને માંદગીને કારણે તેનું તંદુરસ્ત સ્વાસ્થ્ય બહુ ઓછા વર્ષ રહ્યું હતું, અને ૨૦ વર્ષની ઉંમરે નિદાન થયું કે તે માનસિક રીતે બીમાર છે.

૧૯૧૧ના જાન્યુઆરીના પ્રારંભે આઈન્સ્ટાઈનને કેટલાક સારા સમાચાર મળ્યા. પ્રાગની ચાર્લ્સ યુનિવર્સિટીમાં થિયોરેટિકલ ફિઝિક્સના પ્રોફેસર પદે તેમની નિમણૂકને રાજા ફ્રાન્ઝ જોસેફે બહાલી આપી દીધી. આ ઉપરાંત વધારાના પ્રોત્સાહનરૂપે ઈન્સ્ટિટ્યૂટ ઑફ થિયોરેટિકલ ફિઝિક્સના ડિરેક્ટર તરીકે પણ તેમની નિમણૂક થવાની હતી. તેમની ફરજોમાં ગણિત અને થર્મોડાઇનેમિક્સના વિષયો ભણાવવાનો તેમજ ફિઝિક્સના એક સેમિનારનું નેતૃત્વ કરવાનો સમાવેશ થતો હતો. રાજાએ તેમને ઘણા આકર્ષક વેતનની દરખાસ્ત કરી હતી – જે સ્વિસ સંસ્થા આપી શકે તેના કરતાં બમણું હતું. હવે તેમણે લાંબા સમય સુધી પોતાના વિકલ્પો અંગે વિચાર કરવાનો નહોતો, કેમ કે કારકિર્દીના આ તબક્કે મળેલી આ તક એટલી સરસ હતી કે તે જતી કરી શકાય તેવી હતી જ નહીં. તેમણે ઝુરિકના અધિકારીઓને રાજીનામું મોકલી આપ્યું અને સાથે પત્રમાં અંગત ખેદ પણ વ્યક્ત કર્યો. માર્ચના અંતે મ્યુનિકમાં થોડો સમય રોકાઈને પ્રોફેસર આઈન્સ્ટાઈને પરિવાર સાથે પૂર્વમાં સ્થળાંતર

કર્યું.

૯મી સદીમાં સ્થપાયેલું પ્રાગ શહેર સ્થાપત્યની દૃષ્ટિએ અત્યંત આકર્ષક હતું અને સુખી તથા વૈભવી લોકોના નગર તરીકેની તેની પ્રતિષ્ઠા હતા. મધ્ય યુરોપનું શૈક્ષણિક કેન્દ્ર ગણાતી આ પ્રાચીન રાજધાનીનો વિકાસ એક મોહક શહેર તરીકે થયો હતો, જ્યાં ઝેક અને જર્મન સંસ્કૃતિ પોતાનું ટોચનું સ્થાન જાળવી રાખવા એકબીજા સાથે જાણે સ્પર્ધા કરતી હતી. જર્મનો આમ તો કુલ વસતીના ૧૦ ટકા જ હતા, પરંતુ પોતે ઉચ્ચ કુળના છે તેમ જાતે જ માની લઈને અન્ય રહેવાસીઓ પ્રત્યે ઉપેક્ષિત વલણ ધરાવતા. યહૂદી રહેવાસીઓ સામાજિક દરજ્જામાં ઘણા નીચે હતા. આ શહેરમાં આવ્યાના થોડા સમયમાં જ આઈન્સ્ટાઈને મિત્ર માઈકલ બેસ્સોને પત્રમાં લખ્યું હતું કે, "જર્મન રહેવાસીઓ લાગણીશૂન્ય છે અને તેમનામાં તોછડાઈ અને અધમ વૃત્તિનું વિચિત્ર મિશ્રણ છે, અન્ય નાગરિકો પ્રત્યે તેમનામાં જરાય ભલમનસાઈ નથી." જો કે, તેઓ આ શહેરમાં પહોંચ્યા ત્યારે તેમનું ભવ્ય સ્વાગત કરવામાં આવ્યું હતું અને એક ઉમદા સામાજિક જીવન તેમની રાહ જોઈ રહ્યું હતું. યુનિવર્સિટીમાં તેમના સાથીદારો વૈજ્ઞાનિક દૃષ્ટિકોણમાં પૂરતા સજ્જ નહોતા જણાયા, છતાં આસપાસનું વાતાવરણ, યુનિવર્સિટીની ભવ્ય લાઈબ્રેરી તેમજ ખાસ કોઈ ખલેલ વિના અભ્યાસ કરવાની તક જેવી બાબતોએ તેમને પ્રભાવિત કર્યા હતા.

હવે સારું વેતન મળતું હોવાથી આલ્બર્ટ અને મિલેવા બર્ન અને ઝુરિકમાં જે સામાન્ય જીવન જીવતાં હતાં તેના કરતાં તેમને હવે વધુ સુખી જીવન પસાર કરવા મળ્યું. તેમણે વિશાળ ઍપાર્ટમેન્ટ રાખ્યું જ્યાં નોકર માટે અલગ રૂમ હતો, તે ઉપરાંત થોડો સમય માટે મિલેવાનાં માતા માટે પણ અલગ વ્યવસ્થા કરી શક્યાં. આ બધી નવી સુવિધાઓ છતાં મિલેવા ખુશ નહોતાં, નગરના સ્વ-કેન્દ્રી લોકોને કારણે બેચેની અને ગભરામણ અનુભવતાં. બાળકો હેન્સ આલ્બર્ટ અને એડુઅર્ડની સારસંભાળમાં તેમણે મન પરોવવાનો પ્રયાસ કર્યો, પરંતુ ચેન પડતું ન હોવાથી અને બીજી તરફ આલ્બર્ટ તેમના વ્યવસાયી જીવનમાં ખૂંપી ગયા હોવાથી મિલેવા ભારે હતાશામાં સરકી પડ્યાં. આઈન્સ્ટાઈનના પ્રભાવ છતાં – અને કદાચ તે કારણે જ ઘરની અંદરનું વાતાવરણ સતત ઉદાસીન બનતું ગયું, આઈન્સ્ટાઈનની વધતી જતી ખ્યાતિ

મિલેવાની ઈર્ષામાં પણ વધારો કરતી હતી.

આટલું પૂરતું ન હોય તેમ આઈન્સ્ટાઈનને પેટમાં કોઈ ગંભીર તકલીફ શરૂ થઈ જે પછી તેમને જીવનભર પીડા આપતી રહી હતી. આ બીમારીને કારણે તેઓ વારંવાર પથારીવશ થઈ જતા, આમ છતાં શૈક્ષણિક કાર્યની ફરજ તો અચૂક પૂરી કરતા. ઘરના નિરસ વાતાવરણથી બચવા અને કામમાં જે બૌદ્ધિક સંતોષ નહોતો મળતો તે મેળવવા જૂના શહેરમાં બેર્તા અને ઓટ્ટો ફેન્ટા દ્વારા સંચાલિત સેલોન (બૌદ્ધિકોની મહેફિલનું સ્થળ) ની મુલાકાત લેવાનું શરૂ કર્યું. પ્રાગના કેસલની સામે જ આવેલા આ ૧૮મી સદીના ભવ્ય સેલોનમાં યુવાન યહૂદી બુદ્ધિજીવીઓ તથા અન્ય અગ્રણીઓ દર અઠવાડિયે મળતા અને તત્ત્વજ્ઞાન, સંગીત અને સાહિત્યની ચર્ચા કરતા. અગાઉનાં વર્ષોમાં આઈન્સ્ટાઈને બર્નમાં મિત્રો સાથે જેવી મહેફિલો કરી હતી તેના જેવી જ લગભગ આ પ્રવૃત્તિઓ હતી. અહીં નિયમિત આવતા મહેમાનોમાં ફ્રાન્ઝ કાફકાનો પણ સમાવેશ થતો હતો. હતાશાથી ઘેરાયેલા આ યુવાન વકીલ તેમનાં લખાણના અંશો અહીં વાંચતા. અલબત્ત તેમનાં અસ્તિત્વવાદી લખાણો હજુ લોકોના ધ્યાનમાં આવ્યાં નહોતાં અને હજુ તેમની યહૂદી ઓળખ પ્રસ્થાપિત કરવા મથામણ કરી રહ્યા હતા. અન્ય લેખકો, તત્ત્વજ્ઞાનીઓ અને પ્રખર યહૂદી વિચારધારા ધરાવતા મહાનુભાવો પણ આ મહેફિલમાં આવતા. ૧૯૨૯-૧૯૩૦ના ગાળામાં બર્લિનમાં આઈન્સ્ટાઈનની અંગત લાઈબ્રેરીની ગોઠવણ કરી આપનાર જોહાન્ના ફેન્ટોવા પણ અહીં આવતા. ૪૦ વર્ષ પછી આઈન્સ્ટાઈન અને ફેન્ટોવા પ્રિન્સ્ટનમાં રહેતા હતા ત્યારે બંને ગાઢ મિત્રો બન્યા હતા.

પ્રાગમાં રહેતા હતા ત્યારે આઈન્સ્ટાઈનની ઉંમર હજુ ૩૨ વર્ષ હતી અને છતાં તેઓ ભારે પ્રખ્યાત થઈ ગયા હતા, તેમને અન્ય સંસ્થાઓમાંથી નોકરીની ઑફર મળવાનું ચાલુ હતું. પ્રાગ અને તેની સામાજિક વ્યવસ્થાથી દૂર ચાલ્યા જવાની લાગણી વધી રહી હતી, મિલેવાને તો ખાસ. આઈન્સ્ટાઈનને અહીંથી લઈ જવા માટેની એક દરખાસ્ત ઝુરિકમાં તેમની માતૃસંસ્થા ઈ ટી એચ માંથી આવી હતી. આ સ્વિસ શહેરમાં પરત ફરવાની સંભાવના આઈન્સ્ટાઈન અને મિલેવા બંનેને આકર્ષક લાગતી હતી, તે કારણે આલ્બર્ટે નવા વર્ષથી ત્યાં

જોડાવા અંગે વાતચીત શરૂ કરી. આ દરખાસ્ત સ્વીકારી લેવા માટે આઈન્સ્ટાઈનને ભલામણ કરનારાઓમાં મેરી ક્યુરી તથા જાણીતા ગણિતશાસ્ત્રી અને વિજ્ઞાનના ફિલોસોફર હેનરી પોઈનકેરનો સમાવેશ થતો હતો. સાપેક્ષતાના સિદ્ધાંતમાં પોઈનકેરનો ફાળો પણ નોંધપાત્ર છે. આઈન્સ્ટાઈને ઝુરિકથી કોઈ સમાચાર આવે તેની ઘણા મહિના રાહ જોઈ હતી. પણ એ વચગાળામાં તેમણે પ્રકાશ ઉપર ગુરુત્વાકર્ષણની અસર નામે જનરલ રિલેટિવિટી અંગે સૌપ્રથમ નક્કર વિચારો ઘડ્યા, અને સૂચન કર્યું કે તેમના આ સિદ્ધાંતનો પ્રયોગ આગામી પૂર્ણ સૂર્યગ્રહણ વખતે થઈ શકશે.

એ વર્ષના અંતે નવેમ્બરમાં આઈન્સ્ટાઈને બ્રસેલ્સમાં પ્રથમ સોલવે કૉંગ્રેસને સંબોધન કર્યું. બેલ્જિયમના શુભેચ્છક દાતા અને રસાયણશાસ્ત્રી અર્નેસ્ટ સોલવે દ્વારા સ્થાપિત આ કૉન્ફરન્સ ઘણી સફળ રહી હતી. તેમાં યુરોપના ભૌતિકશાસ્ત્રના તમામ મહાનુભાવોએ હાજરી આપી હતી. આઈન્સ્ટાઈન સૌથી નાની ઉંમરના વિજ્ઞાની હતા પરંતુ આત્મવિશ્વાસ, આકર્ષક વ્યક્તિત્વ અને હળવી રમૂજની આવડતને કારણે મોટી ઉંમરના અન્ય વિજ્ઞાનીઓ સાથે સરળતાથી ભળી ગયા. અહીં વિધવા મેરી ક્યુરી સાથે તેમની ફરી મુલાકાત થઈ. તેઓ હજુ થોડા સમય પહેલાં જ તેમનો બીજો નોબેલ પુરસ્કાર જીત્યાં હતાં. તેમણે કહ્યું હતું કે આઈન્સ્ટાઈનને મળ્યા પછી પોતે, “તેમના મનની પારદર્શકતા, માહિતીનો વ્યાપ તથા જ્ઞાનના ઊંડાણને સારી રીતે સમજી શકે છે. ... તેમનામાં કોઈને આશાઓ જગાવવાનો પૂરો અધિકાર છે અને તેમનામાં ભવિષ્યના અગ્રણી થિયોરેટિશિયન જોવાનો અધિકાર છે.” બીજી તરફ આઈન્સ્ટાઈને મેરી ક્યુરીની વિજ્ઞાનના ક્ષેત્રની કામગીરીને ભારે વખાણી હતી, છતાં પછીથી તેમને હેરિંગ (માછલી) જેટલાં ઠંડા ગણાવ્યાં હતાં. “અને તેમની દીકરી તો તેમના કરતાં પણ ખરાબ છે, જાણે કોઈ લશ્કરી અધિકારી” તેમ આઈન્સ્ટાઈને કહ્યું હતું.

રેડિએશન અને ક્વૉન્ટમ થિયરીનાં ક્ષેત્રોમાં સધાયેલી પ્રગતિની ચર્ચા કરવા મળેલી આ કૉન્ફરન્સ એટલી બધી સફળ રહી કે અર્નેસ્ટ સોલવેએ પ્રત્યેક બે વર્ષે આવી બેઠકો યોજવાની જાહેરાત કરી. હવે તો સોલવે કૉન્ફરન્સ દ્વારા ઓળખાતી આ બેઠકો દુનિયાભરના અગ્રણી ભૌતિક અને રસાયણ વિજ્ઞાનીઓ

માટે એકત્ર થવાનું મહત્ત્વનું મંચ બની ગઈ છે. આ બેઠકોમાં જે - તે ક્ષેત્રના નિષ્ણાતો મૂળભૂત સમસ્યાઓની ચર્ચા કરે છે અને તેના ઉકેલ માટેના રસ્તા વિચારે છે.

ઈ ટી એચ ખાતે થિયોરેટિકલ પ્રોફેસર તરીકેની આઈન્સ્ટાઈનની નિમણૂકને જાન્યુઆરી ૧૯૧૨માં મંજૂરી મળી. પરિવારમાં ખુશી છવાઈ અને જુલાઈમાં પ્રાગ છોડીને ઝુરિક પરત જવાનું આયોજન કર્યું, પરંતુ આ સ્થળાંતર પહેલાં આઈન્સ્ટાઈને અન્ય પરિવારજનોને મળવા માટે બર્લિનની મુલાકાત લીધી. ત્યાં અંકલ અને આન્ટીને મળ્યા પણ તે સમયે પિતરાઈ એલ્સાને ફરી મળવાની તક પણ મળી. બાળપણના દિવસોમાં પરિવારના મેળાવડા દરમિયાન એલ્સાને મળવાનું થતું. આલ્બર્ટ કરતાં ત્રણ વર્ષ નાની એલ્સાના હવે છૂટાછેડા થયા હતા અને તેને બે દીકરી હતી - ૧૩ વર્ષની ઈલ્સે અને ૧૧ વર્ષની મારગોટ. એલ્સા અને આલ્બર્ટની માતાઓ બહેનો થાય જ્યારે બંનેના પિતા વચ્ચે પણ પિતરાઈ ભાઈઓની સગાઈ હતી, આમ આ પિતરાઈઓ (એલ્સા અને આલ્બર્ટ) વચ્ચે જટિલ પારિવારિક સંબંધો હતા. ભૂરી આંખો અને પ્રફુલ્લિત સ્વભાવ ધરાવતી એલ્સા હંમેશાં ઉદાસ રહેતી, મિલેવા કરતાં સાવ અલગ હતી. ખુશમિજાજ અને ચપળ એલ્સાને જોતાં જ આઈન્સ્ટાઈનને તેના પ્રત્યે આકર્ષણ થયું. પ્રાગ પરત આવ્યા પછી તેમણે એલ્સા સાથે ખાનગીમાં પત્રવ્યવહાર શરૂ કર્યો, અને ઝુરિક સ્થળાંતર કર્યા પછી પણ એ સિલસિલો ચાલુ રહ્યો.

સ્વિટ્ઝરલેન્ડ પરત આવ્યા પછી મિત્રોને લખેલા પત્રમાં મિલેવાએ ખુશી વ્યક્ત કરી હતી. તેમણે લખ્યું હતું કે તેનાં બાળકોના આરોગ્ય પર અવળી અસર કરી રહેલી પ્રાગના બિનતંદુરસ્ત વાતાવરણથી છૂટવા મળ્યું અને ઝુરિક પરત આવવા મળ્યું તેનાથી પોતે ખુશ છે. આ નવા હોદ્દા પર આઈન્સ્ટાઈનનું વેતન પહેલા કરતાં વધારે હોવાથી તેમનો પરિવાર પ્રાગની જેમ જ અહીં પણ હવે આરામદાયક રહી શકે તેમ હતો. તેમણે યુનિવર્સિટીની નજીક આધુનિક સુવિધાઓ સાથેનું વિશાળ ઍપાર્ટમેન્ટ લીધું. જો કે, પતિ બાબતે મિલેવાએ મિત્રોને લખ્યું, "મારે થોડી શરમ સાથે એ સ્વીકારવું જોઈએ કે તેમના જીવનમાં અમારું ખાસ મહત્ત્વ રહ્યું નથી અને બીજા સ્થાને આવી ગયા છીએ." ઝુરિકમાં પોતાના જૂના મિત્રો અને શિક્ષણકાર્યની ફરજ માટે પરત ફરવાથી આઈન્સ્ટાઈન

તો કદાચ ખુશ હતા, પરંતુ મિલેવા માનસિક રીતે સતત નબળા પડી રહ્યાં હતાં, વધુને વધુ હતાશા અને ઉદાસીમાં સરકી રહ્યાં હતાં. આવી માનસિક હાલત ઉપરાંત શારીરિક અને અન્ય પરિબળો પણ તેની સ્થિતિ વધારે વણસાવી રહ્યાં હતાં – જેમ કે તેમના બંને પગમાં સતત દુખાવો રહેવા લાગ્યો હતો અને બીજી તરફ બાલ્કન દેશો યુદ્ધની તૈયારીઓ કરી રહ્યા હતા, જેને કારણે મિલેવાને પરિવાર અને મિત્રોની ચિંતા થઈ રહી હતી. આ સ્થિતિમાં પત્નીને આશ્વાસન આપવાનો આઈન્સ્ટાઈને કોઈ પ્રયાસ તો કર્યો નહીં પણ હકીકતમાં તેમનાથી દૂર થતા ગયા. તેઓ વાયોલિન વગાડવા માટે મિત્રો વચ્ચે પહોંચી જતા.

૧૯૧૨માં રેડિયોલોજી પર તૈયાર થઈ રહેલી એક પુસ્તિકામાં લખાણ આપવા આઈન્સ્ટાઈને પોતે કરેલી કામગીરીની એક નોંધ તૈયાર કરવાનું શરૂ કર્યું, અને એ જ લખાણ આગળ જતાં સાપેક્ષતાની "સ્પેશિયલ થિયરી" બની ગયું (જેથી તેને ૧૯૧૫-૧૯૧૬ની "જનરલ થિયરી"થી અલગ પાડી શકાય). આ કામ પૂરું કરતાં તેમને બે વર્ષ લાગ્યાં, પરંતુ ત્યારબાદ પ્રથમ વિશ્વયુદ્ધને કારણે તેમાં વિક્ષેપ પડ્યો અને તેનું પ્રકાશન અટકી પડ્યું. થોડાં વર્ષ પછી એ લખાણમાં જરૂરી ફેરફાર કરવા જણાવ્યું, પરંતુ તે સમયે આઈન્સ્ટાઈન એટલા બધા વ્યસ્ત હતા કે ૮૦ વર્ષ કરતાં વધુ સમય સુધી એ હસ્તપ્રત પ્રકાશિત થયા વિના પડી રહી. ૧૯૯૫માં છેવટે તે ચાર ભાગમાં ધ કલેક્ટેડ પેપર્સ ઑફ આઈન્સ્ટાઈન નામે પ્રકાશિત થયું અને તેના દ્વારા સાપેક્ષતા અંગેના આઈન્સ્ટાઈનના મૂલ્યવાન વિચારો જાણવા મળે છે.

એ વર્ષના પ્રારંભે પ્રાગમાં તેમની મુલાકાત ડચ ભૌતિકશાસ્ત્રી પૌલ એરેનફેસ્ટ સાથે થઈ ત્યારથી બંને વચ્ચે ગાઢ મૈત્રી બંધાઈ ગઈ હતી. "થોડા કલાકમાં જ અમે જાણે એકબીજા માટે જ બન્યા હોઈએ એમ મિત્રો બની ગયા હતા. તેમનું નિધન થયું ત્યાં સુધી અમારી વચ્ચે ગાઢ મિત્રાતા રહી હતી," તેમ પછીથી આઈન્સ્ટાઈને કહ્યું હતું. તેમની વચ્ચે લાંબો, ઉત્સાહભર્યો પત્રવ્યવહાર થતો જેમાં તેઓ ભૌતિકશાસ્ત્ર, સંગીત, યહૂદીવાદ તથા પરિવારો વિશે ચર્ચા કરતા. જર્મનીમાં એરેનફેસ્ટના સંપર્કોની મદદથી આઈન્સ્ટાઈને પરિવાર માટે વાયોલિન અને પિયાનો પણ મેળવ્યાં હતાં. લેડેનમાં કાયમી

જૉબ સ્વીકારવા એરેનફેસ્ટ ઘણાં વર્ષો સુધી આઈન્સ્ટાઈનને મનાવતા રહ્યા, ત્યાં સુધીમાં તો આઈન્સ્ટાઈન બર્લિનમાં તેમને મનગમતા હોદ્દા પર નોકરી મેળવી ચૂક્યા હતા. આત્મવિશ્વાસના અભાવથી પીડાતા એરેનફેસ્ટે ૧૯૩૪માં પહેલાં પુત્રાઘાત કર્યો અને પછી આત્મહત્યા કરી : એટલે કે એરેનફેસ્ટે તેમના ૧૬ વર્ષના પુત્ર વેસ્સિકને જે હોસ્પિટલમાં માનસિક બીમારીની સારવાર અપાઈ રહી હતી ત્યાં ગોળી મારી દીધી અને પછી જાતે ગોળી ખાઈ લીધી. એરેનફેસ્ટના આવા અણધાર્યા નિધનથી તેમનાં પત્ની, અન્ય એક પુત્ર તેમજ બે દીકરીઓને ભારે ખોટ પડી, એટલું જ નહીં આઈન્સ્ટાઈનને પણ મોટી ખોટ પડી હતી.

૧૯૧૩માં આઈન્સ્ટાઈનનું લગ્નજીવન સતત કથળતું જતું હતું, પરંતુ તે સમયે તેમને લાગ્યું કે પોતે પત્ની અને બે દીકરાની જવાબદારીમાંથી છટકી શકે નહીં. તેમણે બર્લિનમાં એલ્સાને મૂંઝવણભર્યા પત્રો લખીને જણાવ્યું કે તેને (એલ્સાને) મેળવવાની તેમની તીવ્ર ઈચ્છા છે, પરંતુ પોતે ફસાઈ ગયા હોવાની લાગણી અનુભવે છે. મિલેવાના પગનો દુખાવો એટલો બધો વધી ગયો કે તેમના માટે હવે છોકરાઓનું અને ઘરનું ધ્યાન રાખવાનું મુશ્કેલ બની ગયું હતું. મિલેવા કદાચ સારા કારણથી ફરિયાદો અને હતાશા વ્યક્ત કરતાં હતાં, પરંતુ આઈન્સ્ટાઈન માટે એ બધું કંટાળાજનક હતું. આ બધી બાબતોની ખાસ પરવા કર્યા વિના તેમણે તેમના નવા ગુરુત્વાકર્ષણના સિદ્ધાંત પર કામ કરવાનું ચાલુ રાખ્યું અને મનમાં સતત એલ્સાના વિચારો હોવા છતાં તેની ઉપેક્ષા કરવાનો પ્રયાસ કર્યો. તેમના સંબંધોને પરિવારની મંજૂરી નહીં મળે તેમ માનીને તેમણે નવ મહિના સુધી પત્રવ્યવહાર બંધ કરી દીધો હતો. જો કે એલ્સાએ આઈન્સ્ટાઈનને જન્મદિવસની શુભેચ્છા પાઠવતો પત્ર મોકલ્યો ત્યારબાદ બંને વચ્ચે ફરી પત્રવ્યવહાર પ્રસ્થાપિત થઈ ગયો હતો. આ પછી થોડા જ સમયમાં આઈન્સ્ટાઈન અને મિલેવા સાથે પેરિસ ગયાં, જ્યાં આઈન્સ્ટાઈને વ્યાખ્યાન આપ્યું અને દંપતીએ મેરી ક્યુરીની મહેમાનગતિ માણી. ઉનાળો પૂરો થવામાં હતો ત્યારે તેઓ નવ વર્ષના હેન્સ આલ્બર્ટને લઈને પર્વતારોહણ માટે એન્ગેડાઈન પર્વતમાળામાં ગયા. ત્યાં તેમની સાથે ક્યુરી તેમજ તેમની દીકરીઓ પણ સાથે હતી. મિલેવા ચાલી શકે તેમ નહોતાં, પરંતુ સ્વચ્છ વાતાવરણ અને સુંદર દૃશ્યો માણવાની તેમને મઝા આવી.

ત્યારબાદ તરત જ પૌલ એરેનફેસ્ટ અને તેમનાં પત્ની ટેટિઆના ઝુરિકની બે અઠવાડિયાની મુલાકાતે આવ્યાં અને બંને ભૌતિક વિજ્ઞાનીઓ તેમની મિત્રતા વધુ ગાઢ બનાવી શક્યા.

૧૯૧૩માં ડેન્માર્કના ભૌતિક વિજ્ઞાની નિલ્સ બોરે પરમાણુ અંગે નવું અર્થઘટન રજૂ કર્યું ત્યારે કુદરતના નિયત માત્રાના દૃષ્ટિકોણને નવું બળ મળ્યું હતું. તેમણે સિદ્ધાંત આપ્યો કે એક અણુની આસપાસ ફરતા પરમાણુઓ માત્ર ચોક્કસ અથવા નિયત માત્રાની ભ્રમણકક્ષામાં જ ફરશે. આ સિદ્ધાંત અનુસાર, ઈલેક્ટ્રોન જ્યારે એક નિશ્ચિત ભ્રમણકક્ષામાંથી બીજી ભ્રમણકક્ષામાં જાય ત્યારે પ્રકાશની ચોક્કસ માત્રા – ફોટોનનું કાં તો ઉત્સર્જન (બહાર ફેંકાવું) થાય અથવા શોષાઈ જાય. બોરને તેમના આ સંશોધન માટે આઈન્સ્ટાઈન પછી એક વર્ષે એટલે કે ૧૯૨૨માં ફિઝિક્સનો નોબેલ મળ્યો હતો.

સપ્ટેમ્બરમાં આઈન્સ્ટાઈન બાળકોને તેમનાં નાના-નાની પાસે હંગેરી લઈ ગયા અને ત્યાં મિલેવાની વિનંતીથી સ્થાનિક ગ્રીક રૂઢિચુસ્ત ચર્ચમાં હેન્સ આલ્બર્ટ અને એડુઅર્ડની નામકરણ વિધિ કરવામાં આવી. તેમના પિતા એટલે કે આઈન્સ્ટાઈનને કોઈ પણ પ્રકારના સંગઠિત ધર્મમાં રસ ન હોવાથી આ વિધિમાં હાજરી આપી નહોતી. આ ટૂંકા પ્રવાસ પછી તેઓ વિએના ગયા જ્યાં આઈન્સ્ટાઈને તેમના નવા ગુરુત્વાકર્ષણ સિદ્ધાંત અંગે વ્યાખ્યાન આપ્યું. તેમનું એ વ્યાખ્યાન ભારે લોકપ્રિય રહ્યું અને તે સમયના તમામ મુખ્ય અખબારોમાં તેની નોંધ લેવામાં આવી હતી. મિલેવા ઝુરિક પાછા ફર્યાં, જ્યારે આલ્બર્ટે બર્લિનની મુલાકાત લીધી જ્યાં કેટલાક સત્તાવાર કાર્યક્રમોમાં હાજરી આપવા ઉપરાંત એલ્સાને મળવાની તક પણ ઝડપી લીધી.

એ જ વર્ષે આઈન્સ્ટાઈને જનરલ રિલેટિવિટી થિયરી પર સંશોધનપત્ર પ્રકાશિત કર્યું. ગણિતશાસ્ત્રી મિત્ર માર્શલ ગ્રોસમાન આ પેપરના સહ-લેખક હતા. આ પેપરમાં આઈન્સ્ટાઈને ભૌતિક સિદ્ધાંતોની છણાવટ કરી જ્યારે ગ્રોસમાને આ સિદ્ધાંતની રચના માટે જરૂરી આવશ્યક ગણિત અંગેનું લેખન કર્યું. આ નવી પદ્ધતિનું અન્ય એક સાથીદાર સાથે વધુ એક સંશોધનપત્રમાં પરીક્ષણ કરવામાં આવ્યું અને તેના આધારે આઈન્સ્ટાઈનને એટલો બધો આત્મવિશ્વાસ આવી ગયો કે તેમને લાગ્યું કે જનરલ રિલેટિવિટીના વિષયમાં

તેમણે સૌથી મહત્ત્વનું સંશોધન કરી લીધું છે એ એટલું સચોટ છે કે તેને પ્રયોગ દ્વારા સાબિત કરવાની પણ જરૂર નથી. છતાં તેઓ આગામી ગ્રહણ સુધી રાહ જોવા માગતા હતા, અને તેમને વિશ્વાસ હતો કે તેમના સિદ્ધાંતને પ્રયોગકારો સચોટ સાબિત કરશે.

૧૯૧૩ના નવેમ્બરમાં વાતચીતના પરિણામને આઈન્સ્ટાઈનને જાણ કરવામાં આવી, જે વાસ્તવમાં તેમને ઘણા મહિનાથી ખબર હતી. તેમને પ્રુશિયન એકેડેમી ઑફ સાયન્સીસમાં ચૂંટી કાઢવામાં આવ્યા હતા અને બર્લિન યુનિવર્સિટી ખાતે સંશોધન પ્રોફેસરના હોદ્દાની તેમજ તેની સાથે ટૂંક સમયમાં સ્થપાનાર કેઈસર વિલહેલ્મ ઈન્સ્ટિટ્યૂટ ઑફ ફિઝિક્સના ડિરેક્ટરપદની દરખાસ્ત કરવામાં આવી. આ માટેનું વેતન પણ ઘણું મોટું હતું. મિલેવાની મરજી-નામરજીને ધ્યાનમાં લીધા વિના આઈન્સ્ટાઈને આ દરખાસ્ત સ્વીકારી લીધી. કોઈને પણ એ વાતનું આશ્ચર્ય થાય કે જર્મની અને ખાસ કરીને પ્રુશિયનો માટે તેમજ તેમની શિક્ષણ વ્યવસ્થા માટે ભારે ધિક્કાર વ્યક્ત કર્યા પછી પણ શા માટે તેઓ જર્મની પરત જવા માગતા હતા! આ દરખાસ્તની સૌથી મોટી આકર્ષક બાબત એ હતી કે તેમણે શિક્ષણકાર્ય કરાવવાનું ફરજિયાત નહોતું. તેમને વ્યાખ્યાન આપવાનું ગમતું હતું, પરંતુ તેમને લાગ્યા કરતું કે શિક્ષણકાર્યને કારણે તેમને સૌથી વધુ ગમતી સંશોધન કામગીરી માટે ઓછો સમય મળે છે. હવે જનરલ રિલેટિવિટીની કામગીરી પૂર્ણ કરવા તેઓ વધુ સમય ફાળવવા માગતા હતા. પણ એ વાતમાં શંકા નથી કે, હૃદયની લાગણીઓએ પણ તેમના આ નિર્ણયમાં ભૂમિકા ભજવી હતી, કેમ કે એલ્સા બર્લિનમાં રહેતાં હતાં. આ દરખાસ્ત સ્વીકારવાના તેમના નિર્ણયથી તેમના જીવનમાં વ્યાપક પરિવર્તન આવવાનું હતું.

પ્રકરણ

૬ બર્લિનમાં પ્રારંભિક વર્ષો : યુદ્ધ અને શાંતિવાદ

દેશદાઝના નામે જે રીતે હિરોગીરીનો પ્રભાવ, નિરર્થક હિંસા તથા ઘૃણાસ્પદ બકવાસ ચાલે છે – હું એ બધાને કેટલી ઉગ્રતાથી ધિક્કારું છું !

- "વૉટ આઈ બિલીવ", ૧૯૩૦ માંથી.

આઈન્સ્ટાઈનના પ્રારંભિક 'બર્લિન વર્ષો' એ એવો સમયગાળો હતો, જ્યારે આખા વિશ્વમાં તેમની ખ્યાતિ ફેલાઈ રહી હતી. માત્ર ફિઝિક્સ બાબતે જ નહીં પણ વિજ્ઞાન સિવાયના વિષયો ઉપર પણ તેમનો અભિપ્રાય જાણવા લોકો તેમનો સંપર્ક કરવા લાગ્યા હતા. એ ગાળામાં આઈન્સ્ટાઈનની મોટા ભાગની બિનવૈજ્ઞાનિક પ્રવૃત્તિઓમાં યુદ્ધવિરોધી માનસિકતાનો ફેલાવો તથા યહૂદી સંસ્કૃતિ સાથે તેમનાં વધુ ગાઢ જોડાણ જેવી બાબતોનો સમાવેશ થતો હતો.

એપ્રિલ ૧૯૧૪માં પરિવારે બર્લિન સ્થળાંતર કર્યું તે પહેલાં આઈન્સ્ટાઈન પત્ર દ્વારા એલ્સાના સંપર્કમાં હતા અને હવે પોતે જ આ શહેરમાં આવી ગયા હોવાથી સંબંધો વધુ ગાઢ બન્યા. આ પરિસ્થિતિ બાબતે મિલેવાએ આલ્બર્ટને કદી સવાલ કર્યો નહોતો, પરંતુ મિત્રો સાથેના પત્રવ્યવહારથી સમજાય છે કે તેમને આશંકા હતી અને દેખીતી રીતે નારાજગી પણ. આલ્બર્ટ મિલેવાની

ભારે ઉપેક્ષા કરવા લાગ્યા હતા અને એક તબક્કે તો વિલ્મર્સડર્ફ વિસ્તારમાં આવેલા ફ્લેટનો જાતે જ ત્યાગ કરી દીધો હતો. મિલેવા કોઈ પણ સંજોગોમાં બર્લિન સ્થળાંતર કરવા તૈયાર નહોતાં, કેમ કે તેમના પ્રત્યે હજુપણ નારાજગી રાખતા આલ્બર્ટના પરિવારનો તેમને ડર હતો, તે ઉપરાંત અપરિચિત વાતાવરણ અને સંસ્કૃતિનો ડર પણ હતો જ. સ્વિટ્ઝરલેન્ડના અનુકૂળ અને સલામત વાતાવરણમાંથી આઈન્સ્ટાઈન આ રીતે તેમને બીજી વખત દૂર લઈ ગયા હતા.

૧૯૧૪ની ૨૮ જૂને બોસ્નિયા-હર્ઝેગોવિનાની રાજધાની સારાજેવોમાં એક યુવાન બોસ્નિયન સ્લાવ રાષ્ટ્રવાદી ગેવિરલો પ્રિન્સિપે ઑસ્ટ્રો-હંગેરિયન સામ્રાજ્યના વારસ આર્ચડુક ફ્રાન્ઝ ફર્ડિનાન્ડની હત્યા કરી. આ સામ્રાજ્યએ ૧૯૦૮માં બોસ્નિયા-હર્ઝેગોવિનાને અલગ પાડી દીધું હતું. આ હત્યા માટે ઑસ્ટ્રિયાએ સર્બિયાને જવાબદાર ઠેરવ્યું. બોસ્નિયા-હર્ઝેગોવિના પર કબજો મેળવવાની યોજના કરી રહેલા સર્બિયાએ રશિયાની મદદ માગી અને બીજી તરફ જર્મનીએ ઑસ્ટ્રો-હંગેરીના સાથી દેશ તરીકે ભૂમિકા ભજવી. તેને પગલે યુરોપની મહાસત્તાઓએ પરસ્પર યુદ્ધની જાહેરાતો કરી દીધી, જેમાં બિનપક્ષીય ગણાતા બેલ્જિયમ ઉપર જર્મનીએ હુમલો કરતાં ચાર ઑગસ્ટે બ્રિટન પ્રથમ વિશ્વયુદ્ધમાં જોડાયું. આ સંઘર્ષમાંથી જર્મનીને પરત ખેંચવા કેઈસર વિલહેલ્મે કરેલા પ્રયાસો ઘણા મોડા હતા, કેમ કે હવે જર્મન લશ્કર આરપાર લડી લેવા માગતું હતું. "તમામ પ્રકારના યુદ્ધનો અંત લાવવા" માટેના "મહાયુદ્ધ"નો પ્રારંભ થઈ ગયો હતો.

યુદ્ધના આ માહોલ વચ્ચે જો કે આઈન્સ્ટાઈને પોતાના પારિવારિક જંગનો અંત લાવવાનો નિર્ણય કર્યો. જુલાઈમાં તેમણે પત્ની મિલેવાને એક 'આવેદન' પહોંચાડ્યું જેમાં પોતે કઈ શરતોએ મિલેવાની સાથે રહેવા તૈયાર છે તેની યાદીનો સમાવેશ થતો હતો :

(અ) તું એટલી બાબતોનું ધ્યાન રાખીશ કે, (૧) મારાં કપડાં અને લોન્ડ્રી વ્યવસ્થિત ગોઠવાયેલાં હોય; (૨) મને મારા રૂમમાં જ નિયમિત રીતે ત્રણ વખત ભોજન મળશે; (૩) મારો બેડરૂમ અને અભ્યાસરૂમ વ્યવસ્થિત રાખવામાં આવશે અને ખાસ કરીને

મારા ડેસ્કનો ઉપયોગ મારા સિવાય બીજું કોઈ નહીં કરે.

(બ) સામાજિક કારણોસર અનિવાર્ય નહીં હોય ત્યાં સુધી તું તમામ અંગત સંબંધોનો ત્યાગ કરીશ. ખાસ કરીને તારે ભૂલી જવાનું કે હું (૧) ઘરમાં તારી સાથે રહું છું; (૨) તારી સાથે બહાર આવીશ કે મુસાફરી કરીશ.

(ક) મારી સાથેના સંબંધો અંગે તારે નીચે પ્રમાણેના મુદ્દાઓનું પાલન કરવાનું રહેશે : (૧) તું મારા તરફથી કોઈ ઉદારતાભર્યા વર્તનની અપેક્ષા નહીં રાખે કે પછી મને કોઈ સૂચનો પણ નહીં કરે; (૨) હું વિનંતી કરું ત્યારે કોઈ પણ મુદ્દે મારી સાથે વાત કરવાનું તું બંધ કરી દઈશ; (૩) હું વિનંતી કરું તો તું કોઈ પણ જાતની દલીલ વિના મારા બેડરૂમ કે અભ્યાસ રૂમમાંથી નીકળી જઈશ.

(ડ) તારે એ ખાતરી આપવી પડશે કે આપણાં બાળકોની હાજરીમાં તું શબ્દો દ્વારા કે વર્તન દ્વારા મને નીચું દેખાડવાનો પ્રયાસ નહીં કરે.

ફ્રેન્ચ નિબંધકાર મોન્ટેઈને એક વખત લખ્યું હતું, "એવો કોઈ સારો માણસ નથી જે તેનાં તમામ પગલાં અને વિચારોને કાયદાની સમીક્ષા નીચે મૂકે તો તેના જીવન દરમિયાન તે દસ વખત ફાંસીની સજામાંથી બચી શકે – હા, એવા માણસ પણ ખરા જેમને સજા આપવી એ સૌથી મોટો અપરાધ ગણાય અને ફાંસી આપવી એ સૌથી મોટો અન્યાય ગણાય." આઈન્સ્ટાઈનનું આ આવેદન વાંચીને તેમના વિશે કોઈ પણ વ્યક્તિ એવું તારણ કાઢવા પ્રેરાય કે આ મહાન વિજ્ઞાની તેમના અંગત જીવનમાં હતાશ અને દુઃખી હતા. મિલેવા સાથેના તેમના લગ્નજીવનનાં ૧૧ વર્ષ પૈકી મોટા ભાગનાં વર્ષો પીડાકારક હતાં. ૧૯૧૩ના ડિસેમ્બરમાં એલ્સાને લખેલા પત્રમાં તેમણે લખ્યું હતું, "શું તને લાગે છે કે અન્ય પક્ષકારના ગુનાનો કોઈ પુરાવો ન હોય ત્યારે છૂટાછેડા સરળતાથી મળી શકે? ... હું મારી પત્ની સાથે એક કર્મચારી જેવો વ્યવહાર કરું છું, જેને હું હાંકી કાઢી શકતો નથી. ... તે ઉષ્માહીન અને નિરસ વ્યક્તિત્વ છે, જે જીવનમાંથી કશું મેળવી શકતી નથી અને તેની હાજરીના કારણે અન્ય

લોકોના જીવનનો આનંદ પણ અદશ્ય થઈ જાય છે." એ વાતમાં શંકા નથી કે મિલેવાને પાઠવેલા આવેદનનો આશય તેને અપમાનિત કરીને વધારે દૂર કરવાનો હતો અને તેમાં જે ભાષાનો પ્રયોગ થયો હતો તેના પરથી સમજી શકાય છે કે તેની સાથે તે કેવી રીતે વ્યવહાર કરવા માગે છે. આઈન્સ્ટાઈન મિલેવાને તેમના સંબંધો અને અલગ થવાનાં કારણોનો સંદેશો આપવા માગતા હતા, અને આના કરતાં વધારે સારો રસ્તો તેમની પાસે હોય એવું તેમને નહીં લાગ્યું હોય.

નાણાકીય અને સામાજિક રીતે પતિ પર આધારિત મિલેવાએ પહેલા તો આ શરતો સ્વીકારી લીધી, પરંતુ અપમાન અને માનસિક તાણ એટલી બધી તીવ્ર હશે કે જુલાઈને અંતે તેમણે એકાએક પુત્રો સાથે બર્લિન છોડી દીધું અને ઝુરિક આવી ગયાં. તેમણે છૂટાછેડા માટે પોતાની જાતને તૈયાર કરી લીધી. બીજી તરફ આઝાદી મળતાં આલ્બર્ટ માટે એલ્સા સાથેના સંબંધો ચાલુ રાખવાનું સરળ બની ગયું. આ અંગે તેમણે મિત્ર બેસ્સોને લખ્યું કે, આ વિચ્છેદથી પોતાને સંતોષ છે કેમ કે તેને કારણે તેમને ઘરે શાંતિ મળી છે અને "મારી પિતરાઈ સાથે શ્રેષ્ઠ અને સાચા અર્થમાં આનંદદાયક સંબંધો શક્ય બન્યા. લગ્ન નહીં કરવાથી આ સંબંધની સ્થિરતા નિશ્ચિતપણે જળવાઈ રહેશે." આટલા સમયમાં લગ્નની બાબતે આઈન્સ્ટાઈનના મનમાં કડવાશ ભરાઈ ગઈ હતી. તેમણે કહ્યું હતું, "લગ્નને કારણે લોકો એકબીજાને મિલકતના ભાગ તરીકે ગણે છે, મુક્ત માનવી તરીકે નહીં. લગ્ન એ વાસ્તવમાં સુધારેલી ગુલામીથી વિશેષ નથી."

યુદ્ધ હવે આખા યુરોપમાં ફેલાઈ ગયું હોવાથી સમાજના તમામ વર્ગના જર્મનો પોતપોતાની રીતે યુદ્ધના પ્રયાસોને ટેકો આપે તેવી અપેક્ષા રાખવામાં આવતી હતી. આઈન્સ્ટાઈન સ્વિસ નાગરિક બની ગયા હોવાને કારણે તેમના માટે આવો કોઈ ટેકો આપવો જરૂરી નહોતો. તેમણે તો જો કે પોતાને શાંતિવાદી તરીકે જાહેર કર્યા હતા અને સૌપ્રથમ વખત યુદ્ધ અંગેની પોતાની લાગણી જાહેરમાં વ્યક્ત કરવા લાગ્યા હતા. જો કે તેમની આસપાસના જર્મન નાગરિકો રાષ્ટ્રવાદી રંગે રંગાઈ ગયા હતા અને પ્રારંભમાં જર્મન લશ્કરને મળેલી સફળતાને વધાવતા હતા. ૧૯૧૪ના ઑગસ્ટમાં આઈન્સ્ટાઈને મિત્ર

એરેનફેસ્ટને લખ્યું હતું, "પોતાના ગાંડપણમાં યુરોપ હવે અસાધારણ મુર્ખામીભર્યાં પગલાં લઈ રહ્યું છે. આવા સમયે એ વાતનો ખ્યાલ આવે છે કે આપણે કેવા નિરર્થક માણસો છીએ. ... મને તો દયા અને નફરતની મિશ્ર લાગણી થાય છે." તેમના પારિવારિક મિત્ર અને તબીબ જ્યોર્જ નિકોલાઈ દ્વારા તૈયાર કરવામાં આવેલા યુદ્ધવિરોધી ઠરાવ ઉપર આઈન્સ્ટાઈને હસ્તાક્ષર કર્યા હતા. આ ઠરાવમાં રાષ્ટ્રવાદી જર્મનને બદલે યુરોપિયન સહાનુભૂતિ અને એકતા માટે અપીલ કરવામાં આવી હતી. યુદ્ધવિરોધી કેટલીક બેઠકોમાં પણ તેમણે હાજરી આપી હતી. એક શાંતિવાદી જૂથ દ્વારા બોલાવવામાં આવેલી એક બેઠકમાં તો યુનાઈટેડ સ્ટેટ્સ ઑફ યુરોપ સ્થાપવાની દિશામાં કાર્ય કરવા માગતું હતું, પરંતુ આ જૂથ પર સરકારે ૧૯૧૬માં પ્રતિબંધ મૂકી દીધો. જો કે, આઈન્સ્ટાઈનની એક પણ અપીલ કે પ્રયાસોથી કોઈ પ્રકારનો ફેર પડ્યો નહીં.

આઈન્સ્ટાઈનની યુદ્ધવિરોધી માનસિકતા વાસ્તવમાં તેમના રોમેરોમમાં વણાયેલી હતી. બાળપણથી જ તેમને લશ્કર પસંદ નહોતું. યુદ્ધ અને નીતિની બાબતમાં ખરા-ખોટાનો સ્વતંત્ર રીતે વિચાર કર્યા વિના પોતાના ઉપરી અધિકારીઓ અને સરકારોના આદેશોનું પાલન કરવાની સૈનિકોની તત્પરતાને તેઓ સમજી જ નહોતા શકતા. પાછળથી ક્રિશ્ચિયન નામના સામયિકના તંત્રીને લખેલા પત્રમાં આઈન્સ્ટાઈને કહ્યું હતું, "મારો શાંતિવાદ એક સાહજિક લાગણી છે, મને આ લાગણીએ ઘેરેલો છે, કેમ કે લોકોની હત્યા એ ત્રાસદાયક બાબત છે. મારું આ વલણ કોઈ બૌદ્ધિક સિદ્ધાંતના આધારે ઘડાયું નથી, પરંતુ દરેક પ્રકારની ક્રૂરતા અને ધિક્કાર પ્રત્યે તીવ્ર અણગમાની મારી લાગણીનું પરિણામ છે." તેમને લાગતું કે કોઈ પણ સરકારની સૌથી મહત્ત્વની કામગીરી નાગરિકોનું રક્ષણ કરવાની અને તેમને રચનાત્મક વ્યક્તિઓ તરીકે વિકસવા દેવાની છે, પરંતુ તેમને લશ્કરમાં સેવા આપવા માટે ફરજ પાડવી તેનાથી આ સિદ્ધાંતનું ઉલ્લંઘન થાય છે. ૨૨ વર્ષની યુવાન વયે તેમણે જેમને પિતાતુલ્ય ગણ્યા હતા તેવા વિન્ટલરને લખ્યું હતું, "શાસનમાં બાલીશપણે શ્રદ્ધા રાખવી એ સત્યનો સૌથી મોટો દુશ્મન છે." એક વ્યક્તિ બીજા કરતાં ચડિયાતી સાબિત થાય એવી કોઈપણ સ્પર્ધાને તેઓ ધિક્કારતા, પછી તે ચેસ જેવી નિર્દોષ અને

રચનાત્મક રમત હોય તો પણ...! તેમને એ સમજાતું જ નહોતું કે માત્ર યુદ્ધ જ નહીં, પરંતુ સત્તા કે હોદ્દા માટેના કોઈપણ સંઘર્ષમાં સ્પર્ધામાં ઉતરવા લોકો કેવી રીતે તૈયાર થઈ જાય છે અને તેમાં મળતા વિજયથી આનંદ કેવી રીતે આવી શકે!

આઈન્સ્ટાઈને તેમની નવી જગ્યાએ સહકર્મચારીઓ તેમજ દાતાઓ સાથે સાવધાનીપૂર્વક કામ કરવાનું હતું, કેમ કે ભૂતકાળમાં આ પૈકી ઘણા લોકોની વિચારધારા બાબતે તેમણે ખાનગીમાં ભારે ટીકા કરી હતી. પોતે નાગરિકત્વ ધરાવતા નથી એ બાબત ધ્યાનમાં રાખીને તેઓ દલીલ કરવાનું કે સંઘર્ષમાં ઉતારવાનું ટાળતા, અને તેને બદલે વૈકલ્પિક વિચારધારા વિકસાવવા તેમને સવાલો પૂછતા. તેઓ પોતાને કોઈ એક દેશના નહીં પણ વિશ્વના નાગરિક માનતા. આ સંદર્ભમાં તેમણે કહ્યું હતું, “રાષ્ટ્રવાદ એ બિનઉપજાઉ રોગ છે. તે માનવજાત ઉપર ફૂટી નીકળેલા ઓરી-અછબડા જેવો છે.” આંતરરાષ્ટ્રીયવાદની આ લાગણી પાછળ એક કારણ એ પણ હતું કે તેઓ માનતા કે વૈજ્ઞાનિક સંશોધન આખા વિશ્વમાં મુક્તપણે શૅર થવું જોઈએ અને એક દેશને બીજા દેશના દુશ્મન તરીકે જોવાથી વિજ્ઞાનીઓ માટે વ્યવસાયી આદાન-પ્રદાન મુશ્કેલ બની જાય છે.

આશ્ચર્યની વાત એ પણ છે કે, તેમના કેટલાક મિત્રોએ વિસ્ફોટકો અને રસાયણો અંગેના તેમના જ્ઞાન દ્વારા યુદ્ધના પ્રયાસોમાં ફાળો આપ્યો હતો, છતાં આઈન્સ્ટાઈન અસ્વસ્થ થયા નહોતા. આઈન્સ્ટાઈનના મિત્ર રસાયણ વિજ્ઞાની ફ્રિટ્ઝ હાબેરને જર્મનીની રાસાયણિક યુદ્ધ પ્રવૃત્તિઓને માર્ગદર્શન આપવા માટેની સમિતિના વડા બનાવવામાં આવ્યા હતા અને તેમણે ઝેરી ગૅસના ઉપયોગનો પ્રારંભ કર્યો હતો. આઈન્સ્ટાઈનના અન્ય એક સાથીદાર અને કેઈસર વિલહેલ્મના બોર્ડના સભ્ય અને ટ્રસ્ટી વૉલ્થેર અર્ન્સ્ટ પણ આ પ્રયાસોમાં અગ્રણી બન્યા હતા, જો કે ત્યારપછી, અર્ન્સ્ટના બંને પુત્રો યુદ્ધમાં માર્યા ગયા હતા. હાબેર રસાયણશાસ્ત્ર માટે ૧૯૧૮માં અને અર્ન્સ્ટ ૧૯૨૦માં નોબેલ પુરસ્કાર જીત્યા હતા.

યુરોપ પ્રથમ વિશ્વયુદ્ધમાં ઘેરાયેલું હતું ત્યારે બીજી તરફ આઈન્સ્ટાઈન સાપેક્ષતાના તેમના સિદ્ધાંતને વિસ્તારવા મથામણ કરી રહ્યા હતા. આ વિષય

ઉપર તેમણે પહેલું સંશોધનપત્ર પ્રકાશિત કર્યાને દસ વર્ષ થઈ ગયાં હતાં. જો કે, આ સિદ્ધાંત બાબતે હજુ ઘણા ભૌતિક વિજ્ઞાનીઓ પૂરેપૂરા સંમત નહોતા, કેમ કે તેને સમજવા માટે તેમની પાસે જરૂરી સાધનો અને તુલનાત્મક અભ્યાસ નહોતા, એટલું જ નહીં હજુ સુધી કોઈએ તેને પ્રયોગ દ્વારા સાબિત કર્યો નહોતો. બીજા લોકોએ તો આ સિદ્ધાંતની ઉપેક્ષા જ કરી હતી. આમ છતાં આઈન્સ્ટાઈને મક્કમ રહીને પ્રકાશનો તેમજ વ્યાખ્યાનો દ્વારા પોતાના વિચારો વ્યક્ત કરવાનું ચાલુ રાખ્યું. એ વર્ષમાં જ તેમણે ૧૭ વ્યાખ્યાન અને પ્રકાશનો આપ્યાં હતાં. પ્રથમ વિશ્વયુદ્ધના સમયગાળા દરમિયાન તેમણે કામગીરી ચાલુ રાખી, જે છેવટે 'સર્વસામાન્ય સાપેક્ષતા' તરીકે જાણીતી થઈ.

૧૯૧૪માં સૂર્યગ્રહણ થવાનું હતું અને તે નૈઋત્ય (દક્ષિણ પશ્ચિમ) રશિયામાંથી સૌથી સારી રીતે જોઈ શકાય તેમ હતું. આઈન્સ્ટાઈનના જર્મન સાથીદાર ઈરવિન ફ્રુન્ડિલ્શે ઑગસ્ટમાં રશિયા જવાની તૈયારીઓ કરી લીધી. તેઓ સૂર્યગ્રહણના શ્રેણીબદ્ધ ફોટો પાડવા માગતા હતા, જેથી સાપેક્ષતાના સિદ્ધાંત અંગેની આઈન્સ્ટાઈનની એ ધારણાઓને પુરવાર કરી શકાય કે પ્રકાશ ગુરુત્વાકર્ષણના ક્ષેત્રમાં ફંટાય છે અથવા વળે છે. ફ્રુન્ડિલ્શ અને તેમની ટીમ ક્રેમિઆ આવી પહોંચી તે સાથે જ યુદ્ધ શરૂ થઈ ગયું અને જર્મની તથા રશિયા એકબીજાના દુશ્મન બની ગયા. આ વિજ્ઞાનીઓને પકડી લેવામાં આવ્યા અને અટકાયતીઓ માટેની છાવણીમાં મોકલી દેવામાં આવ્યા, તેમનાં સાધનો પણ જપ્ત કરી લેવામાં આવ્યાં. એ સાધનો વાસ્તવમાં આર્જેન્ટિનાની ટીમ પાસેથી મેળવવામાં આવેલાં હતાં. પરિણામે જર્મન કે આર્જેન્ટિના – બેમાંથી કોઈ ટીમ ફોટો પાડી શકી નહીં. અલબત્ત, અમેરિકન ટીમ પણ ફોટો પાડી શકી નહીં, કેમ કે તેમના કમનસીબે ૨૧ ઑગસ્ટે ગ્રહણને જ 'ઘેરાં વાદળોનું ગ્રહણ લાગી ગયું'. આઈન્સ્ટાઈનના સિદ્ધાંતને પુરવાર કરવા માટે હવે પછીની તક ૧૯૧૯ પહેલાં આવવાની નહોતી.

૧૯૧૫ના અંત સુધીમાં આઈન્સ્ટાઈનને નોંધપાત્ર સફળતા મળી અને તેમણે ગુરુત્વાકર્ષણના સરળ સિદ્ધાંતનું સર્વગ્રાહી સ્વરૂપ રજૂ કર્યું (વાંચો પ્રકરણ ૭). આ વિષય ઉપર તેમણે પ્રુશિયન એકેડેમી ઑફ સાયન્સીસ ખાતે ચાર વ્યાખ્યાન આપ્યાં. તેમના ૧૯૧૫ના આ સિદ્ધાંતે અગાઉ કેપલર-ન્યૂટને ગ્રહોની

ગતિ અંગે આપેલા સિદ્ધાંતનું સ્થાન લીધું. કેપલર-ન્યૂટનનો સિદ્ધાંત પૂર્ણ અવકાશની ધારણા પર આધારિત હતો. નવા સિદ્ધાંતને કારણે એક ગ્રહના લંબગોળાકાર ભ્રમણને માપવાનું શક્ય બન્યું. સૂર્યની આસપાસ પ્રકાશના પરાવર્તન તથા બુધના કેન્દ્રબિંદુ પર તેની અસર બાબતે આઈન્સ્ટાઈને તદ્દન નવો જ સિદ્ધાંત રજૂ કર્યો હતો.

આ દરમિયાન જો કે વ્યસ્તતા અને એલ્સા સાથેના સંબંધોને કારણે આઈન્સ્ટાઈન પિતા તરીકેની જવાબદારી પણ ચૂકી રહ્યા હતા. તેમના પુત્રોને ખાસ કરીને હેન્સ આલ્બર્ટને - તેમના પ્રત્યે રોષ વધી રહ્યો હતો. તેઓ બાળકોને મિસ કરતા હતા અને તેમની ચિંતા પણ થતી, પરંતુ સાથે એ પણ જાણતા હતા કે જર્મની કરતાં તટસ્થ સ્વિટ્ઝરલેન્ડમાં તેઓ વધારે સલામત છે. ઉનાળામાં તેઓ ઝુરિકમાં તેમને મળવા જવા માગતા હતા, પરંતુ મિલેવાએ જાણ કરી કે એ સમયે એ લોકો બહાર જવાના છે, આથી આઈન્સ્ટાઈને એલ્સા અને તેમની દીકરીઓ સાથે વેકેશન પસાર કર્યું. પુત્રો અને મિલેવા સાથે પત્રવ્યવહાર ચાલુ રાખ્યો હતો અને સપ્ટેમ્બરમાં તેમની મુલાકાત લીધી. તે સમયે હેન્સ આલ્બર્ટને પર્વતારોહણ માટે લઈ ગયા હતા.

યુદ્ધ બાબતે આઈન્સ્ટાઈને તેમના વિચારો અને લાગણી ‘યુદ્ધ અંગે મારો મત’ એ શીર્ષક હેઠળ ટૂંકા નિબંધમાં વ્યક્ત કર્યાં હતાં. એક જર્મન સાંસ્કૃતિક સંગઠન ગોથે-બંડની વિનંતી બાદ ૧૯૧૫ના ઑક્ટોબર-નવેમ્બરમાં આ નિબંધ લખ્યો હતો. સંગઠન 'રાષ્ટ્રવાદનો ઉત્સવ' નામે પુસ્તકનું પ્રકાશન કરવાનું હતું, જેમાં યુદ્ધના માહોલની વચ્ચે જર્મન સંસ્કૃતિનો બચાવ કરવા માટે જાણીતા જર્મન મહાનુભાવોને લખવા વિનંતી કરવામાં આવી હતી. જો કે આઈન્સ્ટાઈને તેમાં યુદ્ધ પ્રત્યેની પોતાની નારાજગી અંગે લખ્યું. તેમણે લખ્યું હતું કે, યુદ્ધનાં મૂળ “પુરુષોનાં જૈવિક રીતે પ્રતિબદ્ધ આક્રમક વલણોમાં છુપાયેલાં હોય છે” અને તેમણે શાંતિવાદને યોગ્ય ઠેરવીને કોઈપણ સંજોગોમાં યુદ્ધને નકારી કાઢ્યું. તેમના નિબંધમાંથી આ શબ્દો કાઢી નાખવામાં આવ્યા હતા: “હું જે દેશનો નાગરિક છું તે મારા લાગણીભર્યા જીવનમાં સહેજપણ ભૂમિકા ભજવતો નથી. દેશ સાથેના વ્યક્તિના સંબંધને હું વેપાર તરીકે જોઉં છું, બરાબર એવી જ રીતે જે પ્રમાણે વ્યક્તિના જીવનવીમા કંપની સાથેના હોય છે.” શાંતિવાદી

રોમા રોલાના ગતે, આઈન્સ્ટાઈનને આશા હતી કે સાથી દેશો યુદ્ધ જીતશે, જેથી પ્રુશિયનોની સત્તા છીનવાઈ જશે. ભૌગોલિક રીતે જર્મનીના બે ભાગ થાય તેની તેઓ તરફેણ કરતા હતા, જેમાં પ્રુશિયા ઉત્તરમાં રહે અને દક્ષિણ જર્મની તથા ઑસ્ટ્રિયા દક્ષિણમાં. સપ્ટેમ્બરમાં આઈન્સ્ટાઈન હેન્સને પર્વતારોહણ માટે સ્વિટ્ઝરલેન્ડ લઈ ગયા હતા ત્યારે રોમા રોલા સાથે તેમની મુલાકાત થઈ હતી.

૧૯૧૬માં આઈન્સ્ટાઈન જર્મન ફિઝિકલ સોસાયટીના પ્રમુખ બન્યા અને એ હોદ્દા ઉપર ૧૯૧૮ સુધી રહ્યા, પરંતુ તેના કરતાં વધારે મહત્ત્વનું એ હતું કે જનરલ રિલેટિવિટી પરની વિગતો પ્રકાશિત થઈ, જેની લાંબા સમયથી રાહ જોવાતી હતી. આ મૂળભૂત પેપરનું શીર્ષક "ફાઉન્ડેશન્સ ઑફ ધ જનરલ થિયરી ઑફ રિલેટિવિટી" હતું, અને ત્યારથી તેમનો ૧૯૦૫નો સિદ્ધાંત "સ્પેશિયલ રિલેટિવિટી" અથવા "સ્પેશિયલ થિયરી" તરીકે અને ગુરુત્વાકર્ષણની ઘટનાના વિવરણ સહિતનો ૧૯૧૫-૧૯૧૬નો સિદ્ધાંત "જનરલ રિલેટિવિટી" અથવા "જનરલ થિયરી" તરીકે ઓળખાયો. જનરલ થિયરી ફિઝિક્સના તમામ નિયમોને ગણતરીની સમાનતાઓના સંદર્ભમાં રજૂ કરવામાં આવી હતી (જુઓ પ્રકરણ ૭). ઘણા લોકોને ગણિત અત્યંત જટિલ લાગતું હોવાથી આઈન્સ્ટાઈને નવો અને ઓછો ટેક્નિકલ અભ્યાસ લેખ લખ્યો અને ત્યાર પછીના વર્ષે ઑન ધ સ્પેશિયલ એન્ડ ધ જનરલ થિયરી ઑફ રિલેટિવિટી જનરલી કોમ્પ્રિહેન્સિબલ નામે પ્રકાશિત કર્યો, જે પછીથી તેમનું સૌથી જાણીતું પુસ્તક બની ગયું. આવું શીર્ષક હોવા છતાં ઘણા વાચકો માટે તે લેખ ન સમજાય એવો બની રહ્યો. (તેનું અંગ્રેજી ભાષાંતર રિલેટિવિટી, ધ સ્પેશિયલ એન્ડ જનરલ થિયરીઃ અ પોપ્યુલર એક્સપોઝિશન નામે ૧૯૨૦માં પ્રકાશિત થયું.) ૧૯૧૬માં તેમણે ત્રણ અભ્યાસ પેપર દ્વારા ક્વૉન્ટમ મિકેનિક્સ પર લખ્યું હતું, જે કદાચ તેમનું સૌથી વધારે અગત્યનું પ્રદાન હતું.

એ વર્ષે આખા યુરોપમાં - પૂર્વમાં અને પશ્ચિમમાં તેમજ દરિયામાં પણ યુદ્ધને કારણે લાખો લોકો માર્યા ગયા હતા અને બીજી તરફ આઈન્સ્ટાઈને તેમની યુદ્ધવિરોધી પ્રવૃત્તિઓ ચાલુ રાખી હતી. જર્મનો હજુ પણ ૪૦ વર્ષ પહેલાં જર્મન રાજ્યોનું એકત્રીકરણ કરનાર ચાન્સેલર ઓટ્ટો વોન બિસ્માર્ક

દ્વારા જાગૃત કરવામાં આવેલી રાષ્ટ્રવાદી લાગણીઓની પકડમાંથી છૂટ્યા નહોતા, અને આ લાગણીઓ બીજા વિશ્વયુદ્ધના અંત સુધી યથાવત્ રહેવાની હતી. કેઈસર વિલહેલ્મ બીજા ૧૮૮૮માં સત્તા પર આવ્યા ત્યારે તેઓ પણ વિસ્તરણવાદી વિચારો ધરાવતા હતા, પરંતુ તેમણે બે વર્ષમાં જ તેમનાથી મોટા અને વધુ રાજકીય મહેચ્છાઓ ધરાવતા બિસ્માર્કને બરતરફ કરી દીધા હતા. જર્મન પ્રજાને હવે એવા નેતા મળ્યા હતા જેઓ ભૂતકાળના વિજયોનું પુનરાવર્તન કરવા પ્રયાસ કરી રહ્યા હતા, પરંતુ એ માટે તેમની પાસે કુશળતા નહોતી.

પ્રગતિશીલ અને રૂઢિચુસ્ત એમ બંને પ્રકારના જર્મનોએ પ્રારંભમાં યુદ્ધને ટેકો આપ્યો હતો. તે સમયે એવી વ્યાપક માન્યતા હતી કે નેતાઓએ તેમના પર યુદ્ધ લાદ્યું હોવા છતાં બધાના સારા માટે હતું. જો કે, યુદ્ધ લંબાતાં મોટા ભાગના નાગરિકોએ દેશની જમીનનું બલિદાન આપવું પડે તેમ ન હોય તો શાંતિ માટે વાટાઘાટોની તરફેણ કરી હતી, પરંતુ સરકાર પોતાની હાર થઈ હોય એવું લાગવા દેવા માગતી નહોતી, પરિણામે પોતાની યોજનાને વળગી રહી, વળી વધુ મુક્ત નીતિઓની તરફેણમાં ક્રાંતિ થવાની તેને આશંકા પણ હતી. યુદ્ધ ચાલુ રહેતાં પ્રગતિશીલો વિવિધ જૂથોમાં વિખેરાઈ ગયા. તેમાંના મોટા ભાગના કોઈ પણ પ્રકારના યુદ્ધનો વિરોધ કરતા હતા. એ સાથે અસંતોષના પ્રથમ સંકેતો દેખાવા લાગ્યા. જર્મન અર્થતંત્ર પર પણ અવળી અસર દેખાવા લાગી. સરકાર પાસે બંદૂકો અથવા દારૂગોળાનો જથ્થો રહ્યો નહોતો અને તેથી વૈકલ્પિક શસ્ત્રોની શક્યતા ચકાસવા આઈન્સ્ટાઈનના મિત્ર ફ્રિટ્ઝ હાબેર જેવા રસાયણ વિજ્ઞાનીઓની સેવા લેવી પડી હતી. પુરુષોની વસતીમાં દેખીતો ઘટાડો થતાં ઊભી થયેલી મજૂરોની અછતને પરિણામે માલ-સામાનની અછત પણ સર્જાઈ જેના કારણે ૧૯૧૬માં તોફાનો ફાટી નીકળ્યાં.

યુદ્ધ દરમિયાન પણ આઈન્સ્ટાઈને સ્વિટ્ઝરલેન્ડમાં રહેતા પુત્રોને પત્રો લખવાનું ચાલુ રાખ્યું હતું અને તેમને કહેતા કે યુરોપમાં શાંતિ સ્થપાશે એટલે તરત તેઓ તેમને મળવા આવશે. તેમણે હેન્સ આલ્બર્ટ સાથે સંબંધ સુધારવાનો પ્રયાસ કરતાં કહ્યું હતું કે, તેણે તેના શાળાના અભ્યાસની વધારે ચિંતા કરવાની જરૂર નથી : “માર્ક્સ અંગે ચિંતા ન કરીશ. તારો અભ્યાસ ચાલુ રહે એ જરૂરી

છે અને એક ધોરણમાં બે વર્ષ ભણવું ન પડે એ જોજે, દરેક વિષયોમાં સારા માર્ક આવે જ એ જરૂરી નથી." તેમણે હેન્સને એવી પણ સલાહ આપી હતી કે, શિક્ષકે જણાવ્યું ન હોય છતાં પિયાનો પર પણ તેણે પોતાને ગમતી ધૂન વગાડવી જોઈએ. "તમને જેમાં સૌથી વધારે મજા આવે તેમાંથી તમે ઘણું શીખી શકો છો, અને એટલે સુધી કે સમયનો પણ ખ્યાલ રહેતો નથી. ઘણી વાર હું મારા કામમાં એટલો બધો ખૂંપી જાઉં છું કે ભોજન લેવાનું પણ ભૂલી જાઉં છું." પરંતુ આ પિતા સ્પેલિંગની ભૂલો બાબતે એટલા ઉદાર નહોતા : "તું લખવામાં હજુ પણ ઘણી ભૂલો કરે છે. એ બાબતમાં તારે કાળજી રાખવી જ જોઈએ : શબ્દો ખોટી રીતે લખાય તેનાથી ખરાબ છાપ પડતી હોય છે." પિતાએ તેમના પુત્રોને અંતે એવી પણ સલાહ આપી હતી કે તેમણે દરરોજ તેમના દાંત સાફ કરવાનું ભૂલવું જોઈએ નહીં.

૧૯૧૭ના પ્રારંભે આઈન્સ્ટાઈનને પેટની ગંભીર બીમારી થઈ અને બે મહિનામાં ૫૬ પાઉન્ડ (૨૫ કિલો) વજન ઘટી ગયું. આ દર્દમાંથી તેમને ચાર વર્ષે રાહત મળી હતી. આ ગાળામાં તેમની સંભાળ રાખવામાં એલ્સાને આનંદ આવતો હતો, કેમ કે બર્લિનના શોનબર્ગ વિસ્તારમાં તેના ચોથા માળે આવેલા ઍપાર્ટમેન્ટની નજીક જ આઈન્સ્ટાઈન રહેતા હતા. ડિસેમ્બરમાં પેટમાં ચાંદું પડવાને કારણે ફરી બીમાર પડ્યા અને ઘણા મહિના સુધી પથારીવશ રહ્યા. આ ગાળામાં આઈન્સ્ટાઈન એટલા બધા નબળા પડી ગયા હતા કે તેમના પોતાનાં લખાણો સામયિકોમાં મોકલી શકવાની સ્થિતિમાં નહોતાં અને તેથી એ કામ તેમના સાથીદારોને સોંપતા.

બીજી તરફ ૧૯૧૭માં જ મિલેવાની તબિયત પણ કથળી રહી હતી. શારીરિક નાદુરસ્તી અને માનસિક હતાશાને કારણે તે પણ પથારીવશ થઈ ગયાં અને સારવાર કેન્દ્રમાં રાખવા પડ્યાં હતાં. સદ્નસીબે આઈન્સ્ટાઈનના મિત્રો હેનરિક ઝેન્ગર અને માઈકલ બેસ્સો બાળકોની સંભાળ રાખવા તૈયાર હતા. મિલેવાની આ હાલત માટે તેમણે આઈન્સ્ટાઈનને જવાબદાર ઠેરવ્યા હતા, અને આઈન્સ્ટાઈને પોતે પણ મિલેવાની હાલત બદલ આંશિક જવાબદારી સ્વીકારી હતી. તેમને જાણવા મળ્યું કે મિલેવા હજુ પણ સમાધાન કરવા તૈયાર છે, પરંતુ હવે એલ્સાના પ્રેમમાં ડૂબેલા આઈન્સ્ટાઈને આવી કોઈ શક્યતા નકારી

કાઢી. તેમને ખ્યાલ હતો કે હાલના તબક્કે મિલેવા પરસ્પર સંમતિથી છૂટાછેડા માટે તૈયાર નહીં થાય, અને તેથી એ બાબત તેમણે થોડો સમય પડતી મૂકી હતી. તેઓ હેન્સ આલ્બર્ટને બર્લિન લાવવાનો વિચાર કરતા હતા, પરંતુ આ અંગે મિલેવા કેવો પ્રતિભાવ આપશે તે વિચારીને ડરતા હતા. તેઓ તેમનું અડધા કરતાં વધારે વેતન મિલેવા અને બાળકો માટે મોકલતા હતા, તથા પેટના કેન્સરમાં સપડાયેલાં માતાને પણ નાણાં મોકલતા હતા. જર્મન માર્કનું મૂલ્ય સતત ઘટી રહ્યું હોવાને કારણે દરેક જણની યોગ્ય સંભાળ રાખવાની પોતાની ક્ષમતા અંગે તેઓ ચિંતિત હતા અને સ્વિટ્ઝરલેન્ડમાં તેની ખાસ કિંમત ઊપજતી નહીં. જર્મનીમાં અનેક લોકો વાસ્તવમાં ભૂખે મરતા હતા અને સારા ખોરાકની અછત સર્જાઈ ગઈ હતી, તેમ છતાં દક્ષિણના ગ્રામ્ય વિસ્તારોમાં રહેતા સંબંધીઓ તરફથી ચીજવસ્તુઓ મળતી, તે ઉપરાંત સ્વિટ્ઝરલેન્ડના હેનરિક ઝેન્ગર તરફથી ડેરી ઉત્પાદનો મળી રહેતાં. પાચનમાં મુશ્કેલી હોવાને કારણે તેમના માટે એ પ્રમાણેના જરૂરી ખોરાક સાથે ભોજનના કડક નિયમોનું પાલન કરવું જરૂરી હતું.

આઈન્સ્ટાઈન બર્લિન આવ્યાનાં સાડા ત્રણ વર્ષ પછી ૧૯૧૭ના ઑક્ટોબરમાં કેઈસર વિલહેલ્મ ઈન્સ્ટિટ્યૂટ ઑફ ફિઝિક્સનો છેવટે પ્રારંભ થયો, તે સમયે જર્મની હજુ પણ યુદ્ધમાં સંડોવાયેલું હતું. આઈન્સ્ટાઈન આ ઈન્સ્ટિટ્યૂટના સૌપ્રથમ ડિરેક્ટર હતા. સંસ્થાનું ધ્યેય ભૌતિક અને અવકાશ વિજ્ઞાનમાં સંશોધનને પ્રોત્સાહન આપવાનું હતું. થોડા સમય બાદ તબિયતમાં સુધારો થતાં આઈન્સ્ટાઈને થોડી મહત્ત્વની બેઠકોમાં હાજરી આપી અને ત્યારબાદ બર્લિન યુનિવર્સિટીમાં વિદ્યાર્થીઓના વર્ગો પણ લીધા. શિક્ષણકાર્ય તેમના માટે ફરજિયાત નહોતું તેમ છતાં સ્વેચ્છાએ વર્ગો લેતા.

૧૯૧૭માં સાથી દળો માટે શસ્ત્રો અને સૈન્યના જવાનોને લઈને આવતા અમેરિકી જહાજોને જર્મનોએ ડૂબાડવાનું શરૂ કરી દીધું, જેને પગલે અમેરિકાએ સીધેસીધું યુદ્ધમાં ઝુકાવ્યું. યુદ્ધમાં અમેરિકા સામેલ થતાં સંયુક્ત દળોને ઘણી મદદ મળી અને તેમની કુલ સંખ્યા ૨૦ લાખ કરતાં વધી ગઈ. ત્યારપછીના વર્ષે જર્મનો યુદ્ધથી અત્યંત તંગ આવી ગયા અને તેનો અંત લાવવા તેમની સરકાર પર દબાણ કર્યું. ૧૯૧૮માં પૂર્વમાં પ્રારંભિક વિજય મળ્યા પછી

પશ્ચિમમાં જંગી નુકસાન થતાં જર્મન અધિકારીઓ સમજી ગયા કે હવે અંત નજીક હતો. તેમણે વિવિધ દેશો સાથે શાંતિ સમજૂતીઓ માટે વાતચીત ચાલુ કરી અને છેવટે યુદ્ધ વિરામની દરખાસ્ત કરી. સાથી દેશો જર્મનીને શરતી માફી આપવા તૈયાર હતા. તેમનો આગ્રહ હતો કે જર્મનીએ તેની લશ્કરી તાકાત વધારવા હવે કોઈ પ્રયાસ કરવો નહીં તથા જર્મન સૈનિકો હાલ જ્યાં છે ત્યાં જ તેમનાં શસ્ત્રો મૂકીને પોતાના દેશની સરહદમાં પાછા જાય. જર્મનીએ અનિચ્છાએ આ શરતોનો સ્વીકાર કરવો પડ્યો અને ૧૯૧૮ના નવેમ્બરમાં પ્રથમ વિશ્વયુદ્ધનો અંત આવ્યો. વિલહેલ્મ બીજાએ બર્લિનમાં સત્તા છોડવી પડી.

આ યુદ્ધનાં પરિણામો ઘણાં વિકરાળ હતાં. આ સંદર્ભમાં ન્યૂયોર્ક ટાઈમ્સના દસ્તાવેજમાં નોંધપાત્ર વિગતો ઉપલબ્ધ છે : “યુદ્ધમાં ૮૦ લાખ કરતાં વધુ શહીદ થયા અને ૬૦ લાખ નાગરિકો હણાયા.” તેને પરિણામે “યુદ્ધે જૂની યુરોપિયન રાજ્ય વ્યવસ્થા બદલી નાખી કેમ કે ચાર સત્તાઓનું પતન થયું અને તેમના ભાગલા પડી ગયા.” આ ચાર સત્તાઓમાં જર્મન, રશિયન, ઓટ્ટોમન તથા ઑસ્ટ્રો-હંગેરિયનનો સમાવેશ થતો હતો. યુદ્ધની આ રાખમાંથી નાઝી જર્મની તથા સોવિયેત રશિયાનો અને તેમના વૈશ્વિક આધિપત્યના સ્વપ્નનો જન્મ થવાનો હતો. હવે માણસજાતની વિનાશની માનસિકતાની હાંસી ઉડાવવાનો વારો કુદરતનો હતો. યુદ્ધના છેલ્લા મહિનાઓમાં ઈન્ફ્લુએન્ઝા – ચેપી તાવનો રોગચાળો દુનિયાને ભરડામાં લેવા લાગ્યો અને છેક ૧૯૧૯માં આ રોગચાળો નાબૂદ થયો. ત્યાં સુધીમાં બેથી ચાર કરોડ લોકો જીવન ગુમાવી ચૂક્યા હતા. મધ્ય યુગમાં યુરોપમાં ફેલાયેલા પ્લેગ સહિત અત્યાર સુધી દુનિયાએ જોયેલા પ્રાણઘાતક રોગચાળાઓમાં આ સૌથી વિનાશક હતો. અમેરિકામાં ૬,૭૫,૦૦૦ અને યુરોપમાં ૨૩ લાખ લોકો આ મહારોગના ખપ્પરમાં હોમાઈ ગયા હતા. હવાને કારણે ફેલાતા આ રોગના વાઈરસે કોઈ કાવતરાબાજ દુશ્મનની જેમ યુદ્ધમાં સામેલ બંને પક્ષના સૈનિકો તેમજ નાગરિકો પર હુમલા કર્યા, એટલું જ નહીં જે દેશો યુદ્ધમાં સામેલ નહોતા ત્યાં પણ આ રોગચાળાની અસર વ્યાપક હતી. શરણાગતિ સ્વીકારી ચૂકેલા સૈનિકો સૌથી વધુ સપડાયા, અને યુદ્ધભૂમિ કરતાં ન્યૂમોનિયાને કારણે મૃત્યુ પામનારી અમેરિકી

સૈનિકોની સંખ્યા વધારે હતી. આ રોગના જીવાણુઓ બે-ત્રણ દિવસમાં જ સક્રિય થઈ જતા હોવાને કારણે રોગચાળાથી બચવા માટેના ઉપાયો સફળ થતા નહોતા, અને એન્ટિબાયોટિક દવાઓનું હજુ અસ્તિત્વ જ નહોતું.

આઈન્સ્ટાઈન પરિવારના સભ્યો – જેઓ બીમારીને કારણે નબળાં પડ્યા હતા તે સહિત તમામ જો કે યુદ્ધ અને રોગચાળો – બંનેથી બચી ગયાં. પરંતુ યુદ્ધ પછી પણ સમય ઘણો કપરો હતો. યુરોપમાં હજુ અન્નની અછત હતી અને ઑસ્ટ્રિયનો ભૂખે મરતા હતા. ક્વાકર્સ (એક ધાર્મિક સંપ્રદાય) જેવાં માનવતાવાદી અને ધાર્મિક સંગઠનોએ બાળકોને રાહત પૂરી પાડવાની કામગીરી ઉપાડી લીધી. બીજા ઘણા લોકોની જેમ આઈન્સ્ટાઈન પણ ઊંચા બાળ મૃત્યુદરથી તેમજ સામૂહિક ભૂખમરાથી ભારે વ્યથિત હતા, ખાસ કરીને એટલા માટે પણ કે આ બધું તેમણે બર્લિનમાં તેમની આસપાસ જોયું હતું. પાંચ લાખ જેટલાં જર્મન બાળકોને અન્ન પૂરું પાડવાના પ્રયાસો બદલે તેમણે અમેરિકન અને બ્રિટિશ ક્વાકર્સનો જાહેરમાં આભાર માન્યો હતો. રાહત કામગીરીમાં નવી રચાયેલી લીગ ઑફ નેશન્સ પણ સામેલ થઈ હતી.

આઈન્સ્ટાઈનને હવે એવી આશા જાગી કે જર્મનીમાં મુક્ત અને લોકશાહી સમાજ શક્ય બનશે. તે સમયે યુરોપના બુદ્ધિજીવીઓમાં લોકપ્રિય બનેલા લોકશાહી-સમાજવાદી ધ્યેય સાથે આઈન્સ્ટાઈન પણ જોડાયા. આજની વ્યાખ્યા પ્રમાણે તેઓ સમાજવાદી નહોતા, પરંતુ તેમના રાજકીય વિચારો ડાબેરી તરફી હતા, જેને અમેરિકામાં ડેમોક્રેટિક પાર્ટીની હાલની ઉદારમતવાદી પાંખ સાથે સરખાવી શકાય. અંગત રીતે કોઈ ભૌતિક સફળતામાં તથા સંપત્તિ મેળવવામાં તેમને રસ નહોતો અને તેઓ મૂડીવાદના અતિરેક વિરુદ્ધ બોલતા હતા, તે કારણે લોકોએ તેમને સમાજવાદી ગણી લીધા. અંગત મિલકતના માલિકીપણાનો તેમણે વિરોધ કર્યો હોય તેવા કોઈ પુરાવા નથી – ૧૦ વર્ષમાં તેઓ પોતે પોતાનું ઘર લેવાના હતા – અથવા તેમના પરિવારના અન્ય સભ્યોની જેમ ખાનગી વેપાર પણ કરવાના હતા. આમ છતાં એ બાબતે શંકા નથી કે સામાજિક સેવાઓ, શિક્ષણ તથા આરોગ્યની બાબતોમાં સરકારની વધુ સામેલગીરીની તેઓ તરફેણ કરતા હતા. સમાજવાદ ન અપનાવ્યો હોય તેવા યુરોપના અન્ય દેશોમાં પણ આ વ્યવસ્થા સામાન્ય હતી. અભિવ્યક્તિ

અને અભિપ્રાયની સ્વતાંત્રતાગાં માનતા હોવાથી પોતાના ધ્યેય સિદ્ધ થતા હોય તો સામ્યવાદ પ્રત્યે સહાનુભૂતિ રાખનાર સાથે જોડાવામાં તેમને વાંધો નહોતો, પરંતુ સામ્યવાદના પ્રભાવ હેઠળના કોઈ હેતુને સમર્થન આપવામાં તેમને રસ નહોતો.

આઈન્સ્ટાઈન અને મિલેવા મેરિકનું લગ્નજીવન ટકે એવી કોઈ શક્યતા નહોતી. આઈન્સ્ટાઈને તો છૂટાછેડાના કાગળો પર હસ્તાક્ષર કરેલા જ હતા, જ્યારે મિલેવાએ યુદ્ધના અંત પહેલાં ઉનાળામાં એ સમજૂતી પર સહી કરી. છૂટાછેડાની શરતો અનુસાર આઈન્સ્ટાઈને મિલેવાના ઉપયોગ માટે સ્વિસ બેંકના ખાતામાં પૂરતી રકમ જમા કરાવવાની હતી, તેમજ દર ત્રણ મહિને ખાધા-ખોરાકીની રકમ પણ ચૂકવવાની હતી. તે ઉપરાંત તેમને જો નોબેલ પુરસ્કાર મળે તો તેની રકમ પણ મિલેવાના ખાતામાં જમા કરાવવાની હતી. એ રકમમાંથી મિલેવા ઈચ્છા પ્રમાણે વ્યાજ વાપરી શકે, પરંતુ મૂળ રકમના ઉપયોગ માટે આલ્બર્ટની મંજૂરી જોઈએ. બાળકો મિલેવા પાસે રહેશે પરંતુ આઈન્સ્ટાઈન જ્યારે પણ વેકેશનમાં સ્વિટ્ઝરલેન્ડ આવે ત્યારે બાળકો સાથે સમય પસાર કરી શકશે. ૧૯૧૮ને અંતે યુદ્ધ પૂરું થયા બાદ આ દંપતીએ તેમના લગ્નજીવનનો વિધિવત્ અંત લાવવાની દિશામાં પહેલું કાનૂની પગલું લીધું. સૌપ્રથમ, આઈન્સ્ટાઈને લગ્નનો અંત લાવવાની પોતાની ઈચ્છા માટે કારણ આપવાનું હતું, આથી તેમણે પોતાની જાતને વ્યભિચારી જાહેર કર્યા અને એ અપરાધ માટે દંડની રકમ તેમજ અદાલતી કાર્યવાહીના ખર્ચની રકમ ચૂકવી. બીજું, અદાલતે તેમને ઓછામાં ઓછાં બે વર્ષ સુધી ખાસ કરીને સ્વિટ્ઝરલેન્ડમાં બીજા લગ્ન નહીં કરવા આદેશ આપ્યો. છૂટાછેડા થઈ જવાના હતા તે પહેલાં આઈન્સ્ટાઈન ઝુરિક યુનિવર્સિટીમાં મુલાકાતી વ્યાખ્યાતા તરીકે પહેલા તબક્કાનાં વ્યાખ્યાનો આપવા એક મહિના માટે ઝુરિક ગયા અને મિલેવા તથા બંને દીકરા સાથે સમય પસાર કર્યો, પણ ત્યાં સુધીમાં એ તમામે તેમના નિર્ધારિત થઈ ચૂકેલા ભાવિ સાથે સમાધાન કરી લીધું હતું.

આઈન્સ્ટાઈન ઝુરિકમાં હતા તે સમયે બર્લિનમાં ફરી અરાજકતા સર્જાઈ. જાન્યુઆરીના પ્રારંભે જર્મન સામ્યવાદી પક્ષના નેજા હેઠળ કટ્ટરવાદી ડાબેરીઓએ સાવ અણઘડ આયોજન દ્વારા બળવો કરવાનો પ્રયાસ કર્યો. જૂના

જમાનાના સૌથી મોટા સ્લાવ બળવાખોર નેતા સ્પાર્ટાકસના નામ પરથી બનાવવામાં આવેલા સંગઠન સ્પાર્ટાસિસ્ટ લીગે બર્લિન પર કબજો મેળવવાનો પ્રયાસ કર્યો. આ પ્રયાસને જર્મન સોશિયલ-ડેમોક્રેટિક પાર્ટી તથા જમણેરી સંસદીય જૂથ ફ્રેકોર્પ્સના સંયુક્ત દળોએ નિર્દય રીતે કચડી નાખ્યો. આ દળોમાં જર્મન લશ્કરના બચેલા સૈનિકોનો સમાવેશ થતો હતો. તે સમયે ફ્રેકોર્પ્સમાં મુખ્યત્વે એવા સૈનિકોનો સમાવેશ થતો હતો જે યુદ્ધમાં હારીને પરત આવ્યા હતા અને સરકારના લશ્કરી માળખામાં પરત ફરવાની તરફેણ કરતા હતા; ડાબેરી કટ્ટરવાદીઓને હરાવવામાં એવા બીજા લોકો પણ સામેલ થયા હતા જે સામ્યવાદને દૂર રાખવા માગતા હતા. લીગના નેતાઓ રોસા લક્સમ્બર્ગ અને કાર્લ લિબકેન્શને પકડી લેવામાં આવ્યા અને ફ્રેકોર્પ્સે તેમને બંધક બનાવ્યા હતા ત્યારે તેમની હત્યા થઈ ગઈ અને ૧૫ જાન્યુઆરીએ તેમના મૃતદેહો નદીમાં નાખી દેવામાં આવ્યા.

યુદ્ધના અંત પછીનું વર્ષ આઈન્સ્ટાઈનના અંગત જીવન માટે ભારે ઊથલપાથલવાળું રહ્યું : તેમણે મિલેવાને છૂટાછેડા આપ્યા; એલ્સા સાથે લગ્ન કર્યાં, જે તેના મૃત્યુ સુધી એટલે કે ૧૭ વર્ષ સુધી પત્ની તરીકે રહ્યાં; અને તેમના જનરલ રિલેટિવિટીના સિદ્ધાંતને સમર્થન મળ્યા બાદ તેઓ આંતરરાષ્ટ્રીય સેલિબ્રિટી બન્યા (જુઓ પ્રકરણ ૭). યુદ્ધ પછી આંતરરાષ્ટ્રીય સમાધાનની કામગીરીમાં વધારે સામેલ થવા ઉપરાંત તેઓ યહૂદી પ્રજા સાથે પણ વધુને વધુ જોડાવા લાગ્યા. પૂર્વ યુરોપમાં ભેદભાવનો સામનો કરી રહેલા ઘણા યહૂદીઓ જર્મની તથા પશ્ચિમના અન્ય દેશોમાં વધુ સારા જીવનની અપેક્ષાએ સ્થળાંતર કરી રહ્યા હતા, પરંતુ જર્મનીમાં પણ સ્થિતિ કંઈ બહુ સારી નહોતી. ત્યાં પણ તેમણે અન્ય લોકોની સાથે જર્મન યહૂદીઓ તરફથી ભેદભાવનો સામનો કરવો પડ્યો, કેમ કે જર્મન યહૂદીઓ પૂર્વમાં મુખ્યત્વે ખેતીકામ સાથે સંકળાયેલા યહૂદીઓ કરતાં પોતાને સામાજિક અને સાંસ્કૃતિક રીતે વધુ આધુનિક માનતા હતા.

યહૂદી કર્મશીલ (ઍક્ટિવિસ્ટ) કુર્ત બ્લુમનફેલ્ડ સાથેની મૈત્રીને કારણે આઈન્સ્ટાઈનને યહૂદીવાદમાં રસ પડ્યો અને પેલેસ્ટિનમાં યહૂદી રાષ્ટ્રના વિચારને ટેકો આપવા લાગ્યા. પોતાના યહૂદી સંસ્કારો માટે તેમને 'જાગૃત'

કરનાર બ્લુમનફેલ્ડનો આઈન્સ્ટાઈને પછીથી આભાર પણ માન્યો હતો. તેઓ બર્લિન આવ્યા ત્યાં સુધી તેમનું યહૂદીપણું ક્યારેય ચિંતાનો વિષય નહોતો, કેમ કે તેઓ વંશીય ઓળખની બાબતમાં સંપૂર્ણ તટસ્થ હતા અને કોઈ પણ પ્રજા વચ્ચે જતા તો ત્યાં તેમનો ઘર જેવું જ લાગતું. યહૂદી માતૃભૂમિના આદર્શોને તેમણે ટેકો જરૂર આપ્યો હતો, પરંતુ ક્યારેય કોઈ યહૂદી સંગઠનો સાથે જોડાયા નહોતા. તેઓ યહૂદી રાષ્ટ્રવાદ સહિત કોઈ પણ પ્રકારના રાષ્ટ્રવાદના વિરોધી હતા. સાંસ્કૃતિક પરિબળને તેઓ સામુદાયિક ક્ષમતાનું સંયોજક બળ માનતા હતા અને એ કારણે જ તેમણે યહૂદીઓના આશ્રયસ્થાન તરીકે ઈઝરાયેલની રચનાને ટેકો આપ્યો હતો. ૧૯૨૦માં એક જર્મન યહૂદી સંગઠનને સંબોધતાં તેમણે કહ્યું હતું, "હું નથી જર્મન નાગરિક કે પછી મારામાં એવી કોઈ બાબત પણ નથી, જે મને યહૂદી તરીકે ઓળખાવી શકે. યહૂદીઓ 'પસંદગીની પ્રજા' હોય તેમ મને લાગતું ન હોવા છતાં આ સમુદાયનો સભ્ય હોવાની મને ખુશી છે." તેમણે એવી સંભાવના વ્યક્ત કરી કે યહૂદીવાદ વિરોધી લાગણીને કારણે જ કદાચ યહૂદી પ્રજા બચી ગઈ છે અને પૂર્વગ્રહો વિરુદ્ધની સતત લડતને પરિણામે આંતરરાષ્ટ્રીય સ્તરે યહૂદીઓ સંગઠિત રહ્યા છે. તેમના મતે આ પરિબળ વિના યહૂદીઓ પોતે જે પણ સમાજમાં રહેતા હતા તેમની અંદર બહુ ઝડપથી ઓગળી ગયા હોત. યહૂદી વંશીય રાષ્ટ્રવાદને પેલેસ્ટિન પૂરતો મર્યાદિત ન રાખવો જોઈએ તેમ જણાવી તેમણે કહ્યું હતું કે, યહૂદીઓ જ્યાં પણ રહેતા હોય ત્યાં તેમનો એક સ્થળાંતરિત પ્રજા (ડાયસ્પોરા) તરીકે સ્વીકાર થવો જોઈએ, અન્યથા દેખીતી અને અભિવ્યક્તિની હાજરી વિના તો વિશ્વ યહૂદી પ્રજાના અસ્તિત્વનો જ ઈનકાર કરશે. તેઓ માનતા હતા કે પોતાની ઓળખ જાળવી રાખવાની બાબતમાં ઓછા જાગૃત એવા જર્મન યહૂદીઓની સરખામણીમાં અમેરિકન યહૂદીઓ આ હકીકતને વધારે સારી રીતે જાણતા હતા.

વર્ષના પ્રારંભે અને મિલેવા સાથે છૂટાછેડાના થોડા સમય પહેલાં જ આઈન્સ્ટાઈન એલ્સાના ઍપાર્ટમેન્ટમાં રહેવા આવી ગયા, જ્યાં એલ્સાએ તેમને તેમનો અલગ રૂમ અને અભ્યાસરૂમ આપ્યો. ફેબ્રુઆરીમાં 'વેલેન્ટાઈન ડે'ના દિવસે જ મિલેવા સાથે વિધિવત્ છૂટાછેડા થયા. આમ હવે આલ્બર્ટ અને

એલ્સા જૂનમાં લગ્ન કરવા માટે મુક્ત હતાં. પુનઃ લગ્ન માટે સ્વિસ જજ દ્વારા બાંધવામાં આવેલી બે વર્ષની મર્યાદા જર્મનીમાં લાગુ પડતી નહોતી. તે સમયે ઈલ્સે ૨૨ વર્ષની થઈ હતી અને મોરગોટ ૨૦ વર્ષની, અને બંને યુવતીઓ આઈન્સ્ટાઈન 'નવદંપતી' સાથે જ રહેતી હતી. આઈન્સ્ટાઈનના બર્લિનના ઘરમાં એલ્સાનાં માતા ફેની પણ રહેતાં હતાં (જેઓ આલ્બર્ટનાં માસી એટલે કે માતા પૌલીનનાં બહેન થતાં હતાં). ઈલ્સીની એક આંખ કાચની હતી. તેણે એક વર્ષ પહેલાં જ પરિવારના મિત્ર – ડૉક્ટર અને શાંતિવાદી જ્યોર્જ નિકોલાઈને પોતાની ગુપ્ત વાત કરી હતી કે આઈન્સ્ટાઈને તેને પણ લગ્નની દરખાસ્ત કરી હતી અને એ વાત તેની માતા (એલ્સા) જાણતી હતી. ઈલ્સીએ એ દરખાસ્ત નકારી કાઢતાં કહ્યું હતું કે તેમના પ્રત્યેનો પોતાનો પ્રેમ એક સંભવિત પતિને બદલે પિતા તરીકેનો વધારે છે. યુવતી તરફથી ઈનકારનો સામનો કર્યા બાદ આઈન્સ્ટાઈને એલ્સા સાથે લગ્ન કરીને સંતોષ માન્યો હોય એવું લાગે છે અને ઈલ્સે તેમની સેક્રેટરી બની.

બીજી જૂને તેમનાં લગ્ન થયાના ચાર દિવસ પહેલાં જ વધુ એક સૂર્યગ્રહણ થયું. આઈન્સ્ટાઈનના જનરલ રિલેટિવિટીના સિદ્ધાંતના ઈંગ્લેન્ડના સૌથી પ્રખર નિષ્ણાત અને કેમ્બ્રિજ ઓબ્ઝર્વેટરીના નિયામક સર આર્થર એડિંગ્ટનના નેતૃત્વ હેઠળ એક બ્રિટિશ વૈજ્ઞાનિક ટુકડી પશ્ચિમ આફ્રિકન દરિયાકાંઠે પ્રિન્સિપી ટાપુ જવા રવાના થઈ ગઈ હતી. સૂર્યના ગુરુત્વાકર્ષણ બળથી પ્રકાશના કિરણના વળાંકને માપવાનું તેમનું મિશન હતું. આઈન્સ્ટાઈનને વિશ્વાસ હતો કે આ ટીમ તેમના સિદ્ધાંતને સાચો ઠેરવશે.

૧૮૮૪માં બાળ આઈન્સ્ટાઈન પાંચ વર્ષની ઉંમરે, ત્રણ વર્ષની બહેન માજા સાથે. (લોટ્ટે જેકોબી આર્કાઈવ, યુનિવર્સિટી ઑફ ન્યૂ હેમ્પશાયર)

૧૮૯૬માં આઈન્સ્ટાઈનની ગર્લફ્રેન્ડ, મિલેવા મેરિક. ૧૯૦૩માં તે આઈન્સ્ટાઈનનાં પત્ની બન્યાં. (સ્વિઝેરિશ લેન્ડ્સ-બિબ્લિઓથેક, બર્ન)

૧૯૦૦માં ૨૧ વર્ષની ઉંમરે આઈન્સ્ટાઈન, ઝુરિકમાં વિદ્યાર્થી તરીકે. (લોટ્ટે જેકોબી આર્કાઈવ, યુનિવર્સિટી ઑફ ન્યૂ હેમ્પશાયર)

આઈન્સ્ટાઈનના પુત્રો એડવર્ડ (ટેટે) ડાબે અને હેન્સ આલ્બર્ટ (અદ્દુ), સ્વિટ્ઝરલેન્ડમાં, સીએ. ૧૯૧૮. (લિઓ બીક ઈન્સ્ટિટ્યૂટ)

૧૯૨૨માં ૪૩ વર્ષની ઉંમરે આઈન્સ્ટાઈન, અમેરિકાની પ્રથમ મુલાકાત લીધી તે સમયે. (એ આઈ પી નિલ્સ બોર લાઈબ્રેરી)

જાન્યુઆરી ૧૯૩૧માં અમેરિકાની મુલાકાત દરમિયાન ફિલ્મ *સિટી લાઈટ્સ* ના પ્રીમિયર સમયે અભિનેતા ચાર્લી ચેપ્લિન સાથે. (લિઓ બીક ઈન્સ્ટિટ્યૂટ)

એલ્સા સાથે, પાસાડેનામાં, ૧૯૩૧. (એમિલિઓ સેગ્રે આર્કાઈવ, એ આઈ પી)

૧૯૩૫માં ઈન્સ્ટિટ્યૂટ ફૉર એડવાન્સ્ડ સ્ટડી, પ્રિન્સ્ટન ખાતે પ્રોફેસર તરીકે. (સૌજન્ય ફિઝિક્સ વિભાગ, પ્રિન્સ્ટન યુનિવર્સિટી)

૧૯૩૭માં ન્યૂયોર્કના લૉંગ આઈલેન્ડ ખાતે હન્ટિંગ્ટનમાં નૌકાવિહાર. (લોટ્ટે જેકોબી આર્કાઈવ, યુનિવર્સિટી ઑફ ન્યૂ હેમ્પશાયર)

૧૯૪૦માં ટ્રેનટોન, ન્યૂજર્સી ખાતે સાવકી દીકરી માર્ગોટ સાથે અમેરિન નાગરિકત્વ મેળવ્યા પછી, સાથે પ્રિસાઈડિંગ જજ. (સૌજન્ય ટોડ યોડેર)

ફિલાડેલ્ફિયાથી નૈઋત્ય (સાઉથવેસ્ટ) માં ૪૫ માઈલ દૂર આવેલી અશ્વેત વિદ્યાર્થીઓ માટેની લિન્કોલ્ન યુનિવર્સિટી ખાતે, જ્યાં ૧૯૪૬માં આઈન્સ્ટાઈનને માનદ ડિગ્રી એનાયત થઈ હતી. (લિઓ બીક ઈન્સ્ટિટ્યૂટ)

ઈન્સ્ટિટ્યૂટ ફૉર એડવાન્સ્ડ સ્ટડી ખાતેની પોતાની ઑફિસમાં, ૧૯૪૦ના દાયકાના અંતિમ વર્ષોમાં. (સૌજન્ય આર્ટ્સ કાઉન્સિલ ઑફ પ્રિન્સ્ટન)

રુંછાવાળી સ્લિપરમાં, ૧૯૪૦ના દાયકાના અંતિમ વર્ષોમાં. (સૌજન્ય ગિલેટ ગ્રિફિન)

ઈન્સ્ટિટ્યૂટ ફૉર એડવાન્સ્ડ સ્ટડી ખાતેની પોતાની ઑફિસમાં વૃદ્ધાવસ્થામાં, ૧૯૫૦ના દાયકાના પ્રારંભે. (ફેન્ટોવા આલ્બર્ટ આઈન્સ્ટાઈન સંગ્રહ, પ્રિન્સ્ટન યુનિવર્સિટી લાઈબ્રેરી)

ન્યૂયોર્ક શહેરમાં રિવરસાઈડ ચર્ચની પરસાળમાં અન્ય મહાનુભાવોની સાથે આઈન્સ્ટાઈનની પણ પ્રતિમા, આવું બહુમાન મેળવનાર તેઓ એકમાત્ર હયાત (તે સમયે) વિજ્ઞાની અને યહૂદી હતા. (ફોટોઃ એલિસ કેલપ્રાઈસ)

પ્રકરણ

સામાન્ય સાપેક્ષતાવાદ તરફ

પ્લેટ્સ (ફોટા)ના કાળજીપૂર્વકના અભ્યાસ પછી હું એમ કહી શકું છું કે તે આઈન્સ્ટાઈનના નિવેદનને સાચું ઠેરવે છે એમાં કોઈ શંકા નથી. આઈન્સ્ટાઈને આપેલા ગુરુત્વાકર્ષણના સિદ્ધાંત અનુસાર પ્રકાશનું પરાવર્તન થાય છે તે દર્શાવતું અત્યંત સચોટ પરિણામ મળ્યું છે.

- મે ૧૯૧૯માં એડિંગ્ટન એક્સપિડિશન પછી આઈન્સ્ટાઈનના સામાન્ય સાપેક્ષતાના સિદ્ધાંતને સમર્થન આપતી વખતે બ્રિટિશ એસ્ટ્રોનોમર રૉયલ સર પ્રેન્ક ડાયસનનું નિવેદન.

પ્રિય મા, આજે મારી પાસે ખુશીના સમાચાર છે. એચ. એ. લોરેન્ઝે મને ટેલિગ્રાફ દ્વારા માહિતી આપી કે ઈંગ્લિશ એક્સપિડિશને સૂર્યમાંથી પ્રકાશના પરાવર્તનને ખરેખર પ્રતિપાદિત કર્યું છે.

- સામાન્ય સાપેક્ષતાના સિદ્ધાંતને પ્રયોગ દ્વારા સમર્થન મળ્યું તેની માહિતી માતા પૌલીન આઈન્સ્ટાઈનને આપી, સપ્ટેમ્બર ૨૭, ૧૯૧૯

૨૦મી સદીના પ્રારંભે એનાલેન ડેર ફિઝિક વિશ્વનું સૌથી પ્રતિષ્ઠિત ફિઝિક્સ

સામયિક હતું. ૧૯૦૫માં આઈન્સ્ટાઈનના તમામ ચાવીરૂપ પેપર એનાલેનમાં જ પ્રકાશિત થયાં હતાં. જર્મન ભાષા જાણતા વિશ્વના તમામ ભૌતિક વિજ્ઞાનીઓ એ વાંચતા હતા. તેમની કામગીરી કહેવા પૂરતી વિવાદાસ્પદ હતી અને તેથી આઈન્સ્ટાઈન "તીવ્ર વિરોધ અને સખત ટીકા"ની અપેક્ષા રાખતા હતા, તેમ તેમનાં બહેન માજાએ આઈન્સ્ટાઈન અંગેના ટૂંકા જીવનચરિત્રમાં લખ્યું છે. માજાએ લખ્યું છે કે, "અભ્યાસ લેખોના પ્રકાશન પછી અસાધારણ શાંતિ છવાયેલી રહેતાં તેઓ (આઈન્સ્ટાઈન) નિરાશ થયા હતા." જો કે આ શાંતિ થોડા સમયમાં જ તૂટી. જર્મન ભૌતિક વિજ્ઞાની મેક્સ પ્લેન્કે આઈન્સ્ટાઈનને તેમની થિયરીમાં રહેલા કેટલાક અસ્પષ્ટ મુદ્દાઓને વિસ્તારથી સમજાવવા જણાવ્યું. આઈન્સ્ટાઈને એમ કર્યું અને ત્યારપછી આઈન્સ્ટાઈન ઉપરાંત સાપેક્ષતા વિશે લખનાર પ્લેન્ક સૌપ્રથમ ભૌતિક વિજ્ઞાની બન્યા. ઈટીએચ ખાતે આઈન્સ્ટાઈનના ભૂતપૂર્વ પ્રાધ્યાપકો પૈકી એક હરમાન મિન્કોવસ્કીનું ધ્યાન આઈન્સ્ટાઈનની વિશેષ થિયરી તરફ ખેંચાયું ત્યારે નોંધપાત્ર સફળતા હાંસલ થઈ. મૂળ ગણિતશાસ્ત્રી મિન્કોવસ્કીએ લાઈટ કોન અને વર્લ્ડલાઈન જેવા કેટલાક શબ્દસમૂહો બનાવ્યા હતા, જે ભૌતિક વિજ્ઞાનીઓમાં પ્રચલિત થયા હતા. વધારે મહત્ત્વની વાત એ છે કે ગણિત ક્ષેત્રના સમુદાયનું ધ્યાન વિશેષ સાપેક્ષતા તરફ ખેંચ્યું હતું.

***

વિશેષ સાપેક્ષતામાં બે રેફરન્સ ફ્રેમનો ઉપયોગ કરવામાં આવ્યો હતો, જેમાં એક ફ્રેમ બીજી ફ્રેમથી સીધી લાઈનમાં એકસરખી ગતિથી સ્થળાંતર કરે. આઈન્સ્ટાઈનને લાગ્યું હતું કે તેમની આ નવી થિયરીમાં મોટા ભાગના ભૌતિક વિજ્ઞાનનો સમાવેશ થઈ જાય છે. જો કે, ફિઝિક્સ માટે સમસ્યા ઊભી કરનાર એકમાત્ર ક્ષેત્ર ગુરુત્વાકર્ષણ હતું. એક ફ્રેમ બીજી ફ્રેમના સંદર્ભમાં ગતિ વધારી દે તો શું થાય? શું આનો જે જવાબ મળે તે આઈન્સ્ટાઈનના નવા ફિઝિક્સમાં ગુરુત્વાકર્ષણને સામેલ કરવા માટે ચાવીરૂપ બની શકે?

વિશેષ સાપેક્ષતા પહેલા પણ ગતિની તીવ્રતાએ ભૌતિક વિજ્ઞાનીઓ માટે સમસ્યાઓ પેદા કરી હતી. વધુ ગતિ પકડતી ફ્રેમમાં વિચિત્ર 'ભેદી પરિબળો'

આકાર પામે છે. ધારી લો કે તમે ટ્રાફિક સર્કલ પર ઘડિયાળના કાંટાથી વિરુદ્ધ દિશામાં (એન્ટિ-ક્લોકવાઈઝ) તીવ્ર ગતિએ કાર ચલાવવાનો પ્રયાસ કરો તો તમે જમણી તરફ કારની બહાર ફેંકાઈ જશો. કેન્દ્રના મધ્યબિંદુમાંથી કોઈ પરિબળ તમને બહાર ધકેલે છે એવો તમને અનુભવ થશે. આ સેન્ટ્રીફ્યુગલ ફોર્સ છે. આ બે લેટિન શબ્દોનો અર્થ થાય છે, 'કેન્દ્રમાંથી (બહારની તરફ) ઊડવું,' પરંતુ આ પરિબળ સાચું નથી. કાર દ્વારા મળેલું વળાંકનું પરિબળ સ્થિર બળને હાલ તમે જે દિશામાં જતા હોવ ત્યાં લઈ જવા પ્રયાસ કરે છે, જ્યારે કારનું જડત્વ સીધી લાઈનમાં જવા પ્રયાસ કરે છે. આ વળાંકના પરિબળ અને જડત્વના પરિબળ વચ્ચેની લડાઈ છે જેને કારણે કાર સર્કલને ફરતે સલામતીથી દોડી શકે. આ બે પરિબળોના ઘર્ષણ દરમિયાન રહસ્યમયી મધ્યકેન્દ્રી પરિબળ પેદા થાય છે.

ગતિની તીવ્રતાને વ્યાખ્યાબદ્ધ કરવા માટે આઈન્સ્ટાઈનને કોઈ પ્રેરણાની જરૂર હતી. ૧૯૦૭માં તેમના મનમાં એકાએક આ વિચાર ઝબક્યો, જેને પછીથી તેમણે "મારા જીવનનો સૌથી આનંદદાયક વિચાર" ગણાવ્યો હતો. વાસ્તવમાં તેમને વિશેષ સાપેક્ષતાની વર્તમાન સ્થિતિ અંગે સમીક્ષા કરતો લેખ લખવા જણાવવામાં આવ્યું હતું. પ્રખ્યાત જર્મન ભૌતિક વિજ્ઞાની જોહાનેસ સ્ટ્રેક યરબુક ઑફ રેડિયોએક્ટિવિટી નું સંપાદન કરી રહ્યા હતા અને તેમાં લખવા તેમને નિમંત્રણ મળ્યું હતું. આઈન્સ્ટાઈન તેમના આ લેખમાં સાપેક્ષતાની સાથે ગુરુત્વાકર્ષણને કેવી રીતે જોડવું તે અંગે સતત વિચારણા કરી રહ્યા હતા. આ બાબતે તેમણે પછીથી કહ્યું હતું કે, પોતે બર્નની પેટન્ટ ઑફિસમાં પોતાની જગ્યા પર બેઠા હતા ત્યારે એકાએક વિચાર ઝબક્યો હતો કે : કોઈ વ્યક્તિ છત પરથી નીચે પડે તો તેને પોતાના વજનનો અનુભવ ન થાય. તેમને જે મહત્ત્વની કડી જોઈતી હતી તે મળી ગઈ. આ સંશોધનને આધારે તેમણે જે સિદ્ધાંત આપ્યો તે 'પ્રિન્સિપલ ઑફ ઈક્વિવેલન્સ' (સમતુલ્ય આંકનો સિદ્ધાંત) તરીકે ઓળખાયો જેમાં જણાવવામાં આવ્યું છે કે જે રેફરન્સ ફ્રેમ ગુરુત્વાકર્ષણીય ક્ષેત્રમાં મૂકવામાં આવે તે સ્થિર ક્ષેત્રની રેફરન્સ ફ્રેમને સમકક્ષ હોય, પણ તેમાં ગતિની તીવ્રતાનો તફાવત હોય. તેમણે આ વિચારને તેમના સમીક્ષા લેખમાં સામેલ કર્યો હતો.

આ આઈડિયાનો ઈતિહાસ લાંબો છે. ૧૬મી સદીના એક પ્રખ્યાત પ્રયોગમાં, જે સંભવતઃ માત્ર દંતકથા હોઈ શકે, ઈટાલિયન વિજ્ઞાની ગેલિલિઓ ગેલિલીએ વિવિધ પદાર્થના બનેલા બૉલ પિઝાના ઢળતા મિનારા પરથી નીચે ફેંક્યા હતા. એ તમામ બૉલ એકસાથે જ નીચે આવ્યા. આ એક રહસ્યમય બાબત હતી. એક પદાર્થના ગુરુત્વાકર્ષણીય તત્ત્વ માટે ગુરુત્વાકર્ષણ બળ એકસમાન હતું. આઈઝેક ન્યૂટનના મતે બિનગુરુત્વાકર્ષણીય બળ ગતિ પેદા કરે છે, જે પદાર્થના જડત્વ માટે એકસમાન હોય છે. ગેલિલિઓનો પ્રયોગ સૂચવે છે કે આ બંને એકસરખા છે, પણ એવું હોવા માટે કોઈ કારણ નથી. આઈન્સ્ટાઈને મુદ્દા પર વિચાર કર્યો અને કહ્યું કે, સમતુલ્ય આંકના સિદ્ધાંતમાં ગુરુત્વાકર્ષણ અને જડત્વ પદાર્થો એકસમાન છે. ઘણા વર્ષ પછી, છેક ૧૯૬૪માં મિસોરીમાં જન્મેલા ભૌતિક વિજ્ઞાની રોબર્ટ ડિકે ગેલિલિઓના પ્રયોગનો પુનઃ પ્રયોગ કર્યો. તેમણે બે એલ્યુમિનિયમ અને એક સોનાથી બનેલો – એમ ત્રણ પદાર્થો વળ પેદા કરતા અતિસંવેદનશીલ સાધનમાં મૂક્યા અને તેમને અવકાશમાં છોડ્યા. વજનવિહીન સ્થિતિમાં, જ્યાં અવકાશયાનની ભ્રમણકક્ષા પૃથ્વીના ગુરુત્વબળથી બહાર નીકળી જાય છે ત્યાં સમગ્ર ટોરસન બેલેન્સ ફંગોળાય. જો ગુરુત્વાકર્ષણ અને પદાર્થનું જડત્વ અલગ અલગ હોય તો એલ્યુમિનિયમ અને સોનું સૂર્ય તરફ થોડા તફાવતથી ખેંચાશે, જેને ટોરસન બેલેન્સ દ્વારા સરળતાથી માપી શકાશે. આ પ્રયોગમાં ડિકને કોઈ નોંધપાત્ર તફાવત જોવા મળ્યો નહીં. આઈન્સ્ટાઈનની થિયરી આકરા પરીક્ષણમાંથી પસાર થઈ. કપડાના ડ્રાયરથી માંડીને લેસર સહિતની વિવિધ પ્રકારની ચીજો માટેની પેટન્ટ ધરાવનાર ભૌતિક વિજ્ઞાની બોબ ડિકનો સાપેક્ષતાના ઈતિહાસમાં વિશેષ ઉલ્લેખ થવો જરૂરી છે. ઘણાખરા ભૌતિક વિજ્ઞાનીઓએ જ્યાં આઈન્સ્ટાઈનનાં તારણોની ભવ્યતા, સરળતા અને સુંદરતાનો સ્વીકાર કરી લીધો ત્યાં ડિકે અત્યંત મહત્ત્વનો સવાલ ઉઠાવ્યો. કુદરત શા માટે ભવ્ય, સરળ અને સુંદર હોવી જોઈએ? તેમણે એક વિરોધી થિયરી તૈયાર કરી જેના હેઠળ આઈન્સ્ટાઈને કર્યા હતા એવા જ પ્રયોગો કરવાના હતા. પોતે ખોટા છે અને આઈન્સ્ટાઈન સાચા છે એ દર્શાવવા માટે ડિકે ઘણાં જટિલ પરીક્ષણો કર્યાં. ડિકને કારણે જ સાપેક્ષતા પ્રાયોગિક રીતે સફળ થિયરી બની શકે, જે ભૌતિકશાસ્ત્રની દુનિયામાં કેટલીક સૌથી સચોટ

થિયરી પૈકી એક ગણાય છે.

સમગુણાંકનો સિદ્ધાંત પ્રસ્થાપિત થઈ જવા સાથે આઈન્સ્ટાઈને હવે પ્રગતિ કરી. તેના આધારે તેમણે ૧૯૦૭માં "ઑન ધ રિલેટિવિટી પ્રિન્સિપલ એન્ડ ધ કન્ક્લુઝન્સ ડ્રોન ફ્રોમ ઈટ" (સાપેક્ષતાનો સિદ્ધાંત અને તેનાં તારણો) શીર્ષક હેઠળ એક લેખ લખ્યો, જે ચાર ડિસેમ્બરે સ્ટ્રેકને મળ્યો. તેના દ્વારા સાપેક્ષતાની વિશેષ થિયરીમાંથી સામાન્ય થિયરી માટેનું એક મહત્ત્વનું પગલું લેવામાં આવ્યું હતું. આ સમગુણાંકનો અર્થ એ હતો કે બંધ પેટીની અંદર રહેલી વ્યક્તિ એવું કહી શકતી નથી કે તે ગુરુત્વાકર્ષણ ક્ષેત્રમાં છે કે પછી ગુરુત્વાકર્ષણ મુક્ત અવકાશમાં, જ્યાં કોઈ અજાણ્યા પરિબળ દ્વારા ગતિ થાય છે. આ પરિસ્થિતિમાં આઈન્સ્ટાઈને ગણિતનો સહારો લીધો. ગુરુત્વાકર્ષણની જટિલ વિગતો બાબતે ચિંતા કરવાને બદલે તેમણે એક સતત ગતિશીલ ફ્રેમનું ગણિત શોધી કાઢ્યું. ત્યારબાદ સમગુણાંક સિદ્ધાંતનો ઉપયોગ કર્યો, જેનાથી ગુરુત્વ બળ બાબતે એકસરખા તારણો મળ્યાં.

આઈન્સ્ટાઈને સવાલ ઉઠાવ્યો કે એક ઘડિયાળની સરખામણીમાં બીજી ઘડિયાળ ગતિશીલ સ્થિતિમાં હોય તો બંને ઘડિયાળ વચ્ચે શું તફાવત આવે. બંને ઘડિયાળના સમય વચ્ચે તફાવત આવશે તેવું દર્શાવીને એ તારણને ગતિમાંથી ગુરુત્વાકર્ષણમાં તબદીલ કર્યો અને શોધી કાઢ્યું કે ગુરુત્વાકર્ષણ ક્ષેત્રમાં પ્રકાશ વધારે લાલાશ પડતો દેખાય છે. તે સિદ્ધાંત ગ્રેવિટેશનલ રેડશિફ્ટ તરીકે ઓળખાયો, જે સામાન્ય સાપેક્ષતા માટે મહત્ત્વની પ્રયોગલક્ષી ધારણા હતી. ત્યારપછી તેમણે મેક્સવેલનાં સમીકરણોની ચકાસણી કરી જેમાં પ્રકાશના તરંગોની વાત કરવામાં આવી હતી. આઈન્સ્ટાઈને ગતિશીલ ફ્રેમ માટેની અસરો શોધી કાઢી અને તારણ મેળવ્યું કે ગુરુત્વાકર્ષણ ક્ષેત્ર પ્રકાશનાં કિરણના માર્ગને વાળે છે. આઈન્સ્ટાઈનની થિયરીમાં દર્શાવ્યા અનુસાર પ્રકાશના વળવાની પ્રક્રિયા માટે પણ મહત્ત્વનો પ્રયોગ જરૂરી હતો. ૧૯૦૭માં નાતાલની સાંજે પોતાનો લેખ મોકલ્યા પછી થોડા સમયમાં જ આઈન્સ્ટાઈનને વધુ એક પડકારનો વિચાર આવ્યો. એ વિશે તેમણે મિત્ર કોનરાડ હેબિશને લખ્યું કે પોતે બુધના ગ્રહના બિંદુની ગતિને સમજાવવાની આશા રાખે છે. જો કે આ પછી લગભગ ચાર વર્ષ સુધી સામાન્ય સાપેક્ષતાના વિષય પર તેમણે કોઈ

પ્રગતિ કરી નહીં.

વિલહેમ વિનના તંત્રીપદ હેઠળ એનાલેન ડેર ફિઝિકે આઈન્સ્ટાઈનનું ૧૯૧૧નું સૌથી મહત્ત્વનું પેપર "ઑન ધ ઈન્ફલુઅન્સ ઑફ ગ્રેવિટેશન ઑન ધ પ્રોપેગેશન ઑફ લાઈટ" પ્રકાશિત કર્યું. આઈન્સ્ટાઈને આ પેપર તેઓ પ્રાગમાં હતા ત્યારે લખ્યું હતું, તે પહેલાં ૧૯૦૭માં તેમણે ન્યૂટનના ગુરુત્વાકર્ષણ અને વિશેષ સાપેક્ષતા વચ્ચે સંકલન સાધવાનો પ્રયાસ કર્યો હતો. હવે તેઓ એક ડગલું આગળ વધ્યા. તેમણે સમગુણાંકના સિદ્ધાંતનો ઉપયોગ ગુરુત્વાકર્ષણની નવી થિયરી તૈયાર કરવા માટે કર્યો, પરંતુ તેમાં કેટલીક સમસ્યાઓ હોવાનો તેમને અગાઉથી ખ્યાલ આવી ગયો. તેમણે તેમના સાથીદાર જેકોબ લઉબને લખ્યું કે, "સાપેક્ષતાવાદ અનુસાર ગુરુત્વાકર્ષણના નિયમની ગણતરી કરવામાં ગંભીર મુશ્કેલીઓ આવે છે." તેમને આશંકા જાગી કે પ્રકાશની ગતિ એકધારી હોય છે એ સંદર્ભે વિશેષ સાપેક્ષતા આડે જે મુખ્ય અવરોધ છે એ જ બાબત માત્ર સતત ગુરુત્વાકર્ષણ માટે સાચી હોઈ શકે. ૧૯૧૧ના પેપરમાં મહદ્અંશે એ જ મુદ્દા લખ્યા હતા જે ૧૯૦૭ના પેપરમાં હતા. તેમણે ફરી પ્રકાશની ગુરુત્વાકર્ષણીય લાલાશ બતાવી અને ધારણા કરી કે સૂર્ય તરફ રાખવામાં આવેલા પ્રકાશના કિરણમાં આંશિક – ૦.૦૮ આઃકૃ (એઆરસી - વૃત્તખંડ) સેકન્ડનો વળાંક આવશે. આઈન્સ્ટાઈને લખ્યું કે, "અહીં જે પ્રશ્નો ઉપસ્થિત કરવામાં આવ્યા છે તેના જવાબો મેળવવા ખગોળ વિજ્ઞાનીઓ તાકીદે પ્રયાસ કરે તે ઈચ્છનીય છે, પછી ભલે તે પ્રયાસો અસંભવ અથવા સાહસભર્યા હોય." તેઓ જાણતા નહોતા કે પોતે જે પ્રયોગની હાકલ કરે છે તે થોડાં વર્ષોમાં થશે અને તેમને આંતરરાષ્ટ્રીય પ્રતિષ્ઠા અપાવશે.

સામાન્ય સાપેક્ષતાના સિદ્ધાંતની કામગીરી અત્યંત અઘરી હતી. ૧૯૧૨માં આઈન્સ્ટાઈને ભૌતિક વિજ્ઞાની આર્નોલ્ડ સમરફેલ્ડને લખ્યું હતું કે, "મારા સમગ્ર જીવન દરમિયાન મેં આના જેટલી સખત મહેનત કરી નથી," અને ત્યારપછી માઈકલ બેસ્સોને લખેલા પત્રમાં તો તેમણે ફરિયાદના સ્વરમાં કહ્યું હતું કે, "પ્રત્યેક ડગલું અનિષ્ટ રીતે મુશ્કેલ છે." જો કે ત્યારબાદ આઈન્સ્ટાઈનને ખ્યાલ આવ્યો કે પોતે ખોટા ગણિતનો ઉપયોગ કરી રહ્યા છે, તે સાથે જ મુશ્કેલીઓ દૂર થવા લાગી. વાસ્તવમાં તેઓ હાઈસ્કૂલમાં ભણાવાતી યુક્લિડની

ભૂમિતિનો ઉપયોગ કરી રહ્યા હતા. આ ભૂમિતિ સપાટ સરફેસ, સીધી લાઈનો તથા એક બીજાને મળ્યા વિના અનંત તરફ જતી સમાંતર લાઈનોને લગતી હતી. આ ભૂમિતિનો ઉપયોગ કરીને તો કોઈ પણ વ્યક્તિ ગુરુત્વાકર્ષણની સમજૂતી આપી ન શકે.

યુક્લિડની ભૂમિતિ અનુસાર બે ઘટકો વચ્ચેનો ટૂંકામાં ટૂંકો માર્ગ સીધી લાઈન છે. નકશો ખોલીને તમે લંડન અને ન્યૂયોર્ક શહેર વચ્ચે સીધી લાઈન દોરો તો મોટા ભાગે તે એટલાન્ટિક સમુદ્ર પરથી જશે. હવે પૃથ્વીનો ગોળો લો અને લંડન તથા બિગ એપલ વચ્ચે લાઈન દોરવાનો પ્રયાસ કરો. પૃથ્વી ગોળ હોવાને કારણે આ બે સ્થળ વચ્ચેનો ટૂંકામાં ટૂંકો રસ્તો સીધી લાઈન નહીં પરંતુ મોટા વર્તુળનો નાનો અંશ બની રહેશે. એરલાઈનો આ બાબત સારી રીતે જાણે છે. બ્રિટિશ એરવેઝનાં વિમાનો લંડનથી ઉપડીને દક્ષિણ આયર્લેન્ડને ક્રોસ કરી, ગ્રીનલેન્ડ પાસેથી પસાર થઈ, નોવા સ્કોટિઆ અને બોસ્ટન ઉપરથી ન્યૂયોર્કના ક્વિન્સમાં જહોન એફ. કેનેડી એરપોર્ટ પહોંચે છે. એરલાઈનો આ માર્ગનો ઉપયોગ કરે છે, કેમ કે તે ટૂંકામાં ટૂંકો છે, ઝડપી અને ઉડ્ડયનનો સૌથી સસ્તો માર્ગ છે. ભૌતિક વિજ્ઞાનીઓ જાણે છે કે પ્રકાશ પણ તેનાથી શક્ય તેટલો ટૂંકો માર્ગ લે છે. વિમાનની જેમ ફોટોન (વિદ્યુત ચુંબકીય વિકિરણ) ખડકાળ અને પછી સમતળ સપાટી પર આગળ વધે છે. ખડકાળ સપાટીનો આકાર મેટ્રિક પદ્ધતિથી નક્કી થાય છે. સાદી ભાષામાં મેટ્રિક જમીન પર એકબીજાની નજીક હોય તેવાં બે સ્થળો વચ્ચેના અંતરનો સંકેત આપે છે. ખડકાળ સપાટી પર બે સ્થળ વચ્ચેનું ટૂંકામાં ટૂંકું અંતર જિઓડેસિક તરીકે ઓળખાય છે. સમતળ જમીન પર જિઓડેસિક એ સીધી લાઈન છે. ગોળ સપાટી પર જિઓડેસિક એ મોટું વર્તુળ છે. જિઓડેસિક અને મેટ્રિકની ગણતરી કરવા આઈન્સ્ટાઈનને તેમની ગણિતની આવડત સુધારવાની જરૂર હતી, જેથી તેઓ તેને અસમાન સપાટી પર અજમાવી શકે.

વિદ્યાર્થીકાળમાં આઈન્સ્ટાઈનના એક ગાઢ મિત્ર હતા માર્શલ ગ્રોસમાન, જે હવે ગણિતશાસ્ત્રી હતા. પોતાના પીએચ.ડી. ના થીસિસ માટે ગ્રોસમાને અસમાન સપાટીના કેટલાક ગુણધર્મ વિકસાવ્યા હતા. પ્રાગથી ઝુરિક પરત આવીને આઈન્સ્ટાઈને ગ્રોસમાનને વિનંતી કરી હતી, "તમારે મને મદદ કરવી

જ પડશે, નહીં તો હું પાગલ થઈ જઈશ." તેને પગલે આઈન્સ્ટાઈનને જે ગણિતની જરૂર હતી તેમાં મિત્રએ મદદ કરી હતીઃ તે હતી રિમાનિઅન ભૂમિતિ. આઈન્સ્ટાઈન અને ગ્રોસમાને સાથે કામગીરી કરીને કેટલાંક પેપર પ્રકાશિત કર્યાં જેમાં ફિઝિક્સના ક્ષેત્રને રિમાનિઅન ભૂમિતિનો પરિચય કરાવ્યો. ૧૯૧૩માં તેમણે અસમથળ સપાટી માટે મેક્સવેલનાં સમીકરણોનો ઉપયોગ કર્યો. એક વર્ષ પછી આઈન્સ્ટાઈનને એવું સમીકરણ મળ્યું જે અસમથળ સપાટીનો ટૂંકામાં ટૂંકો માર્ગ હતો. એ સમીકરણ જિઓડેસિક હતું. સપાટી અસમથળ છે એવી જો તમને ખબર હોય તો જિઓડેસિક ભ્રમણકક્ષાઓ નક્કી કરી શકે.

આઈન્સ્ટાઈનનું પેપર "ઑન ધ જનરલ થિયરી ઑફ રિલેટિવિટી" ૧૯૧૫માં પ્રોસિડિંગ્સ ઑફ ધ પ્રુશિયન એકેડેમી ઑફ સાયન્સીસ માં પ્રકાશિત થયું. આ લેખથી તેઓ પોતે ખુશ થયા કેમ કે તેમાં ગુરુત્વાકર્ષણ ગણિત આધારિત થિયરી હતી. આ શોધને તેમણે તેમના જીવનની સૌથી મૂલ્યવાન શોધ ગણાવી હતી. તેમણે એમ પણ કહ્યું હતું કે "જે આને સારી રીતે સમજશે એ દરેક પર આ થિયરીનો જાદુ પથરાયા વિના નહીં રહે." આ થિયરીની સર્વોચ્ચ ભવ્યતા એ સમીકરણ હતું જેનાથી પદાર્થ અથવા રેડિએશનની હાજરી હોય ત્યારે અવકાશની અસમથળ આકૃતિ કેવી હોઈ શકે. સમગ્ર પરિણામને આઈન્સ્ટાઈને આ રીતે રજૂ કર્યું હતું, "પદાર્થ અવકાશને કહે છે કે કેવી રીતે વળવું, અવકાશ પદાર્થને કહે છે કે કેવી રીતે ગતિ કરવી." ગુરુત્વાકર્ષણ ક્ષેત્ર દ્વારા પ્રકાશ કેવી રીતે વળે છે તેની નવેસરથી ગણતરી આ પેપરમાં રજૂ કરવામાં આવી હતી અને ૧૯૧૧માં આઈન્સ્ટાઈને કરેલી ધારણાઓથી આ ગણતરી બેવડી હતી. તેમણે ગુરુત્વાકર્ષણીય રેડશિફ્ટ પણ રજૂ કર્યું અને બુધના ગ્રહના સૂર્યની કક્ષાના બિંદુ માટે સચોટ ખુલાસો રજૂ કર્યો.

છેક ૧૮૫૯થી ખગોળશાસ્ત્રીઓને ખબર હતી કે બુધની ભ્રમણકક્ષામાં કંઈક ગરબડ છે. ટાયકો બ્રાહ, જોહાનેસ કેપ્લર અને આઈઝેક ન્યૂટને આ દિશામાં સંશોધન કર્યું હતું, પરંતુ તેમની ધારણાઓ મૂળ વિગતો સાથે મેળ નહોતી ખાતી. જો કે, ૧૯૧૫ પછી તેમની ચિંતા દૂર થઈ કેમ કે સાપેક્ષતાના સામાન્ય સિદ્ધાંતમાં તમામ બાબતોને સંપૂર્ણપણે આવરી લેવામાં આવી હતી.

આઇન્સ્ટાઇને તેમની નવી થિયરી માટે સમીક્ષા લખી, "ધ ફાઉન્ડેશન્સ ઑફ ધ જનરલ થિયરી ઑફ રિલેટિવિટી," જે ૧૯૧૬માં એનાલેન ડેર ફિઝિક માં પ્રકાશિત થઈ. તેમાં થિયરીના સંપૂર્ણ વિષયનો સર્વગ્રાહી ચિતાર આપવામાં આવ્યો. જનરલ રિલેટિવિટીનું કામ હવે પૂરું થયું હતું. તેમાં જે સિદ્ધાંતો આપવામાં આવ્યા હતા તે પ્રયોગથી સાબિત થઈ શકે તેવા હતા, તેમાં ખગોળશાસ્ત્રની લાંબા ગાળાની સમસ્યાનો ઉકેલ હતો, તથા નબળા ગુરુત્વાકર્ષણ ક્ષેત્રો અને ધીમે ગતિ કરતાં તત્ત્વો માટે તેમાં ન્યૂટનના ગુરુત્વાકર્ષણ ના સિદ્ધાંતને સરળ રીતે રજૂ કરવામાં આવ્યો. એ જ વર્ષે તેમણે "એપ્રોક્સિમેટ ઈન્ટિગ્રેશન ઑફ ધ ફિલ્ડ ઈક્વેશન્સ ઑફ ગ્રેવિટેશન" પેપર લખ્યું જે ઑક્ટોબરમાં પ્રોસિડિંગ્સ ઑફ ધ પ્રુશિયન એકેડમી ઑફ સાયન્સીસ માં પ્રકાશિત થયું. તેમાં આઈન્સ્ટાઈને ધારણા વ્યક્ત કરી કે ગુરુત્વાકર્ષણ તરંગોનું અસ્તિત્વ હોઈ શકે. હવે આ થિયરીનું પરીક્ષણ કરવાનો અને તેનાં પરિણામો જાહેર કરવાનો સમય આવી ગયો હતો.

***

અસમથળતા અને ગુરુત્વાકર્ષણ માત્ર સાપેક્ષતામાં જ નહીં, ફિઝિક્સના સામાન્ય પ્રયોગમાં પણ સાથે રહી શકે. નળમાંથી નીચે પડવાની તૈયારીમાં હોય એવા પાણીના એક બુંદનો વિચાર કરો. ગુરુત્વાકર્ષણ બળ આ બુંદના કેન્દ્રને નીચે ખેંચે છે, પરંતુ આ બુંદ પાણીનું બનેલું છે અને પાણીનો ગુણધર્મ સપાટીના વિદ્યુત વાહક તરીકેનો છે. આ સંજોગોમાં ગુરુત્વાકર્ષણ બુંદને ખેંચે ત્યારે બુંદની સપાટી વિસ્તરે છે. બુંદનો નાસપતી આકાર સરફેસ ટેન્શન ફોર્સ અને ગ્રેવિટેશનલ ફોર્સ વચ્ચે નાજુક સંતુલન રાખે છે. ૧૯મી સદીના બે વિજ્ઞાનીઓ ફ્રાન્સના પિરે-સિમોન ડે લાપ્લેસ અને ઈંગ્લેન્ડના થોમસ યંગે દર્શાવ્યું કે આ સરફેસ ટેન્શન ફોર્સ બુંદની સપાટીના અનિયમિત આકાર સાથે સંકળાયેલો છે. આમ જનરલ રિલેટિવિટીના સંદર્ભમાં બુંદનો આકાર ગુરુત્વાકર્ષણ અને અસમથળતા વચ્ચેનું સંતુલન છે.

સામાન્ય સાપેક્ષતાને સમજાવવા માટેનું વધુ એક સરળ ઉદાહરણ ટ્રેમ્પોલાઈન પરના બાસ્કેટ બૉલ (નેટ)નું છે, જેમાં ભારે બાસ્કેટ બૉલ નેટની

સપાટીને બદલી નાખે છે. બાસ્કેટ બૉલ મધ્યમાં પડે તે સાથે નેટની સપાટી ઉપર ફ્રેમ તરફ જવા લાગે છે. આ નેટ પર લખોટી નાખશો તો તે તેની સપાટી પર ગોળગોળ ફરવા લાગશે. લખોટી બાસ્કેટ બૉલની ભ્રમણકક્ષામાં ફરશે, જેવી રીતે પૃથ્વી સૂર્યની આસપાસ ફરે છે. બાસ્કેટ બૉલ નેટની સપાટીને કેવી રીતે ખેંચાવું તે જણાવે છે (પદાર્થ અવકાશને કહે કે કેવી રીતે વળવું), જ્યારે નેટ લખોટીને કહે કે કેવી રીતે ભ્રમણ કરવું (અવકાશ પદાર્થને કહે કે કેવી રીતે ગતિ કરવી). હવે તમે બાસ્કેટ બૉલના બદલે બૉલિંગ બૉલનો ઉપયોગ કરો તો આ બૉલ ભારે હોવાથી નેટની સપાટી વધુ ખેંચાશે, અને લખોટીની ભ્રમણકક્ષાની ત્રિજ્યા ઓછી થઈ જશે. એ જ પ્રમાણે તારો જેટલો મોટો તેટલો તેનો ભ્રમણકક્ષાનો સમય વધુ થશે.

૧૯૧૬માં જર્મન ભૌતિક વિજ્ઞાની કાર્લ શ્વાર્ઝચાઈલ્ડે આઈન્સ્ટાઈનની નવી થિયરીને એસ્ટ્રોફિઝિક્સમાં અખત્યાર કરીને મોટું પગલું લીધું હતું. તેમને સવાલ થયો કે એક છૂટા પડી ગયેલા પદાર્થનો ગોળો – માની લો કે તારો હોય તો શું થાય. શ્વાર્ઝચાઈલ્ડે જે સંશોધન કર્યું તેના આધારે એવું પ્રતિપાદિત થયું કે એક ચોક્કસ ત્રિજ્યામાં સ્પેસટાઈમના કર્વેચર અનંત બની જાય, જે એક સરસ ઢોળાવ ઉપર ચાલવા જેવું લાગે, પરંતુ એકાએક તમે ખડકની એવી ધાર ઉપર આવી જાવ જ્યાંથી પાછા જવાનો કોઈ માર્ગ જ ન હોય. શ્વાર્ઝચાઈલ્ડ રેડિયસ તરીકે ઓળખાતું આ ચોક્કસ અંતર એ બ્લેકહૉલની ત્રિજ્યા છે. બ્લેકહૉલની ત્રિજ્યામાં જે કંઈ પણ આવે તેના માટે તેની પકડમાંથી છૂટવાનું શક્ય નથી હોતું.

પ્રકાશના કિરણો અંગેની આઈન્સ્ટાઈનની કામગીરીથી આપણે એટલું જાણીએ છીએ કે ઊર્જા અને પદાર્થ એકબીજામાં રૂપાંતર થઈ શકે છે. જો કે થોડાં વર્ષ પછી અન્ય એક ભૌતિક વિજ્ઞાની રૉય કેરે આનો ઉકેલ મેળવી લીધો અને જણાવ્યું કે અવકાશમાં કોઈ પદાર્થ નહીં પરંતુ રેડિયેશન છે. તેમણે સતત ઘૂમતા રહેતા અને પ્રકાશ ફેંકતા અવકાશી બૉલનો ઉકેલ શોધ્યો. કેર-શોવાટ્ઝીલ મેટ્રિક તરીકે ઓળખાતા આ સિદ્ધાંતને કારણે ગણિતશાસ્ત્રીઓને ઘૂમતા રહેતા બ્લેક હૉલની વર્તણૂક સમજાવવાનું સરળ બન્યું. ઉપરાંત તેનાથી ખગોળ વિજ્ઞાનીઓને ઝડપથી બદલાતા રહેતા અને ગીચતા ધરાવતા ન્યૂટ્રોન

સ્ટાર વિશે જાણવા-સમજવામાં પણ સરળતા થઈ.

ભૌતિક વિજ્ઞાનીઓ ક્યારેક જબરજસ્ત સરળીકરણ કરતા હોય છે. આપણે જાણીએ છીએ કે આપણા બ્રહ્માંડમાં ગ્રહો, ધૂળ, તારા અને થોડાં તારામંડળો છે. સિદ્ધાંતોને સરળ બનાવવા ભૌતિક વિજ્ઞાનીઓ આ સૂક્ષ્મ બાબતોની ઉપેક્ષા કરે છે અને એવી રજૂઆત કરે છે કે બ્રહ્માંડ કણો અને રેડિએશનના 'ગૅસ' નું બનેલું છે. ગૅસ માટે સ્ટ્રેસ ટેન્સરે જે કરવું જોઈએ એ કામ સીધીસાદી રીતે કરવાનું હોય છે. સ્ટ્રેસ ટેન્સરની જાણકારી મળી જાય પછી અવકાશના માપકઅંકો ગણી શકાય છે, પરંતુ આ વિષય પર કામ કરતી વખતે આઈન્સ્ટાઈનને લાગ્યું કે આ તો અસાધારણ રીતે કપરું છે. આ બ્રહ્માંડનો સરળ અને ભવ્ય ઉકેલ શોધી કાઢવા માટે આઈન્સ્ટાઈને ભારે મહેનત કરી હતી. તેઓ મક્કમપણે માનતા કે બ્રહ્માંડ સ્થાયી છે અને તેથી સમય બદલાવા સાથે કશું બદલાતું નથી. આ સ્થાયીત્વ સિવાય બીજું કંઈ પણ હોવાનું પુરવાર કરવાનો કોઈ ઉપાય જ નહોતો. ઘણી મહેનત કરવા છતાં તેમનાં સમીકરણોથી તેઓ ઉકેલ શોધી શક્યા નહીં. જો કે ૧૯૧૭માં તેમને લાગ્યું કે ઉકેલ મળી ગયો છે. પોતાનાં સમીકરણો પર ફરી નજર કરતાં તેમને લાગ્યું કે પોતે એક નવી વિભાવના ઉમેરી શકે છે, અને એ વિભાવના કોસ્મોલોજિકલ કોન્સ્ટન્ટ તરીકે ઓળખાઈ. તેમણે આ વિષય તેમના ''કોસ્મોલોજિકલ કન્સિડરેશન ઈન ધ જનરલ થિયરી ઑફ રિલેટિવિટી'' પેપરમાં ઉમેર્યો. તારણ એ છે કે કોમ્સોલોજિકલ કોન્સ્ટન્ટ વિના સ્થાયી બ્રહ્માંડ શક્ય નથી, કેમ કે અન્યથા ગુરુત્વાકર્ષણ બળ તેને પાડી નાખે. બ્રહ્માંડ વિજ્ઞાનીઓ દાયકાઓ સુધી એવું માનતા રહ્યા કે કોમ્સોલોજિકલ કોન્સ્ટન્ટ ઝીરો છે અને આઈન્સ્ટાઈને આ માન્યતાને તેમના જીવનની સૌથી મોટી ભૂલ ગણાવી હતી. હવે આપણે જાણીએ છીએ કે આપણે જે બ્રહ્માંડમાં રહીએ છીએ તે નોનઝીરો કોસ્મોલોજિકલ કોન્સ્ટન્ટ છે.

૧૯૧૭માં આઈન્સ્ટાઈને રજૂ કરેલા પેપર પછી ટૂંક સમયમાં જ મહાન ડચ ખગોળશાસ્ત્રી વિલેમ ડે સિટ્ટરે આઈન્સ્ટાઈનનાં સમીકરણોનો વધુ એક ઉકેલ મેળવ્યો. આ ઘટના સિટ્ટર માટે મહત્ત્વની હતી, એટલું જ નહીં તેમણે પોતાનાં તારણો રૉયલ સોસાયટીને જણાવ્યાં. ડે સિટ્ટરના પત્ર દ્વારા જ અંગ્રેજી ભાષા જાણતી દુનિયાને સામાન્ય સાપેક્ષતા વિશે જાણકારી મળી. રૉયલ સોસાયટીના સેક્રેટરી આર્થર એડિંગ્ટન, જે પોતે ખગોળશાસ્ત્રી, તત્ત્વજ્ઞાની અને અવકાશ

નિરીક્ષક હતા, તેમણે બ્રિટનમાં જનરલ રિલેટિવિટીનો સૌથી વધુ ફેલાવો કર્યો. તેઓ જાણતા હતા કે જનરલ રિલેટિવિટીનું પરીક્ષણ થઈ શકે છે અને તેનો શ્રેષ્ઠ રસ્તો જંગી પદાર્થ નજીક સીધો પ્રકાશ કેવી રીતે દિશા બદલે છે તે જોવાનો છે. આ માટે તેમણે સૂર્યગ્રહણની રાહ જોવાની હતી. આવું સૂર્યગ્રહણ ૧૯૧૯ની ૨૯મી મેએ પશ્ચિમ આફ્રિકામાં થવાનું હતું. વળી સદ્ભાગ્યે સૂર્ય હેયડસ નક્ષત્રમંડળની નજીક હતો અને તેમાં ઘણાબધા તેજસ્વી તારા હતા, જેને કારણે સૂર્ય અંધકારમાં હોય ત્યારે એક કરતાં વધુ તારાની ચકાસણી શક્ય બની હતી.

આ નિરીક્ષણનું મહત્ત્વ આઈન્સ્ટાઈન જાણતા હતા. ૧૯૧૪ના ઑગસ્ટમાં આવી જ ઘટનાની તસવીરો લેવાની તૈયારીઓ થઈ ગઈ હતી, પરંતુ તે સમયે પ્રથમ વિશ્વયુદ્ધ શરૂ થઈ જવાને કારણે રશિયામાં આ માટે ગયેલી સંશોધન ટુકડીની ધરપકડ કરી લેવામાં આવી હતી. જો કે બીજી રીતે પણ ૧૯૧૪ના ગ્રહણની સરખામણીમાં ૧૯૧૯નું સૂર્યગ્રહણ આ પ્રયોગ માટે વધારે લાભદાયી હતું. રૉયલ ગ્રીન વિચ ઓબ્ઝર્વેટરીએ પોતાની પ્રયોગશાળામાંથી ૧૩ ઈંચના લેન્સ ઉપરાંત રૉયલ આઈરિશ એકેડેમી પાસેથી લીધેલો ચાર ઈંચનો લેન્સ પણ સાથે રાખ્યો હતો. ૧૯૧૯ની ૧૨મી સપ્ટેમ્બરે બ્રિટિશ એસોસિયેશન ફૉર ધ એડવાન્સમેન્ટ ઑફ સાયન્સની બેઠક મળી. ઑડિટોરિયમ ચિક્કાર ભરાઈ ગયું હતું અને એ બેઠકનું મુખ્ય આકર્ષણ હતા આર્થર એડિંગ્ટન, જેઓ પોતાનાં તારણો રજૂ કરવાના હતા : તે હતું – ૦.૮૩ અને ૧.૭ આઃર્ક્ (એઆરસી) સેકન્ડ વચ્ચે પ્રકાશની દિશા બદલાય છે, આ ધારણા આઈન્સ્ટાઈને ૧૯૧૧માં અને ત્યારબાદ ફરી ૧૯૧૫માં રજૂ કરી હતી. બીજી તરફ પ્રિન્સેપ જૂથે પણ પોતાની રીતે પ્રયોગ કર્યો હતો અને ૧.૬ આઃર્ક્ (એઆરસી) સેકન્ડની દિશા બદલાતી હોવાની નોંધ લીધી હતી જે સ્વીકૃત માત્રામાં હતી. આ પરિણામો આઈન્સ્ટાઈન તેમજ બ્રિટિશ ખગોળશાસ્ત્રીઓ માટે અસાધારણ મહત્ત્વનાં હતાં, પરંતુ તે અંગે આઈન્સ્ટાઈનનો પ્રતિભાવ સાવ સામાન્ય હતો. તેમની થિયરીને પ્રયોગ દ્વારા સમર્થન મળ્યું છે તેવું જણાવવામાં આવતાં આઈન્સ્ટાઈને જવાબ આપ્યો હતો, “હું જાણતો હતો કે થિયરી સાચી છે. શું તમને શંકા હતી?” પણ તારણો થિયરી સાથે સુસંગત ન હોત તો શું થાત? એવું પૂછવામાં આવતા

આઈન્સ્ટાઈને કહ્યું હતું, "આપણા વહાલા ઈશ્વર પ્રત્યે દયા આવત. આ થિયરી કોઈ પણ રીતે સાચી જ હતી." પરંતુ બીજી તરફ મેક્સ પ્લેન્ક આઈન્સ્ટાઈન કરતાં વધારે ઉચાટમાં હતા. આઈન્સ્ટાઈનને જ્યારે ખબર પડી કે પ્રયોગનું પરિણામ સાંભળવા પ્લેન્ક આખી રાત જાગતા રહ્યા હતા ત્યારે આઈન્સ્ટાઈને કટાક્ષ કર્યો હતો, "પ્લેન્ક જો ખરેખર જનરલ થિયરી ઑફ રિલેટિવિટી સમજ્યા હોત તો તેઓ પણ મારી જેમ શાંતિથી ઊંઘ લઈ શક્યા હોત."

આ પછી ટૂંક સમયમાં જ એડિંગ્ટન અને આઈન્સ્ટાઈને સાપેક્ષતા અંગે પુસ્તકો લખ્યાં હતાં. એડિંગ્ટને ૧૯૨૦માં સ્પેસ, ટાઈમ એન્ડ ગ્રેવિટેશન તથા તેનાં ત્રણ વર્ષ પછી ધ મેથેમેટિકલ થિયરી ઑફ રિલેટિવિટી પુસ્તકો પ્રકાશિત કર્યાં હતાં, જ્યારે આઈન્સ્ટાઈનના મીનિંગ ઑફ રિલેટિવિટી પુસ્તકનું અંગ્રેજી ભાષાંતર ૧૯૨૨માં પ્રકાશિત થયું હતું. આ ત્રણે પુસ્તક આંતરરાષ્ટ્રીય બેસ્ટ-સેલર બન્યાં અને ૧૯૨૨નું પુસ્તક તો હજુ પણ વિશ્વમાં એટલું જ લોકપ્રિય છે. મૃત્યુના થોડા સમય પહેલાં આઈન્સ્ટાઈને મીનિંગ ઑફ રિલેટિવિટી પુસ્તકની પાંચમી આવૃત્તિ માટે પોતાનાં સમીકરણોમાં જરૂરી ફેરફારો પણ કર્યા હતા.

વર્ષો પછી પ્રિન્સ્ટનના ભૌતિક વિજ્ઞાની બોબ ડિકે ગ્રહણ એક્સિપિડિશનનાં પરિણામો સામે સવાલ ઉઠાવ્યો હતો. તેમણે તર્ક કર્યો કે સૂર્ય ગોળ નહીં, પરંતુ સાધારણ સપાટ હોત તો પ્રકાશની બદલાતી દિશાનાં પરિણામો અલગ હોત. તે પોતે ઉમદા પ્રયોગશીલ હતા અને તેથી એ જોવા માટે પ્રયોગ હાથ ધર્યો કે સૂર્ય ખરેખર ગોળ છે કે પછી નારંગી આકારે પ્રકાશની દિશા બદલવામાં ભૂમિકા ભજવી છે. તેમને નારંગી આકારનો કોઈ પુરાવો ન મળ્યો, જેને પગલે આઈન્સ્ટાઈનની થિયરી વધુ મક્કમતાથી પ્રસ્થાપિત થઈ.

પ્રકાશની દિશા બદલવાના મુદ્દે આજે આપણી પાસે વધુ એક નક્કર દસ્તાવેજ છે. હવે ખગોળશાસ્ત્રીઓ જાણે છે કે બ્રહ્માંડમાં બ્લેકહૉલ, ન્યૂટ્રોન તારા અને પલ્સર્સ (નિયમિત અને ઝડપથી કંપન પામતા રેડિયો સંકેતો) છે, જેમનાં ગુરુત્વાકર્ષણ ક્ષેત્રો આપણા નાનકડા સૂર્ય કરતાં ઘણા વધારે તીવ્ર છે. પ્રકાશનાં કિરણોના માર્ગને આંશિક રીતે બદલવાને બદલે આ તત્ત્વો પ્રકાશને જ નોંધપાત્ર રીતે વાળી દે છે અને તે રીતે ચુંબકીય લેન્સ તરીકે કામગીરી કરે

છે. જો આપણી અને દૂર રહેલા તારામંડળો વચ્ચે ચુંબકીય લેન્સ હોય તો એ લેન્સ પ્રકાશને એટલી હદે વાળે કે આપણને તારામંડળની અનેકગણી છબિ જોવા મળી શકે. ખગોળશાસ્ત્રીઓને આવી સ્થિતિનાં ઘણાં ઉદાહરણો જોવા મળ્યાં છે, જેનાથી આઈન્સ્ટાઈનની થિયરી વધુ નિશ્ચિત બને છે અને એ લોકોને બ્લેકહૉલ શોધવામાં પણ મદદ મળે છે.

***

૧૯૧૬ પછી ખગોળ અને ગણિતશાસ્ત્રીઓએ સાથે મળીને આઈન્સ્ટાઈનનાં સમીકરણોનાં નવા ઉકેલ મેળવવા પ્રયાસ શરૂ કર્યા હતા. અંગ્રેજ ગણિતશાસ્ત્રી એડવર્ડ આર્થર મિલનેને કેટલાક સરળ ઉકેલ મળ્યા. એ જ પ્રમાણે રશિયન ભૌતિક વિજ્ઞાની એલેક્ઝાન્ડર ફ્રિડમેન પણ નવા ઉકેલ શોધી શક્યા. તેમને જણાયું કે કોઈક સમયે બ્રહ્માંડનો વિસ્તાર થયો હોઈ શકે છે. આઈન્સ્ટાઈનને આ વિચાર ગમ્યો નહીં અને તેમણે ફ્રિડમેનને સમજાવવા પ્રયાસ કર્યો કે તેમના ગણિતમાં ભૂલ હોઈ શકે. જો કે ફ્રિડમેન તેમની વાતને વળગી રહ્યા. ટૂંક સમયમાં જ રોમન કેથોલિક પાદરી અને ખગોળશાસ્ત્રી જ્યોર્જ લેમિટરે પણ ફ્રિડમેન જેવું જ તારણ આપ્યું. તેમને લાગ્યું કે બ્રહ્માંડ જો હાલ વિસ્તરી રહ્યું હોય તો ભૂતકાળમાં એ ચોક્કસ નાનું હશે. "રચના"ની એક એવી ક્ષણ હશે જ્યારે બ્રહ્માંડની ત્રિજ્યા શૂન્ય હશે અને બ્રહ્માંડના આ પ્રારંભિક તબક્કાને તેમણે "પ્રિમેવલ એટમ" (પૃથ્વીની પ્રાથમિક અવસ્થાના અણુ) તરીકે ઓળખાવ્યો. ફ્રિડમેન અને લેમિટરે જે કામગીરી કરી હતી તેને ગણિતશાસ્ત્રીઓ હોવર્ડ રોબર્ટસન અને આર્થર વૉકરે વધુ ગણતરી આધારિત બનાવી. આ સિદ્ધાંત અનુસાર પૃથ્વી, આપણું સૂર્યમંડળ તથા આપણાં તારામંડળો બ્રહ્માંડમાં કોઈ વિશેષ સ્થાન ધરાવતા નથી. આ ધારણાનાં મૂળિયાં છેક ૧૬મી સદીમાં પડેલાં છે, જ્યારે પોલેન્ડના એક સંત નિકોલસ કોપરનિકસે તેમના પુસ્તક ઑન ધ રેવોલ્યુશન્સ ઑફ ધ હેવનલી સ્પીઅર્સ માં સૂચન કર્યું હતું કે પૃથ્વી એ સૂર્યમંડળનું કેન્દ્ર નથી. આપણે કોઈ વિશેષ સ્થાનમાં નથી અને કોઈ વિશેષ સમયમાં નથી- એવા કોપરનિકસના તારણ એ શક્તિશાળી સિદ્ધાંત નિર્ધારિત કરવાનું સાધન બની ગયું કે બ્રહ્માંડનું કયું મોડલ વાજબી છે.

આ પછી બીજા ઘણા સૈદ્ધાંતિક બ્રહ્માંડની દરખાસ્તો થઈ, જેમ કે પ્રિન્સ્ટનમાં ઈન્સ્ટિટ્યૂટ ઑફ એડવાન્સ સ્ટડી ખાતેના મેથેમેટિકલ લૉજિકના પ્રોફેસર કુર્ટ

ગોડેલે કહ્યું કે, બ્રહ્માંડ જો એકસરખું અને સ્થાયી હોય તો આઈન્સ્ટાઈનનાં સમીકરણો ઉકલી શકે. ગોડેલે ટાઈમ ટ્રાવેલ પણ શક્ય હોવાનું જણાવ્યું, પરંતુ અન્ય ભૌતિક વિજ્ઞાનીઓએ તેમનાં તારણો એમ કહીને ફગાવી દીધાં કે આ તો વિજ્ઞાન પરિકથા જેવી વાત છે. કેમ્બ્રિજ યુનિવર્સિટીના ગણિતશાસ્ત્રી અને ખગોળ વિજ્ઞાની સ્ટીફ હોકિન્સે તમામ ટાઈમ ટ્રાવેલ બ્રહ્માંડને દૂર કરવા ક્રોનોલોજી પ્રોટેક્શન કોન્જયુરની દરખાસ્ત કરી. અન્ય સ્થાયી ઉકેલો પણ મળ્યા. ૧૯૪૮માં કેમ્બ્રિજસ્થિત ખગોળશાસ્ત્રીઓના એક જૂથે સ્થાયી અને સમાન ગુણધર્મી પરંતુ પદાર્થ ઉમેરતા રહેતા બ્રહ્માંડના સીધાસાદા મોડલની કલ્પના આપી. જો કે, ફ્રેડ હોલેને ફ્રિડમેન, લેમિટર તથા બીજાઓના મોડલ પસંદ ન આવ્યા અને તેમણે એ બધાની "બિગ બૅન્ગ"ના ફટાકડા કહી હાંસી ઉડાવી. આ બિગ બૅન્ગ શબ્દ પછી તો ભારે પ્રસિદ્ધ થઈ ગયો.

૧૯૨૦ અને ૧૯૩૦ના દાયકામાં એડવિન હબલે તારામંડળને નજીકથી જોવા-સમજવા કેલિફોર્નિયામાં માઉન્ટ વિલસન ઓબ્ઝર્વેટરીનો ઉપયોગ કર્યો. તેમને નજીક કરતાં દૂરના તારા વધુ લાલ લાગ્યા, જેનો અર્થ એ કે બ્રહ્માંડ વિસ્તરી રહ્યું હતું. હબલની વિભાવના હબલ લૉ તરીકે ઓળખાઈ અને બિગ બૅન્ગના સમર્થકોનો દાવો હતો કે આ થિયરી તેમને યોગ્ય ઠેરવે છે. પરંતુ કેટલાક તત્ત્વજ્ઞાનીઓના મતે હબલની વિગતોમાં સમસ્યા છે અને તેમની ગણતરી અનુસાર પૃથ્વી ૧.૮ અબજ વર્ષ જૂની છે, પરંતુ ખડકોના રેડિયોએક્ટિવ કાર્બન ડેટિંગ દ્વારા પૃથ્વી ઓછામાં ઓછી બે અબજ વર્ષ જૂની હોવાનું પ્રસ્થાપિત થયું છે. આગામી સમયમાં નિરીક્ષણની પદ્ધતિઓમાં સુધારો થશે અને ટેક્નિક પણ ઘણી સુધરશે, પરંતુ ૧૯૬૦ના દાયકાના પ્રારંભ સુધી તો એકમાત્ર બિગ બૅન્ગ મોડલ જ બ્રહ્માંડની હાલની સ્થિતિનું મૂળ વર્ણવવાનું સાધન છે.

સામાન્ય સાપેક્ષતાને સમર્થન આપતાં વધુ એક પ્રયોગનો ઉલ્લેખ જરૂરી છે. લિમેટરે ધારણા કરી હતી કે બ્રહ્માંડ તેના પ્રારંભિક કાળમાં "પ્રિમેવલ એટમ" હતી, પરંતુ એ પ્રારંભિક બ્રહ્માંડમાં રેડિએશન થયું હોત તો શું થાત? સમતુલ્ય આંકના સિદ્ધાંતનું પરીક્ષણ કરનાર બોબ ડિકના મતે બ્રહ્માંડમાં રેડિએશનના કેટલાક અવશેષો ચોક્કસ છુપાયેલા હશે. તેમણે તેમના બે

વિદ્યાર્થીઓ "ડિક બર્ડ્સ" જિમ પીબલ્સ અને ડેવ વિલકિનસનની સાથે મળીને પ્રયોગ શરૂ કર્યો એ દરમિયાન ડિકની પ્રિન્સ્ટન લેબમાં ફોન રણક્યો. બેલ લેબ્સ માટે કામ કરતા બે વિજ્ઞાનીઓ અર્નો પેન્ઝિઆસ અને રોબર્ટ વિલસનને તેમણે વિકસાવેલા રેડિયો ટેલિસ્કોપમાં મુશ્કેલી આવતી હતી. તેઓ જ્યારે જ્યારે સિગ્નલ મેળવવા પ્રયાસ કરતા ત્યારે તેમાં સાથેસાથે પાછળથી ફૂંફાડા જેવો અવાજ આવતો હતો. આ અવાજ કબૂતરથી પડેલા કચરાને કારણે હશે તેમ માનીને તેમણે સાધન સાફ કરી દીધું છતાં અવાજ ચાલુ રહ્યો, તો આ બાબતે શું ડિક કોઈ મદદ કરી શકે તેમ છે? ડિકે ફોનના માઉથપીસ પર હાથ મૂકીને તેના બંને સહાયક વિદ્યાર્થીઓને કહ્યું કે, આપણને સનસનાટીભર્યા સમાચાર મળ્યા છે. આ પછી તેમણે પેન્ઝિઆસ અને વિલસનને જણાવ્યું કે એ બંનેએ કદાચ બિગ બૅન્ગમાંથી નીકળેલું અને બચી ગયેલું રેડિએશન શોધી કાઢ્યું હશે. પેન્ઝિઆસ અને વિલસને તો આ તારણોના આધારે એક લેખ પ્રતિષ્ઠિત એસ્ટ્રોફિઝિકલ જર્નલ ને મોકલી આપ્યો. આ જ સામયિકના ત્યારપછીના તરતના અંકમાં ડિક અને પીબલ્સનો "કૉસ્મિક બ્લેકબોડી રેડિએશન" લેખ છપાયો. પ્રિન્સ્ટનના બંને વિજ્ઞાનીઓએ આઈન્સ્ટાઈનની જનરલ રિલેટિવિટી થિયરીનો ઉપયોગ કરીને પોતાનું સંશોધન સમજાવવા પ્રયાસ કર્યો અને કહ્યું કે આ કારણે જ પેન્ઝિઆસ અને વિલસનને તેમના સાધનના બૅકગ્રાઉન્ડમાં સિગ્નલ મળતાં હતાં. અનેક ભૌતિક વિજ્ઞાનીઓના આશ્ચર્ય વચ્ચે ફિઝિક્સનું ૧૯૭૮નું નોબેલ પારિતોષિક પેન્ઝિઆસ અને વિલસનને મળ્યું અને ડિકને કશું જ ન મળ્યું.

આ ઉપરાંત જનરલ રિલેટિવિટીનો વધુ એક નોંધપાત્ર સિદ્ધાંત પણ છે. નળમાંથી ટપકતા પાણીના બુંદ અને નેટમાંથી પસાર થતા બાસ્કેટ બૉલની ઘટનાઓમાં જેમ ગુરુત્વાકર્ષણ અને સપાટીના વિદ્યુતવાહક પરિબળો અમલમાં આવે છે, અને આ તમામ ઘટનાનો સ્પેસટાઈમ પદાર્થના સ્ટ્રેસ ટેન્સરના આધારે નક્કી થાય છે. આ સંદર્ભમાં ૧૯૧૮ના એક પેપરમાં આઈન્સ્ટાઈને ધારણા કરી કે ગુરુત્વાકર્ષણીય તરંગો ઊઠી શકે છે. તારામાં જો કશુંક આકસ્મિક બને તો તેનાથી સ્પેસટાઈમમાં લહેરો પેદા થાય. ગૅસના બનેલા એક સામાન્ય તારામાં ગૅસનું ઉષ્ણતામાન તારાને ગુરુત્વાકર્ષણના બળ સામે બચાવે છે.

તારો જૂનો થાય એમ તે જેના આધારે જીવંત હોય છે તે ઈંધણ ખાલી થતું જાય છે અને આવું થાય ત્યારે તારાને ગુરુત્વાકર્ષણથી કોઈ બચાવી શકતું નથી. આવા સંજોગોમાં બાહ્ય સ્તર અંદર તરફ ખેંચાઈને અસાધારણ બળપૂર્વક પટકાય છે, જેને કારણે ઊર્જા પેદા થાય છે અને આપણને અત્યંત તેજસ્વી વિસ્ફોટ જોવા મળે છે. ખગોળશાસ્ત્રીઓ બ્રહ્માંડમાં અનેક વખત આવા વિસ્ફોટોનો અનુભવ કરતા હોય છે.

૧૯૭૪માં અમેરિકન વિજ્ઞાનીઓ જો ટેલર અને રસેલ હ્યુલ્સેએ તારાઓની એક રસપ્રદ જોડી જોઈ. તેમાંનો એક પલ્સર હતો અને તે નહીં દેખાતા બીજા પલ્સર તરફ રેડિએશન મોકલી રહ્યો હતો. ૧૯૭૮માં તેમણે દર્શાવ્યું કે જનરલ રિલેટિવિટી થિયરી અનુસાર આ સિસ્ટમથી ગ્રેવિટેશનલ રેડિએશન થવું જોઈએ, જેનાથી ભ્રમણકક્ષાના પલ્સરમાં ફેરફાર થાય. ત્યાર પછીના બે દાયકા સુધી તેઓ પલ્સરનું નિરીક્ષણ કરતા રહ્યા અને તેમાં થતા ફેરફારો જોતા રહ્યા. તેઓ તારણ ઉપર આવ્યા કે પલ્સર તેની ઊર્જા ગુમાવે છે. આ ઊર્જા ગ્રેવિટેશનલ રેડિએશન તરીકે નીકળે છે. છેવટે તેઓ એ સાબિત કરી શક્યા કે આઈન્સ્ટાઈને જે ધારણા આપી છે તે પ્રમાણે જ તારા તેમના ગ્રેવિટેશનલ રેડિએશન છોડે છે. આ કામગીરી બદલ આ બંને વિજ્ઞાનીઓને ૧૯૯૩માં નોબેલ પારિતોષિક મળ્યું.

***

જનરલ રિલેટિવિટી – સામાન્ય સાપેક્ષતાની કામગીરી ૧૯૧૬ સુધીમાં પૂર્ણ થઈ ગઈ હતી. તે હવે દરેક ભૌતિક વિજ્ઞાની માટે તાલીમનો ભાગ બની હતી. બ્રહ્માંડનું બિગ બૅન્ગ મોડલ સંપૂર્ણપણે જનરલ રિલેટિવિટી અનુસાર છે અને નવી પેઢીની ખગોળીય પ્રયોગશાળાઓ આઈન્સ્ટાઈનના સિદ્ધાંતોને સમર્થન આપે છે. માઈક્રોવેવ બૅકગ્રાઉન્ડ રેડિએશનને સાપેક્ષતા દ્વારા સમજાવી શકાય. પ્રથમ વખત કોસ્મિક માઈક્રોવેવ બૅકગ્રાઉન્ડ એક્સપ્લોરર દ્વારા અને હવે ડિકના એક ભૂતપૂર્વ વિદ્યાર્થી ડેવ વિલકિનસનના નામથી બનેલી વિલકિનસન માઈક્રોવેવ બૅકગ્રાઉન્ડ મારફતે રેડિએશનમાં આવતા ઝીણામાં ઝીણા તફાવતોને ઓળખી શકાય છે. જનરલ રિલેટિવિટી આ રીતે એપ્લાઈડ સાયન્સ – વ્યવહાર વિજ્ઞાન બની ગયું છે.

પ્રકરણ ૮

ફરી બર્લિનમાં : યુદ્ધ પછીની ઊથલપાથલ અને હિટલરનો ઉદય

જર્મનીમાં હવે મને દુષ્ટ રાક્ષસ તરીકે બઢતી આપવામાં આવી છે, અને મારાં તમામ નાણાં લઈ લેવામાં આવ્યાં છે, પરંતુ હું મારી જાતને આશ્વાસન આપું છું કે આમ પણ એ નાણાં થોડા સમયમાં વપરાઈ જ ગયાં હોત.

– બર્લિનના બેંક ખાતામાં જમા નાણાં જપ્ત કરી લેવામાં આવ્યાં બાદ મિત્ર અને જર્મન ભૌતિક વિજ્ઞાની મેક્સ બોર્નને ૧૯૩૩ની ૩૦મી મેએ લખેલા પત્રમાંથી.

લંડન અને ન્યૂયોર્ક બંને સ્થળે અજાણ્યા સ્રોત તરફથી મળેલા 'રહસ્યમય વાયરલેસ સંકેતો' અંગે ખુલાસો મેળવવા લંડનના એક પત્રકારે આઈન્સ્ટાઈનનો સંપર્ક કર્યો હતો. ૧૯૨૦ના જાન્યુઆરીના અંતે 'ગ્રહો વચ્ચે સંદેશાવ્યવહાર' ના મુદ્દે લંડનના *ડેઈલી મેઈલ* ને આપેલી મુલાકાતમાં આઈન્સ્ટાઈને કહ્યું હતું કે, મંગળ તથા અન્ય ગ્રહો પર વસવાટ હોવાનું માનવા માટે ઘણાં કારણો છે, પરંતુ મંગળવાસીઓ વાયરલેસના બદલે પ્રકાશનાં કિરણોથી સંપર્ક સાધે તેવી શક્યતા વધારે છે. તેમણે જો કે એવી ધારણા વ્યક્ત કરી હતી કે આ વાયરલેસ

સંકેતો કાં તો વાતાવરણમાં ગરબડ હોવાને કારણે અથવા વાયરલેસ ટેલિગ્રાફીની કોઈ અન્ય વ્યવસ્થાના ગુપ્ત પ્રયોગોને કારણે પ્રાપ્ત થયા હોઈ શકે.

આઈન્સ્ટાઈને હવે આવા પ્રકારના સવાલોના જવાબ આપવાનું શરૂ કર્યું હતું અને હકીકત એ છે કે તેમણે દરેક સવાલોના જવાબ આપ્યા, જેને કારણે વિશ્વમાં તેમની લોકપ્રિયતા વધી. ૧૯૧૯ના ગ્રહણ સમયે કરવામાં આવેલા પ્રયોગોનાં પરિણામો પ્રસારિત કરવામાં આવ્યાં ત્યારે આખી દુનિયામાં યુદ્ધથી હારી-થાકી ચૂકેલી પ્રજા રોમાંચિત થઈ ઊઠી અને આઈન્સ્ટાઈન સૌપ્રથમ આંતરરાષ્ટ્રીય વૈજ્ઞાનિક સેલિબ્રિટી બની ગયા. બાળક હોય કે વૃદ્ધ, અમીર હોય કે ગરીબ, વૈજ્ઞાનિકો તેમજ અન્ય સામાન્ય માણસો - એમ સમાજના દરેક વર્ગના લોકોએ આઈન્સ્ટાઈનને થોકબંધ પત્રો લખ્યા. પોતે જાણે રાજા મિડાસ બની ગયા હોય એવું લાગ્યું : આ અંગે તેમણે સપ્ટેમ્બરમાં ભૌતિક વિજ્ઞાની મેક્સ બોર્નને લખ્યું હતું, "પૌરાણિક વાર્તાના એ માણસ જે કોઈ વસ્તુને અડે તે સોનાની થઈ જતી તેમ મારી બાબતમાં દરેક વસ્તુ અખબારના સમાચાર બની જાય છે." તેઓ એ પણ જાણતા હતા કે તેમની સિદ્ધિઓને વધારે પડતી આંકવામાં આવે છે અને તેમનાં જે "અમર્યાદ વખાણ" થાય છે, તેને પોતે લાયક નથી. આ સિદ્ધાંત વિજ્ઞાન સિવાયની પરિભાષામાં સમજવો અને સમજાવવો અઘરો હતો તે કારણે વધારે રહસ્યમય બન્યો અને તેમાં એવી ભ્રમણાનો ઉમેરો થયો કે એકમાત્ર આઈન્સ્ટાઈન બ્રહ્માંડના પરિમાણને જોઈ શકે છે અને બીજા કોઈમાં તે ક્ષમતા નથી. એકાએક મળેલી ખ્યાતિનો તેઓ આનંદ ઉઠાવતા હતા અને ક્યારેક પત્રકારો સાથેની વાતચીતમાં રમૂજ પણ કરી લેતા. ધીમેધીમે તેમણે આ બધું ઓછું કરવા પ્રયાસ કર્યો પરંતુ તેઓ જીવ્યા ત્યાં સુધી અને કદાચ ત્યારપછી પણ તેમની ખ્યાતિનો વિસ્તાર થવાનું બંધ થયું નહીં.

એ વર્ષે થોડા સમય અગાઉ આઈન્સ્ટાઈનનાં માતા પૌલીન પેટના કેન્સરની બીમારીને કારણે ૬૨ વર્ષની ઉંમરે મૃત્યુ પામ્યાં હતાં. તેઓ સ્વિટ્ઝરલેન્ડમાં રહેતાં હતાં ત્યારે તેમની તબિયત બાબતે આઈન્સ્ટાઈન છેલ્લા કેટલાય મહિનાથી ચિંતિત હતા. માતાને બર્લિન લાવવા માટે વ્યવસ્થા કરવા તેમણે

ઘણો પ્રયાસ કર્યો હતો, જેથી તેમની સાથે તેમના ઍપાર્ટમેન્ટમાં રાખી શકાય અને માતાની પાછલી જિંદગીમાં તેઓ તથા એલ્સા સેવા કરી શકે. પૌલીનના નિધન પછી સ્વિટ્ઝરલેન્ડમાં મિત્ર હેનરિક ઝેન્ગરને આઈન્સ્ટાઈને પત્રમાં લખ્યું હતું, "એક સપ્તાહ પહેલાં મારી માતાનું અસાધારણ પીડા વચ્ચે નિધન થયું. અમે સંપૂર્ણ ભાંગી પડ્યા છીએ. લોહીની સગાઈનું મહત્ત્વ આવા સમયે સમજી શકાય છે." અન્ય એક મિત્ર હેડવિગ બોર્નને લખ્યું હતું, "કોઈની માતા યોગ્ય સારવાર અને મદદ મેળવ્યા વિના પીડામાં મૃત્યુ પામે ત્યારે કેવું લાગે તે હું સમજી શકું છું. ... આપણે તમામે આવા ભારે બોજ સહન કરવાના હોય છે, કેમ કે તે અનિવાર્યપણે જીવન સાથે જોડાયેલા હોય છે."

યુદ્ધમાં જર્મનીની હાર પછી ૧૯૨૦ના દાયકાના પ્રારંભે રાષ્ટ્રવાદ વધુ પ્રખર બની રહ્યો હતો અને તેની સાથે યહૂદી વિરોધી લાગણી પણ જોર પકડી રહી હોવાનો આઈન્સ્ટાઈનને ખ્યાલ આવ્યો. બર્લિનમાં સામાન્ય રીતે તમામ યહૂદીઓ વિરુદ્ધ અને ખાસ કરીને નવા સેલિબ્રિટી આઈન્સ્ટાઈન સામે પૂર્વગ્રહ વધવા લાગ્યો. આ પૂર્વગ્રહ ઊભો થવાનું એક કારણ એ પણ હતું કે નોબેલ વિજેતા જર્મન ભૌતિક વિજ્ઞાનીઓ ફિલિપ લેનાર્ડ તથા જોનેસ સ્ટ્રેક સાપેક્ષતાના સિદ્ધાંતની સખત ટીકા કરીને તેને 'યહૂદી વિજ્ઞાન' તરીકે ઓળખાવ્યો હતો. પ્રારંભમાં તો આઈન્સ્ટાઈને આવી ટીકાની અવગણના કરી અને યુદ્ધ પછી ચાલી રહેલી પુનઃ નિર્માણની કામગીરીમાં જ વ્યસ્ત રહ્યા. ત્યાર પછી જો કે નાઝીવાદનો ઉદય થતાં તેમને સ્થિતિની ગંભીરતા સમજાઈ અને ટીકાઓના જવાબ આપવાનું શરૂ કર્યું.

આમ છતાં તે સમયે જો કે તેમનું ધ્યાન મુખ્યત્વે શિક્ષણ ઉપર કેન્દ્રિત હતું. શિક્ષણ મેળવવા માગતા દરેક માટે યોગ્ય સમાનતા હોવી જોઈએ તેવું આઈન્સ્ટાઈન મક્કમપણે માનતા. તેમણે તેમની આ મુક્ત શિક્ષણની માન્યતાનો -૧૯૧૯માં ઝુરિકમાં વિઝિટિંગ પ્રોફેસર હતા ત્યારે તેમજ ૧૯૨૦માં બર્લિન યુનિવર્સિટીમાં ભણાવતા હતા ત્યારે પોતાના ક્લાસમાં જાતે અમલ પણ કર્યો હતો. તેમની આ તમામ માટે ઍડ્મિશનની નીતિ બાબતે ફી ભરીને ભણતા વિદ્યાર્થીઓ જોકે નારાજ હતા અને તેથી ૧૯૨૦ના ફેબ્રુઆરીમાં બર્લિનમાં વિદ્યાર્થી પરિષદે એ નીતિનો વિરોધ કર્યો હતો, એટલું જ નહીં એક વ્યાખ્યાન

દરમિયાન તેમની હેરાનગતિ પણ કરી હતી. આ ઘટના અંગે કેટલાક લોકોએ દાવો કર્યો હતો કે આ હેરાનગતિ કરવાનું કારણ યહૂદીવિરોધી લાગણી હતી, કેમ કે તેમના ક્લાસમાં ઘણા 'વિદ્યાર્થીઓ' પૂર્વ યુરોપમાંથી સ્થળાંતર કરીને આવેલા યહૂદીઓ જેવા લાગતા હતા અને તેઓ આઈન્સ્ટાઈનને સાંભળવા માગતા હતા. પરંતુ વિદ્યાર્થી પરિષદ, સંસ્થાના મેનેજમેન્ટ કે આઈન્સ્ટાઈને પોતે આવી કોઈ ઘટના બની હોવાનો ઈનકાર કર્યો હતો. તે સમયનાં અખબારોએ આ ઘટનાને ઊહાપોહ તરીકે ઓળખાવી હતી અને ઘણા દિવસ સુધી તેના પડઘા પડ્યા હતા, તે કારણે સંસ્થાએ તેની નીતિમાં ફેરફાર કરી દીધો હતો. બીજી તરફ આઈન્સ્ટાઈને પણ તેમના વલણમાં થોડો ફેરફાર કરીને જાહેર કર્યું હતું કે, ફી ચૂકવતા તમામ વિદ્યાર્થીઓને પૂરતી જગ્યા મળી જાય તે પછી જો કોઈ જગ્યા ખાલી રહે તો ત્યાં નોંધણી વિનાના લોકોને બેસવા દેવા જોઈએ, પરંતુ જો બધી બેઠકો ભરાઈ જાય અને સામાન્ય લોકો વંચિત રહી જાય તો સાંજના સમયે તેઓ યુનિવર્સિટીની બહાર મફતમાં લેક્ચર આપતા.

એ વર્ષે આઈન્સ્ટાઈને હોલેન્ડ, નોર્વે તેમજ ડેન્માર્કમાં વ્યાખ્યાનો આપ્યાં હતાં. હોલેન્ડમાં તેમને વિઝિટિંગ પ્રોફેસર તરીકેની નિમણૂક આપવામાં આવી હતી, જ્યારે ડેન્માર્કમાં તેમની મુલાકાત ભૌતિક વિજ્ઞાની નેઈલ્સ બોર સાથે થઈ હતી. બોરને તેઓ અગાઉ બર્લિનમાં ફેબ્રુઆરીમાં મળી ચૂક્યા હતા. સામાન્ય પ્રજા માટે વિજ્ઞાન અંગેનાં નિવેદનો પણ તેમણે જારી કર્યાં હતાં. એસોસિયેશન ફૉર પોપ્યુલર ટેક્નિકલ એજ્યુકેશન દ્વારા યોજવામાં આવેલા વ્યાખ્યાનમાં આઈન્સ્ટાઈને રોજિંદા જીવનમાં વિજ્ઞાન અને ટેક્નોલોજીના વ્યવહારુ ઉપયોગનું મહત્ત્વ વિદ્યાર્થી અને પ્રજાને સમજાવવું જોઈએ તેમ ભારપૂર્વક કહ્યું હતું. સાથે તેમણે એવો મત વ્યક્ત કર્યો હતો કે ટેક્નિકલ શિક્ષણનું મૂલ્ય પણ માનવતાવાદી શિક્ષણ જેટલું છે.

આ ગાળામાં જર્મન વર્કર્સ પાર્ટી નામે રાષ્ટ્રવાદી પક્ષનો અજાણ્યો સ્થાપક એડોલ્ફ હિટલર રાજકારણમાં તેનું સ્થાન મજબૂત કરી રહ્યો હતો. ૧૯૨૦ના ફેબ્રુઆરીમાં મ્યુનિક હોબ્રાહુસમાં હિટલરે એક વિશાળ સંમેલનનું આયોજન કર્યું હતું, જેમાં ૨૦૦૦ જેટલા લોકો એકત્ર થયા હતા. આ સમારંભમાં તેણે ૨૫ મુદ્દાનો કાર્યક્રમ રજૂ કર્યો હતો જેના આધારે તેના પક્ષનું ભાવિ નક્કી

થવાનું હતું. ટૂંક સમયમાં જ પક્ષનું નવું નામ નેશનલ-સોશિયાલિસ્ટ જર્મન વર્કર્સ – અથવા નાઝી રાખવામાં આવ્યું, જે જર્મન નેશનલસોઝિયાલિસ્ટ-પાર્ટીનું ટૂંકું રૂપ હતું અને તે સાથે જર્મનીમાં ફાસીવાદી કટ્ટરવાદ શરૂ થયો જે ૨૫ વર્ષ ચાલ્યો.

ઓગસ્ટમાં આઈન્સ્ટાઈનને લાગ્યું કે છેક ૧૯૧૮થી તેમના સિદ્ધાંતને 'સાપેક્ષતા વિરોધી ટોળકી' દ્વારા જે રીતે વગોવવામાં આવે છે તેનો જવાબ આપવાનો સમય આવી ગયો છે. બર્લિન ફિલહાર્મોનિક હૉલ ખાતે તેમણે બે વ્યાખ્યાન આપ્યા બાદ વિરોધીઓએ તેમના પર બીજાઓના લખાણની ઉઠાંતરી કરવાનો, પ્રસિદ્ધિની ભૂખનો, અખબારોનો દુરુપયોગ કરવાનો, બિન-જર્મન વૈજ્ઞાનિક સિદ્ધાંતો રજૂ કરવા જેવા ઢગલાબંધ આક્ષેપો કર્યા. હૉલની બહાર નાઝી કાર્યકરોએ યહૂદીવાદ વિરોધી ચોપાનિયાં વહેંચ્યાં અને સ્વસ્તિકનું પ્રતીક ધરાવતી કૉલર પર લગાવવાની પિનોનું વેચાણ કર્યું. અગાઉ આવી બધી બાબતો પ્રત્યે પ્રત્યાઘાત આપવાનું ટાળનાર આઈન્સ્ટાઈને આ વખતે અખબારી નિવેદનો દ્વારા તેમજ એક મહિના પછી અન્ય એક વ્યાખ્યાન દરમિયાન વિરોધીઓને જવાબો આપ્યા. આ સામસામી દલીલો અને આક્ષેપબાજીએ જર્મનીના વૈજ્ઞાનિક સમુદાયને વિરોધી જૂથોમાં વહેંચી દીધો, અને આઈન્સ્ટાઈનના ટેકેદારોને ડર લાગ્યો કે આવી સ્થિતિને કારણે આઈન્સ્ટાઈને કદાચ દેશની બહાર જવું પડશે.

લગભગ એ જ અરસામાં યુદ્ધ પછી વધી રહેલી યહૂદીવાદ વિરોધી લાગણીનો આઈન્સ્ટાઈનને ખ્યાલ આવવા લાગ્યો અને તેથી તેમણે યહૂદીઓના વિષય પર બે લેખ પણ લખ્યા. અલબત્ત, એ લેખો પ્રકાશિત ન કર્યા, પરંતુ આ વિષય પર જાહેરમાં બોલ્યા ખરા. જો કે, જર્મની અને સ્વિટ્ઝરલેન્ડમાં યહૂદી સમુદાયને આઈન્સ્ટાઈનનાં નિવેદનો પસંદ પડતાં નહોતાં. દા.ત. શૈક્ષણિક વર્તુળોમાં ફેલાઈ રહેલી યહૂદીવાદ વિરોધી લાગણી સામે લડત આપવા માટેની એક બેઠકમાં તેમને નિમંત્રણ આપવામાં આવ્યું હતું, પરંતુ તેમણે તેમાં જવાનો ઈનકાર કરી દેતાં કહ્યું હતું કે આવા પ્રયાસોનું ફળદાયી પરિણામ નહીં આવે. તેઓ કહેતા કે યહૂદીઓએ સૌપહેલાં તો તેમની અંદર જ રહેલા યહૂદીવાદ વિરોધી પરિબળો (અર્થાત પશ્ચિમ યુરોપિયન યહૂદીઓ વિરુદ્ધ પૂર્વ યુરોપિયન યહૂદીઓ) સામે લડવાની જરૂર છે, અને તેમને પરસ્પર એકબીજા માટે માન

થશે ત્યારે જ તેઓ અન્ય લોકો તરફથી માન મેળવી શકશે.

૧૯૨૧ની વસંત ઋતુમાં આઈન્સ્ટાઈને અમેરિકાની તેમની પ્રથમ મુલાકાત માટેનો નિર્ણય લીધો. આ માટે બે હેતુ હતા – એક તો જેરૂસલેમમાં સૂચિત હિબ્રુ યુનિવર્સિટી માટે ભંડોળ એકત્ર કરવાના પ્રવાસમાં સામેલ થવાનું હતું. યુનિવર્સિટીની સ્થાપનાને તેમણે મજબૂત ટેકો આપ્યો હતો. ત્યાં જો કે વિજ્ઞાન અને આરોગ્યને લગતા અભ્યાસક્રમોને મહત્ત્વ આપવામાં આવે તેવો તેમને આગ્રહ હતો. તેમને વિશ્વાસ હતો કે અન્ય દેશોની યુનિવર્સિટીઓમાં પ્રવેશ નહીં મેળવી શકનાર યહૂદીઓ હિબ્રુ યુનિવર્સિટીમાં સરળતાથી પ્રવેશ મેળવીને અભ્યાસ, શિક્ષણકાર્ય અને સંશોધન કરી શકશે. અમેરિકાના પ્રવાસનો બીજો હેતુ ન્યૂજર્સીમાં પ્રિન્સ્ટન યુનિવર્સિટીની મુલાકાતનો હતો. ત્યાં સાપેક્ષતાના સિદ્ધાંત પર ચાર વ્યાખ્યાન આપવા નિમંત્રણ મળેલું હતું. તેમનું સ્વાસ્થ્ય નબળું હતું એ કારણે તેમણે એલ્સાને સાથે લઈ જવાનો આગ્રહ રાખ્યો હતો. અમેરિકાની મુલાકાત લઈ રહેલી આ ટીમનું નેતૃત્વ વર્લ્ડ ઝિઓનિસ્ટ ઓર્ગેનાઈઝેશનના નવા પ્રમુખ, બ્રિટિશ નાગરિક અને ઈઝરાયેલના ભાવિ પ્રમુખ કેમ વિઝમાને કર્યું હતું. આ બંને મહાનુભાવોએ યહૂદીવાદ અને રાજકારણ ઉપરાંત વિજ્ઞાન અંગે પણ ચર્ચા કરી હતી. આ અંગે વિઝમાને રમૂજ પણ કરી હતી કે, “અમારા પ્રવાસ દરમિયાન આઈન્સ્ટાઈન દરરોજ મારી સમક્ષ તેમના સિદ્ધાંત વિશે વાત કરતા, અને અમે પહોંચ્યા ત્યાં સુધીમાં તેઓ સમજી ગયા હશે એ બાબતે મને ખાતરી થઈ ગઈ હતી.”

ડચ જહાજ *રોટરડેમ* દ્વારા આઈન્સ્ટાઈન ન્યૂયોર્ક પહોંચ્યા ત્યારે તેઓ લોકપ્રિય થઈ ચૂક્યા હતા. બંદરે લાંગરેલા જહાજ પર આ મહાન વ્યક્તિને સૌપ્રથમ મળવા માગતા પત્રકારો સાથે તેઓએ દુભાષિયા મારફતે મજાક-મસ્તી પણ શરૂ કરી દીધી હતી. ત્યારપછી શહેરના સ્થાનિક અધિકારીઓ તેમને મોટરકાફલા દ્વારા લોઅર મેનહટન થઈને સિટી હૉલ લઈ ગયા, જ્યાં મેયર જેમ્સ હેલેને તેમનું સ્વાગત કર્યું હતું. અહીંના રોકાણ દરમિયાન તેમણે કોલમ્બિયા યુનિવર્સિટી તેમજ સિટી યુનિવર્સિટી ઑફ ન્યૂયોર્ક ખાતે વ્યાખ્યાન આપ્યાં હતાં અને દરેક વખતે તેમને સાંભળવા માટે હૉલ ખીચોખીચ ભરાઈ જતા. પ્રિન્સ્ટન જતા પહેલાં તેમણે વૉશિંગ્ટન ડીસીમાં નેશનલ એકેડેમી ઑફ

સાયન્સીસ ખાતે પણ વક્તવ્ય આપ્યું હતું. આ ઘટનાનાં ૫૮ વર્ષ પછી આઈન્સ્ટાઈનના જન્મ શતાબ્દી વર્ષે એ જ એકેડેમીની બહાર તેમની વિશાળ પ્રતિમા મૂકવામાં આવી હતી. આઈન્સ્ટાઈન જર્મન ભાષામાં જ તમામ પ્રવચન અને વ્યાખ્યાન આપતા, અને શ્રોતાઓ માટે તેનું અંગ્રેજીમાં ભાષાંતર થતું. આઈન્સ્ટાઈન વૉશિંગ્ટનમાં હતા ત્યારે નેશનલ એકેડેમી ઑફ સાયન્સના સભ્યો સાથે પ્રમુખ વોરેન હાર્ડિંગને મળવા વ્હાઈટ હાઉસ પણ ગયા હતા. આ મુલાકાત અંગે પ્રારંભમાં જો કે હાર્ડિંગ તૈયાર નહોતાં. વાસ્તવમાં યુદ્ધ પૂરું થયા પછી ત્રણ વર્ષે આઈન્સ્ટાઈન વૉશિંગ્ટનની મુલાકાત લઈ રહ્યા હતા અને જર્મની-અમેરિકાના સંબંધો હજુ સુમેળભર્યા બન્યા ન હોવાને કારણે રાજધાનીમાં આઈન્સ્ટાઈનનું ઉષ્માભર્યું સ્વાગત થયું નહોતું. જો કે બીજી તરફ બે અઠવાડિયા પછી વૉશિંગ્ટન આવેલાં ફ્રેન્ચ નોબેલ વિજેતા મેરી ક્યુરીનું વધારે ભવ્ય રીતે સ્વાગત કરવામાં આવ્યું હતું.

પ્રિન્સ્ટનમાં પણ આઈન્સ્ટાઈનનો કાર્યક્રમ ભરચક હતો. મેકોશ હૉલના ખૂબ વિશાળ રૂમ નંબર ૫૦માં તેમણે ચાર વ્યાખ્યાન આપ્યાં, તે ઉપરાંત માનદ ડૉક્ટરેટની ઉપાધિ પણ સ્વીકારી. પ્રમુખ જહોન હિબનના હસ્તે વિધિવત્ ડિગ્રી એનાયત થઈ તે પહેલાં તેમના માનમાં લખવામાં આવેલું પ્રશસ્તિપત્ર વાંચતાં ડીન એન્ડ્રુ વેસ્ટે જાહેર કર્યું હતું કે, "વિચારોના અજાણ્યા દરિયામાં મુસાફરી કરી રહેલા આ નવા કોલમ્બસને આપણે સલામ કરીએ છીએ." આઈન્સ્ટાઈન માટે પ્રિન્સ્ટન આવવાનું એક કારણ નાણાકીય પણ હતું – કેમ કે તેમને પરિવારની જવાબદારીઓ પૂરી કરવા માટે વધારે નાણાંની જરૂર હતી અને યુદ્ધ પછી જર્મનીની કથળેલી આર્થિક હાલતમાં તેમણે બહારથી જ નાણાં મેળવવા પડે તેમ હતાં. પ્રિન્સ્ટન યુનિવર્સિટીએ આમ તો તેમને બે મહિનાના ગાળામાં ત્રણ વ્યાખ્યાન આપવા માટે નિમંત્રણ આપ્યું હતું અને આ માટે આઈન્સ્ટાઈને ૧૫,૦૦૦ ડૉલર માગ્યા હતા. તે સમયે આ રકમ ઘણી મોટી કહેવાય. છેવટે સમાધાન રૂપે એક અઠવાડિયામાં ચાર વ્યાખ્યાનની વ્યવસ્થા કરવામાં આવી અને તે માટે તેમને પ્રમાણમાં ઓછી રકમ મળી. વ્યાખ્યાનનો વિષય હતો "મીનિંગ ઑફ રિલેટિવિટી" (સાપેક્ષતાનો અર્થ). આ વ્યાખ્યાનોના આધારે ત્યારપછીના વર્ષે અમેરિકા અને ઈંગ્લેન્ડ બંને દેશોમાં

પુસ્તક પ્રકાશિત થયું હતું, જેની અનેક આવૃત્તિ થઈ અને હજુ પણ લોકપ્રિય છે. ઈસ્ટ કોસ્ટમાં તેમની કામગીરી પૂરી કરીને ભંડોળ એકત્ર કરવાની કામગીરી માટે આઈન્સ્ટાઈન વિઝમાનની સાથે મધ્ય - પશ્ચિમ અમેરિકા અને શિકાગો પણ ગયા હતા. અલબત્ત, યહૂદીવાદીઓની અપેક્ષા પ્રમાણે આઈન્સ્ટાઈનની આ મુલાકાત એટલી સફળ ન થઈ, છતાં આ વિજ્ઞાની પોતે અમેરિકામાં યહૂદીઓને ઉમળકાભેર મળ્યા અને તે કારણે યહૂદી તરીકેની તેમની ઓળખ મજબૂત બની. જર્મની પરત આવ્યા પછી તેમણે મિત્ર એરેનફેસ્ટને લખ્યું હતું, "ઝિઓનિઝમ ખરેખર નવા યહૂદી આદર્શોનું પ્રતિનિધિત્વ કરે છે, તે યહૂદી પ્રજાને તેમના અસ્તિત્વ માટે વધુ એક વખત આનંદ-ઉત્સાહ આપી શકે તેમ છે. મેં વિઝમાનનું નિમંત્રણ સ્વીકાર્યું તેનો મને આનંદ છે."

ઘરે પરત ફરતા પહેલાં આઈન્સ્ટાઈન ઈંગ્લેન્ડ રોકાયા હતા અને ત્યાં યુનિવર્સિટી ઑફ લંડનની કિંગ્સ કૉલેજ તેમજ માન્ચેસ્ટર યુનિવર્સિટીમાં સાપેક્ષતાના સિદ્ધાંત પર વ્યાખ્યાન આપ્યાં હતાં. માન્ચેસ્ટર યુનિવર્સિટીમાં તો વ્યાખ્યાન દરમિયાન તેમણે જે બ્લેકબૉર્ડ પર હસ્તાક્ષર કર્યા હતા તે હજુ પણ યથાવત્ જાળવી રાખવામાં આવ્યા છે. આ મુલાકાત દરમિયાન તેમને રૉયલ એસ્ટ્રોનોમિકલ સોસાયટી તરફથી સુવર્ણ ચંદ્રક એનાયત થવાનો હતો, પરંતુ એ દરખાસ્ત છેલ્લી ઘડીએ પાછી ખેંચાઈ કેમ કે આઈન્સ્ટાઈન જર્મન નાગરિક હતા, અને અમેરિકાએ તો જર્મનીને માફ કરી દીધું હતું પરંતુ યુદ્ધમાં જર્મનીએ કરેલા અત્યાચારોને બ્રિટને માફ કર્યા નહોતા. લંડનના લોકોને ખુશ કરવાના પ્રયાસરૂપે તેમજ જર્મની-બ્રિટન વચ્ચેના સંબંધો સુધરી શકે તે હેતુથી આઈન્સ્ટાઈને વેસ્ટમિનસ્ટર એબીમાં સર આઈઝેક ન્યૂટનની કબરની મુલાકાત લીધી હતી અને ત્યાં બૂકે મૂકીને અંજલિ આપી હતી. અમેરિકાની મુલાકાતેથી પાછા ફર્યા બાદ તેમણે અમેરિકા બાબતે કેટલાંક નિવેદન કર્યાં હતાં જે અમેરિકી પ્રજાને પસંદ નહોતાં પડ્યાં, ખાસ કરીને તેમણે એવું કહ્યું હતું કે અમેરિકન પુરુષો તેમની પત્નીઓના ગુલામ જેવા છે અને પત્નીઓ તેમના પતિનાં નાણાંને ઉડાવી મારે છે. આ પછી તેમણે જો કે વાત વાળી લેવાનો પ્રયાસ કરતાં અમેરિકન પ્રજાના ઉષ્માભર્યા અને મૈત્રીપૂર્ણ વર્તનના વખાણ કર્યાં હતાં, તેમજ સ્કૂલ અને યુનિવર્સિટીઓમાં વિદ્યાર્થીઓ તેમજ શિક્ષકો વચ્ચેના સુમેળભર્યા

સંબંધો અંગે અહોભાવ વ્યક્ત કર્યો હતો.

બર્લિન પરત આવ્યા પછી તરત જ આઈન્સ્ટાઈને બંને પુત્ર હેન્સ આલ્બર્ટ અને એડુઅર્ડ સાથે વેકેશન ગાળ્યું. તે સમયે હેન્સની ઉંમર ૧૭ વર્ષ અને એડુઅર્ડની ઉંમર ૧૧ વર્ષ હતી. તેમણે બાલ્ટિકમાં દરિયાઈ સફર કરી અને એક નાનકડા ગામની બેકરીમાં રાત્રીરોકાણ કર્યું. એલ્સા સાથે અમેરિકા અને ઈંગ્લેન્ડની મુલાકાત દરમિયાન વૈભવી હોટેલોમાં રોકાણની સરખામણીમાં વેકેશનના આ પ્રવાસ દરમિયાન તેમણે સાદી-સરળ જગ્યાઓએ રહેવાનું પસંદ કર્યું. દીકરાઓ સાથે હવે તેઓ વધારે સારી રીતે ભળી શકતા હતા અને એ વાતનો એકરાર પણ કર્યો હતો કે મિલેવા બંને બાળકોનો ઉછેર સરસ રીતે કરી રહી છે. પોતે જર્મનીની એક વિશાળ કંપની માટે જિરોકમ્પાસ (હોકાયંત્ર જેવું સાધન) ની ડિઝાઈન તૈયાર કરવામાં પણ બંનેને સામેલ કર્યા હતા.

વર્ષના અંતે આઈન્સ્ટાઈનને બિનસત્તાવાર રીતે જાણકારી મળી હતી કે ફોટોઈલેક્ટ્રિક અસર અંગે ૧૯૦૫માં તેમણે કરેલા સંશોધન બદલ તેમને ૧૯૨૧નું ફિઝિક્સ માટેનું નોબેલ પારિતોષિક મળશે. તેમના આ સંશોધનથી સંદેશાવ્યવહાર ક્ષેત્રે ક્રાંતિ સર્જાઈ હતી. તે સમયે કેટલાક ભૌતિક વિજ્ઞાનીઓ હજુ પણ સાપેક્ષતાના સિદ્ધાંતને સ્વીકારતા નહોતા, તે કારણે નોબેલ ઍવોર્ડમાં તેમની કામગીરીનો ઉલ્લેખ કરવામાં નહોતો આવ્યો. પારિતોષિક સ્વીકારતી વખતે પણ તેમના નાગરિકત્વનો પ્રશ્ન ઊભો થયો હતો. આ સમય સુધી આઈન્સ્ટાઈન પોતાને સ્વિસ નાગરિક ગણતા હતા, પરંતુ જર્મન સરકાર દ્વારા તેમને સલાહ આપવામાં આવી હતી કે કેઈસર વિલહેલ્મ ઈન્સ્ટિટ્યૂટમાં ૧૯૧૪માં તેમની નિમણૂક થઈ હતી ત્યારે તેમને આપોઆપ જર્મન નાગરિકત્વ મળી ગયું હતું. પોતે સ્વિસ નાગરિકત્વ જાળવી રાખી શકે તેમ હોય તો વધારામાં જર્મન નાગરિકત્વ સ્વીકારવામાં તેમને વાંધો નહોતો અને તેમની વાતનો જર્મન સરકારે સ્વીકાર કર્યો હતો.

દરમિયાન જર્મન માર્કનું મૂલ્ય સાવ ઘટી ગયું અને મંદીની અસર શરૂ થઈ. યુદ્ધ પછીની મોટા ભાગની આર્થિક મુશ્કેલીઓ માટે સામાન્ય રીતે વર્સેઈલસ કરાર દ્વારા જર્મની પર લાદવામાં આવેલી આકરી શરતોને જવાબદાર ઠેરવવામાં આવતી હતી. આ શાંતિ સમજૂતી જર્મની તથા સાથી દેશો વચ્ચે થઈ હતી.

યુરોપના દેશોએ નુકસાન બદલ જે વળતર માગ્યું હતું તે અસાધારણ હતું અને તેની ચુકવણીનો ભાર સામાન્ય જર્મન નાગરિકો પર આવી પડ્યો હતો. સરકારે લોન લઈને તેમજ વધારે ચલણી નોટો છાપીને સ્થિતિ સંભાળવાનો પ્રયાસ કર્યો, પરંતુ તેનાથી તો ફુગાવો અસાધારણ વધી ગયો. તે સાથે સામ્યવાદથી માંડીને ફાસીવાદ સુધીની તમામ પ્રકારની રાજકીય અસ્થિરતા પણ આ જ ગાળામાં સર્જાઈ. છેવટે, લોકોએ સૌથી વધુ રાષ્ટ્રવાદી ગણાતા ફાસીવાદીઓની પસંદગી કરી, કેમ કે વર્સેઈલસ કરારનો તેઓ જ સૌથી વધુ વિરોધ કરતા હતા. એટલું જ નહીં નવા જર્મન પ્રજાસત્તાના ધ્યેયો સામે પણ તેમનો વિરોધ હતો. ફાસીવાદ આગળ વધતાં હિટલર અને તેના પક્ષ નાઝી પાર્ટીનો પણ ઉદય થયો. એ લોકોએ તકનો લાભ લઈને જર્મન પ્રજાને એવી ભ્રમણામાં નાખી કે તેઓ તેમને અપમાનમાંથી અને આર્થિક સંકટમાંથી છોડાવશે. રાષ્ટ્રવાદી લાગણી બળવતર બનવા સાથે બીજા વિશ્વયુદ્ધનો પાયો પણ નખાઈ ગયો હતો.

૧૯૧૯થી ૧૯૩૩ વચ્ચે જર્મન સરકાર વિમર રિપબ્લિક તરીકે ઓળખાતી હતી અને બે યુદ્ધના આ ગાળામાં હતાશા અનુભવી રહેલી પ્રજા કલા, સંગીત અને સાહિત્યમાં નવા પ્રકારના પ્રયોગો કરીને વિચિત્ર પ્રકારના નવસર્જન (રેનેસા) કાળ તરફ સરકી રહી હતી. આ ગાળામાં ખાસ કરીને બર્લિનમાં જાઝ, શાસ્ત્રીય સંગીત, કેબ્રે, થિયેટર, અસ્તિત્વવાદ તથા દાદાઈસ્ટ (મજાકિયાપણું) ની સર્વોચ્ચ રચનાઓ તૈયાર થઈ. આખા વિશ્વમાંથી કલાકારો તે સમયે અહીં આવતા. ૧૯૨૩ સુધીમાં આંતરરાષ્ટ્રીય લોન દ્વારા નાણાકીય સહાયની વ્યવસ્થા ગોઠવવામાં આવી, જેને કારણે જર્મનીની સ્થિતિ થોડી સુધરી અને ફુગાવો ઘટ્યો, પણ ૧૯૩૦ના દાયકામાં આખા વિશ્વમાં મંદી છવાઈ જતાં જર્મનીને પણ ફરી અસર થઈ.

આઈન્સ્ટાઈન તેમના ભૌતિકશાસ્ત્રમાં અત્યંત વ્યસ્ત હતા અને સાથે હવે એક નવા મુદ્દા પર પણ તેમણે ગંભીર ચિંતા વ્યક્ત કરવાનું શરૂ કર્યું હતું. શિક્ષણ અંગે પોતાના વિચારો વ્યક્ત કરવા "આઈન્સ્ટાઈન ઑન ઍજ્યુકેશન" શીર્ષક હેઠળ ૧૯૨૧માં તેમણે એક લેખ લખ્યો હતો. તેમાં તેમણે જણાવ્યું હતું કે હાલ ગણિત અને વિજ્ઞાનનું શિક્ષણ નિરસ છે પણ તે વ્યક્તિને આગળ વધારે તેવું હોવું જોઈએ અને પરીક્ષાઓ દ્વારા વિદ્યાર્થીઓનું પરીક્ષણ કરવું

જરૂરી નથી (આ મુદ્દો એવો હતો જેના વિશે તેમને આજીવન ચીડ રહી હતી), અને શાળાનો સમય મહત્તમ છ કલાકથી વધારે ન હોવો જોઈએ. અન્ય એક નિવેદનમાં તેમણે ભારપૂર્વક કહ્યું હતું કે કલા અને વિજ્ઞાનમાં સમાન બાબત છે, કેમ કે બંને દ્વારા રચનાત્મક અભિવ્યક્તિ થઈ શકે છેઃ વિજ્ઞાનમાં તર્ક દ્વારા અને કલામાં (કોઈ એક) સ્વરૂપ દ્વારા અને બંને વિષયો વ્યક્તિને સાવ અંગત ચિંતાઓમાંથી મુક્ત કરી શકે છે.

૧૯૨૨માં વિલહેમ કુનો જર્મનીના ચાન્સેલર બન્યા, તો આ તરફ આઈન્સ્ટાઈને "યુનિફાઇડ ફિલ્ડ થિયરી" વિષય પર પોતાનું પ્રથમ સંશોધનપત્ર તૈયાર કર્યું. આ એક સુગ્રથિત સિદ્ધાંતમાં ગુરુત્વાકર્ષણ અને ઈલેક્ટ્રોમેગ્નેટિક સિદ્ધાંતોને આઈન્સ્ટાઈને એક જ સંકલિત માળખામાં અભિવ્યક્ત કરવાનો પ્રયાસ કર્યો, જેથી એવું સાબિત કરી શકાય કે આ બંને પરિબળો એક જ મુખ્ય સિદ્ધાંત પર આધારિત છે. બે વધારાના પરિબળો – મજબૂત અને નબળી પરમાણુ અસરો અંગેની શોધ થઈ તે પહેલાં કુદરતમાં બે અલગ પરિબળોનો સ્વીકાર કરવામાં તેમને મુશ્કેલી પડતી જ હતી. આજે ભૌતિક વિજ્ઞાનીઓ તેના કરતાં પણ આગળના સિદ્ધાંત : થિયરી ઑફ એવરીથિંગ (ટી ઓ ઈ)ની એવી આશા સાથે શોધ કરી રહ્યા છે કે એ તમામ પરિબળો અને તમામ પદાર્થને સાંકળી લેશે. હાલ સ્ટ્રિંગ થિયરી સ્વીકારવામાં આવેલી હોય એવું જણાય છે. મૂળભૂત રીતે તેની શોધ ૧૯૮૦ના દાયકાના પ્રારંભે પ્રિન્સ્ટન યુનિવર્સિટીના જહોન શુવર્ટ્ઝ, એડ વિટ્ટેન તથા ડેવિડ ગ્રોસ અને યુનિવર્સિટી ઑફ લંડનની ક્વિન મેરી કૉલેજ ખાતે માઈકલ ગ્રીન દ્વારા કરવામાં આવી હતી.

આઈન્સ્ટાઈનને હવે આંતરરાષ્ટ્રીય રાજકીય પ્રવૃત્તિમાં રસ જાગ્યો. વિશ્વશાંતિ માટે બુદ્ધિજીવીઓને એક મંચ પર લાવવા માટે રચાયેલા સંગઠન લીગ ઑફ નેશન્સ કમિટી ઑન ઈન્ટલેક્ચ્યુઅલ કો-ઓપરેશનમાં તેઓ મેરી ક્યુરી, એચ એ લોરેન્ઝ તથા અન્ય મહાનુભાવોની સાથે જોડાયા. જો કે આ સંગઠન તેનું ધ્યેય સિદ્ધ કરવા ગંભીર નથી એવું લાગતાં ટૂંક સમયમાં તેનાથી અળગા થઈ ગયા, પરંતુ તેના સિદ્ધાંતોનો ત્યાગ કર્યો નહીં. એક વર્ષ પછી ફરી પાછા આ સંગઠનમાં જોડાયા અને છેક ૧૯૩૦ સુધી નિયમિત રીતે તેની બેઠકોમાં હાજરી આપી, ત્યારબાદ સંગઠનથી કાયમ માટે અલગ થઈ ગયા.

સંગઠનથી અળગા થવાનું મુખ્ય કારણ એ હતું કે તેમને પોતાના ધ્યેય સિદ્ધ કરવા જાતજાતની સમિતિઓને બદલે એકલા જ કામ કરવાનું પસંદ હતું. આ દરમિયાન જર્મનીની આર્થિક મુશ્કેલી સતત વધી રહી હતી, અને પૂર્વમાં સામ્યવાદ માથું ઊંચકી રહ્યો હતો, ગરીબોમાં તેની લોકપ્રિયતા વધી રહી હતી. આ બંને પરિસ્થિતિમાં યહૂદીઓને બલિના બકરા બનાવવામાં આવતા. યહૂદીવિરોધી લાગણી વધારે વ્યાપક બની રહી હતી.

આમ છતાં મોટા ભાગના જર્મન નાગરિકોને આઈન્સ્ટાઈન પ્રત્યે માન હતું. આ વિજ્ઞાનીએ ઘણી સંસ્થાઓની ટીકા કરી હોવા છતાં એ સંસ્થાના વહીવટકર્તાઓ એવું ઈચ્છતા હતા કે આઈન્સ્ટાઈન તેમની સંસ્થા સાથે જોડાય. મૈત્રીપૂર્ણ, અનૌપચારિક અને લોકશાહી દૃષ્ટિકોણથી તેમણે આવી સંસ્થાઓમાં જવાનું ચાલુ રાખ્યું. તેઓ હંમેશાં માનતા કે વિચારોમાં મતભેદ હોય તેમ છતાં વ્યક્તિએ પ્રામાણિક લોકોનું માન જાળવવું જોઈએ. જો કે, નવા જ ચૂંટાયેલા યહૂદી વિદેશપ્રધાન અને મિત્ર વૉલ્ટર રાથેન્યુની બે રાષ્ટ્રવાદી કટ્ટરવાદીઓએ ૧૯૨૨ના જૂન મહિનામાં હત્યા કરી દીધા બાદ આઈન્સ્ટાઈન ધીમેધીમે વિવાદાસ્પદ રાજકીય જોડાણોથી દૂર થવા લાગ્યા. કટ્ટરવાદીઓએ એવા આક્ષેપ સાથે રાથેન્યુની હત્યા કરી હતી કે તેઓ યહૂદી-સામ્યવાદીઓના કાવતરામાં સામેલ હતા. આઈન્સ્ટાઈનને તેમની સલામતી માટે વધારે જાહેરમાં ન આવવા ચેતવણી આપવામાં આવી હતી. ૧૬ જુલાઈએ તેમણે મિત્ર મોરાઈસ સોલોવાઈનને આ સંદર્ભમાં લખ્યું હતું, "રાથેન્યુની હત્યા થઈ ત્યારથી અહીં ભારે ઉત્તેજના ફેલાયેલી છે. મને પણ સાવધાન રહેવા વારંવાર ચેતવણી આપવામાં આવતી હોવાથી મારાં વ્યાખ્યાનો રદ કરી દીધાં છે અને અલબત્ત અહીંથી ક્યાંય ગયો ન હોવા છતાં સત્તાવાર રીતે 'ગેરહાજર' છું." તેમણે કેઈસર વિલહેલ્મ ઈન્સ્ટિટ્યૂટમાંથી રાજીનામું આપીને અન્યત્ર સ્થળાંતર કરી જવાની વિચારણા શરૂ કરી હતી.

એ જ સમયે જો કે વિદેશ પ્રવાસની એક એવી તક આવી જેને કારણે તેઓ ઘરઆંગણે કોઈ સંભવિત નુકસાનમાંથી કામચલાઉ બચી શકે તેમ હતા. જાપાન જવાનું નિમંત્રણ મળ્યું તેનો સ્વીકાર કરવાની સાથે આઈન્સ્ટાઈને ત્યાંથી પરત આવતા પેલેસ્ટિન, સ્પેન તથા ફ્રાન્સની મુલાકાત લઈને પરત આવવાનું

આયોજન કરી લીધું. તેઓ અને એલ્સા જાપાનના એક પ્રકાશક – કૈઝોશાના મહેમાન બન્યાં. આખા જાપાનમાં શ્રેણીબદ્ધ વ્યાખ્યાન આપવા માટે આ પ્રકાશકે આઈન્સ્ટાઈનને નોંધપાત્ર કહી શકાય એવી ફીની દરખાસ્ત કરી હતી. આ મુલાકાત સંદર્ભે પછીથી તેમણે *કૈઝો* સામયિક માટે "ઈમ્પ્રેશન્સ ઑફ જાપાન" શીર્ષક હેઠળ લેખ પણ લખ્યો હતો. આઈન્સ્ટાઈન દંપતી ઑક્ટોબરના પ્રારંભ જાપાનીસ સ્ટીમર કૈતાનુ મારુ દ્વારા છ અઠવાડિયાના પ્રવાસે નીકળ્યું હતું. ટોકિયો પહોંચતા પહેલાં તેઓ સિંગાપોર, હોંગકોંગ, સિલોન અને શાંઘાઈમાં રોકાયાં હતાં. આઈન્સ્ટાઈન તેમની પાસે એક નોટબુક રાખતા અને પ્રવાસ અંગેના તેમના અનુભવો તેમાં ટાંકી લેતા. તેમાં નવા નવા લોકો અને સ્થળો વિશેની નોંધ રાખતા.

જહાજની મુસાફરી ચાલુ હતી તે સમયે જ આઈન્સ્ટાઈનની પેટની બીમારીએ ફરી ગંભીર સ્વરૂપ લીધું, તે સમયે જો કે જહાજ પર હાજર એક ડૉક્ટરે જરૂરી પ્રાથમિક સારવાર આપતાં તેમને રાહત થઈ. આ પ્રવાસ દરમિયાન કાં તો હોંગકોંગ અથવા શાંઘાઈ તરફ જઈ રહ્યા હતા ત્યારે તેમને જે સમાચાર મળ્યા તે દેખીતી રીતે તેમને ઘણી રાહત આપે એવા હતા – અને તે એ કે નોબેલ પારિતોષિક માટે તેમના નામની સત્તાવાર જાહેરાત થઈ છે. નોબેલ પારિતોષિક વિજેતા તરીકે વધેલી પ્રતિષ્ઠા સાથે તેમણે ટોકિયો, સેનડાઈ, ક્યોટો તથા ફુકુઓકામાં વ્યાખ્યાન આપ્યાં હતાં. જાપાનમાં તેઓ જ્યાં ગયા ત્યાં તેમને એક આંતરરાષ્ટ્રીય સેલિબ્રિટી જેવું બહુમાન મળ્યું. યજમાનોએ કરેલી આગતા-સ્વાગતા અને અહોભાવથી આઈન્સ્ટાઈન ઘણા પ્રભાવિત થયા હતા. આ મુલાકાત સંદર્ભે મિત્ર બેસ્સોને મે, ૧૯૨૪માં લખ્યું હતું કે, "મેં પ્રથમ વખત આવો ખુશ અને તંદુરસ્ત સમાજ જોયો. જેના સભ્યો તેમાં પૂરેપૂરા સંમિલિત છે." ફુકુઓકામાં વાય.એમ.સી.એ. નાતાલ પાર્ટીમાં તેમના છેલ્લા જાહેર કાર્યક્રમ વખતે આઈન્સ્ટાઈને વાયોલિન પર ધૂન છેડી ત્યારે ઉપસ્થિત સમૂહના સાનંદાશ્ચર્યનો પાર રહ્યો નહોતો. આ પછી ૧૯૨૩ના નવા વર્ષના પ્રારંભ પહેલાં જ એલ્સા સાથે પૂર્વમાંથી મધ્ય પૂર્વ તરફની લાંબી સફરે નીકળ્યા.

એક મહિનાની આ મુલાકાતની ઘણી બધી યાદગીરી સાથે તેઓ પેલેસ્ટિન પહોંચ્યા. પ્રથમ વિશ્વયુદ્ધ પછીની વ્યવસ્થાને કારણે તે સમયે પેલેસ્ટિન બ્રિટિશ

શાસન હેઠળ હતું. અહીં તેમણે જે જોયું અને અનુભવ્યું તેની તેમના પર ઘેરી અસર પડી. તેલ અવીવ અને જેરૂસલેમમાં આખા વિશ્વમાંથી આવી પહોંચેલા યહૂદીઓ કારીગરો અને કુશળ મજૂરો તરીકે કામગીરી કરતા હતા અને ખેડૂતો પણ તેમની પૂરી ક્ષમતાનો ઉપયોગ કરી રહ્યા હતા. એક નવી જન્મભૂમિ તૈયાર કરવામાં અને તેને વિકસાવવામાં યહૂદીઓની ક્ષમતા બાબતે અગાઉ તેમને જે આશંકા હતી તે આ બધું પ્રત્યક્ષ જોઈને દૂર થઈ ગઈ. અલબત્ત, મોટા ભાગનો સમય પ્રાર્થના અને ધાર્મિક વિધિમાં પસાર કરતાં રૂઢિચુસ્ત યહૂદીઓની પરંપરાથી આઈન્સ્ટાઈન પ્રભાવિત થયા નહીં. આ પરંપરા તેમના માટે અજાણી અને અરૂચિકર હતી.

થોડા દિવસમાં જ હિબ્રુ યુનિવર્સિટી ઑફ જેરૂસલેમની સ્થાપના માટે શરૂ થયેલા સમારંભોમાં આઈન્સ્ટાઈન સામેલ થયા. આ પ્રસંગને અનુરૂપ પ્રવચન આપવાની શરૂઆત કરતા પહેલાં તેમણે પોતે જે ભાષા જાણતા ન હતા તે હિબ્રુમાં થોડાં વાક્યો બોલ્યા હતા અને ત્યારબાદ ફ્રેન્ચ ભાષામાં પ્રવચન આપ્યું, યુનિવર્સિટીના મકાન માટે શિલાન્યાસ પણ કર્યો. યહૂદીઓની ભાવિ માતૃભૂમિ અંગે પોતાના વિચારો વ્યક્ત કરતા એક લેખમાં આઈન્સ્ટાઈને ત્યારે તો "આરબ સમસ્યા" અંગે કોઈ ચિંતા વ્યક્ત કરી નહોતી. ત્યારે તો તેમણે એવું જાહેર કર્યું હતું કે યહૂદીઓ અને આરબો સંવાદિતાથી રહેશે અને જે મુખ્ય સમસ્યાઓ છે તે સ્વચ્છતા, મેલેરિયા અને દેવાની છે. આ માતૃભૂમિમાં તમામ યહૂદીઓનો સમાવેશ થઈ શકશે તે બાબતે આશંકા વચ્ચે પણ તેમણે એવી આશા વ્યક્ત કરી હતી કે ઈઝરાયેલ યહૂદી પ્રજા માટે "નૈતિક કેન્દ્ર" બની રહેશે. ઈઝરાયેલની સ્થાપના અને વિકાસના પ્રયાસોમાં ત્યારપછી પણ તેઓ આજીવન સંકળાયેલા રહ્યા પરંતુ તેમના અને અન્ય લોકોના પ્રયાસોનાં સારાં પરિણામો જોવા તેઓ કદી ઈઝરાયેલ પરત આવી શક્યા નહીં.

દાયકાના અંતે પેલેસ્ટિનમાં મોટા પાયે યહૂદી વિરોધી તોફાનો થયાં પછી આઈન્સ્ટાઈને આરબો અને તેમના અધિકારો વિશે ચિંતા વ્યક્ત કરી હતી. યહૂદીવાદ પ્રત્યેનું તેમનું વલણ પણ બદલાવા લાગ્યું અને હિબ્રુ યુનિવર્સિટીના અધિકારીઓ જે દિશામાં જઈ રહ્યા હતા તે પોતે કરેલી યુનિવર્સિટીની કલ્પના અનુસાર નહીં હોવાનું તેમને લાગી રહ્યું હતું. યુનિવર્સિટી માટેની મોટા ભાગની

નાણાકીય સહાય હવે અમેરિકાસ્થિત યહૂદી સમુદાય તરફથી આવતી હતી અને તેઓ એમ માનતા હતા કે આ સંસ્થાના ધ્યેય નિર્ધારિત કરવા માટે તેઓ હકદાર છે. આઈન્સ્ટાઈનની ધારણા સર્વોચ્ચ વૈજ્ઞાનિક ધોરણો સાથે યુનિવર્સિટીને પ્રથમ દરજ્જાની શૈક્ષણિક અને સંશોધન સંસ્થા બનાવવાની હતી – જ્યાં પેલેસ્ટિન આવતા યહૂદીઓની જરૂરિયાતો પૂરી કરી શકાય, પણ તેથી વિરુદ્ધ અમેરિકન યહૂદીઓનો આગ્રહ હતો કે સૌથી લાયક વિદ્વાનોના સ્થાને નાણાકીય સહાય કરનાર સમૃદ્ધ અમેરિકન યહૂદીઓને આ યુનિવર્સિટીમાં નોકરી મળવી જોઈએ. આ કારણે ટૂંક સમયમાં જ યુનિવર્સિટીના સ્થાપકો સાથે તેમને મતભેદો ઊભા થઈ ગયા. તેમને લાગ્યું કે નેતાઓ નબળા છે અને તેમના ધ્યેયો હાંસલ કરવા માટે પ્રમાણમાં નીચી ગુણવત્તાના લોકોની પસંદગી કરે છે. પોતાનાં ધોરણો અને મૂલ્યો બાબતે આઈન્સ્ટાઈન તૈયાર ન હોવાથી યુનિવર્સિટીના અધિકારીઓ સાથે આ મુદ્દે થોડી ચડભડ થયા પછી તેમણે બોર્ડ ઑફ ગવર્નન્સ અને શૈક્ષણિક કાઉન્સિલમાંથી રાજીનામાં આપી દીધાં.

આરબો સંદર્ભે આઈન્સ્ટાઈનને લાગતું કે યહૂદીઓએ જ સમાધાન કરવું જોઈએ અને આરબો સાથે સહકાર સાધવો જોઈએ. યહૂદી વસાહતીઓની વધી રહેલી વસતીને પગલે પેલેસ્ટિઅનોને તેમને જમીન ઓછી થવાનું જોખમ લાગ્યું અને તેમણે હુમલા શરૂ કર્યા. યહૂદીવાદીઓએ આરબો સાથે સહકાર સાધવો જોઈએ તેવી અપીલ કરતાં ૧૯૨૯ના અંતે તેમણે કેઈમ વિઝમાનને લખ્યું હતું, "આરબો સાથે પ્રામાણિક સહકાર અને પ્રામાણિક સંધિ કરવામાં આપણે નિષ્ફળ જઈશું તો તેનો અર્થ એ કે ૨૦૦૦ વર્ષની આપણી યાતનાઓમાંથી આપણે કશું શીખ્યા નથી અને આપણા ભાવિ માટે પોતે જવાબદાર રહીશું." તેમણે આશા વ્યક્ત કરી કે, "બે મહાન સિમિટિક પ્રજા" ભવ્ય ભવિષ્ય તરફ આગળ વધશે. તેમના મિત્ર અને આંકડાકીય સિદ્ધાંતના રચયિતા અર્નેસ્ટ સ્ટોરસે યહૂદીવાદ અંગે આઈન્સ્ટાઈનના વિચારોનું આ રીતે અર્થઘટન કર્યું હતું : "તેઓ રાષ્ટ્રવાદી આધારને બદલે સામાન્ય માનવીય આધાર પર યહૂદીવાદી હતા. તેમને લાગતું કે યુરોપની યહૂદી સમસ્યા હલ કરવા યહૂદીવાદ જ એકમાત્ર માર્ગ હતો. ... તેમણે કદી આક્રમક રાષ્ટ્રવાદની તરફેણ કરી નહોતી અને તેમને લાગતું કે પેલેસ્ટિનમાં યહૂદી માતૃભૂમિ યુરોપમાં

બાકી રહેલા યહૂદીઓને બચાવવા માટે જરૂરી હતી." આઈન્સ્ટાઈને સ્વતંત્ર યહૂદી રાષ્ટ્રની તરફેણ કરી નહોતી, પરંતુ ઈચ્છતા હતા કે એ જમીન યહૂદીઓ અને પેલેસ્ટિનીઓ એમ બંનેની હોય અને તેનું શાસન કોઈ આંતરરાષ્ટ્રીય સંગઠન કરે.

પરંતુ હાલ પૂરતા તો પોતાની યહૂદી 'પ્રજાતિ' (આઈન્સ્ટાઈન યહૂદીઓનો પ્રજાતિ તરીકે ઉલ્લેખ કરતા) સાથે જોડાયા હોવાથી ઉત્સાહમાં જણાતાં આઈન્સ્ટાઈન એલ્સા સાથે પેલેસ્ટિનથી ફ્રાન્સ અને સ્પેન જવા રવાના થયા, ત્યાંથી માર્ચના મધ્યમાં બર્લિન પાછા ફર્યા. સ્પેનની તેમની મુલાકાતને પગલે ત્યાં વિજ્ઞાનની સ્થિતિ અને તેના સામાજિક મૂલ્ય અંગે રાષ્ટ્રીય ચર્ચા શરૂ થઈ ગઈ, કેમ કે થોડા સમય પહેલાં જ આધુનિકતાની પ્રક્રિયા શરૂ કરનાર સ્પેનમાં આ મુદ્દો સામાન્ય નહોતો. અન્ય દેશોની જેમ જ સ્પેનમાં પણ આઈન્સ્ટાઈનની આંતરરાષ્ટ્રીય છબિ તમામ સામાજિક વર્ગો તથા વ્યવસાયીઓને અસર કરી ગઈ અને વિજ્ઞાનના મૂલ્ય અને અસરો બાબતે લોકોની આંખ ઊઘડી.

જુલાઈમાં સ્કેન્ડેનેવિયન વિજ્ઞાનીઓના સંમેલનમાં હાજરી આપીને ત્યાં પોતાને મળેલા નોબેલ પારિતોષિક અંગેનું વક્તવ્ય આપવા આઈન્સ્ટાઈન સ્વિડનના ગોતેબોર ગયા. વાસ્તવમાં પુરસ્કાર મળ્યાના ઘણા મહિના પછી તેઓ વક્તવ્ય આપી રહ્યા હતા, તેથી પુરસ્કારના વિષય – ફોટોઈલેક્ટ્રિક અસરની શોધ – ની ચર્ચા ન કરી. વિજ્ઞાનીઓ હવે આઈન્સ્ટાઈન પાસેથી તે સમયના સૌથી મહત્ત્વના વિષય ઉપર સાંભળવા માગતા હતા અને તેથી તેમણે સાપેક્ષતાના સિદ્ધાંત પર વિસ્તારથી વાત કરી. તેમને સાંભળવા એકત્ર થયેલી ૨૦૦૦ લોકોની મેદનીમાં સ્વિડનના રાજા ગુસ્તાવ પાંચમાનો પણ સમાવેશ થતો હતો. જો કે, જે લોકોને આ સિદ્ધાંતના ટેક્નિકલ પાસાંમાં વધારે રસ હતો તેવા વિજ્ઞાનીઓના નાના જૂથને આઈન્સ્ટાઈને પછી અલગથી સંબોધ્યા હતા.

નોબેલ પારિતોષિકની ઈનામની રકમ સીધી સ્વિસ બેંકના ખાતામાં જમા થયા પછી મિલેવા અને હેન્સ આલ્બર્ટે ફરિયાદ કરી હતી કે તેઓ પૂરી રકમ વાપરી શકતાં નથી અને માત્ર વ્યાજ ઉપાડી શકે છે. માતા અને પુત્રના આ વલણથી આશ્ચર્ય પામેલા આઈન્સ્ટાઈને કહ્યું હતું કે પોતે પહેલેથી જ તેમના

પ્રત્યે વધારે ઉદાર રહ્યા છે. પછીથી કેટલાક શુભેચ્છકોની સલાહને પગલે પરિવારે ત્રણ મિલકત ખરીદવાનો નિર્ણય લીધો, જેથી તેની ભાડાંની આવકથી મિલેવા જીવનભર નિશ્ચિંત થઈ શકે. એ ઉનાળામાં આઈન્સ્ટાઈને થોડો સમય પરિવાર સાથે પસાર કર્યો હતો અને પુત્રો સાથે દક્ષિણ જર્મનીમાં વેકેશન માણ્યું હતું.

આઈન્સ્ટાઈને હવે તેમનું શાંતિવાદનું ધ્યેય ફરી ઉપાડી લીધું. તેમણે અપીલ કરી કે વિજ્ઞાનને કારણે જે ટેક્નિકલ સંશોધનો થયાં છે તેની લશ્કરી સરંજામ સહિતની આંતરરાષ્ટ્રીય અસરો પડી છે, ત્યારે યુદ્ધ અટકાવવા માટેનાં સંગઠનોની આપણે રચના કરવી જ જોઈએ. સામાજિક અને રાજકીય રીતે ઉદાર વિચારસરણી ધરાવતાં કેટલાંક ડાબેરી સંગઠનો સાથે તેઓ કાં તો જોડાયા અથવા એવાં સંગઠનોમાં તેમનું નામ રાખવા મંજૂરી આપી. આ જોડાણથી જમણેરી સંગઠનો નારાજ થયાં અને તેમને ધમકીઓ પણ મળી. આ ધમકીઓ સંભવતઃ ૧૯૨૩ના નવેમ્બરમાં મ્યુનિકમાં હિટલરના બીર હૉલ પોશ (બળવો કરવાનો પ્રયાસ) સાથે સંકળાયેલી હતી. એ બળવા દ્વારા હિટલરે નવા વિમર પ્રજાસત્તાક શાસનને ઊથલાવી દેવાની યોજના બનાવી હતી. બળવાનો પ્રયાસ નિષ્ફળ ગયો અને હિટલર પકડાઈ ગયો, તેના પર કેસ ચાલ્યો. તે દોષિત ઠર્યો અને સરકાર ઊથલાવી પાડવાના પ્રયાસ જેવા ગંભીર અપરાધ બદલ મૃત્યુદંડની સજા થઈ શકે તેને બદલે તેને માત્ર પાંચ વર્ષની જેલની સજા થઈ. દેખીતી રીતે કેસની સુનાવણી કરનાર જજ હિટલરના હેતુઓ પ્રત્યે સહાનુભૂતિ ધરાવતા હશે. જેલમાં પોતે હતાશા અનુભવે છે અને આત્મહત્યા કરી લેશે એવી ધમકી આપતા નાઝીવાદ પ્રત્યે કૂણું વલણ ધરાવતા અધિકારીઓએ માત્ર આઠ મહિનામાં જ હિટલરને 'સારા વર્તન'ના આધાર ઉપર છોડી દીધો. જેલરો પણ તેના પ્રત્યે સહાનુભૂતિ ધરાવતા. જેલમાં હતો ત્યારે હિટલરે 'મેઈન કામ્ફ' (મારો સંઘર્ષ) પુસ્તકનો પ્રથમ ભાગ લખ્યો, તેમાં યહૂદીઓ અને સ્લાવ પ્રજા પ્રત્યે ધિક્કાર વ્યક્ત કર્યો, એટલું જ નહીં લોકશાહીની ભારે ટીકા કરી. ઘરઆંગણે સ્ફોટક બનેલી સ્થિતિ શાંત પડે ત્યાં સુધી પોતાની સલામતી માટે આઈન્સ્ટાઈન નેધરલેન્ડ્સ ચાલ્યા ગયા.

૧૯૨૪ના મે મહિનામાં આઈન્સ્ટાઈને એક મિત્રને લખ્યું કે, જર્મનીમાં હવે

રાજકીય પરિસ્થિતિ વિસ્ફોટક રહી નથી અને તેમનું જીવન શાંતિપૂર્ણ અને કોઈ ખલેલ વિના પસાર થઈ રહ્યું છે. આ શાંતિપૂર્ણ વાતાવરણ પરિવારના સારા પ્રસંગો માટે પણ સાનુકૂળ બની રહ્યું. આઈન્સ્ટાઈન સાવકા-સસરા (સ્ટેપ ફાધર-ઈન-લૉ)ની નવી ભૂમિકામાં આવ્યા, કેમ કે એલ્સાની મોટી દીકરી ઈલ્સીએ તંત્રી અને પબ્લિશિંગ સલાહકાર રુડોલ્ફ કેયસર સાથે લગ્ન કર્યાં. કેયસરે જ ૧૯૩૦માં એન્ટોન રેઈસર નામે આઈન્સ્ટાઈનનું સૌપ્રથમ જીવનચરિત્ર પ્રકાશિત કર્યું હતું. વાસ્તવમાં કેયસર ૧૯૨૯માં આઈન્સ્ટાઈનના ૫૦મા જન્મદિવસે આ જીવનચરિત્ર પ્રકાશિત કરવા માગતા હતા, પરંતુ તેમાં એક વર્ષનો વિલંબ થઈ ગયો. અલબત્ત, આઈન્સ્ટાઈનને પોતાનું આવું કોઈ જીવનચરિત્ર લખાય એ પસંદ નહોતું અને તેઓ માનતા કે આવાં પ્રકાશનોથી પોતે મિથ્યાભિમાની અને પ્રસિદ્ધિભૂખ્યા હોવાની છાપ પડશે. પોતાના વિશે કંઈ પણ લખાય તે તેઓ કદી વાંચતા નહીં : અને આ સંદર્ભમાં ઘણાં વર્ષો પછી એક મિત્રને તેમણે લખ્યું હતું, "આ રીતે વ્યક્તિ પોતાનાં વખાણથી છકી જતી નથી અને ટીકાથી દુઃખી થતી નથી." તેમનું જીવનચરિત્ર લખનાર કાર્લ સીલિગને જ એકમાત્ર ચલાવી લીધા હતા. પોતાના વિશેનાં લખાણો નહીં વાંચવાના સિદ્ધાંતને વળગી રહેવા માટે આઈન્સ્ટાઈને સીલિગનું પુસ્તક પણ જાતે નહોતું વાંચ્યું, પણ તેના અમુક અંશ પોતાની સેક્રેટરી હેલેન ડ્યુક્સ પાસે વંચાવ્યા હતા.

પાંચ વર્ષ પહેલાં ઈલ્સીએ પ્રેમની દરખાસ્ત નકારી કાઢ્યા બાદ આઈન્સ્ટાઈન તેમની નવી સેક્રેટરી બેટ્ટી ન્યુમાન પર મોહી પડ્યા. જો કે તેમનો એ સંબંધ લાંબા સમય માટે નિરર્થક છે એવું લાગતાં થોડા વખતમાં તેનો અંત લાવી દીધો હતો. આ પછી તેઓ હજુ લગ્નજીવનથી બંધાયેલા હતા તેમ છતાં તેમના જીવનમાં એક પછી એક ઘણી મહિલાઓ આવી. તેઓ એક વિશ્વવિખ્યાત વૈજ્ઞાનિક સેલિબ્રિટી તો હતા જ, પરંતુ સાથે જીવનના એ મધ્યાંતરે હજુ મહિલાઓને આકર્ષક અને યુવાન લાગતા હતા. તેમનું શરીર સૌષ્ઠવ ઘણું મજબૂત હતું અને તેમને મળનાર ઘણા લોકોએ તેમની આંખમાં 'ચમકારો' હોવાની નોંધ લીધી હતી. આઈન્સ્ટાઈનના રમૂજ અને હાસ્ય પણ એટલાં જ લોકપ્રિય હતાં. તેમના એક સહાયક અબ્રાહમ પેઈસે પછીથી આ સંદર્ભમાં

કહ્યું હતું, “તેઓ અસાધારણ હાસ્ય દ્વારા પ્રતિભાવ આપતા, જાણે સીલ માછલીનો મધુર અવાજ લાગતો. એ હાસ્યમાં આનંદ હતો. અને ત્યાર પછી અમે ફરી મળવાના હોઈએ ત્યારે તેમને કહેવા માટે એવી નવી વાતનો હું સંગ્રહ કરતો જે તેમને સંભળાવીને ફરીથી આઈન્સ્ટાઈનનું એ હાસ્ય સાંભળવાનો લાભ મળી શકે.”

જે મહિલાઓ સામે ચાલીને આવી હતી તેમની સાથે આઈન્સ્ટાઈને સંબંધો બાંધ્યા હતા, જ્યારે બાકીની મહિલાઓની ઉપેક્ષા કરી હતી. જે મહિલાઓ બૌદ્ધિક ચર્ચા કરી શકતી, સંગીતના જલસાઓમાં અથવા તેમની અંગત બોટમાં સહેલ કરવા માટે સાથ આપી શકતી એ તેમને વધારે પસંદ હતી. “હોડીમાં સહેલ એ સૌથી ઓછામાં ઓછી ઊર્જા વપરાય તેવી રમત છે” તેવો તેમણે દાવો કર્યો હતો અને જણાવ્યું હતું કે, “પરંતુ આ કળામાં હું એટલો માહેર નથી અને હું જ્યાંથી રવાના થયો હોઉં ત્યાં પરત આવું ત્યારે મને સંતોષ થાય.” એલ્સાની જાણકારી સાથે અને તેમના પ્રત્યેના આદર સાથે આઈન્સ્ટાઈન ઘણી મહિલાઓને પાર્ટીઓમાં લઈ જતા. આ સરસ સ્વભાવની પત્ની સાથેના તેમના લગ્નજીવનનો આધાર વિકારને બદલે એક સાથી તરીકેનો વધારે હતો. એલ્સાએ પતિની આ પ્રણયલીલાઓ બાબતે કદી કોઈ આક્રમક પ્રત્યાઘાત આપ્યા હોય અથવા ઈર્ષા કરી હોય એવા કોઈ સંકેતો મળતા નથી. વાસ્તવમાં એલ્સાએ પતિના આવા ટૂંકા ગાળાના સંબંધોને નજરઅંદાજ કર્યા હતા અને એક સુપ્રસિદ્ધ વ્યક્તિની પત્ની તરીકે રહેવામાં પૂરો સંતોષ માન્યો હતો. તેમને વિશ્વાસ હતો કે આઈન્સ્ટાઈન કદી તેમને તરછોડશે નહીં.

૧૯૨૨માં દક્ષિણ અમેરિકાની મુલાકાત લઈને ત્યાં વ્યાખ્યાન આપવાના નિમંત્રણનો અસ્વીકાર કર્યા બાદ ૧૯૨૫માં ફરી એવી જ દરખાસ્તનો આઈન્સ્ટાઈને સ્વીકાર કર્યો હતો. માર્ચમાં તેઓ આર્જેન્ટિના, ઉરુગ્વે અને બ્રાઝિલના ત્રણ મહિનાના પ્રવાસે નીકળ્યા, ત્યારે પણ પ્રવાસની નોંધ રાખવાની ડાયરી સાથે લીધી. આ તમામ દેશોમાં ત્યાંની વૈજ્ઞાનિક સંસ્થાઓ, રાજકારણીઓ, જર્મન તેમજ યહૂદી સમુદાયોએ તેમનું ભવ્ય સ્વાગત અને સન્માન કર્યું અને પોતાના યજમાનોની જરૂરિયાતો અનુસાર વ્યાખ્યાનો આપ્યાં. આઈન્સ્ટાઈન માટે આ પ્રવાસ રાહત અને ભરપૂર આનંદદાયક બની રહ્યો હતો.

અગાઉ કહ્યું તેમ ૧૯૨૦ના દાયકામાં ઉંમરના અડધા પડાવે પહોંચી રહેલા આઈન્સ્ટાઈન વિજ્ઞાન કરતાં રાજકીય અને સામાજિક બાબતો પર વધુ ધ્યાન આપવા લાગ્યા હતા. ક્વૉન્ટમ મિકેનિક્સ ઉપર અભ્યાસપત્રો પ્રકાશિત કરવાનું તેમજ તેમની યુનિફાઈડ ફિલ્ડ થિયરી અંગેનાં સંશોધનો ચાલુ હોવા છતાં તેને બાદ કરતાં ભૌતિકશાસ્ત્રમાં હવે તેઓ ખાસ કોઈ મોટું પ્રદાન કરતા નહોતા. ઉંમર વધવા સાથે ભૌતિક વિજ્ઞાન અને ગણિતનાં ક્ષેત્રોમાં ઉત્પાદકતાનો ઘટાડો થવો એ સામાન્ય હતું કેમ કે મોટા ભાગના ભૌતિક વિજ્ઞાનીઓ અને ગણિતશાસ્ત્રીઓએ તેમનું સર્વશ્રેષ્ઠ પ્રદાન કારકિર્દીનાં પ્રારંભિક વર્ષોમાં જ કર્યું હતું. આઈન્સ્ટાઈનના એક વૈજ્ઞાનિક મિત્રે પછીથી ટિપ્પણી પણ કરી હતી કે, "૧૯૨૫ પછી આઈન્સ્ટાઈન માછીમારી માટે નીકળી ગયા હશે." આમ છતાં, તેમની સિદ્ધિઓ અને આકર્ષક વ્યક્તિત્વને કારણે મહાન જીવંત વૈજ્ઞાનિક તરીકેની તેમની પ્રતિષ્ઠા જરાય ઓછી થઈ નહોતી. અન્ય ભૌતિક વિજ્ઞાનીઓ તેમનાં સંશોધનપત્રો સમીક્ષા માટે તેમને મોકલી આપતા, જેમ કે ઘણાં વર્ષ પછી બ્રહ્માંડ વિજ્ઞાની જ્યોર્જ ગેમોએ તેમના સિદ્ધાંત બાબતે આઈન્સ્ટાઈન તરફથી રચનાત્મક અભિપ્રાય મળ્યા બાદ એક પત્રના અંતે તોછડાઈપૂર્વક નોંધ કરી હતી કે, "આજકાલ આ વૃદ્ધ માણસ લગભગ દરેક બાબતે સંમત થાય છે." આઈન્સ્ટાઈનની સિદ્ધિઓ બદલ વ્યવસાયી સંસ્થાઓએ તેમનું સન્માન કરવાનું ચાલુ રાખ્યું હતું. ૧૯૨૬થી ૧૯૨૮ એમ માત્ર બે વર્ષના ગાળામાં રૉયલ એસ્ટ્રોનોમિકલ સોસાયટી ઑફ ઈંગ્લેન્ડે તેમનું સુવર્ણ ચંદ્રકથી સન્માન કર્યું; એક સમયે ન્યૂટન જેના પ્રમુખ હતા તે બ્રિટનની પ્રતિષ્ઠિત રૉયલ સોસાયટીએ તેમને કોપલે મૅડલ એનાયત કર્યો; તથા સોવિયેત સંઘની એકેડેમી ઑફ સાયન્સીસે તેમને માનદ્ સભ્ય બનાવ્યા.

આઈન્સ્ટાઈન તેમનો અમુક સમય હવે શાંતિ માટેના પ્રયાસો પાછળ ફાળવતા. ઘણા સમયથી તેમણે આ ક્ષેત્રમાં ઝંપલાવ્યું હતું, પરંતુ પ્રથમ વિશ્વયુદ્ધ દરમિયાન એ પ્રયાસોનો ખાસ કોઈ અર્થ રહેશે નહીં તેમ માનીને પડતા મૂક્યા હતા. યુદ્ધ પૂરું થયા પછી હવે ફરી આવું કોઈ યુદ્ધ ન થાય તેઓ ફરી સક્રિય થયા. જેમ કે, ૧૯૨૨માં તેમણે એક પુસ્તિકામાં લખ્યું હતું કે, વિજ્ઞાનીઓ શાંતિના પ્રયાસોની તરફેણ કરે છે કેમ કે તેમની કામગીરી માટે આંતરરાષ્ટ્રીય

સંગઠિત સહકારની આવશ્યકતા હોય છે. ઉપરાંત "કોઈ સત્તાના ઈશારે પદ્ધતિસર હત્યાકાંડ માટે તૈયાર હોય અથવા યુદ્ધની કોઈપણ સેવા માટે પોતાનો ઉપયોગ થવા દેવા તૈયાર હોય કે પછી યુદ્ધની તૈયારીમાં સામેલ હોય એવી કોઈ વ્યક્તિને પોતાની જાતને ખ્રિસ્તી કે યહૂદી કહેવાનો અધિકાર નથી." પોતાની શાંતિવાદી વિચારધારાને સ્પષ્ટપણે વ્યક્ત કરવા ૧૯૨૫માં આઈન્સ્ટાઈને ફરજિયાત લશ્કરી સેવા વિરોધી એક જાહેરનામા પર હસ્તાક્ષર કર્યા હતા. આ દસ્તાવેજ પર હસ્તાક્ષર કરનારા અન્ય મહાનુભાવોમાં તત્ત્વજ્ઞાની, શાંતિવાદી અને અહિંસક આંદોલન દ્વારા ભારતને સ્વતંત્રતા અપાવનાર મહાત્મા ગાંધી, ભારતીય રહસ્યવાદી, કવિ નોબેલ પારિતોષિક વિજેતા રવીન્દ્રનાથ ટાગોર, અંગ્રેજ લેખક એચ.જી. વેલ્સ (*ધ ટાઈમ મશીન* અને *ધ વૉર ઑફ ધ વર્લ્ડ્સ*)નો પણ સમાવેશ થતો હતો. આઈન્સ્ટાઈન માનતા કે આંતરરાષ્ટ્રીય સ્તરે લશ્કરી સેવા વિરુદ્ધ લોકમત કેળવવામાં આવે તો જ યુદ્ધ નાબૂદ કરી શકાય તેમ છે. ૧૯૩૧માં તેમણે લખ્યું હતું, "યુદ્ધને અટકાવવાના બે રસ્તા છે, એક કાનૂની અને બીજો ક્રાંતિકારી. કાનૂની માર્ગમાં વિશેષાધિકાર ધરાવતા માત્ર થોડા લોકો માટે નહિ, પરંતુ તમામ માટે વૈકલ્પિક સેવાની દરખાસ્તનો સમાવેશ થાય છે. જ્યારે ક્રાંતિકારી માર્ગમાં શાંતિના સમયે લશ્કરવાદી સત્તાને તોડી પાડવી અથવા યુદ્ધના સમયે રાષ્ટ્રના સ્રોતોને તોડી પાડવા જેવાં પગલાંનો સમાવેશ થાય છે."

૧૯૨૫માં જર્મન પ્રજાએ પૌલ વોન હિન્ડનબર્ગને પ્રમુખ તરીકે ચૂંટી કાઢ્યા, અને હેન્સ લુથર ચાન્સેલર બન્યા. હિન્ડનબર્ગ ૧૯૧૮માં જર્મન લશ્કરમાંથી નિવૃત્ત થયા હતા પરંતુ રાજકારણમાં રસ લેવાનું ચાલુ રાખ્યું હતું. તેઓ ૧૯૩૨માં ફરી પ્રમુખ તરીકે ચૂંટાયા અને હિટલરના ઉદયનો વિરોધ ન કર્યો, બલકે ૧૯૩૩ના જાન્યુઆરીમાં હિટલરની ચાન્સેલર તરીકે નિમણૂક કરી. હિન્ડનબર્ગ જર્મન પ્રજામાં એટલા બધા લોકપ્રિય હતા કે ૧૯૩૪માં પ્રમુખનું નિધન થયું ત્યાં સુધી બંધારણીય સરકારને ઊથલાવી પાડવામાં હિટલરને સફળતા મળી શકી નહોતી. આ વચ્ચેનાં વર્ષોમાં ફાસીવાદી યુવા સંગઠનની રચના થઈ, હિટલરની *મેઈન કામ્ફ* પ્રકાશિત થઈ, તથા જર્મનીનો લીગ ઑફ નેશન્સમાં સમાવેશ થયો. પૌલ જોસેફ ગોબેલ્સ બર્લિનમાં નાઝી

પાર્ટીના નેતા બન્યા.

૧૯૨૭માં બ્રસેલ્સમાં ફરી સોલવે કૉંગ્રેસનું સંમેલન યોજાયું. વિશ્વના સૌથી અગ્રણી ભૌતિક વિજ્ઞાનીઓએ તેમાં હાજરી આપી અને નવા રચાયેલા ક્વૉન્ટમ સિદ્ધાંતની ચર્ચા કરી. આ સંમેલનમાં આઈન્સ્ટાઈન અને નિલ્સ બોર મુખ્ય આકર્ષણ હતા અને ક્વૉન્ટમ મિકેનિક્સના સિદ્ધાંત પર સમગ્ર સંમેલન દરમિયાન વિવાદ કરતા રહ્યા. આ વિવાદ આઈન્સ્ટાઈનના મૃત્યુ સુધી ચાલુ રહ્યો હતો. એક વર્ષ પહેલાં ૧૯૨૬માં આઈન્સ્ટાઈને ભૌતિક વિજ્ઞાની મેક્સ બોર્નને પત્રમાં લખ્યું હતું, "ક્વૉન્ટમ મિકેનિક્સ સન્માનને પાત્ર છે, પરંતુ મારો અંતરઆત્મા કહે છે કે હજુ તે યોગ્ય માર્ગ પર નથી. આ સિદ્ધાંત દ્વારા ઘણી જાણકારી મળે છે, પરંતુ હજુ આપણને તે જૂના સિદ્ધાંતનાં રહસ્યો સુધી લઈ જતો નથી. મને એટલી ખાતરી છે કે તેઓ કોઈ જોખમ કરતા નથી." ઘણાં વર્ષ પછી ૧૯૪૨માં અન્ય એક મિત્રને આવું જ કંઈક લખ્યું હતું : "ભગવાનનાં પત્તાં જોવાનું ઘણું મુશ્કેલ છે. પણ તેઓ દુનિયા સાથે જુગાર રમવાનું પસંદ કરે એ વાત હું એક ક્ષણ માટે પણ માનવા તૈયાર નથી." ભગવાન અંગે આઈન્સ્ટાઈનનાં નિવેદનો સાંભળીને બોરે તેમને કહ્યું હતું, "ભગવાને શું કરવું જોઈએ તે કહેવાનું બંધ કરો."

હેન્સ આલ્બર્ટે ૨૩ વર્ષની ઉંમરે પોતાના કરતાં નવ વર્ષ મોટી મહિલા ફ્રિડા નેશ સાથે લગ્ન કરવાના ઈરાદાની જાહેરાત કરી. આઈન્સ્ટાઈન આ લગ્નના વિરોધી હતા અને મિલેવાને પણ લાગ્યું કે ફ્રિડા યોગ્ય મહિલા નથી. હેન્સ અને ફ્રિડાનાં લગ્ન થઈ ગયા પછીના વર્ષે મિલેવાએ એક મિત્રને લખ્યું હતું, હેન્સ આલ્બર્ટ "ભયજનક રીતે નબળો" દેખાય છે અને "તેની સંભાળ કેવી રીતે રાખવી એ તેની પત્નીને આવડતું નથી, તે તો માત્ર પોતાના વિશે જ વિચારે છે." વાસ્તવમાં ફ્રિડા એક લાગણીસભર અને તેજસ્વી મહિલા હતી અને તેણે હેન્સનાં ત્રણ બાળકો – ડેવિડ, ક્લોસ અને બર્નહાર્ડને જન્મ આપ્યો હતો, તે પૈકી જો કે માત્ર બર્નહાર્ડ જ છ વર્ષથી વધુ જીવી શક્યો હતો. ૧૯૪૧માં હેન્સ આલ્બર્ટ અને ફ્રિડાએ એલવિન નામે છોકરી દત્તક લીધી હતી.

૧૭૨૭માં આઈઝેક ન્યૂટનનું નિધન થયું તેની ૨૦૦મી વરસી ૧૯૨૭માં વિશ્વમાં મનાવવામાં આવી રહી હતી અને તેમના વિશે અંજલિરૂપ કંઈક લખવા

જે મહાનુભાવોને જણાવવામાં આવ્યું હતું તેમાં આઈન્સ્ટાઈનનો પણ સમાવેશ થતો હતો. આ તબક્કે તેમણે બ્રિટિશ પ્રજાના તેમની પરંપરા માટે તેમજ પેઢીઓથી માનવીય આત્મા નવી ઊંચાઈ સર કરી શકે એવું વાતાવરણ પૂરું પાડવા માટે વખાણ કરવાની તક પણ ઝડપી લીધી હતી. તેમણે કબૂલાત કરી હતી કે ન્યૂટનના સમયથી અત્યાર સુધીમાં થિયોરેટિકલ ફિઝિક્સમાં જે કોઈ પ્રગતિ સધાઈ છે તે ન્યૂટનના વિચારોને આધારે જ સધાઈ છે અને માત્ર ક્વૉન્ટમ થિયરીમાં ન્યૂટનની સૂક્ષ્મ તફાવતની પદ્ધતિ અધૂરી હતી.

૧૯૨૮ના ફેબ્રુઆરીમાં આઈન્સ્ટાઈનના જૂના ગુરુ ડચ ભૌતિક વિજ્ઞાની એચ.એ. લોરેન્ઝનું નિધન થયું. લોરેન્ઝની અંતિમક્રિયામાં હાજરી આપવા આઈન્સ્ટાઈન પહોંચી ગયા, જ્યાં અંજલિ આપતાં તેમણે લોરેન્ઝને "આપણા સમયના સૌથી મહાન અને સૌથી ઉમદા વ્યક્તિ" ગણાવ્યા હતા. "તેમણે તેમના જીવનનું ઘડતર કલાના એક કીમતી નમૂના જેવું કર્યું હતું, જેમાં તમામ ઝીણી વિગતોનો સમાવેશ થતો હતો. તેમનો માયાળુ સ્વભાવ અને ઉદારતા તથા ન્યાય માટેની સમજ, સાથે સાથે પ્રજા તેમજ માનવીય બાબતો અંગેની નિશ્ચિત અને સાહજિક સમજને કારણે તેઓ કોઈ પણ ક્ષેત્રમાં નેતા બની શક્યા હોત." પાછળથી એક તબક્કે આઈન્સ્ટાઈને એવું પણ કહ્યું હતું કે તેમના જીવનમાં લોરેન્ઝ જેટલું મહત્ત્વ બીજા કોઈનું પણ નહોતું.

૧૯૨૮ના માર્ચમાં સ્વિટ્ઝરલેન્ડના દાવોસની મુલાકાત દરમિયાન હૃદયની ગંભીર તકલીફ સર્જાઈ. ચાર મહિના સુધી પથારીવશ રહેવું પડ્યું અને સંપૂર્ણ સાજા થતાં એક વર્ષ લાગ્યું. હવે તેમને તેમની વધી રહેલી રોજિંદી કામગીરીમાં મદદ કરવા તેમજ પત્રવ્યવહાર કરવા સક્ષમ અને વિશ્વાસ રાખી શકાય એવી વ્યક્તિની જરૂર હતી. એલ્સા પાસે આ બધા માટે સમય નહોતો અને તેથી એલ્સાની મદદ અને મંજૂરીથી હેલેન ડ્યુક નામની યુવતીને સેક્રેટરી તરીકે રાખી. પરિવારની સંભાળ રાખવા માટે ૧૫ વર્ષની ઉંમરે સ્કૂલ છોડી દેનાર હેલેને મોટા ભાગે જાતે જ અભ્યાસ કર્યો હતો અને તે પરિવારની સભ્ય બનીને આજીવન આઈન્સ્ટાઈનની સાથે રહી. બંને વચ્ચે રોમાન્સ વિના માત્ર કામની બાબતમાં ૨૭ વર્ષ સુધી સુમેળભર્યો સંબંધ રહ્યો. આઈન્સ્ટાઈન પ્રત્યે આક્રમક રીતે વફાદાર હેલેનની જવાબદારી મુખ્યત્વે આ મહાન વિજ્ઞાનીની જાહેર છબિ

બનાવવાની અને જાળવી રાખવાની હતી. સાથે ચારિત્ર્યને લગતા અંગત જીવનને ઢાંકી રાખવાનું પણ હતું. આઈન્સ્ટાઈનના નિધન પછી હેલેને પ્રિન્સ્ટનમાં ઈન્સ્ટિટ્યૂટ ફૉર એડવાન્સ સ્ટડી ખાતે તેમનાં સંકલિત સંશોધનપત્રોની જાળવણી કરવાની કામગીરી સંભાળી, આ કામગીરીથી હેલેનને વૃદ્ધાવસ્થામાં જીવવાનું બળ મળ્યું. જો કે આ તમામ દસ્તાવેજો ૧૯૮૧માં જેરૂસલેમ ખસેડવામાં આવ્યા. તેજસ્વી છતાં શરમાળ મહિલા હેલેનને આર્કાઈવમાંથી અન્યત્ર તબદીલ કરવામાં આવ્યાં ત્યારબાદ એક મહિનામાં જ મૃત્યુ પામ્યાં. તે સમયે તેઓ ૮૫ વર્ષનાં હતાં.

૧૯૨૮માં આઈન્સ્ટાઈનની નિમણૂક જર્મન લીગ ફૉર હ્યુમન રાઈટ્સ નામે શાંતિવાદી સંગઠનના બોર્ડ ઑફ ડિરેક્ટર્સમાં થઈ ત્યારે તેમની વધી ગયેલી કામગીરીને કારણે પણ પૂર્ણ સમયના એક મદદનીશની જરૂર ઊભી થઈ હતી. ૧૯૧૭ની જેમ જ ફરી તેઓ ગંભીર બીમાર પડ્યા અને ઘણા મહિના સુધી પથારીવશ રહેવું પડ્યું. એ સમયે તેઓ પ્રુશિયન એકેડેમી ઑફ સાયન્સીસની બેઠકોમાં પણ હાજરી આપી શકતા નહોતા. સહકર્મચારીઓ તેમના ઍપાર્ટમેન્ટ પર આવતા અને પેપરો અને વ્યાખ્યાનો લઈ જઈને આઈન્સ્ટાઈન વતી વાંચી સંભળાવતા. એવા એક પેપરમાં તેમણે એક નવું ગણિત રજૂ કર્યું હતું એ બાબતે તેમને લાગતું કે આનાથી તેમના ગુરુત્વાકર્ષણ અને ઈલેક્ટ્રિસિટીના સંયુક્ત સિદ્ધાંતની રચના થશે. આ વિષય પર તેમણે આગ્રહપૂર્વક સંશોધન કરવાનું ચાલુ રાખ્યું હતું.

૧૯૨૯ની ૧૪મી માર્ચે આઈન્સ્ટાઈને તેમનો ૫૦મો જન્મદિવસ ઊજવ્યો. આખી દુનિયામાંથી નાના-મોટા અસંખ્ય લોકોએ કાર્ડ, પત્રો અને ટેલિગ્રામ દ્વારા અભિનંદનોની વર્ષા કરી. આ પ્રસંગે મિત્રો તેમને કંઈક નોંધપાત્ર ભેટ આપવા આતુર હતા. તેઓ એક એવું ઘર ભેટ આપવા માગતા હતા જેને આઈન્સ્ટાઈન પોતાનું કહી શકે. તેમને આશા હતી કે બર્લિન શહેરના સત્તાવાળાઓ આઈન્સ્ટાઈનને આવું ઘર ભેટ આપશે. જો કે રાજકીય તેમજ મિલકતના અધિકારોના કારણોસર આ યોજના નિષ્ફળ ગઈ. સમગ્ર ઘટનાક્રમથી મૂંઝવણમાં મુકાયેલા, પરંતુ હવે વધુ કોઈ ફિઆસ્કો ટાળવા આઈન્સ્ટાઈને બર્લિન નજીકના ગ્રામ્ય વિસ્તાર કેપુથમાં સરોવરની ખૂબ નજીક

પ્લોટ ખરીદીને મકાન બાંધવાનો નિર્ણય કર્યો, જેથી પોતે તેમાં બોટિંગ કરી શકે. સરકારી મકાન મેળવવાની યોજનામાં મળેલી નિષ્ફળતાથી શરમજનક સ્થિતિમાં મુકાયેલા તેમના મિત્રોએ જો કે સહેલગાહ માટેની બોટ ભેટ આપીને આઈન્સ્ટાઈનને આશ્ચર્યમાં મૂકી દીધા હતા. એ ઉનાળામાં જ ઝડપથી ઘર બાંધી દેવામાં આવ્યું અને આઈન્સ્ટાઈન દંપતી સપ્ટેમ્બરમાં ત્યાં રહેવા ગયું. તેમણે બર્લિનના ઍપાર્ટમેન્ટની માલિકી પણ રાખી. ગ્રામ્ય વાતાવરણમાં આઈન્સ્ટાઈન પ્રફુલ્લિત થઈ ગયા અને તેમની તબિયત પણ ઝડપથી સુધરવા લાગી.

હવે એક નવી ઊર્જા સાથે તેઓ યહૂદીવાદ અને શાંતિવાદી સંગઠનો વતી શ્રેણીબદ્ધ ઈન્ટરવ્યૂ અને પત્રવ્યવહારમાં વ્યસ્ત થઈ ગયા. જો કે આ દરમિયાન સૌથી મહત્ત્વની ઘટના એ બની કે તેમણે ૧૯૨૯માં "ઑન ધ યુનિફાઈડ ફિલ્ડ થિયરી" શીર્ષક સાથે પેપર પ્રકાશિત કર્યું. પણ તેના પ્રકાશન પહેલાં ઘણી ઉત્તેજના ફેલાઈ ગઈ હતી. માધ્યમો દ્વારા એવી વાત વહેતી થઈ ગઈ હતી કે આઈન્સ્ટાઈને બ્રહ્માંડનો કોયડો ઉકેલી નાખ્યો છે. તેમનાં સંશોધનનાં તારણોની આખા જર્મનીમાં રાહ જોવાવા લાગી. પેપરનું પહેલું પ્રકાશન તત્કાળ વેચાઈ ગયું અને બીજા પ્રકાશનોના ઓર્ડર અપાઈ ગયા. આટલો બધો ઉશ્કેરાટ શાનો હતો તે આઈન્સ્ટાઈન સમજી શક્યા નહીં. તેમને પોતાના સિદ્ધાંતમાં વિશ્વાસ હતો, છતાં પ્રજા જે માને છે એવી કોઈ સનસનાટી તેમના સંશોધનમાં હોવાનું તેમને લાગતું નહોતું. વાસ્તવમાં માધ્યમો દ્વારા ઊભી કરવામાં આવેલી સનસનાટીનો આ ઉત્તમ નમૂનો હતો. આ સિદ્ધાંતમાં ભૂલો હોવાનું ટીકાકારોએ શોધી કાઢ્યું. તેમાં સુધારા કરવાના થોડા પ્રયાસો પછી છેક ત્રણ વર્ષ બાદ આઈન્સ્ટાઈને એકરાર કર્યો હતો કે તેમનાં તારણો ખોટાં હતાં.

એ ગાળામાં આઈન્સ્ટાઈનને બેલ્જિયમનાં રાણી ઍલિઝાબેથ અને તેમના પતિ રાજા આલ્બર્ટ (જેઓ ૧૯૩૪માં મૃત્યુ પામ્યા) સાથે મૈત્રી થઈ અને લાંબો પત્રવ્યવહાર ચાલુ થયો. મામા સીઝર કોચને મળવા ગયા હતા તે સમયે આઈન્સ્ટાઈનને રાણીની મુલાકાત લેવાનું નિમંત્રણ મળ્યું. રાણી સંગીતનાં ચાહક અને વિદ્વાન હતાં. આ મુલાકાત દરમિયાન રાણીની વિનંતીથી ત્રણેએ સાથે સંગીત વગાડવા-સાંભળવાનો આનંદ માણ્યો. ચાના સમયે રાણીએ તેમની વિનમ્રતા અને સ્નેહથી આઈન્સ્ટાઈનને પ્રભાવિત કરી દીધા. આઈન્સ્ટાઈને

એક વર્ષ પછી ફરી રાણી અને તેમના પતિની મુલાકાત લીધી હતી. તેમની વચ્ચેની મૈત્રી ગાઢ અને ચિરસ્થાયી બની રહી અને થોડાં વર્ષ પછી નાઝીવાદને કારણે આઈન્સ્ટાઈન મુશ્કેલીમાં મુકાયા હતા ત્યારે બેલ્જિયમમાં આશ્રય લેવામાં આ મૈત્રી જ કામ આવી હતી. આઈન્સ્ટાઈને જીવનના અંત સુધી રાણી સાથે પત્રવ્યવહાર જાળવી રાખ્યો હતો. પત્રની શરૂઆત તેઓ હંમેશાં "ડીયર ક્વીન"થી કરતા.

૧૯૩૦માં નોંધપાત્ર પારિવારિક પ્રસંગો બન્યા. હેન્સ આલ્બર્ટની પત્ની ફ્રિડાએ પુત્ર બર્નહાર્ડને જન્મ આપ્યો ત્યારે આઈન્સ્ટાઈન પ્રથમ વખત દાદા બન્યા. ત્યારબાદ મારગોટે દમિત્રિ મેરિઆનોફ સાથે લગ્ન કર્યાં ત્યારે ફરી સાવકા સસરા બન્યા. (આ લગ્નજીવન પછીથી છૂટાછેડામાં પરિણમ્યું હતું). આઈન્સ્ટાઈનના અન્ય એક સાવકા જમાઈ રુડોલ્ફ કેયસરને આ વર્ષે આઈન્સ્ટાઈનનું જીવનચરિત્ર પ્રકાશિત કરવામાં સફળતા મળી; મેરિઆનોફે પણ ૧૪ વર્ષ પછી આઈન્સ્ટાઈનનું જીવનચરિત્ર પ્રકાશિત કર્યું હતું. વર્ષ દરમિયાન આલ્બર્ટ અને એલ્સાએ અમેરિકાની વધુ એક મુલાકાત માટે તૈયારી કરી. આ વખતે તેમને પાસાડેનામાં કેલિફોર્નિયા ઈન્સ્ટિટ્યૂટ ઑફ ટેક્નોલોજી ખાતે વ્યાખ્યાન માટે નિમંત્રણ મળ્યું હતું, તેથી તેઓ કેલિફોર્નિયા જવાના હતા.

જર્મન રાષ્ટ્રવાદ અને વધી રહેલી અશાંતિને કારણે આઈન્સ્ટાઈને પણ તેમની રાજકીય પ્રવૃત્તિ વધારી. જર્મનીની ચૂંટણીમાં નાઝીઓને બહુમતી મળી હતી. રાષ્ટ્રીય સંસદમાં જમણેરી વિચારધારા ધરાવતા લોકોનું પ્રભુત્વ વધ્યું છતાં આઈન્સ્ટાઈનને હજુ યહૂદીવાદ વિરોધી લાગણીની ચિંતા નહોતી. તેઓ માનતા હતા કે આ વિજયનું કારણ યહૂદીવાદ વિરોધી લાગણીને બદલે આર્થિક વધારે હતું. અમેરિકા સહિત આખા વિશ્વમાં મંદી છવાયેલી હતી, જર્મનીનું અર્થતંત્ર ફરી કથળી રહ્યું હતું, અનેક લોકો બેરોજગાર બન્યા હતા. સમય અત્યંત કપરો હતો ત્યારે જર્મન પ્રજાને આશા હતી કે નવી સરકાર કંઈક હકારાત્મક પરિવર્તન લાવશે.

જો કે, સોવિયેત સંઘ અને તેના અન્ય પડોશી રાષ્ટ્રોમાં યહૂદીઓ વિરોધી લાગણી સ્પષ્ટપણે વધી રહી હતી. ૧૯૩૦ના દાયકામાં હવે પૂર્વ યુરોપમાંથી

મોટા પાયે યહૂદીઓએ હિજરત શરૂ કરી. એકલા રશિયન પ્રાન્તોમાંથી જ ૨,૦૦,૦૦૦ જેટલા યહૂદીઓ તેમના વડવાઓની જમીન પર કાયમ માટે સ્થાયી થવા આવી પહોંચ્યા. આટલી મોટી સંખ્યામાં યહૂદીઓ આવવાથી આરબો વિરોધ કરશે એ બ્રિટિશ શાસકો જાણતા હતા અને તેથી તેમણે યહૂદીઓનું સ્થળાંતર અટકાવવાની દરખાસ્ત કરી. તે સમયે યુરોપમાં ૯.૫ મિલિયન યહૂદીઓ રહેતા હતા, અને જર્મનીમાં કુલ ૬૫ મિલિયનની વસતીમાં પાંચ લાખ યહૂદી હતા. તેઓ સારી રીતે સ્થાયી થયેલા હતા અને હાલ આ હિજરતમાં જોડાવાની તેમની કોઈ ઈચ્છા નહોતી.

એ વર્ષે ઉનાળામાં આઈન્સ્ટાઈન ભારતીય કવિ અને વિદ્વાન રવીન્દ્રનાથ ટાગોરને મળવા સંમત થયા. આ મુલાકાત કેપુથસ્થિત નવા ઘરમાં યોજાઈ હતી. ભવ્ય રસાલા સાથે આવી પહોંચેલા ટાગોરે લાંબો ઝભ્ભો પહેર્યો હતો, મોટા ભાગના વાળ સફેદ હતા અને દાઢી યોગ્ય રીતે ઓળેલી હતી. તેમના વિશે કહેવાતું હતું એમ જ રોમેરોમથી આધ્યાત્મિક વ્યક્તિ જેવા લાગતા હતા. બંને મહાનુભાવો વચ્ચે બે વખત મુલાકાત ગોઠવાઈ હતી, પ્રથમ કેપુથમાં અને બીજી નજીકમાં રહેતા મિત્ર બ્રુનો મેન્ડેલના નિવાસસ્થાને. બંને નોબેલ પારિતોષિક વિજેતાઓએ આ મુલાકાતો દરમિયાન સત્ય, સૌંદર્ય તથા સંગીતની ચર્ચા કરી હતી. આ મુલાકાતોની નોંધ રાખનાર આઈન્સ્ટાઈનના સાવકા જમાઈ દમિત્રિ મેરિઆનોફે ટાગોરને "વિચારકનું દિમાગ ધરાવતા કવિ" તરીકે અને આઈન્સ્ટાઈનને "કવિનું દિમાગ ધરાવતા વિચારક" તરીકે ઓળખાવ્યા હતા. દમિત્રિએ નોંધ કરી હતી કે, "એવું લાગતું હતું જાણે બે ગ્રહ એકબીજા સાથે વાતચીત કરી રહ્યા હોય." ટાગોર-આઈન્સ્ટાઈનની વાતચીતમાં અને બંને મહાપુરુષોએ કલા અને ખાસ કરીને સંગીત બાબતે જે વિચારો વ્યક્ત કર્યા તેમાં રચનાત્મકતા પ્રત્યેની તેમની ઊંડી સમજ સ્પષ્ટ થતી હતી. તેમની પ્રથમ વાતચીતમાં સત્ય અને વાસ્તવિકતા બાબતે ચર્ચા થઈ હતી, જેમાં આઈન્સ્ટાઈને આશ્ચર્ય વ્યક્ત કર્યું હતું કે સત્ય અને સૌંદર્યનું અસ્તિત્વ વ્યક્તિથી સ્વતંત્ર હોઈ શકે ખરું! જ્યારે મેન્ડેલ વિલા ખાતે બીજી મુલાકાત દરમિયાન બંને મહાનુભાવોએ પરિવાર, જર્મન યુવા ચળવળ, તકની ક્રિયા-પ્રતિક્રિયા અને નિયતિ વિશે વાતચીત કરી હતી જેને પગલે છેવટે પશ્ચિમના અને ભારતીય

શાસ્ત્રીય સંગીત વચ્ચે રહેલા તફાવતની ચર્ચા થઈ હતી. ટાગોરે પછીથી આઈન્સ્ટાઈન વિશે આ પ્રમાણે કહ્યું હતું : "તેમના ઓળ્યા વિનાના વાળ, તેમની આંખોની ચમક અને તેમની વિનમ્રતાએ મને પ્રભાવિત કર્યો. ભૂમિતિ અને ગણિતના સિદ્ધાંતો સાથે સંકળાયેલી આ વ્યક્તિનું માનવીય ચરિત્ર પ્રભાવક છે. ... મારા મતે આ માણસ માનવીય સંબંધોને મહત્ત્વ આપે છે અને મારા પ્રત્યે તેમણે ખરો રસ અને સમજણ દાખવી એવું જણાય છે."

૧૯૩૦ના ઑક્ટોબરમાં બ્રસેલ્સમાં તેમણે સોલવે કૉંગ્રેસમાં હાજરી આપી, જે સંભવતઃ તેમના માટે છેલ્લી લાગતી હતી. લેકેનમાં તેઓ શાહી દંપતીને મળવા પણ રોકાયા. તેમણે સંગીતની રંગત માણી અને ત્યારબાદ સાથે ડિનર લીધું. આ મુલાકાત અંગે તેમણે એલ્સાને પત્રમાં લખ્યું હતું, "શાહી દંપતી સાથે ડિનર માટે હું એકલો જ હતો – કોઈ નોકર-ચાકર નહીં, પાલક સાથે ફ્રાઈડ એગ્સ અને પોટેટો સાથેનું શાકાહારી ભોજન હતું. મને ત્યાં ખૂબ મઝા આવી." બેલ્જિયમ પછી તેઓ ઝુરિક ગયા જ્યાં તેમની માતૃસંસ્થા ઈ ટી એચ ખાતે માનદ્ ડૉક્ટરેટની પદવી સ્વીકારી અને સ્કૂલની ૭૫મી જયંતી નિમિત્તે અતિથિવિશેષ તરીકે હાજર રહ્યા.

આઈન્સ્ટાઈન ડિસેમ્બર ૧૯૩૧માં અમેરિકાની બીજી મુલાકાત લેવાના હતા. આ વખતે તેમણે કેલિફોર્નિયા ઈન્સ્ટિટ્યૂટ ઑફ ટેક્નોલોજી ખાતે રોકાણ કરવાનું હતું. રવાના થતા પહેલાં આઈન્સ્ટાઈન ન્યૂયોર્ક ટાઈમ્સ સામયિક માટે "ધર્મ અને વિજ્ઞાન" વિષય પર લેખ લખવા સંમત થયા. આ લેખમાં તેમજ કેટલાક ખાનગી પત્રો અને ૧૯૨૭થી ૧૯૩૨ દરમિયાન પ્રકાશિત થયેલા અન્ય લેખોમાં ધર્મ વિશે તેમણે જે વિચારો વ્યક્ત કર્યા હતા તે યુરોપની સરખામણીમાં અમેરિકામાં વધારે વિવાદાસ્પદ બની રહ્યા હતા. ન્યૂયોર્ક ટાઈમ્સ સામયિક માટેના થોડા ઉશ્કેરણીજનક લેખમાં તેમણે "વિશ્વધર્મ"માં પોતાની શ્રદ્ધાની વાત કરી, જે તેમના મતે આયોજિત અને પરંપરાગત ધર્મોની સરખામણીમાં વધારે ઊંચો, ઊંડો અને જીવન અને બ્રહ્માંડ પ્રત્યે તમામનો સ્વીકાર કરનારો હતો. તેમણે જાહેર કર્યું કે, "હું ભારપૂર્વક કહું છું કે વિશ્વધર્મનો અનુભવ વૈજ્ઞાનિક સંશોધન પાછળ સૌથી મજબૂત અને સૌથી ઉમદા ચાલકબળ બની રહ્યો છે. તમામ યુગના ધાર્મિક વિદ્વાનોએ આ પ્રકારની ધાર્મિક લાગણી અનુભવી

છે, જેની સાથે કોઈ અંધવિશ્વાસ જોડાયેલો નથી અને કોઈ ભગવાનને વ્યક્તિની છબિમાં બાંધવામાં આવ્યા નથી. મારા મતે કળા અને વિજ્ઞાનની સૌથી મહત્ત્વની કામગીરી આ લાગણીને જગાવવાની અને જે લોકો ગ્રહણ કરવા તૈયાર છે તેમનામાં જીવંત રાખવાની છે." આ "ચમત્કારિક બાબત છે જે કુદરત અને વિચારોની દુનિયામાં સ્પષ્ટપણે દેખાય છે," અને તેમાં માનનાર વ્યક્તિને "ડર માટે ધર્મનો ઉપયોગ કરવો પડતો નથી. લાભ અને સજા આપે એવા ઈશ્વર આવી વ્યક્તિ માટે અકલ્પ્ય હોય છે." આમ, તમામ માન્ય ધાર્મિક સિદ્ધાંતોના સંદર્ભમાં "વૈશ્વિક ધર્મ" અસંગત હોવાથી મોટા ભાગના અમેરિકનોએ એવું તારણ કાઢ્યું હતું કે આઈન્સ્ટાઈન નિરિશ્વરવાદી છે પણ વાસ્તવમાં એવું નહોતું. કેથોલિક બિશપ ફુલટોન જે. શીને પણ આકરી ટિપ્પણી કરી હતી કે, "આઈન્સ્ટાઈનના કૉસ્મિક રિલિજિયનમાં માત્ર એક ભૂલ છેઃ તેમણે કૉસ્મિક શબ્દમાં એક અક્ષર 'એસ' વધારાનો મૂકી દીધો છે."

આઈન્સ્ટાઈન તેમની પોતાની રીતે ઊંડી ધાર્મિક ભાવના ધરાવતા હતા. તેમણે વારંવાર જાહેર કર્યું હતું તેમ પોતે એ ભગવાનમાં માનતા હતા જેની કલ્પના ૧૭મી સદીના ડચ યહૂદી તત્ત્વજ્ઞાની બરુશ સ્પિનોઝાએ કરી હતી. સ્પિનોઝાના ઈશ્વર "જે કંઈ અસ્તિત્વમાં છે એ તમામની સંવાદિતામાં પ્રગટ થાય છે, પરંતુ એવા ઈશ્વરમાં નહીં જે માનવજાતના નસીબ અને કાર્યોમાં સંકળાયેલા હોય," તેમ તેમણે એક યહૂદી અખબારને કહ્યું હતું. અન્ય લોકો માટે તેમણે લખ્યું હતું કે, મારા મતે ધર્મ એ એક એવા સર્વોચ્ચ આત્માનું વિનમ્ર સ્વરૂપ છે જે વિશ્વમાં આપણે જે કંઈ સમજીએ તેમાં પ્રગટ થાય. *ફોરમ એન્ડ સેન્ચ્યુરી* સામયિક માટે "વૉટ આઈ બિલીવ" શીર્ષક હેઠળના લેખમાં તેમણે અંગત માન્યતાઓ અને તત્ત્વજ્ઞાનની વાતો કરી હતી. તેમાં તેમણે લખ્યું હતું, "મેં ક્યારેય સરળતા અને આનંદને અંતિમ ગણ્યાં નથી—આવા નૈતિક આધારને હું પશુવાડા માટે આદર્શ માનું. ... મને દોરી શકે તેવા આદર્શો છે . . . કરુણા, સૌંદર્ય અને સત્ય." ઈશ્વર હાલ જે દુનિયા છે તેના કરતાં કોઈ અલગ રીતે દુનિયા બનાવી શક્યા હોત કે કેમ તે અંગે પણ તેમણે આશ્ચર્ય વ્યક્ત કર્યું હતું અને જણાવ્યું હતું કે આ બધી બાબતોની વાસ્તવિકતા આપણે કદી જાણી શકીશું નહીં.

પ્રકરણ

૯

પરિભ્રમણ

હું એવા દેશમાં રહેવા નથી માગતો જ્યાં વ્યક્તિને કાયદા સમક્ષ સમાનતા ન મળતી હોય તથા અભિવ્યક્તિ અને શિક્ષણની સ્વતંત્રતા ન હોય.

- કાયમ માટે જર્મની છોડતી વખતે પ્રુશિયન એકેડેમી ઑફ સાયન્સ સમક્ષ કરેલું નિવેદન, એપ્રિલ ૫, ૧૯૩૩

ડિસેમ્બરમાં તેઓ અમેરિકાના દરિયાકાંઠે પહોંચ્યા અને જહાજ આગળનો પ્રવાસ શરૂ કરે તે પહેલાં પાંચ દિવસ માટે ન્યૂયોર્ક બંદરે લાંગર્યું ત્યારે આઈન્સ્ટાઈન દંપતીએ દરરોજ જિજ્ઞાસુ પત્રકારોનો સામનો કરવો પડ્યો. એ સિવાય સરકારી અધિકારીઓ, સેલિબ્રિટી તેમજ વિવિધ સંગઠનોના પ્રતિનિધિઓ પણ તેમને મળવા ભારે આતુર હતા. આ સમગ્ર પરિસ્થિતિના સંચાલનની જવાબદારી એલ્સાએ ઉપાડી લીધી હતી અને પોતાના પતિ સાથે જે કોઈ ફોટો પડાવવા માગે, તેમના હસ્તાક્ષર લેવા માગે, તેમની સાથે વાતચીત કરવા માગે કે તેઓ ટૂંકું પ્રવચન આપે તેવી માગણી કરે તો તેના બદલામાં એલ્સા કાં તો સામાન્ય ફી વસૂલતાં અથવા ડોનેશન માગતાં. આ તમામ રકમ સીધેસીધી સેવાકામ માટેના ભંડોળમાં જતી. આવું આખો દિવસ

ચાલુ રહેતાં સાંજ સુધીમાં તો આઈન્સ્ટાઈન પતિ-પત્ની થાકીને લોથ થઈ ગયાં.

આ બધી અણધારી પ્રવૃત્તિઓ અને મહાનુભાવો સાથે તાકીદે ગોઠવાયેલી બેઠકો બાદ તેમનું જહાજ દક્ષિણ તરફ રવાના થયું. બે દિવસ ક્યુબામાં રોકાણ કર્યા બાદ દક્ષિણમાં આગળ પનામા કેનાલ પસાર કરીને મેક્સિકન દરિયાકાંઠે થઈને કેલિફોર્નિયા તરફ આગળ વધ્યાં. સાન ડિએગો બંદરે પણ પત્રકારો અને અન્ય લોકો-અધિકારીઓ તેમને ઘેરી વળ્યા. જો કે અહીંથી આઈન્સ્ટાઈન દંપતીને ખૂબ ઝડપથી બહાર કાઢીને તેમને પાસાડેના લઈ જવામાં આવ્યાં, જ્યાં કેલિફોર્નિયા ઈન્સ્ટિટ્યૂટ ઑફ ટેક્નોલોજી (કેલટેક) કેમ્પસ નજીક કોટેજ આપવામાં આવ્યું. કેલિફોર્નિયાના ખુશનુમા વાતાવરણમાં અહીં તાડનાં વૃક્ષો અને નારંગી-સંતરાંની વનરાજી વચ્ચે રહેવાની તક મળતાં આઈન્સ્ટાઈન દંપતીને સ્વર્ગમાં રહેવા મળ્યું હોય એવી લાગણી થઈ.

૧૯૩૧ના પ્રારંભે આ રમણીય અને શાંત વાતાવરણમાં બે મહિનાના રોકાણ દરમિયાન આ સ્પષ્ટ વક્તા વિજ્ઞાનીનાં નિવેદનોથી યજમાનોમાં તેમની વિવાદાસ્પદ વ્યક્તિ તરીકેની છાપ પડી. સંખ્યાબંધ પ્રસંગોએ તેઓ લશ્કરવાદની વિરુદ્ધમાં અને શાંતિની તરફેણમાં બોલ્યા, એટલું જ નહીં કેલટેકના વિદ્યાર્થીઓને સલાહ આપી કે ટેકનિકલ કારકિર્દીની સાથે સાથે તેમણે માનવજાત અને તેના ભાવિની ચિંતા પણ કરવી જોઈએ. તેમણે કહ્યું હતું, “એ માટે આપણા મગજની રચનાત્મકતા માનવજાત માટે શાપ નહીં પણ આશીર્વાદરૂપ હોવી જોઈએ. તમે તમારી રેખાકૃતિઓ અને સમીકરણો બનાવો ત્યારે આ બાબત ક્યારેય ન ભૂલશો.” અહીંના રોકાણ દરમિયાન તેઓ ખગોળશાસ્ત્રી એડવિન હુબલને મળવા માઉન્ટ વિલ્સન ઓબ્ઝર્વેટરી પણ ગયા હતા. કેલટેકના અધિકારીઓએ આઈન્સ્ટાઈનને તેઓ જ્યારે પણ કેલિફોર્નિયા કાયમી સ્થળાંતર કરવાનું વિચારે ત્યારે આકર્ષક વેતન સાથે ફેકલ્ટી તરીકે જોડાવાની દરખાસ્ત કરી.

દક્ષિણ કેલિફોર્નિયામાં આઈન્સ્ટાઈનની વિજ્ઞાન સિવાયની અન્ય પ્રવૃત્તિઓમાં હોલિવૂડની ટૂંકી મુલાકાતનો પણ સમાવેશ થતો હતો. જર્મનીમાં પ્રતિબંધિત કરાયેલી ફિલ્મ *ઑલ ક્વાયટ ઓન ધ વેસ્ટર્ન ફ્રન્ટ* ના સ્ક્રિનિંગમાં

તેમને નિમંત્રણ આપવામાં આવ્યું હતું. આ ફિલ્મ પ્રથમ વિશ્વયુદ્ધમાં લડેલા અને શહીદ થયેલા સૈનિકો વિશેની હતી. ઉપરાંત ચાર્લી ચૅપ્લિનની ફિલ્મ *સિટી લાઈટ્સ* ના પ્રીમિયરમાં પણ આઈન્સ્ટાઈનને મહેમાન તરીકે બોલાવવામાં આવ્યા હતા. પ્રીમિયર દરમિયાન બંને પ્રભાવશાળી વ્યક્તિઓની થયેલી મુલાકાતના ફોટો તમામ અખબારોમાં પ્રકાશિત થયા હતા અને આ મુલાકાત અંગે આઈન્સ્ટાઈને મિત્રને લખેલા પત્રમાં કહ્યું હતું કે ચૅપ્લિન ફિલ્મોમાં જેટલા મોહક દેખાય છે એવું જ વ્યક્તિત્વ વાસ્તવિક જીવનમાં પણ ધરાવે છે. તેઓ હેલન કેલર, સામાજિક વિવેચક અપટોન સિનક્લેર તથા સમાજવાદી નોર્મન થોમસ સહિત અન્ય મહાનુભાવોને પણ મળ્યા હતા. માર્ચમાં કેલિફોર્નિયાથી ન્યૂયોર્ક પરત આવવા તેઓ ટ્રેનમાં નીકળ્યા, જેમાં વચ્ચે ગ્રાન્ડ કેનયોન નજીક હોપી ઈન્ડિયન વસાહત ખાતે રોકાયા હતા. આઈન્સ્ટાઈન યુદ્ધવિરોધી વિચારો ધરાવે છે તેની જાણ થતાં હોપી સમુદાયે તેમને શાંતિના પ્રતીકસમાન વાંસળી ભેટમાં આપી અને તેમને 'ગ્રેટ રિલેટિવ' કહીને નવાજ્યા ત્યારે આઈન્સ્ટાઈનના 'રિલેટિવિટી સિદ્ધાંત'નો કદાચ અહીં પ્રથમ વખત વિશિષ્ટ અર્થ કરવામાં આવ્યો હતો. આ પછી શિકાગોમાં ટૂંકું રોકાણ કર્યું અને તે દરમિયાન પણ યુદ્ધની માનસિકતા વિરોધી વ્યાખ્યાન આપ્યું. ન્યૂયોર્ક પાછા ફર્યા ત્યારે તેમની પાસે માત્ર થોડા કલાક જ હતા. સૌપ્રથમ તેઓ યુદ્ધવિરોધી જૂથને મળ્યા અને તેમને વધુ સક્રિય થવાની હાકલ કરી અને ત્યારબાદ એસ્ટોર હોટેલ ખાતે પેલેસ્ટિન માટે ભંડોળ એકત્ર કરવા યોજાયેલા કાર્યક્રમમાં વક્તવ્ય આપતા તેમણે યહૂદીઓને સ્થાયી થવાની પ્રક્રિયા દરમિયાન આરબોને સહકાર આપવા વિનંતી કરી હતી. મધ્યરાત્રિએ જહાજમાં બેસી તેઓ જર્મની જવા રવાના થયા. આ ત્રણ મહિનાના ગાળામાં જર્મનીનું રાજકીય ભાવિ ચિંતાજનક સ્થિતિમાં આવી ગયું હતું.

પ્રવાસનો થાક હજુ ઉતરે તે પહેલાં જ આઈન્સ્ટાઈન સ્વદેશમાં ફરી વ્યસ્ત થઈ ગયા. પ્રુશિયન એકેડેમી ઑફ સાયન્સીસ ખાતે તેમણે બે અભ્યાસ પેપર રજૂ કર્યાં, ત્યારબાદ ઈંગ્લેન્ડ જવા માટે મે મહિનામાં ફરી રજા લીધી. ત્યાં તેમણે ઑક્સફર્ડ ખાતે ર્‌હોડ્‌સ લેક્ચર આપ્યું અને માનદ્‌ ડિગ્રી સ્વીકારી. ૧૯૩૧ના ઉનાળામાં પરત આવ્યા પછી બધાથી અલગ કેપુથના ઘરમાં રહ્યા

અને પોતાનું યુદ્ધવિરોધી મિશન ચાલુ રાખવા પ્રતિબદ્ધ હતા. તેમને ખાતરી થઈ ગઈ હતી કે જર્મની ઍડોલ્ફ હિટલરની આક્રમક આપખુદશાહી હેઠળ સપડાઈ રહ્યું છે. તેમને યુદ્ધની પણ ચિંતા હતી અને યુદ્ધની વિરુદ્ધમાં તેમજ લશ્કરી સેવા નકારવાની જરૂરિયાત અંગે સંખ્યાબંધ પત્રો લખ્યા અને નિવેદનો જારી કર્યાં. બેલ્જિયમમાં યોજાયેલા એક શાંતિ પ્રદર્શનના પ્રતિભાવમાં તેમણે પોતાના 'આક્રમક શાંતિવાદ' વિશે લખ્યું અને નિઃશસ્ત્રીકરણની હાકલ કરી તથા આશા વ્યક્ત કરી કે ભાવિ પેઢી ''યુદ્ધને તેમના વડવાઓના નિવારી ન શકાય તેવા નૈતિક પતન તરીકે જોશે.'' પોતાની આસપાસ આકાર લઈ રહેલી રાજકીય સ્થિતિ અને આક્રમક રાષ્ટ્રવાદથી વ્યથિત આઈન્સ્ટાઈને જર્મન નાગરિકત્વનો (વધુ એક વખત) ત્યાગ કરીને દેશ છોડી જવાની વિચારણા શરૂ કરી. કેસર વિલહેલ્મ ઈન્સ્ટિટ્યૂટમાં જોડાયા તે સમયે તેમણે ફરી જર્મન નાગરિકત્વ મેળવ્યું હતું. જર્મનીમાં પોતાનું ભાવિ અનિશ્ચિત જણાતાં તેમણે કેલટૅક સાથે કરાર કર્યો, જેથી હાલ પૂરતા કેલિફોર્નિયા પહોંચીને પછી લાંબા ગાળાના ભવિષ્યનું આયોજન થઈ શકે.

આ ગાળા દરમિયાન ફિઝિક્સના ક્ષેત્રમાં ઘણી પ્રગતિ થઈ રહી હતી. જર્મન ભૌતિક વિજ્ઞાની વોલગેન્ગ પૌલી ઝુરિકમાં હતા ત્યારે બીટા ક્ષય પામવાની પ્રક્રિયા દરમિયાન ઊર્જા ક્યાં જાય છે તે સમજાવવા માટે 'એક ટચૂકડી કુદરતી ચીજ', ન્યૂટ્રિનોના અસ્તિત્વની આગાહી કરી હતી. ઑસ્ટ્રિયન તર્કશાસ્ત્રી કુર્ત ગોડેલે ૨૫ વર્ષની ઉંમરે તેમના સુવિખ્યાત 'અધુરપના સિદ્ધાંત' પર પેપર પ્રકાશિત કરીને દર્શાવ્યું હતું કે ગણિતની કોઈ પણ શાખામાં હંમેશાં એવા કેટલાક પ્રશ્નો તો રહેવાના જ જેને તે શાખાના નિયમો અને પ્રસ્થાપિત સિદ્ધાંતો દ્વારા કાં તો સાચા અથવા ખોટા સાબિત કરી શકાતા નથી. (પાછળથી આઈન્સ્ટાઈન પ્રિન્સ્ટનમાં આ બંને મહાનુભાવોને મળ્યા હતા. આઈન્સ્ટાઈન અને ગોડેલ કલાકો સુધી રસ્તા પર ચાલ્યા કરતા અને ફિઝિક્સની ચર્ચા કરતા. ગોડેલ એક તરંગી વ્યક્તિ હતા અને તેમને હંમેશાં એવો ભય સતાવ્યા કરતો કે તેમના ખોરાકમાં ઝેર ભેળવવામાં આવે છે, આથી તેઓ ભૂખ્યા જ રહેતા અને એ કારણે મૃત્યુ પામ્યા હતા.) છેવટે કેલિફોર્નિયાના બર્કલેમાં અર્નેસ્ટ લોરેન્સના 'એટમ સ્મેશર' – સાઈક્લોટ્રોનને વ્યવહારમાં મૂકવામાં આવ્યું.

ડિસેમ્બરમાં બેલ્જિયમ અને હોલેન્ડમાં ટૂંકા રોકાણ પછી આઈન્સ્ટાઈન ફરી એલ્સા સાથે પાસાડેના જવા રવાના થયા. વર્ષાન્ત પહલાં જ તેઓ ત્યાં પહોંચી ગયા અને ૧૯૩૨ના નવા વર્ષની ઉજવણી ત્યાં જ કરી. વિશ્વ આર્થિક મંદીમાં સપડાયું હતું અને તેની અસર અમેરિકા પર પણ પડી હતી. તેમના સમગ્ર રોકાણ દરમિયાન આઈન્સ્ટાઈને શાંતિની તરફેણમાં બોલવાનું રાખ્યું અને સાથે જ વારંવાર અમેરિકામાં વંશીય ભેદભાવ અંગે પણ ટિપ્પણી કરતા, જેને કારણે તેમની આસપાસના લોકો મૂંઝવણભરી સ્થિતિમાં મૂકાતા. નેશનલ એસોસિયેશન ફૉર ધ એડવાન્સમૅન્ટ ઑફ કલર્ડ પીપલ (એન એ એ સી પી)ના સત્તાવાર સામયિકમાં લખેલા એક લેખમાં તેમણે પોતે જોયેલા વ્યાપક વંશીય પક્ષપાતની ટીકા કરી હતી. ત્યારપછી પણ તેમણે રંગભેદ વિરુદ્ધ અને દક્ષિણમાં ચાલુ રહેલા હિંસાચાર સામે બોલવાનું ચાલુ રાખ્યું હતું.

કેલિફોર્નિયામાં આ બે મહિનાના રોકાણ દરમિયાન એવા કેટલાક લોકોને પણ મળ્યા જે તેમના ભવિષ્યને બદલવાના હતા. તેમાં મુખ્ય હતા શિક્ષણ સુધારક, ભંડોળ એકત્ર કરનાર અને સમાજસેવક અબ્રાહમ ફ્લેક્સનર. તેઓ આગામી વર્ષોમાં ન્યૂજર્સીમાં એક નવી સંસ્થા સ્થાપવાનું આયોજન કરી રહ્યા હતા અને એ સંદર્ભમાં તેઓ આઈન્સ્ટાઈનને મળ્યા હતા. એ સંસ્થાનો હેતુ વિદ્વાનોને એક એવી સૈદ્ધાંતિક સંસ્થામાં એકત્ર કરવાનો હતો, જ્યાં પ્રયોગશાળાઓની જરૂર નહોતી. ફ્લેક્સનરે પોતાની ઓળખ ૧૯૩૦માં સૈદ્ધાંતિક રીતે સ્થપાઈ ગયેલી અને ન્યૂજર્સીને બે ધનિકો દ્વારા કાયમી ધોરણે મળનાર આવકમાંથી બંધાનાર ઈન્સ્ટિટ્યૂટ ફૉર એડવાન્સ સ્ટડીના સ્થાપક નિયામક તરીકે આપી. આઈન્સ્ટાઈનને લાગ્યું કે આ યોજના બાબતે વધારે વિગતે જાણવું જોઈએ અને તેઓ બંને આગામી વસંત ઋતુમાં ઑક્સફર્ડમાં હશે ત્યારે તે અંગે વાતચીત કરવા સંમત થયા. પોતે છેવટે જર્મની છોડી દેશે એ વાત આઈન્સ્ટાઈન જાણતા હતા, પણ હાલના તબક્કે યુરોપમાં જ ક્યાંક – સંભવતઃ સ્વિટ્ઝરલેન્ડ અથવા નેધરલેન્ડમાં રહેવા માગતા હતા.

૧૯૩૨માં વસંતના પ્રારંભે આઈન્સ્ટાઈન કેટલાંક વ્યાખ્યાન આપવા માટે કેમ્બ્રિજ ગયા અને ત્યાંથી ઑક્સફર્ડની મુલાકાત લીધી. ફ્લેક્સનર પણ તેમણે આપેલા વચન મુજબ ત્યાં આવી પહોંચ્યા અને બંનેએ નવી ઈન્સ્ટિટ્યૂટ ફૉર

એડવાન્સ સ્ટડી વિશે ચર્ચા કરી. આ સંસ્થા પ્રિન્સ્ટનમાં સ્થપાશે તેમ ફ્લેક્સનરે કહ્યું ત્યારે આઈન્સ્ટાઈનને તેમાં વધારે રસ પડ્યો. આઈન્સ્ટાઈને ૧૦ વર્ષ પહેલાં પ્રિન્સ્ટનમાં કેટલાંક વ્યાખ્યાન આપ્યાં હતાં તેથી એ સ્થળથી પરિચિત હતા. ફ્લેક્સનરે તેમને આકર્ષક દરખાસ્ત આપી – નિમણૂક વાર્ષિક, પણ કામગીરી છ મહિનાની અને બાકીના છ મહિના આઈન્સ્ટાઈન બર્લિન કે ઈંગ્લેન્ડ કે પછી જ્યાં ઈચ્છે ત્યાં જવા માટે મુક્ત હતા. તેમણે દોઢેક વર્ષ પછી એટલે કે ૧૯૩૩ના ઑક્ટોબરમાં પ્રિન્સ્ટન આવવા કામચલાઉ સંમતિ આપી. આ ગાળામાં ઝુરિકમાં ફ્રિડા અને હેન્સ આલ્બર્ટને ત્યાં બાળકનો જન્મ થતાં આઈન્સ્ટાઈન બીજી વખત દાદા બન્યા હતા. તેનું નામ ક્લાઉસ રાખવામાં આવ્યું.

સોવિયેત સંઘમાં એ વર્ષે ભારે દુષ્કાળ પડતાં યહૂદીઓ, ખાસ કરીને રૂઢિચુસ્ત યહૂદીઓ હિજરત કરીને પેલેસ્ટિન તરફ જવા લાગ્યા, જ્યાં તેમના માટે નિર્ધારિત થયેલી જમીન પર ખેતીકામ શરૂ કરી શકે. જર્મનીમાં પ્રજાએ લોકપ્રિય નેતા પૌલ વોન હિન્ડનબર્ગને બીજી વખત પ્રમુખપદે ચૂંટી કાઢ્યા, તેમની સામે હિટલર ૭૦ લાખ મતથી હારી ગયા હતા. ઑસ્ટ્રિયામાં જન્મેલા હિટલર ફેબ્રુઆરીમાં જર્મન નાગરિક બન્યા હતા, જેથી ચૂંટણીમાં હિન્ડનબર્ગને હરાવી શકાય. હિન્ડબર્ગ પ્રમુખ તરીકે તો જીતી ગયા, પરંતુ જર્મન સંસદ – રિશ્ટેગમાં નાઝીઓ બહુમતીથી ચૂંટાયા. હિન્ડનબર્ગે ચાન્સેલર તરીકે અન્ય કોઈ નેતાને બેસાડ્યા, પરંતુ રિશ્ટેગને પ્રસન્ન કરવા હિટલરને વાઈસ ચાન્સેલર બનવા જણાવ્યું. અલબત્ત, હિટલરને ચાન્સેલર પદથી ઓછું કશું જ ખપતું નહોતું.

આવા જોખમી વાતાવરણમાં પણ આઈન્સ્ટાઈન તેમના રાજકીય અભિપ્રાય વ્યક્ત કરતાં ખચકાતા નહોતા. તેમને લાગતું હતું કે નાઝીઓ કોઈ પણ રીતે સત્તા કબજે કરી લેશે. આ સંદર્ભમાં જ આવી રહેલી કટોકટીની વિરુદ્ધમાં ૧૯૩૨ના એ ઉનાળામાં તેમણે નિર્ભિકપણે બોલવાનું ચાલુ રાખ્યું. શાંતિ જળવાઈ રહે તે માટે વર્ષે છેલ્લી ઘડીના પ્રયાસોના ભાગરૂપે તેમણે યુદ્ધનાં કારણો અને તે અટકાવવા માટેના માર્ગો અંગે સિગ્મન્ડ ફ્રોઈડ સાથે જાહેર પત્રવ્યવહારમાં પણ ભાગ લીધો. લીગ ઑફ નેશન્સની સંસ્થા ઈન્સ્ટિટ્યૂટ

ફૉર ઈન્ટલેક્ચ્યુઅલ કો-ઓપરેશન દ્વારા ત્યારપછીના વર્ષે આ પત્રવ્યવહારનું પ્રકાશન કરવામાં આવ્યું હતું. આઈન્સ્ટાઈનના મતે, "આંતરરાષ્ટ્રીય સલામતીનો ઉપાય દેશો દ્વારા તેમની કેટલીક સાર્વભૌમિકતાને બિનશરતી છોડી દેવામાં રહેલો છે." હવે તેમણે એક વિશ્વ સરકારની રચનાની તરફેણ કરવાનું પણ શરૂ કર્યું હતું, જેને કારણે વધારે કંઈ નહીં તો શસ્ત્ર માટેની દોડને નિયંત્રણમાં રાખી શકાય.

આઈન્સ્ટાઈન અને એલ્સા ત્રીજી વખત કેલટૅક જવા માટે ડિસેમ્બરમાં રવાના થયાં. જર્મનીમાં તેમનાં કેટલાંક આક્રમક સુધારાવાદી પગલાંને કારણે અમેરિકન કોન્સલે માગણી કરી કે, પોતે કોઈ ભાંગફોડિયા સંગઠનના સભ્ય નથી એવી ઘોષણા કરતા નિવેદન પર આઈન્સ્ટાઈન હસ્તાક્ષર કરે તો જ તેમને અમેરિકામાં પ્રવેશ મળશે. પોતાના સ્વભાવથી તદ્દન વિરુદ્ધ આઈન્સ્ટાઈન આવું લખાણ આપવા સંમત થયા. પોતે એપ્રિલમાં પરત આવશે તેમ જર્મનીથી રવાના થતા પહેલાં તેમણે તેમના સાથીદારો તથા પરિવારને કહ્યું હતું.

જર્મનીમાં હવે સરકારી નોકરીઓ, યુનિવર્સિટી તથા સંસ્થાઓમાંથી આયોજનબદ્ધ રીતે યહૂદીઓ તેમજ સામ્યવાદીઓની હકાલપટ્ટી શરૂ થઈ ગઈ હતી. ૧૯૩૩ના માર્ચમાં સામ્યવાદીઓના એક જૂથ તેમજ નાઝીઓના અન્ય રાજકીય દુશ્મનોને કેદ કરવા માટે દક્ષિણ બેવરિઆમાં ડેશુએ તેના દરવાજા ખોલી નાખ્યા બાદ આ રીતે ઠેરઠેર રાજકીય કેદીઓને બંધક બનાવવામાં આવ્યા હોવાના અહેવાલો અમેરિકન અખબારો અને સામયિકોએ પ્રકાશિત કર્યા હતા. આવા કોન્સન્ટ્રેશન કૅમ્પોમાં રાજકીય કેદીઓ સાથે અત્યંત નિર્દયી અને ક્રૂરતાભર્યો વ્યવહાર કરવામાં આવતો, અને વાસ્તવમાં તેમની પાસે ગુલામો જેવી કામગીરી કરાવવામાં આવતી. ૧૯૩૭માં બુશેનવાલ્ડ કૅમ્પ બાંધવામાં આવ્યો, જ્યાં મુખ્યત્વે જર્મન સામ્યવાદીઓને કેદ કરવામાં આવ્યા, પરંતુ પછીના વર્ષે નાઝીઓનો યહૂદી વિરોધી પ્રચાર વધુ આક્રમક બન્યા બાદ એ કૅમ્પમાં યહૂદીઓનો પણ ઉમેરો કરવામાં આવ્યો. એ પછી સજાતીય લોકો (હોમો સેક્સ્યુઅલ), જીપ્સીઓ, જેહોવાના સાક્ષીઓ તેમજ કેટલાક પાદરીઓનો વારો હતો.

આઈન્સ્ટાઈન દંપતી હજુ પાસાડેનામાં હતું ત્યારે ૧૯૩૩ના ફેબ્રુઆરીના

અંતે રિશ્ટેગ (જર્મન સંસદ) સળગાવી દેવામાં આવી. કેટલાકનું કહેવું હતું કે આગ નાઝીઓએ લગાવી હતી, તો બીજા કેટલાક સામ્યવાદીઓ તરફ આંગળી ચિંધતા હતા. સંભવતઃ બંને સાચા હતા, કેમ કે એવી શક્યતા છે કે નાઝીઓએ માનસિક રીતે અસ્વસ્થ અને સામ્યવાદીઓ પ્રત્યે સહાનુભૂતિ ધરાવતી એક વ્યક્તિને આ કૃત્ય માટે ઉશ્કેરી હતી, જેથી નાઝીઓ દોષનો સમગ્ર ટોપલો સામ્યવાદીઓ પર ઢોળી શકે. આઈન્સ્ટાઈનને તત્કાળ સલાહ આપવામાં આવી કે આ સંજોગોમાં જર્મની જવાનું ઘણું જોખમી હતું. એક યહૂદી તરીકે નહીં પરંતુ ઉદાર રાજકીય વિચારોને કારણે તેઓ હવે વૉન્ટેડ થઈ ગયા હતા. નાઝી પ્રચારની પ્રક્રિયાના ભાગરૂપે તેમનાં પુસ્તકોને બદનામ કરવામાં આવ્યાં અને તેમના ચારિત્ર્ય ઉપર પણ કાદવ ઉછાળવામાં આવ્યો. તેમના માથા માટે ૨૦,૦૦૦ જર્મન માર્કનું ઈનામ જાહેર કરવામાં આવ્યું હોવાની વાત તેમણે સાંભળી ત્યારે આઈન્સ્ટાઈને મજાક પણ કરી હતી કે પોતે આટલા બધા કીમતી છે એ વાત તે જાણતા નહોતા.

બર્લિન પરત ફરવાનું શક્ય નથી એ સમજાઈ જતાં આલ્બર્ટ અને એલ્સાએ ભાવિ આયોજન કરવાનું શરૂ કર્યું. ફેબ્રુઆરીમાં તેમણે એક મિત્રને લખ્યું હતું, "હિટલરના મતે હું જર્મન ભૂમિ પર પગ મૂકવાની હિંમત નહીં કરું" આ દંપતી જર્મની સિવાયના યુરોપના કોઈ દેશમાં પરત ફરવા માગતું હતું. પાસાડેનાથી રવાના થયા પહેલાં આઈન્સ્ટાઈને અખબારોમાં નિવેદનો જારી કરીને સંકેત આપ્યા કે પોતે પુર્શિયન એકેડમી ઑફ સાયન્સીસમાંથી રાજીનામું આપવા માગે છે. સાથે નાઝીઓ વિરુદ્ધ "નૈતિક દખલગીરી" કરવા માટે પણ તેમણે વિશ્વને હાકલ કરી. "મને પસંદગી કરવાની તક છે ત્યાં સુધી હું માત્ર એવા દેશમાં રહેવાનું પસંદ કરીશ જ્યાં રાજકીય સ્વતંત્રતા, સહિષ્ણુતા અને કાયદા સમક્ષ તમામ નાગરિકો માટે સમાન તક હોય. ... હાલના તબક્કે જર્મનીમાં આવી સ્થિતિ નથી," તેમ તેમણે કહ્યું હતું. આટલા સમયમાં જર્મનીમાં આઈન્સ્ટાઈન વિરોધી લાગણી વ્યાપક બની ચૂકી હતી અને તેઓ બર્લિન પરત ફરવાના નથી એવી જાણ થતાં અખબારોએ જોશભેર હેડલાઈન બનાવી, "આઈન્સ્ટાઈન બાબતે સારા સમાચાર – તેઓ પરત નથી આવતા." આ તબક્કે હજુ પણ તેઓ જો કે નાઝીઓએ સત્તા કબજે કરી તે માટે તમામ

જર્મન પ્રજાને દોષિત નહીં ઠેરવવાની કાળજી રાખતા હતા. અલબત્ત, મેક્સ પ્લેન્ક જેવા તેમના કેટલાક જૂના જર્મન મિત્રોએ આઈન્સ્ટાઈનની આ હાલત માટે તેમને પોતાને જ જવાબદાર ઠેરવ્યા હતા. આઈન્સ્ટાઈન અને પ્લેન્કને એક-બીજા માટે ઘણું માન હતું અને તેથી છેવટે મતભેદો ભૂલીને મિત્રતા ટકાવી રાખી.

આઈન્સ્ટાઈન દંપતી પાસાડેનાથી માર્ચમાં ટ્રેન દ્વારા રવાના થયું. તેઓ શિકોગોમાં રોકાયાં અને ત્યાંથી ન્યૂયોર્ક ગયાં. અહીંથી તેમણે દક્ષિણમાં એક કલાકના રસ્તે આવેલા શૈક્ષણિક સંસ્થાઓના નગર પ્રિન્સ્ટનની ઊડતી મુલાકાત લીધી, કેમ કે નજીકના ભવિષ્યમાં આ નગરમાં તેઓ સ્થાયી થવાનાં હતાં. માર્ચના અંત સુધીમાં બેલ્જિયમ પહોંચ્યાં અને તેમની પાસે કયા વિકલ્પો છે તેની સમીક્ષા કરી. જો કે તે પહેલાં બેલ્જનલૅન્ડ નામના જહાજમાં મુસાફરી કરી રહ્યા હતા ત્યારે ૨૮ માર્ચે આઈન્સ્ટાઈને પ્રુશિયન એકેડેમી ઑફ સાયન્સીસને રાજીનામા પત્ર લખ્યો અને ૧૯ વર્ષ સુધી એ સંસ્થા સાથે જોડાયેલા રહેવાની તક મળી તે બદલ આભારની લાગણી વ્યક્ત કરી. સાથે તેમણે એવું પણ લખ્યું કે, હાલના સંજોગોમાં "પ્રુશિયન સરકાર પરની પરાધીનતા સહન થઈ શકે તેમ નથી." બીજી તરફ જો કે જર્મન સરકાર વિરોધી આઈન્સ્ટાઈનનાં નિવેદનો વાંચ્યા બાદ એકેડેમીના સભ્યો રોષે ભરાયા અને આઈન્સ્ટાઈનને તેમના હોદ્દા પરથી હાંકી કાઢવાની પ્રક્રિયા શરૂ કરી.

રેતીના ઢૂવા (સેન્ડ ડ્યુન્સ)થી ઘેરાયેલા અને દરિયાકાંઠાના શાંત ગામ કોક સુર મેર ખાતે આઈન્સ્ટાઈન દંપતીએ કામચલાઉ રહેઠાણ શરૂ કર્યું અને ત્યાં છ મહિના રહ્યાં. તેમની સુરક્ષા માટે બેલ્જિયમની સરકારે સલામતી રક્ષકો મોકલ્યા હતા. એપ્રિલમાં આઈન્સ્ટાઈનની સચિવ હેલેન ડ્યુક્સ અને તેમના મહત્ત્વના સહાયક વોલ્ટર મેયર બર્લિનથી તેમની પાસે આવી પહોંચ્યાં. મારગોટ તથા દમિત્રિ પેરિસ ભાગી છૂટ્યાં હતાં અને ઈલ્સે તથા રુડોલ્ફ હજુ બર્લિનમાં જ હતાં. બેલ્જિયમમાં તેમના રોકાણ દરમિયાન આઈન્સ્ટાઈન દંપતીએ રાણી ઍલિઝાબેથ અને તેમના પતિની મહેમાનગતિ માણી હતી.

"પ્રુશિયન દેશના લાભ માટે" તથા "સામ્યવાદી મિલકતો તથા દેશના દુશ્મનોની મિલકતો" જપ્ત કરવાને લગતા કાયદા હેઠળ જુલાઈમાં

આઈન્સ્ટાઈનનું ઘર, બોટ તથા બેંક ખાતાં જપ્ત કરી લેવામાં આવ્યાં. પણ એ પહેલાં આઈન્સ્ટાઈનના બર્લિન અને કેપુથના ઘરમાંથી જે કંઈ બચાવી શકાય તે બચાવીને મેળવી લેવા માટે ઈલ્સે તથા રુડોલ્ફે તત્કાળ પ્રયાસો કર્યા. ફ્રેન્ચ રાજદૂતની મદદથી તેઓ આઈન્સ્ટાઈનની લાઈબ્રેરી તથા સંશોધનપત્રો રાજદ્વારી સીલના નેજા હેઠળ ફ્રાન્સ લાવ્યાં. ભવ્ય પિયાનો તથા કેટલુંક ખાસ પસંદગીનું ફર્નિચર પણ તેઓ બચાવી શક્યાં. ફ્રાન્સથી આ બધી ચીજો અમેરિકા, સંભવતઃ ન્યૂયોર્ક મોકલવામાં આવી અને ત્યાંથી પ્રિન્સ્ટન પહોંચી. આવી કટોકટી સર્જાઈ શકે છે તેવી આશંકાને કારણે આઈન્સ્ટાઈને પહેલેથી જ તેમનાં નાણાં વિદેશી બેંકોમાં જમા કરાવી રાખ્યા હોવાથી તેમણે આ સંજોગોમાં નાણાકીય કટોકટીનો સામનો કરવો ન પડ્યો. તેમનું જર્મન બેંક ખાતું સીલ થયું તે અંગે એક તત્ત્વજ્ઞાનીની અદામાં મિત્ર મેક્સ બોર્નને લખ્યું હતું કે, આમ પણ થોડા સમયમાં તેમણે અને એલ્સાએ એ નાણાં વાપરી નાખ્યાં હોત.

આઈન્સ્ટાઈને જર્મનીમાં તમામ હોદ્દા અને સભ્યપદેથી રાજીનામાં આપવાની કામગીરી શરૂ કરી દીધી, તેમજ બીજી વખત જર્મનીના નાગરિકત્વનો ત્યાગ કર્યો. નોકરી માટે આવેલી સંખ્યાબંધ દરખાસ્તો અંગે વિચારણા કર્યા બાદ તેમણે ફ્લેક્સનરની એ નવી દરખાસ્ત સ્વીકારવાનો નિર્ણય કર્યો જેમાં ઈન્સ્ટિટ્યૂટ ફૉર એડવાન્સ સ્ટડી (આઈ એ એસ) ખાતે સંશોધક પ્રોફેસર તરીકેના હોદ્દાનો સમાવેશ થતો હતો. આ સંસ્થા આઈન્સ્ટાઈન માટે ઘણી આદર્શ હતી, અને કદાચ એમની જરૂરિયાત અનુસાર જ તેની રચના થઈ હતી. આ સંસ્થાના સભ્યો માટે શૈક્ષણિક કાર્ય કરવાનું ફરજિયાત નહોતું અને તેની વેબસાઈટ અનુસાર, સંસ્થામાં "કોઈ ઔપચારિક અભ્યાસક્રમ, ડિગ્રી કાર્યક્રમ, અભ્યાસના નિશ્ચિત સમય, પ્રયોગશાળાઓ અથવા પ્રયોગોની અન્ય સુવિધાઓ નથી. તે જ્ઞાનના સૌથી મૂળભૂત ક્ષેત્રો – એવાં ક્ષેત્રો જ્યાં તત્કાળ પરિણામ મળવાની કે અસરકારક વિગતો મળી જવાની ઓછામાં ઓછી સંભાવના હોય તે ચકાસવા પ્રતિબદ્ધ છે; આમ છતાં ઈન્સ્ટિટ્યૂટનાં સંશોધનોની લાંબા ગાળાની અસર નાટ્યાત્મક રહી છે. ... અન્ય શૈક્ષણિક સંસ્થાઓ સાથે તે કોઈ ઔપચારિક જોડાણ ધરાવતી નથી, છતાં તેની સ્થાપના થઈ ત્યારથી પ્રિન્સ્ટન યુનિવર્સિટી તથા આસપાસની અન્ય શૈક્ષણિક સંસ્થાઓ સાથે ગાઢ સંપર્કો

ધરાવે છે.” (www.ias.edu) તે ઉપરાંત પ્રાધ્યાપકોને સૌથી વધુ વેતન અહીં મળે છે જેને કારણે કેટલાક લોકો મજાકમાં આઈ.એ.એસ.ને ઈન્સ્ટિટ્યૂટ ઑફ એડવાન્સ્ડ સેલરીઝ પણ કહે છે. તેનું નાનકડું કેમ્પસ નાનકડા જંગલના છેવાડા પર, સુંદર સરોવરના કાંઠે નૈસર્ગિક વાતાવરણમાં બનાવવામાં આવ્યું છે, અને વાડામાં સરસ રીતે કાપેલું ઘાસ સમગ્ર દૃશ્યની સુંદરતામાં વધારો કરે છે. આ એવા પ્રકારનું સ્થળ હતું જ્યાં આઈન્સ્ટાઈન જેવા સ્વતંત્ર અને મુક્ત વિચારસરણી ધરાવતા લોકો શાંત અને સમાન વિચાર ધરાવતા મહાનુભાવોની વચ્ચે રહી પોતાના ધ્યેય માટે કામગીરી કરી શકે.

આઈન્સ્ટાઈનની સમસ્યાઓમાં હજુ એક વધારો થયો હતો. તેમને સમાચાર મળ્યા હતા કે તેમના નાના પુત્ર એડુઅર્ડ (ટેટે)ને માનસિક બીમારી લાગુ પડી છે. તે સમયે ટેટેની ઉંમર ૨૦ વર્ષ હતી અને મેડિકલમાં અભ્યાસ કરતો હતો. આ સમાચાર મળ્યા ત્યારે આઈન્સ્ટાઈનને ખાસ કોઈ આશ્ચર્ય નહોતું થયું, કેમ કે ટેટે બાળપણથી જ શારીરિક રીતે નબળો અને લાગણીશીલ હતો એ તેઓ જાણતા હતા. તેમને એ પણ ખ્યાલ હતો કે તે સમયની તબીબી સુવિધાઓ અને જાણકારી ટેટેને મદદરૂપ થઈ શકે તેમ નથી, અને વળી એ છોકરો વારસાગત બીમારીનો શિકાર બન્યો હતો (જે મિલેવાના પરિવાર તરફથી ઉતરી આવી હતી). ટેટેને સ્વિટ્ઝરલેન્ડમાં માનસિક રોગીઓની હૉસ્પિટલમાં દાખલ કરવામાં આવ્યો હતો અને થોડો સુધારો જણાતાં ઘરે પરત લાવવામાં આવ્યો હતો. જો કે, ટૂંક સમયમાં ફરી પાછો તેને દાખલ કરવો પડ્યો હતો. ૧૯૩૩ના મે મહિનામાં આઈન્સ્ટાઈને મહામુસીબતે બર્ગુલઝલી હૉસ્પિટલની મુલાકાત લીધી અને ત્યાં પુત્રને છેલ્લી વાર જોયો. આ છેલ્લી મુલાકાત દરમિયાન તેમણે ટેટેની સારવાર માટે પૂરતી નાણાકીય વ્યવસ્થા કરી આપી, પણ મિલેવાને તેમનાં પાછલાં વર્ષોમાં પોતાના માટે નાણાકીય વ્યવસ્થા જાતે જ કરવી પડી હતી. મિલેવા ઘરે જ ટેટેની શક્ય તેટલી સારવાર કરતાં, પરંતુ પુત્રની સ્થિતિ વધારે કથળી જતાં કાયમ માટે હૉસ્પિટલમાં દાખલ કરવો પડ્યો એ દરમિયાન વચ્ચે ક્યારેક ક્યારેક ઘરે લાવવામાં આવતો. મિલેવાની બહેન ઝોરકાને પણ માનસિક બીમારી હતી અને આ જ ગાળામાં તબેલામાં પોતાની પાળેલી ૪૩ બીલાડીઓની વચ્ચે ઘાસના ગંજ ઉપર મૃત અવસ્થામાં મળી આવી હતી. આ

બાજુ મિલેવાને લકવો થયો અને બીમાર પડ્યાં ત્યાં સુધી શ્રદ્ધાપૂર્વક હૉસ્પિટલમાં ટેટેની મુલાકાત લેવાનું ચાલુ રાખ્યું હતું. ૧૯૪૮માં ૭૩ વર્ષની ઉંમરે તે મૃત્યુ પામ્યાં હતાં. ટેટે ૧૯૬૫માં ૫૫ વર્ષની ઉંમરે માનસિક રોગીઓની સંસ્થામાં મૃત્યુ પામ્યા.

હવે લગભગ પ્રવાસી જેવું જીવન જીવતા આઈન્સ્ટાઈન જૂન ૧૯૩૩માં ફરી ઑક્સફર્ડ પહોંચ્યા. ત્યાં સૌપ્રથમ તેમણે થિયોરેટિકલ સિસ્ટમ - જેને ક્યારેક રહસ્યમયી અને અહોભાવ પેદા કરનાર તરીકે ઓળખાવવામાં આવે છે – તથા વિજ્ઞાનમાં શુદ્ધ વિચારધારાના વિષય ઉપર હર્બર્ટ સ્પેન્સર વ્યાખ્યાન આપ્યું. સૌપ્રથમ વખત ભારેખમ અંગ્રેજીમાં બોલતાં તેમણે કહ્યું હતું કે, શુદ્ધ વિચાર સાપેક્ષતાને પકડી શકે છે અને પોતાની આ અંગેની દલીલોને યોગ્ય ઠેરવવા તેમણે ગણિતના નિયમોનો આધાર લીધો હતો. તેઓ ઈંગ્લેન્ડમાં હતા ત્યારે વિન્સ્ટન ચર્ચિલને પણ મળ્યા હતા. ચર્ચિલ ભારે હોશિયાર હોવાની છાપ તેમના પર પડી હતી. તેમણે નોંધ લીધી હતી કે જર્મનીમાં ઊભા થઈ રહેલાં જોખમો અંગેના મારા વિચારો સાથે ચર્ચિલ સંમત હતા અને સંભવિત યુદ્ધ માટે ઈંગ્લેન્ડે સારી તૈયારીઓ કરી હતી.

ઈંગ્લેન્ડમાં તેમણે વધુ એક વ્યાખ્યાન આપ્યું અને ૧૦ દિવસ પછી સ્કોટલેન્ડમાં ત્રીજું વ્યાખ્યાન આપ્યું હતું. ત્યાં ગ્લાસગો યુનિવર્સિટી ખાતે જ્યોર્જ ગિબ્સન લેક્ચર અંતર્ગત તેઓ જનરલ રિલેટિવિટી અંગે બોલ્યા હતા. ગિબ્સન લેક્ચરના પ્રાયોજકોએ આઈન્સ્ટાઈનને તેમની પોતાની વૈજ્ઞાનિક કામગીરીના ઈતિહાસ બાબતે બોલવાની વિનંતી કરી, જે તેમણે સ્વીકારી લીધી હતી અને તે અંગે કહ્યું પણ હતું કે, બીજા કોઈની કામગીરી કરતાં પોતાની કામગીરી બાબતે બોલવાનું સહેલું છે અને વ્યક્તિએ વિનમ્રતાને નામે પોતાના વિશે બોલવાથી દૂર ભાગવું જોઈએ નહીં. પોતાના ઉપર પ્રભાવ પાડનાર બીજા લોકોની કામગીરીનો તેમણે ચિતાર આપ્યો અને ત્યારબાદ પોતે કરેલાં સંશોધનોની માહિતી આપી. તેમણે ભારપૂર્વક જણાવ્યું કે પોતાની વૈચારિક પ્રક્રિયામાં તેમણે ઘણાં અવરોધોનો સામનો કરવો પડ્યો હતો. તેઓ જુલાઈમાં બેલ્જિયમ પરત ફર્યા હતા.

હવે આઈન્સ્ટાઈનને શાંતિવાદની નિરર્થકતા સમજાઈ ગઈ હતી અને વિશ્વને

વારંવાર ચેતવણી આપી કે જર્મની યુદ્ધની તૈયારીઓ કરી રહ્યું છે. કચવાતા મને પણ તેમણે છેવટે સ્વીકારવું પડ્યું કે તાકતવર અને આક્રમક પડોશી દેશો તરફથી બેલ્જિયમ જેવા જે દેશો ઉપર ખતરો હોય ત્યારે એવા દેશોએ બચાવ માટે પોતાનાં લશ્કરી દળો ઉપર આધાર રાખ્યા સિવાય કોઈ વિકલ્પ નથી. તેમણે જાહેર કર્યું કે, આ સ્થિતિમાં પોતે યુરોપની પ્રજાને બચાવવા માટે લશ્કરમાં ફરજ બજાવવા પણ તૈયાર છે. તેમણે કહ્યું કે, હૃદયથી પોતે હજુ શાંતિવાદી જ છે, પરંતુ હવે હિટલર તેમને ઉશ્કેરી રહ્યા છે અને પોતે માને છે કે લશ્કરી આપખુદશાહીનો અંત આવે ત્યારે જ કોઈ શાંતિવાદી થઈ શકે. તેમના બદલાયેલા અભિપ્રાયને કારણે અન્ય શાંતિવાદી નેતાઓએ તેમના પર પક્ષપલટો કરવાનો આક્ષેપ મૂક્યો. પરંતુ એ સમયે તેઓ તેમના એ મત ઉપર મક્કમ હતા કે જર્મની સામે લશ્કરી રાહે જ લડાઈ શક્ય હતી.

અમેરિકા જવા રવાના થતા પહેલાં સપ્ટેમ્બરમાં આઈન્સ્ટાઈન દંપતી ચાર અઠવાડિયાં માટે ઈંગ્લેન્ડ આવી પહોંચ્યું. ત્રણ ઑક્ટોબરે લંડનમાં રૉયલ આલ્બર્ટ હૉલ ખાતે તેમણે ભારે જોશપૂર્વક વક્તવ્ય આપ્યું. યુરોપમાં તેમના આ છેલ્લા વક્તવ્યમાં તેમણે શ્રોતાઓને ભવિષ્યમાં આવી રહેલા જોખમ બાબતે ચેતવ્યા અને ઈંગ્લેન્ડ લોકશાહી પરંપરાને વળગી રહ્યું હતું તે બદલ તેનાં વખાણ કર્યાં. વક્તવ્યનું સમાપન કરતાં તેમણે કહ્યું હતું, “માત્ર મોટા જોખમ અને ક્રાંતિ દ્વારા રાષ્ટ્રો વધુ વિકાસ કરી શકે.” બ્રિટિશ પ્રજા તેમને ચાહતી હતી અને તેમને હિંમત, ઉદારતાના પ્રતીક, પરંતુ હૃદયથી ચોખ્ખા અને સ્વભાવથી આનંદી ગણતી હતી એવું ન્યૂ સ્ટેટ્સમેનમાં પ્રકાશિત લેખ પરથી સમજાય છે.

પ્રકરણ

૧૦

અમેરિકાની મુલાકાત

વૈજ્ઞાનિક સંશોધન માટેની અમેરિકન સંસ્થાઓ માટે મને માન છે. અમેરિકન સંશોધન કામગીરીની વધી રહેલી સર્વોપરિતાને સીધી સંપત્તિની સર્વોપરિતા સાથે જોડીને આપણે અન્યાય કરી રહ્યા છીએ. તેની સફળતામાં લગન, ધૈર્ય, ભાઈચારાની ભાવના તથા સહકાર માટેની કુશળતા મહત્ત્વનો ભાગ ભજવે છે.

- એક મુલાકાતમાંથી, ૧૯૨૧

આઈન્સ્ટાઈનનો નાનો કાફલો ૧૯૩૩ની ૧૦ ઑક્ટોબરે રવાના થયો. ઈલ્સે અને મારગોટ તથા બંનેના પતિ પેરિસમાં હતા. ૧૭ ઑક્ટોબરે પ્રિન્સ્ટન આવી પહોંચ્યા પછી તેમણે પ્રથમ રાત્રી પીકોક ઈન નામે વિશાળ વિક્ટોરિયન હવેલીમાં પસાર કરી. થોડા દિવસ પછી તેમણે શહેરના કેન્દ્ર નજીક લાઈબ્રેરી અને મર્સર સ્ટ્રીટ પાસે કામચલાઉ ક્વાર્ટરમાં સ્થળાંતર કર્યું. તેમનું નવું રહેઠાણ યુનિવર્સિટીના ગણિત વિભાગના મકાન અને ઈન્સ્ટિટ્યૂટ ફૉર એડવાન્સ સ્ટડીનું મકાન બનવાનું હતું એ બંનેની લગભગ વચ્ચે હતું. મર્સર સ્ટ્રીટ પર તૈયાર થનારું તેમનું કાયમી મકાન પણ કામચલાઉ મકાનથી દૂર નહોતું અને તે દોઢ વર્ષ પછી તેમને મળવાનું હતું. ૫૪ વર્ષના આઈન્સ્ટાઈન અને ૫૭ વર્ષનાં

એલ્સાએ અલગ ખંડમાં એક નવું જીવન શરૂ કર્યું. ઈન્સ્ટિટ્યૂટ સાથે જોડાગેલા પ્રથમ જૂજ ફેકલ્ટી સભ્યોમાં આઈન્સ્ટાઈનનો સમાવેશ થતો હતો. અન્ય સભ્યોમાં ગણિતશાસ્ત્રીઓ ઓસ્વાલ્ડ વેબ્લેન, જેમ્સ એલેક્ઝાન્ડર, જહોન વોન ન્યૂમાન તથા હરમાન વેલનો સમાવેશ થતો હતો. તેઓ કદી યુરોપ પરત ફર્યા નહીં.

ઊથલપાથલનાં એ વર્ષોમાં, અરે મહામંદી દરમિયાન પણ સલામત એવા અમેરિકામાં આઈન્સ્ટાઈન દંપતી બૌદ્ધિક, માનવીય અને રાજકીય પ્રવૃત્તિઓમાં સક્રિય થયું. જો કે એક વિદેશી તરીકે અહીં નવાસવા હોવાને કારણે આઈન્સ્ટાઈન જાહેરમાં અને ખાસ કરીને રાજકીય તેમજ યહૂદી બાબતોમાં કોઈ આક્રમક નિવેદન નહીં કરવાની તકેદારી રાખતા. તેમને વધુ પડતી વ્યસ્તતાથી બચાવવા તેમના નવા બૉસ અને ઈન્સ્ટિટ્યૂટના ડિરેક્ટર અબ્રાહમ ફ્લેક્સનર આઈન્સ્ટાઈનની ઉપર હાવી રહેવાનો પ્રયાસ કરતા. આ પ્રયાસમાં ફ્લેક્સનર એટલે સુધી આગળ વધી ગયા હતા કે એક વખત વ્હાઈટ હાઉસની મુલાકાત લેવા તત્કાલીન પ્રમુખ ફ્રેન્કલીન ડી. રુઝવેલ્ટ તરફથી આઈન્સ્ટાઈનને નિમંત્રણ પાઠવવામાં આવ્યું ત્યારે ફ્લેક્સનરે પોતાની મેળે જ રુઝવેલ્ટને જવાબ આપી દીધો હતો કે આઈન્સ્ટાઈન પ્રસિદ્ધિ ટાળવા અને શાંત જીવન જીવવા માગે છે. આઈન્સ્ટાઈનને થોડા સમય પછી આ બાબતની જાણ થઈ ત્યારે ફ્લેક્સનર સામે સખત નારાજગી વ્યક્ત કરી હતી અને ઈન્સ્ટિટ્યૂટના ટ્રસ્ટી બોર્ડ સમક્ષ ફ્લેક્સનરની ફરિયાદ પણ કરી હતી. તેમણે ચેતવણી પણ આપી હતી કે તેમના જીવનના નિર્ણય જો ફ્લેક્સનર કરવાના હોય તો પોતે રાજીનામું આપી અહીંથી ચાલ્યા જશે. આ મામલે આઈન્સ્ટાઈને રુઝવેલ્ટ દંપતીની માફી માગી હતી અને ત્યારબાદ ૧૯૩૪ના જાન્યુઆરીના અંતે વ્હાઈટ હાઉસમાંથી ફરીથી નિમંત્રણ આવ્યું જેનો તેમણે અને એલ્સાએ સહર્ષ સ્વીકાર કર્યો હતો. આઈન્સ્ટાઈનના સેક્રેટરીના જણાવ્યા મુજબ આવા સત્તાવાર અને યાદગાર પ્રસંગે પણ આ મહાન ભૌતિક વિજ્ઞાનીએ મોજાં નહોતાં પહેર્યાં. પાછળથી આઈન્સ્ટાઈને એક મિત્રને કહ્યું હતું કે તેમને ખેદ છે કે રુઝવેલ્ટ અત્યંત વ્યસ્ત પ્રમુખ હતા, અન્યથા તેમણે વધુ વખત તેમની મુલાકાત લીધી હોત.

આર્થિક બાબતમાં આઈન્સ્ટાઈન હવે સલામત હતા. વિદેશી બેંક

ખાતાંઓમાં કરેલી બચત ઉપરાંત તેઓ હવે એક યુનિવર્સિટી પ્રોફેસરની સરેરાશ કરતાં બેવડું વેતન મેળવતા હતા – જે આર્થિક અસ્થિરતાના સમયમાં ખરેખર આશીર્વાદસમાન હતું. તેમનાં વ્યાખ્યાનની ફી પણ ઘણી ઊંચી હતી. આઈન્સ્ટાઈન ઈચ્છે તો હવે વૈભવી રીતે રહી શકે તેમ હતા, પરંતુ જર્મનીની શૈક્ષણિક કારકિર્દી દરમિયાન જે મોકળાશથી રહેતા તેના કરતાં પણ હાલની જરૂરિયાતો ઓછી હતી. આઈન્સ્ટાઈન પોતે તો સાદગીથી જીવતા, પરંતુ એલ્સા ઉચ્ચ મધ્યમવર્ગીય લાઈફસ્ટાઈલના તમામ વૈભવનો આનંદ ઊઠાવતાં. આઈન્સ્ટાઈનની સાદગી પાછળનું એક કારણ એ પણ હતું કે યુરોપમાં અસંખ્ય લોકો બલિદાન આપી રહ્યા હતા અને યાતનાઓ ભોગવી રહ્યા હતા, ત્યારે પોતે વૈભવ માણવા ઈચ્છતા નહોતા. અલબત્ત, બોટિંગનો શોખ પૂરો કરવા તેમણે એક નાની હોડી ખરીદી હતી, જેથી પ્રિન્સ્ટનના સુંદર લેક કાર્નેગીમાં સહેલ કરી શકે.

થોડા સમય માટે રાજકારણથી દૂર રહીને આઈન્સ્ટાઈન માનવતાવાદી કાર્યો તરફ વળ્યા હતા. અમેરિકામાં તેમનું આવું પહેલું સેવાકાર્ય જર્મનીમાંથી ભાગી રહેલા વિજ્ઞાનીઓને સહાય કરવા માટે ન્યૂયોર્કમાં ભંડોળ એકત્ર કરવાના કાર્યક્રમમાં વાયોલિન વગાડવાનું હતું. પરંતુ તેઓ વધારે લાંબો સમય ચૂપ રહી ન શક્યા અને વિજ્ઞાન સિવાયના તેમના પ્રિય વિષય – વિશ્વ સરકારની રચના અંગે ફરી બોલવાનું શરૂ કર્યું. તેઓ માનતા કે ફાસીવાદનો શ્રેષ્ઠ રીતે વિરોધ કરવાનો અને વિશ્વશાંતિ સ્થાપિત કરવાનો એકમાત્ર ઉપાય એક એવું કેન્દ્રીય સત્તામંડળ ઊભું કરવાનો છે જેની પાસે આખા વિશ્વનાં શસ્ત્રોનો અંકુશ હોય.

૧૯૩૪ના મે મહિનામાં પરિવારને અત્યંત ખરાબ સમાચાર મળ્યા કે પેરિસમાં ઈલ્સેઅત્યંત ગંભીર બીમારીમાં પટકાઈ છે. આ સાંભળીને તરત જ માતા એલ્સા મોટી દીકરી પાસે પહોંચી ગયાં, પરંતુ જુલાઈમાં જ ઈલ્સીએ ૩૭ વર્ષની વયે દુનિયાને અલવિદા કરી દીધી. ત્યારબાદ એ જ વર્ષે મારગોટ અને દમિત્રિ પણ પ્રિન્સ્ટન આવી ગયાં, જ્યારે ઈલ્સીના વિધુર પતિ રુડોલ્ફ કેયસર નેધરલેન્ડમાં સ્થાયી થયા. તેઓ આઈન્સ્ટાઈનનાં લખાણો એકત્ર કરીને સંપાદન કરવામાં વ્યસ્ત થઈ ગયા, જે ***ધ વર્લ્ડ એઝ આઈ સી ઈટ*** શીર્ષક હેઠળ

પુસ્તક સ્વરૂપે અમેરિકા અને ઈંગ્લેન્ડમાં પ્રકાશિત થયું.

જર્મનીમાં રાજકારણ એક તરફ ફાસીવાદી નાઝીઓ અને બીજી તરફ કટ્ટર સામ્યવાદીઓ એમ બે અંતિમોમાં વહેંચાઈ ગયું ત્યારે શાંતિના પ્રયાસોમાં સરકારને પણ કોઈ રસ ન રહ્યો અને જર્મની લીગ ઑફ નેશન્સમાંથી ખસી ગયું, અને એ દ્વારા તે નિઃશસ્ત્રીકરણની તમામ વાટાઘાટમાંથી પણ ખસી ગયું. એ વર્ષે જર્મનીના લોકપ્રિય પ્રમુખ પૌલ વોન હિન્ડેનબર્ગનું મૃત્યુ થતાં હિટલરે છેવટે બંધારણીય સરકારને ઉથલાવી દીધી અને પોતાને 'ફુરેર' નેતા સ્થાપિત કરી દીધા. તેણે તમામ નાગરિકો અને લશ્કરને પોતાના પ્રત્યે વફાદારી વ્યક્ત કરવા આગ્રહ કર્યો. નાઝી પક્ષના સભ્યો માટે પહેલેથી જ ફરજિયાત બનાવાયેલું સલામી સૂત્ર 'હેઈલ હિટલર' હવે જર્મન સમાજમાં સામાન્ય બનવા લાગ્યું. હિટલરને થર્ડ રિચની ઉપર આપખુદ સત્તાઓ આપવામાં આવી અને અન્ય તમામ રાજકીય પક્ષોને કચડી નાખવામાં આવ્યા. પોતાના વિચારો અને યોજનાઓ સાથે લોકોને સંપૂર્ણ સંમત થવાની ફરજ પાડીને તથા મુક્ત આદર્શોની ટીકા કરીને તેણે આઈન્સ્ટાઈન અને સિગ્મન્ડ ફ્રોઈડ સહિતના યહૂદીઓ તેમજ રાજકીય દુશ્મનોએ લખેલાં તમામ પુસ્તકો બાળી નાખવાનો આદેશ આપ્યો.

વંશીય તિરસ્કાર અને પૂર્વગ્રહને પગલે અનેક નાઝીઓ કટ્ટરવાદી બની જતાં સ્થિતિ વધારે કથળી. સહિષ્ણુતાની વાત કરનાર કોઈપણ જર્મનને પકડી લઈને મૃત્યુદંડ આપી દેવામાં આવતો, હિટલરની માન્યતા હતી કે આવી વાતો કરનારા મોટા ભાગે યહૂદીઓ અને સામ્યવાદીઓ હતા. તમામ આધુનિક કલાઓને વાસ્તવવાદની તરફેણમાં દબાવી દેવામાં આવી, એટલું જ નહીં નવા કાયદા દ્વારા વૈજ્ઞાનિક સંશોધનોને ખોરવી નાખવામાં આવ્યાં. ૧૯૩૯ પહેલાં હજારો કલાકારો તેમજ સેંકડો વિજ્ઞાનીઓ જર્મની છોડી ચૂક્યા હતા. બીજી તરફ પડોશી ઑસ્ટ્રિયામાં પણ નાઝીવાદીઓનો આતંક ચાલુ હતો. ઑસ્ટ્રિયાના ચાન્સેલર અને રૂઢિચુસ્ત રાજકારણી એન્જલ્બર્ટ ડોલ્ફસે પોતાની આપખુદ સરકાર બનાવી હતી અને જર્મની સાથેના જોડાણના વિરોધી હતા. દેશમાં રાષ્ટ્રીય-સમાજવાદીઓના બળવાના પ્રયાસને તેમણે નિર્મમપણે દબાવી દીધા બાદ આઠ નાઝીઓએ ૧૯૩૪માં ડોલફસની હત્યા કરી દીધી હતી.

હત્યારાઓ શરણે થઈ ગયા અને તેમના પર તત્કાળ કેસ ચલાવીને ફાંસીએ ચડાવી દેવામાં આવ્યા. તેને પગલે ઑસ્ટ્રિયા પર કબજો મેળવવાના નાઝીઓના પ્રયાસો તે સમય પૂરતા સ્થગિત થઈ ગયા. જૂનમાં હિટલરે જર્મનીમાંથી મોટા ભાગના રાજકીય અને લશ્કરી વિરોધીઓનો સફાયો કરી નાખ્યો તેમજ જેના પર વિશ્વાસ નહોતો તેવી નાઝી પાર્ટીને વિખેરી નાખી. કેટલાક નાઝીઓ તેમની અને તેમની સરકાર વિરોધીઓ છે તેવું સાંભળ્યા બાદ ઘણા નાઝીઓને પણ મૃત્યુદંડ આપી દીધો.

૧૯૩૦ના દાયકાની મધ્યમાં પરમાણુ વિજ્ઞાન આગળ વધી રહ્યું હતું જેની ત્યારપછીના દાયકામાં ઘણી વ્યાપક અસરો થવાની હતી. ૧૯૩૪માં એટલે કે, જે વર્ષે મેરી ક્યુરીનું નિધન થયું તે વર્ષે ફ્રેડરિક અને ઈરેન જોલિઓટ-ક્યુરીએ બોમ્બાર્ડિંગ તત્ત્વો દ્વારા પ્રથમ કૃત્રિમ રેડિયોએક્ટિવિટી તૈયાર કરી. આ કામગીરીથી પ્રોત્સાહિત થઈને યુનિવર્સિટી ઑફ રોમના એનરિકો ફર્મીએ રેડિયોએક્ટિવર બેરિલિયમમાંથી મેળવેલા ન્યૂટ્રોનનો ઉપયોગ કરીને રેડિયોએક્ટિવિટી અંગેના પોતાના સિદ્ધાંતનો અમલ કરવાનો નિર્ણય લીધો, પરંતુ તેમણે પહેલા તેને પેરાફિનમાંથી પસાર કરીને તેમની ઝડપ ઘટાડી દીધી. તેમણે શોધી કાઢ્યું કે રેડિયોએક્ટિવ પાર્ટિકલ્સના એમિશનનું ઉત્પાદન કરવા માટે ખાસ કરીને ધીમી ગતિએ આગળ વધતા ન્યૂટ્રોન અસરકારક છે, અને ત્યારબાદ તેમણે આ પદ્ધતિનો યુરેનિયમ માટે ઉપયોગ કર્યો. હવે તેમણે એવાં રેડિયોએક્ટિવ તત્ત્વો મેળવી લીધાં, જેને ઓળખાવી શકાય તેમ નહોતાં. જે પરિણામ આવ્યું તે બાબતે ફર્મી સ્પષ્ટ નહોતા, તેમને એ બાબતની પણ જાણ નહોતી કે તેઓ વિશ્વને હચમચાવી શકે તેવી શોધ કરવાના આરે પહોંચી ગયા હતાઃ તેમણે પરમાણુને તોડી નાખ્યો હતો, પરમાણુ ચેઈન રિએક્શનનું એ પ્રથમ ચરણ હતું.

બરાબર એ જ સમયે આઈન્સ્ટાઈનના એક જૂના મિત્ર લિઓ ઝિલાર્ડે ન્યૂટ્રોન ચેઈન રિએક્શનના આઈડિયા માટે ચૂપચાપ સૌપ્રથમ પેટન્ટ અરજી દાખલ કરી દીધી. પેટન્ટને ગુપ્ત રાખવા બીજા વર્ષે તેમણે આ કામગીરી બ્રિટિશ નૌકાદળને સોંપી. ૧૯૧૪માં પ્રકાશિત થયેલી એચ.જી.વેલ્સની સાયન્સ ફિક્શન નવલકથા *ધ વર્લ્ડ સૅટ ફ્રી* ઝિલાર્ડે વાંચી હતી, અને પાછળથી તેમણે એકરાર

કર્યો હતો કે આ પુસ્તકના આધારે તેમને પરમાણુ ચેઈન રિએક્શન શોધવાની પ્રેરણા મળી હતી. વેલ્સના પુસ્તકને કારણે રેડિયોએક્ટિવ વિઘટન સંશોધનની પ્રક્રિયા ઝડપી બની, જેને કારણે સામાન્ય બોંબ બન્યો, પરંતુ તેના પ્રત્યાઘાતના ફટાકડા આગામી દિવસોમાં ફૂટતા રહ્યા.

સૌથી ઓછું સન્માન પામનારા વિજ્ઞાનીઓમાં ઝિલાર્ડ પણ એક હતા, જેમના વિશે અહીં થોડો ઉલ્લેખ કરવો જરૂરી છે. હંગેરીના વતની ઝિલાર્ડનું પરમાણુ ફિઝિક્સ, થર્મોડાઇનેમિક્સ, પરમાણુ ઊર્જા તથા મોલેક્યુલર બાયોલોજી જેવા વિષયોમાં પ્રદાન નોંધપાત્ર હતું. તેઓ 'ફોર હંગેરિયન્સ ઑફ ધ એપોક્લિપ્સ' પૈકી એક હતા. અન્ય ભૌતિક વિજ્ઞાનીઓમાં એડવર્ડ ટેલર, યુગેન વિગનર અને હેન્સ બેથેનો સમાવેશ થતો હતો. પરમાણુ ચેઈન રિએક્શન ઉપરાંત તેમના આઈડિયા અને પેટન્ટમાં સાયક્લોટ્રોન, લાયન્ફ્ એક્સલેરેટર તથા ઈલેક્ટ્રોન માઈક્રોસ્કોપનો પણ સમાવેશ થતો હતો. તેમણે જે સમયે આ બધાં સંશોધન કર્યાં ત્યારે રાજકીય અને આર્થિક પરિસ્થિતિ કફોડી હોવાને કારણે તેઓ વાસ્તવિક સાધનો વિકસાવી નહોતા શક્યા તેમજ તેનું ઉત્પાદન પણ કરી શક્યા નહોતા. ત્યારપછી બીજા લોકોએ આ આઈડિયાનો વિસ્તાર કર્યો અને તે અંગેનાં સંશોધનનું માન ખાટવા ઉપરાંત નોબેલ પારિતોષિકો પણ જીત્યા. ૧૯૩૯ના ઑગસ્ટમાં પ્રમુખ રુઝવેલ્ટને લખવામાં આવેલા સુવિખ્યાત 'આઈસ્ટાઈન' પત્રનો મુસદ્દો તૈયાર કરવામાં પણ ઝિલાર્ડે મહત્ત્વની ભૂમિકા ભજવી હતી.

૧૯૩૪ના નવેમ્બરમાં પ્રોગ્રેસિવ એજ્યુકેશન એસોસિયેશનની ન્યૂયોર્ક કૉન્ફરન્સમાં આઈન્સ્ટાઈને શિક્ષણ અને શાંતિના મુદ્દે એક સંદેશો પાઠવ્યો હતો, જે તેમની ગેરહાજરીમાં વાંચી સંભળાવવામાં આવ્યો હતો. એ સંદેશામાં તેમણે જાહેર કર્યું હતું કે, અમેરિકા નસીબદાર છે કે તે શાળાઓમાં શાંતિવાદના પાઠ ભણાવી શકે છે : કેમ કે આ દેશે વિદેશી ઘૂસણખોરીનાં જોખમોનો સામનો કરવો પડ્યો નથી, જેને પરિણામે અમેરિકન વિદ્યાર્થીઓમાં લશ્કરવાદની લાગણી દાખલ કરવી જરૂરી નથી. સંરક્ષણ માટે કોઈ એક દેશનાં લશ્કરી સાધનોને બદલે આંતરરાષ્ટ્રીય સંસ્થાની તેમજ આંતરરાષ્ટ્રીય ભાઈચારો મજબૂત બનાવવાની ફરી તરફેણ કરી હતી.

૧૯૩૫માં આઈન્સ્ટાઈન દંપતીએ પ્રિન્સ્ટનમાં ૧૧૨ મર્સર સ્ટ્રીટ ખાતે મકાન ખરીદ્યું. તે યુનિવર્સિટી તેમજ ઈન્સ્ટિટ્યૂટ ફૉર એડવાન્સ્ડ સ્ટડીના ભાવિ કેમ્પસથી ઘણું નજીક હતું. બે માળનું આ મકાન અત્યંત આદર્શ હતું અને આગળના ભાગનું નાનું આંગણું વર્ષો વિતવા સાથે પ્રખ્યાત બનતું ગયું. આખી દુનિયામાંથી પ્રિન્સ્ટન આવતા મુલાકાતીઓ આ સ્થળ જોવા અચૂક આવે છે અને જ્યાં એક સમયે એક મહાપુરુષનાં પગલાં પડ્યાં હતાં ત્યાં ઊભા રહીને પારિવારિક ફોટા પાડવાની તક ચૂકતા નથી. આ ઘરનો ઈન્સ્ટિટ્યૂટના ફેકલ્ટી સભ્યોના નિવાસસ્થાન તરીકે ઉપયોગ થાય છે અને આઈન્સ્ટાઈનની વિનંતીને કારણે એ મકાન મ્યુઝિયમમાં તબદીલ કરવામાં આવ્યું નથી.

પ્રિન્સ્ટનમાં આઈન્સ્ટાઈન એક સામાન્ય નાગરિક તરીકે રહેતા, તેમના અંગત જીવનનું માન જાળવવામાં આવતું. આમ છતાં, તેમની બાબતમાં ઘણી વાતો અને ભ્રમણાઓ પ્રચલિત બની છે. પોતાના દેખાવ બાબતે તેમની અસ્તવ્યસ્તતા તેમજ આટલી સુપ્રસિદ્ધ વ્યક્તિ હોવા છતાં અમુક પ્રકારના વર્તન બાબતે તેમને હંમેશાં યાદ કરવામાં આવે છે. હાથમાં આઈસક્રીમ કોન સાથે તેઓ ગામની શેરીઓમાં ફરતા જોવા મળતા, બાળકોને જુએ તો રોકાઈને તેમનું અભિવાદન કરે, કૂતરાંઓને પંપાળે, તેમના વાળંદ સાથે અથવા અન્ય જાણીતા લોકો સાથે વાતચીત કરે. સાવ અવ્યવસ્થિત વસ્ત્રો અને ઉપર જૂનું ચામડાનું જેકેટ અને ઓળ્યા વિનાના સફેદ વાળ હંમેશાં હવામાં લહેરાતા હોય- ટૂંકમાં તેમનો બાહ્ય દેખાવ કાર્ટૂનિસ્ટના કેરેક્ટર માટે એકદમ આદર્શ હતો. એ અરસામાં એક નાનકડી બાળાએ તેમને પત્ર લખ્યો હતો જે આઈન્સ્ટાઈને તેમની ફાઈલમાં સાચવી રાખ્યો હતો : બાળાએ તેમના વાળ સંદર્ભમાં લખ્યું હતું, "અખબારમાં મેં તમારો ફોટો જોયો. મને લાગે છે કે તમારે વાળ કપાવવા જોઈએ, જેથી વધારે સારા દેખાશો." ટપાલ ટિકિટમાં મુકાયેલો અને ટાઈમ સામયિકના "પર્સન ઑફ ધ યર" માટે કવર પર છપાયેલો ફોટો પડાવવા માટે પણ તેઓ એ જ જૂના સ્વેટશર્ટ (શર્ટ પર સ્વેટર) અને કૉલર પર લગાવેલી પેન સાથેનો જ છે. મોજાં નહીં પહેરવા અંગે આઈન્સ્ટાઈને એક વખત કહ્યું હતું કે, "હું નાનો હતો ત્યારે મારા ધ્યાનમાં આવ્યું કે મોટા અંગૂઠાને કારણે મોજામાં હંમેશાં કાણું પડી જાય છે. આથી મેં મોજાં પહેરવાનું

જ બંધ કરી દીધું હતું."

આઈન્સ્ટાઈનના નિધન પછી પ્રિન્સ્ટનમાં એવા કોઈ નક્કર પુરાવા મેળવવાનું મુશ્કેલ છે, જેના પરથી એવું સાબિત થાય કે આ મહાન વિજ્ઞાની ત્યાં રહેતા હતા. જો કે, થોડાં વર્ષ પહેલાં ઈન્સ્ટિટ્યૂટની માલિકીના એક રસ્તાને આઈન્સ્ટાઈનનું નામ આપવામાં આવ્યું, તેમજ નસાઉ સ્ટ્રીટમાં લેન્ડુ નામે એક કાપડ સ્ટોરના પાછળના ભાગમાં નાનકડાં આઈન્સ્ટાઈન 'સંગ્રહાલય' દ્વારા તેમને અમર બનાવવામાં આવ્યા હતા. નસાઉ સ્ટ્રીટમાં જ આવેલી પ્રિન્સ્ટન હિસ્ટોરિકલ સોસાયટી દ્વારા આઈન્સ્ટાઈનને લગતી કેટલીક ચીજોનું વેચાણ કરવામાં આવતું હતું, પરંતુ ૨૦૦૫માં અહીં ઈન્સ્ટિટ્યૂટ દ્વારા દાનમાં આપવામાં આવેલી યાદગીરીઓ અને ફર્નિચર ગોઠવીને કાયમ માટેનો એક 'આઈન્સ્ટાઈન રૂમ' તૈયાર કરવામાં આવ્યો હતો. શિલ્પકાર રોબર્ટ બર્ક્સ દ્વારા તૈયાર કરીને દાનમાં આપવામાં આવેલી આઈન્સ્ટાઈનની પ્રતિમા બરો હૉલની બહાર મૂકવામાં આવી છે. આ જ શિલ્પકારે તૈયાર કરેલી આઈન્સ્ટાઈનની પ્રતિમા વૉશિંગ્ટન ડી.સી.માં નેશનલ એકેડેમી ઑફ સાયન્સીસની બહાર મૂકવામાં આવેલી છે. યુનિવર્સિટી કેમ્પસના જોન્સ હૉલમાં આવેલી ફેકલ્ટી લોન્જમાં વર્ષોથી આઈન્સ્ટાઈનનું એક પ્રખ્યાત ક્વૉટેશન મૂકવામાં આવેલું છે : "ઈશ્વર રહસ્યમય છે, પરંતુ દ્વેષી નથી". આઈન્સ્ટાઈન પ્રિન્સ્ટનમાં રહેતા હતા એ બાબતનો અહીં પણ કોઈ ઉલ્લેખ કરવામાં આવ્યો નથી.

હાલ તો જો કે આઈન્સ્ટાઈન દંપતીને અમેરિકાનું નાગરિકત્વ મેળવવામાં રસ હતો. તે સમયે નાગરિકત્વ માટેની અરજી અન્ય કોઈ દેશમાં આવેલી અમેરિકન કૉન્સ્યુલેટ કચેરીમાં દાખલ કરવી પડતી હતી. આ માટે બર્મ્યુડા જવાનું આના કરતાં વધારે શ્રેષ્ઠ બહાનું શું હોઈ શકે? હેલેન ડ્યુક્સ અને માર્ગોટની સાથે આઈન્સ્ટાઈન દંપતી ૧૯૩૫ના મે મહિનામાં બર્મ્યુડા પહોંચ્યું. તેમણે અરજી દાખલ કરી દીધા પછી અમેરિકન કૉન્સ્યુલેટ દ્વારા તેમના માનમાં આપવામાં આવેલી પાર્ટીમાં હાજરી આપી. આ પ્રવાસ આઈન્સ્ટાઈનનો અમેરિકાની બહારનો છેલ્લો પ્રવાસ બની રહ્યો. બાકીનો ઉનાળો તેમણે મેસાચ્યુસેટ્સ અને ઓલ્ડ લીમ, કનેક્ટિકટમાં પસાર કર્યો. મેસાચ્યુસેટ્સમાં હાર્વર્ડ યુનિવર્સિટી દ્વારા તેમને માનદ્ ડિગ્રી એનાયત કરવામાં આવી હતી.

આ લીમ એ જ જગ્યા છે જ્યાં ૧૯૭૫માં પ્રથમ વખત લીમ રોગ (અળશિયાં જેવાં જીવાણુઓને કારણે ફેલાતો રોગ)નાં લક્ષણો જોવા મળ્યાં હતાં.

દરમિયાન જર્મનીમાં સરકારે ૧૭ વર્ષ પહેલાં યુદ્ધનો અંત લાવવા માટે કરવામાં આવેલી વર્સેઈલસ સમજૂતીનો ભંગ કરવાનું શરૂ કરી દીધું. તેણે વિજેતાઓને વળતર આપવાનું બંધ કર્યું, અને જર્મન પુરુષો માટે ફરજિયાત લશ્કરી તાલીમ દાખલ કરી. જર્મની ફરી સમૃદ્ધ થવા લાગતાં સરકારે કેટલાક કાયદા ઘડી કાઢ્યા, જે ન્યુરેમ્બર્ગ કાયદા તરીકે ઓળખાયા. આવો સૌપ્રથમ કાયદો "લૉ ફૉર ધ પ્રોટેક્શન ઑફ જર્મન બ્લડ એન્ડ જર્મન ઑનર" હતો, જેના હેઠળ યહૂદીઓ અને જર્મનો વચ્ચે આંતરજ્ઞાતીય લગ્નો અને જાતીય સંબંધો પર પ્રતિબંધ મૂકવામાં આવ્યો, તથા ૪૫ વર્ષ કરતાં ઓછી ઉંમરની કોઈ જર્મન મહિલા યહૂદીના ઘરમાં નોકર તરીકે રાખી ન શકાય તેવી જોગવાઈ કરવામાં આવી. બીજો કાયદો "રિશ સિટીઝનશિપ લૉ" હતો, જેમાં યહૂદીઓ પાસેથી જર્મન નાગરિકત્વ છીનવી લેવાની જોગવાઈ હતી. વાસ્તવમાં ઘણા વખતથી યહૂદીઓ વિરુદ્ધ ગેરકાયદે જે પગલાં લેવામાં આવી રહ્યાં હતાં તેને ન્યુરેમ્બર્ગ કાયદા દ્વારા કાનૂની સ્વરૂપ આપવામાં આવ્યું. નાઝી નેતાઓએ આ અંગે કહ્યું હતું કે આ કાયદા પક્ષના ઘોષિત કાર્યક્રમ મુજબના જ છે, જેમાં યહૂદીઓના નાગરિકત્વના હક છીનવી લેવાની જોગવાઈની માગણી કરવામાં આવી હતી.

હિટલરની વિદેશ નીતિ અને દેશના નિર્માણ માટેની યોજના અંગે ૧૯૩૬ની ૨૯ માર્ચે લોકમત લેવામાં આવ્યો હતો અને તેમાં હિટલરની તરફેણમાં ૯૮.૮ ટકા જંગી મત પડ્યા હતા. આખા યુરોપમાં તેનો પ્રભાવ વિસ્તરી રહ્યો હતો અને તેના થર્ડ રિચમાં પોતાના દેશો પણ સામેલ થાય એવું અન્ય યુરોપીય દેશોના નાઝી-તરફી જૂથો ઈચ્છતાં હતાં. ઘણા દેશો અને સ્વાયત્ત પ્રદેશો વૈશ્વિક મંદીની ઝપટમાં આવી ગયા હતા અને હિટલરની જાળમાં આવી રહ્યા હતા. હિટલરે જાહેર કર્યું હતું કે પ્રથમ વિશ્વયુદ્ધને કારણે જર્મનીની ખોવાયેલી પ્રતિષ્ઠા અને પ્રજાનું સન્માન પરત મેળવવા પોતે પ્રતિબદ્ધ છે. અલબત્ત બધા દેશો તેની સાથે જોડાવા તૈયાર નહોતા, જેમ કે ઑસ્ટ્રિયા – જર્મની વચ્ચે થયેલા કરાર અનુસાર ઑસ્ટ્રિયા એક સ્વતંત્ર દેશ તરીકેનું તેનું અસ્તિત્વ જાળવી

રાખશે તેમ ભારપૂર્વક કરાવવામાં આવ્યું હતું, પરંતુ બે વર્ષમાં આ સ્થિતિ બદલાઈ ગઈ હતી અને બે દેશોના જોડાણનો કરાર થયો હતો. બીજી તરફ યુરોપમાં અન્ય કેટલાક આપખુદ શાસકો હતા, જેમણે તેમના દેશમાંથી ઊઠેલા બળવાનો મુકાબલો કર્યો હતો : તેમાં સ્પેનના ફ્રાન્સિસ્કો ફ્રાન્કો, ઈટાલીના બેનિટો મુસોલિની અને પોર્ટુગલના એન્ટોનિયો સલઝાર જેવા ફાસીવાદીઓ તથા સોવિયેત સંઘમાં જોસેફ સ્ટાલિન જેવા સામ્યવાદીનો સમાવેશ થતો હતો.

અમાનવીય અત્યાચારોની બાબતમાં સ્ટાલિન પણ હિટલરથી ક્યાંય પાછળ નહોતા. ૧૯૩૬માં તેણે પોતાના સામ્યવાદી પક્ષમાંથી અનિચ્છનીય લોકોનું નિકંદન કાઢી નાખવાની શરૂઆત કરી. બોલ્શેવિક અને ટ્રોટ્સ્કીની વિચારધારાઓ પ્રત્યે હજુ સહાનુભૂતિ રાખતા હજારો નેતાઓ-કાર્યકરોની ધરપકડ કરીને જેલમાં નાખી દીધા, જેમાં મોટા ભાગના બુદ્ધિજીવીઓ અને યહૂદીઓ હતા. તેણે અલગ વિચારધારા ધરાવતાં સંગઠનો, સાંસ્કૃતિક સંગઠનો, સરકારી સંસ્થાઓ તેમજ ઔદ્યોગિક મેનેજમેન્ટમાં કાર્યરત્ હજારો યુવા નેતાઓનો પણ સફાયો કરી નાખ્યો હતો, જેના વિશેની ખાસ કોઈ વિગતો કદી બહાર આવી નહીં. સ્ટાલિનની ગુપ્ત પોલીસ સામાન્ય પ્રજાને પણ ભારે રંજાડતી, સાવ ઉપજાવી કાઢેલા આક્ષેપો કરીને સામાન્ય નાગરિકોને સજા કરવામાં આવતી. આતંકનો આ ક્રમ ૧૯૩૮ સુધી ચાલ્યો પણ ત્યાં સુધીમાં લાખોની સંખ્યામાં ભૂતપૂર્વ સોવિયેત નેતાઓ, અધિકારીઓ તેમજ અન્ય નાગરિકોનું કાં તો નિકંદન કાઢી નાખવામાં આવ્યું હતું અથવા સાઈબેરિયન છાવણીમાં નાખી દેવામાં આવ્યા હતા.

આખી દુનિયામાંથી આવી રહેલા ખરાબ સમાચારને કારણે ઉશ્કેરાયેલા આઈન્સ્ટાઈને પ્રિન્સ્ટનમાં જ રહીને પોતાના રાજકીય વિચારો વધુ આક્રમક રીતે વ્યક્ત કરવાનું ચાલુ રાખ્યું, તથા યુદ્ધ અને શાંતિ અંગે અભિપ્રાયો આપ્યા. તેમણે ભારપૂર્વક કહ્યું કે દરેક દેશે આંતરરાષ્ટ્રીય સહકાર દ્વારા પોતાના સાર્વભૌમત્વનો અમુક હિસ્સો છોડવા તૈયાર રહેવું જોઈએ, લોકોએ આંતરરાષ્ટ્રીય સંદર્ભમાં વિચારતાં થવું જોઈએ તથા સંપૂર્ણ સર્વનાશથી બચવા આક્રમકતા છોડવી જોઈએ. આઈન્સ્ટાઈન માનતા હતા કે વૈશ્વિક શિક્ષણ દ્વારા સમજણનો વિસ્તાર થવાથી તથા એકબીજાની સંસ્કૃતિ અને જરૂરિયાતોનો

સ્વીકાર થવાથી માનવજાત યુદ્ધને ટાળી શકે તેમ છે. તેમણે શાળાકીય શિક્ષણ વિશે પણ વિચારો વ્યક્ત કર્યા હતા. અમેરિકામાં ઉચ્ચ શિક્ષણનાં ૩૦૦ વર્ષ પૂરા થવા નિમિત્તે ૧૯૩૬માં એલબેનીમાં સ્ટેટ યુનિવર્સિટી ઑફ ન્યૂયોર્કના દીક્ષાંત સમારંભમાં બોલતાં આઈન્સ્ટાઈને ભારપૂર્વક કહ્યું હતું કે, શિક્ષણનું ધ્યેય વ્યક્તિમાં એવી સ્વતંત્ર વિચારસરણી વિકસાવવાનું હોવું જોઈએ, જેના આધારે તે તેમના સમુદાયની સેવા કરવાના ઉચ્ચ લક્ષ્યાંકો સ્થાપિત કરી શકે. ભય, દબાણ અને કૃત્રિમ સત્તાનો ઉપયોગ નહીં કરવા તેમણે શાળાઓને વિનંતી કરી હતી. પોતે જર્મનીમાં અભ્યાસ કરતા હતા ત્યારે આ તમામ બાબતોએ તેમને ભારે વ્યથિત કરી દીધા હતા.

એલ્સા તેમના નવા ઘર અને ફર્નિચરનો વધારે સમય આનંદ ઊઠાવી શક્યાં નહીં. ૧૯૩૬માં તેઓ કિડનીની ગંભીર બીમારીમાં સપડાયાં અને આખું વર્ષ ભારે હેરાન થયાં. એ ગાળામાં થોડા મહિના તેમણે ન્યૂયોર્કમાં સેરેનેક ખાતે પસાર કર્યા હતા. કેટલાકનું કહેવું છે કે બે વર્ષ પહેલાં દીકરી ઈલ્સીનું મૃત્યુ થયું ત્યારપછી એલ્સા આઘાતમાંથી કદી બહાર આવી શક્યાં નહીં, જેને કારણે તેમની તબિયત કથળતી ગઈ. ૬૦ વર્ષની ઉંમરે નાતાલના થોડા દિવસ પહેલાં જ તેઓ મૃત્યુ પામ્યાં. જો કે આઈન્સ્ટાઈન ઘરમાં એકલા નહોતા પડી ગયા, કેમ કે દમિત્રિથી છૂટાછેડા લઈ ચૂકેલી તેમની શરમાળ સાવકી દીકરી મારગોટ તથા હેલેન ડ્યુક્સ આઈન્સ્ટાઈનની સાથે જ હતાં. ત્રણ વર્ષ પછી બહેન માજા પણ તેમની સાથે જ રહેવા આવી ગઈ હતી. આઈન્સ્ટાઈને જણાવ્યું હતું કે એલ્સાના નિધન પછી પોતે મોટા ભાગે ઘરમાં જ પુરાઈ રહેતા અને સામાજિક જીવન સાવ નહિવત્ થઈ ગયું હતું. અત્યાર સુધી જે કંઈ સામાજિક જીવન હતું તે એલ્સાને કારણે હતું તેમ તેમણે દાવો કર્યો હતો.

એ વર્ષના પ્રારંભે જ હેન્સ આલ્બર્ટને ઝુરિકમાં ઈ.ટી.એચ.માંથી ડૉક્ટરેટની ઉપાધિ મળી હતી. આ એ જ સંસ્થા હતી જ્યાં તેમના પિતા અભ્યાસ કરી ચૂક્યા હતા. હેન્સ આલ્બર્ટે ત્યાર પછીના વર્ષે વિધુર પિતાને મળવા અમેરિકાની મુલાકાત લીધી અને ૧૯૩૮માં સ્વિટ્ઝરલેન્ડમાં નોકરીમાંથી રાજીનામું આપીને પરિવાર સાથે અમેરિકા સ્થળાંતર કર્યું હતું. વર્ષના અંતે પરિવાર પર ફરી વજ્રઘાત થયો. હેન્સ અને ફ્રિડાનો પુત્ર ક્લાઉસ સંભવતઃ ડિપ્થેરિયાને કારણે

૭ વર્ષની ઉંમરે મૃત્યુ પામ્યો. આ સમાચાર મળ્યા પછી આઈન્સ્ટાઈને ૧૯૩૯ના જાન્યુઆરીમાં પુત્ર અને પુત્રવધૂને લખ્યું હતું, "પ્રેમાળ માતા-પિતાના માથે જે સૌથી આઘાતજનક સંજોગો આવી પડે તેનો તમે સામનો કરી રહ્યાં છો. ... મેં ક્લાઉસને માત્ર થોડો સમય જોયો હતો, પરંતુ મારી પાસે જ જાણે તેનો ઉછેર થયો હોય એમ મને ખૂબ વહાલો હતો." હવે એકમાત્ર બાળક બર્નાર્ડ હતો તેથી દંપતીએ ૧૯૪૧માં દીકરી એલવિન દત્તક લીધી. અમેરિકાના કૃષિવિભાગમાં કામગીરી દરમિયાન સાઉથ કેરોલાઈનાના ગ્રીનવિલેમાં તથા કેલટેક ખાતે થોડો સમય રોકાયા બાદ હેન્સ આલ્બર્ટ ૧૯૪૭માં કેલિફોર્નિયા યુનિવર્સિટી, બર્કલે ખાતે હાઈડ્રોલિક એન્જિનિયરિંગના પ્રોફેસર બન્યા હતા. ૧૯૫૮માં ફ્રિડાના મૃત્યુ પછી તેમણે ઍલિઝાબેથ રોબોઝ સાથે લગ્ન કર્યાં. હેન્સ આલ્બર્ટ ૧૯૭૩માં મેસાચ્યુસેટ્સના વૂડ્સ હોલ ખાતે મૃત્યુ પામ્યા હતા.

આઈન્સ્ટાઈને વક્તવ્યો અને ઈન્ટરવ્યૂ આપવાનું ચાલુ રાખ્યું હતું, તેમજ દુનિયામાં ઘણા લોકો સાથે પત્રવ્યવહાર પણ ચાલુ રાખ્યો હતો, છતાં હવે તેઓ સંશોધન વૈજ્ઞાનિક રહ્યા નહોતા. તેમનાં પ્રકાશનોની સંખ્યા ઘટી રહી હતી. એલ્સાના મૃત્યુ પછી ૧૯૩૭માં તેમણે માત્ર એક જ વૈજ્ઞાનિક પેપર પ્રકાશિત કર્યું હતું, અને તે પણ એક યુવાન વિજ્ઞાની નેથન રોસેનની સાથે મળીને. વાસ્તવમાં તેમની કામની ક્ષમતા ઓછી થયા પછી મોટા ભાગની વૈજ્ઞાનિક કામગીરી તેમણે યુવાન સહાયકોની મદદથી જ કરી હતી. એક ઉદાહરણ ૧૯૩૫ના એક પ્રકાશનનું છે, જેમાં બોરિસ પોદોલ્સ્કી અને રોસેને સહાય કરી હતી. આ પેપરમાં ઈન્સ્ટિટ્યૂટના ત્રણ ભૌતિક વિજ્ઞાનીઓએ ક્વૉન્ટમ સિદ્ધાંત અંગેના આઈન્સ્ટાઈનના ટીકાત્મક વલણ તરફ પ્રજાનું ધ્યાન દોર્યું હતું. તેમનાં ધોરણો મુજબ ક્વૉન્ટમ મિકેનિક્સ ભૌતિક વાસ્તવિકતાનું સંપૂર્ણ ચિત્ર રજૂ કરતું નથી અને તેથી તે અધૂરો સિદ્ધાંત છે. જો કે તેના મહત્ત્વ અંગે ૧૯૬૪માં જહોન બેલે સમજાવ્યું (વાંચો પ્રકરણ ૧૨) ત્યારબાદ ઉપરોક્ત ત્રણ ભૌતિક વિજ્ઞાનીઓના પેપરે વૈજ્ઞાનિક સમુદાયમાં વિવાદ જગાવ્યો હતો.

અમેરિકા આવ્યા પછી આઈન્સ્ટાઈન અંગ્રેજી સમજવા અને વાંચવા લાગ્યા હતા, પરંતુ સડસડાટ અંગ્રેજી કદી બોલી શક્યા નહીં અને મિત્રોને પત્રો

લખવામાં પણ મુશ્કેલી પડતી હોવાની તેમણે ફરિયાદ કરી હતી. તેઓ માત્ર સીધાસાદાં સરળ વાક્યો લખી અને વાંચી શકતા તથા અગાઉથી તૈયાર કરેલું ભાષણ વાંચી શકતા, પરંતુ લાંબી ચર્ચા અને વાતચીત કરવાની આવે ત્યારે તેઓ જર્મન ભાષા જ પસંદ કરતા. તેઓ પ્રિન્સ્ટન આવ્યા પછી તેમના મોટા ભાગના પત્રો અને અભ્યાસલેખો જર્મન ભાષામાં લખાતા અને ત્યારબાદ તેમના સાથીદારો અથવા હેલેન ડ્યુક્સ દ્વારા અંગ્રેજીમાં તેનું ભાષાંતર થતું.

જર્મનીથી ભાગીને અમેરિકામાં રાજ્યાશ્રય માગવા આવતા લોકોને સહાય કરવાનું કામ આઈન્સ્ટાઈને ચાલુ રાખ્યું હતું. આ લોકોને નોકરીની જરૂર ઊભી થતી અને આઈન્સ્ટાઈન તેમને સ્પોન્સર અથવા નોકરી શોધવામાં મદદ કરતા, ક્યારેક અન્ય પાસેથી નાણાં આપતા અથવા પોતાની પાસેથી આપી દેતા. મદદ માગવા આવતા કેટલાક લોકોને તો તેઓ ભાગ્યે જ ઓળખતા હોય, છતાં તેમની વાત સાંભળીને તેમને મદદ કરતા. ૧૯૩૮માં જર્મનીએ ઑસ્ટ્રિયાને પોતાનામાં ભેળવી દીધા પછી ખૂબ મોટી સંખ્યામાં લોકોએ અમેરિકામાં આશ્રય માગ્યો હતો. વિનંતીઓની સંખ્યા એટલી બધી વધી ગઈ હતી કે આઈન્સ્ટાઈન માટે બધાની વ્યવસ્થા કરવાનું સરળ નહોતું, અને ખાસ કરીને એટલા માટે કે તે સમયે હજુ પણ આર્થિક મંદીમાં સપડાયેલા અમેરિકામાં બેરોજગારીનો આંક ઊંચો હતો. આઈન્સ્ટાઈનને ખ્યાલ આવ્યો કે તેઓ પોતે હવે અમેરિકામાં સતત વધી રહેલી યહૂદી વસાહતીઓની સંખ્યાનો ભાગ બની રહ્યા હતા અને તેમાં ઘણાખરા શૈક્ષણિક સમુદાયના હતા. તેમના ગાઢ મિત્રોમાં ડૉક્ટર, કલાકાર અને લેખકોનો સમાવેશ થતો હતો, જેમની સાથે તેમને ફિઝિક્સ સિવાયના વિષયોમાં વાત કરવાનો આનંદ આવતો.

રાજકીય મોરચે પણ સ્થિતિ નાજુક હતી. યુરોપમાં ચિંતાજનક સ્થિતિ આવી શકે છે એવું સમજી ગયેલા પ્રમુખ રુઝવેલ્ટે જર્મની તેમજ ઈટાલીને પરસ્પર સમજણપૂર્વક પ્રશ્નનો ઉકેલ લાવવા અપીલ કરી પણ તેની કોઈ અસર થઈ નહીં. હવે હિટલરના પ્રચાર વિભાગના વડા બની ચૂકેલા જોસેફ ગોબેલ્સે ૧૯૩૮માં ૯-૧૦ નવેમ્બરની રાત્રે જર્મનીમાં જર્મન યહૂદીઓ વિરુદ્ધ કુખ્યાત *ક્રિસ્ટોલનૅશ* (તૂટેલા કાચની રાત્રી) નામે હત્યાકાંડ શરૂ કર્યો. હિંસક ટોળાઓએ આખા જર્મનીમાં આખી રાત દરમિયાન શેરીઓમાં, ઘરોમાં અને કામના સ્થળ

તેમજ ધાર્મિક સ્થળોમાં પણ યહૂદીઓ પર હુમલા કર્યા. ૧૦૦થી વધુ યહૂદીઓ માર્યા ગયા અને બીજા સેંકડો ઘવાયા.યહૂદીઓના ૭,૫૦૦ વેપાર-ધંધા નાશ પામ્યા, યહૂદીઓનાં અસંખ્ય ધાર્મિક સ્થળો સળગાવી દીધાં અને ૩૦,૦૦૦ યહૂદીઓને પકડીને છાવણીઓમાં પૂરી દીધા. જર્મનોની દલીલ હતી કે આ ઘટનાક્રમ સરકાર દ્વારા આયોજિત નહોતો પણ એકાએક શરૂ થયો હતો અને એ રાત્રે જે કંઈ થયું તે માટે યહૂદીઓ પોતે જ જવાબદાર હતા. નાઝી નેતાગીરીએ આ તકનો લાભ લઈને એવો કાયદો બનાવ્યો, જેને કારણે અર્થતંત્રમાંથી યહૂદી વેપાર નાબૂદ થાય અને તેનું 'આર્યકરણ' કરી દીધું. હિટલરે આદેશ જારી કરી દીધો કે યહૂદી પ્રશ્ને સંકલન સાધીને આખરી ઉકેલ લાવવામાં આવે. આ કારણે *ક્રિસ્ટોલનેશ* શબ્દનો ઉપયોગ ઘણીવાર વિનાશના સંદર્ભમાં કરવામાં આવે છે.

દરમિયાન પાઈલટ અને મેડિકલ લેબોરેટરી સહાયક ચાર્લ્સ લિન્ડબર્ગે હરમાન ગોરિંગના હસ્તે જર્મન મૅડલ ઑફ ઓનરનો સ્વીકાર કર્યો, જેને કારણે અમેરિકામાં ભારે નારાજગી ફેલાઈ. ૧૯૩૩માં ચાન્સેલર તરીકે હિટલરની નિમણૂકને પગલે ગોરિંગ જર્મનીની સિક્રેટ પોલીસનો વડો બન્યો. તેની સાથે ટોચના બે નાઝી અધિકારીઓ હેનરિક હિમલર અને રિનહાર્ડ રેડ્રિક પણ જોડાયા. નાઝીઓના રાજકીય વિરોધીઓ માટે કોન્સન્ટ્રેશન કેમ્પનો પ્રારંભ કરનાર ગોરિંગ હતા. ત્યારપછીના વર્ષે લિન્ડબર્ગે રુઝવેલ્ટની નીતિઓની ટીકા કરી, જેને કારણે જર્મનીમાં તે વધારે લોકપ્રિય થઈ ગયા. ન્યૂજર્સીના હોપવેલમાં આઈન્સ્ટાઈનથી માત્ર થોડા માઈલ દૂર રહેનાર આ પાઈલટે નાઝીઓ તરફથી તેને મળેલો મૅડલ કદી પરત કર્યો નહીં.

યહૂદીવાદની તરફેણમાં આઈન્સ્ટાઈનના પ્રયાસો ૧૯૩૮માં પણ ચાલુ રહ્યા હતા જેના ભાગરૂપે તેમણે ન્યૂયોર્ક શહેરમાં નેશનલ લેબર કમિટી ફૉર પેલેસ્ટિનને સંબોધન કર્યું. 'ઈન અવર ડેબ્ટ ટુ ઝિઓનિઝમ' વિષય પર બોલતાં તેમણે યહૂદીઓ માટેના કપરા સમય અંગે વાત કરી હતી. સાથે જો કે થોડી આશાવાદી વાત કરતાં આઈન્સ્ટાઈને કહ્યું હતું કે ઝિઓવાદને કારણે યહૂદીઓમાં સમુદાયની ભાવના પુનઃ જાગૃત થઈ છે જેને કારણે તેઓ યહૂદી વિરોધી લાગણીઓમાંથી બચી શક્યા અને પેલેસ્ટિનમાં રચનાત્મક કામમાં પરોવાયા.

તે વર્ષે ફિઝિક્સના ક્ષેત્રમાં લાંબા ગાળાની અસરો કરનારી અત્યંત મહત્ત્વની શોધ થઈ : યુરોપમાં પ્રયોગશાળાઓમાં કામ કરી રહેલા ઓટ્ટો હેન, લિસે મિતનેર, ફ્રિત્ઝ સ્ટ્રેસમાન તથા મિતનેરના ભત્રીજા ઓટ્ટો ફ્રિશે પરમાણુ વિભાજનની શોધ કરી. આ વિજ્ઞાનીઓએ સૌપ્રથમ એ પ્રસ્થાપિત કર્યું કે જો એક યુરેનિયમ અણુ પર ન્યૂટ્રોન દ્વારા મારો કરવામાં આવે તો તેના પરમાણુઓનું વિભાજન થાય અને તેને પરિણામે જે ચેઈન રિએક્શન આવે તેમાંથી પ્રચંડ માત્રામાં ગરમી અને પ્રકાશના સ્વરૂપમાં ઊર્જા મળી શકે. આ ઊર્જાને એકસાથે છોડી દેવામાં આવે તો તેનાથી પ્રચંડ વિસ્ફોટ થાય. આ પ્રયોગ ૧૯૩૪માં ફર્મીએ કરેલા પ્રયોગને સમકક્ષ જ હતો, પરંતુ ફર્મીને ત્યારે તેમની કામગીરીની અસરોની ખબર નહોતી. આ અસાધારણ સંશોધનની માત્ર ભૌતિક વિજ્ઞાન માટે જ નહીં, પરંતુ ટૂંક સમયમાં રાજકીય સ્તરે પણ ક્રાંતિકારી અસરો થવાની હતી.

આ જ સમયગાળામાં આઈન્સ્ટાઈનનાં બહેન માજા ઈટાલીથી પ્રિન્સ્ટન આવી પહોંચ્યાં. તેમના પતિ પૌલ વિન્ટલરને આરોગ્યના કારણોસર અમેરિકામાં પ્રવેશ આપવાનો ઈનકાર કરવામાં આવ્યો. તેઓ જીનિવા મિત્રો પાસે ચાલ્યા ગયા અને માજાને પ્રિન્સ્ટન તેના ભાઈ સાથે વધુ સલામત જગ્યાએ જવા જણાવ્યું. મેસર સ્ટ્રીટમાં આઈન્સ્ટાઈનના ઘરમાં હવે આઈન્સ્ટાઈન; માજા; મારગોટ; હેલેન ડ્યુક્સ; શિકો નામનો એક શ્વાન અને ટાઈગર નામની એક મોટી બિલાડીનો સમાવેશ થતો હતો. આ પછી તેમના ૭૫મા જન્મદિવસે બિબો નામે એક પોપટ ભેટમાં મળ્યો હતો તેનો પણ પરિવારમાં સમાવેશ થયો. શિકો બાબતે આઈન્સ્ટાઈને એક વખત કહ્યું હતું, "આ શ્વાન ઘણો સ્માર્ટ છે. મારા ઉપર બહુ બધી ટપાલો આવે છે એ બદલ તે દુઃખી છે, અને એ કારણે જ તે ટપાલીને કરડવા દોડે છે."

મે ૧૯૩૯માં પ્રિન્સ્ટન થિઓલોજિકલ સેમિનરી ખાતે વિજ્ઞાન અને ધર્મ પર યોજાયેલી એક કૉન્ફરન્સને તેમણે સંબોધન કર્યું હતું. "અવર ગોલ" નામે આ વક્તવ્ય દરમિયાન તેમણે કહ્યું હતું કે, વૈજ્ઞાનિક અને તાર્કિક બાબતોની પોતાની એક મર્યાદા હોવાથી વ્યક્તિના નિર્ણયો અને શ્રદ્ધાને પ્રભાવિત કરી શકતી નથી. આથી આપણા સામાજિક જીવનમાં ધર્મની સૌથી મહત્ત્વની

કામગીરી સમાજનાં મૂલ્યો અને ધ્યેયોને સ્પષ્ટ કરવાની - એટલે કે અપેક્ષાઓ અને મૂલ્યોને આધાર આપે તેવી શક્તિશાળી પરંપરાની છે. એક તંદુરસ્ત સમાજમાં પરંપરાઓએ સારી ભૂમિકા ભજવી હોવાને કારણે તથા એ દ્વારા તેનું મૂલ્ય પ્રસ્થાપિત કરી દીધું હોવાને કારણે તેને યોગ્ય ઠેરવવાની કોઈ જરૂર જ નથી.

આઈન્સ્ટાઈન હવે ધીમેધીમે ફિઝિક્સના મુખ્ય પ્રવાહનાં સંશોધનમાં સક્રિય નહોતા રહ્યા. તેમણે ક્વૉન્ટમ મિકેનિક્સની ટીકા અને ચર્ચા કરવાનું તેમજ યુનિફાઈડ ફિલ્ડ થિયરીની શોધ કરવાનું ચાલુ રાખ્યું, જેને પરિણામે અન્ય ભૌતિક વિજ્ઞાનીઓ મૂંઝવણ અનુભવતા રહ્યા. આઈન્સ્ટાઈન પોતે તો હવે નવું કોઈ સંશોધન કરતા નહોતા, તેથી તેમના યુવાન સહાયકોની કામગીરી મારફતે તેમને આડકતરી પ્રશંસા મળતી.

આમ છતાં, એક જિનિયસ અને માનવતાવાદી તરીકેની તેમની પ્રતિષ્ઠાને કારણે આઈન્સ્ટાઈનના નામનું વજન પડતું અને તેઓ જ્યાં પણ સંકળાતા એવી યોજના કે કાર્યોને સફળતા મળતી. આ કારણે જ ૧૯૩૯ના જુલાઈમાં એક જૂના મિત્ર લિઓ ઝિલાર્ડ લોંગ આઈલેન્ડમાં પિકોનિક બે ખાતે આઈન્સ્ટાઈનને મળવા આવી પહોંચ્યા. તે સમયે અન્ય એક ભૌતિક વિજ્ઞાની યુગેન વિગનેર ત્યાં હાજર હતા. તેમણે યુરેનિયમ-૨૩૫માંથી મળેલા પરિણામ એટલે કે અણુના વિઘટનના સંશોધન અંગે આઈન્સ્ટાઈનને માહિતી આપી. આ બંને ભૌતિક વિજ્ઞાનીઓને આશંકા હતી કે જર્મન વિજ્ઞાનીઓને આ પ્રચંડ ઊર્જાની ક્ષમતાઓની જાણકારી મળશે તો તેઓ કદાચ એટમબૉંબ બનાવવાની કામગીરી શરૂ કરી શકે છે. તેમણે માહિતી આપી કે ફ્રાન્સના ફ્રેડરિક જોલિઓટે આ સંભાવનાને ધ્યાનમાં લઈને જ બેલ્જિઅન કોન્ગો પાસેથી છ ટન યુરેનિયમ ઑક્સાઈડ અને નોર્વેથી હેવી વૉટર મગાવવાના ઓર્ડર આપી દીધા છે. આ સમાચાર સાંભળી આઈન્સ્ટાઈન અત્યંત ચિંતિત બન્યા અને પોતાનાથી બનતા પ્રયાસો કરવા સંમત થયા. ઝિલાર્ડે પ્રમુખ રુઝવેલ્ટને મોકલવા માટેનો પત્ર ઑગસ્ટ સુધીમાં તૈયાર કર્યો, જેમાં પરમાણુ ઊર્જાના લશ્કરી ઉપયોગ બાબતે પ્રમુખને ચેતવવામાં આવ્યા હતા. પત્રમાં ભારપૂર્વક જણાવવામાં આવ્યું કે જર્મની જો બૉંબ બનાવવામાં સફળ થઈ જાય અને અમેરિકા તેની ઉપેક્ષા કરે

તો મોટો વિનાશ થઈ શકે તેમ છે. આઈન્સ્ટાઈને એ પત્ર પર તત્કાળ હસ્તાક્ષર કરી દીધા. એકલા તેમના હસ્તાક્ષર સાથેનો આ પત્ર છેક ઑક્ટોબર એટલે કે યુરોપમાં બીજું વિશ્વયુદ્ધ શરૂ થઈ ગયાના એક મહિના પછી રુઝવેલ્ટને મોકલવામાં આવ્યો. અમેરિકા હજુ યુદ્ધમાં સામેલ થયું નહોતું, સંભવિત ભાવિ સંડોવણી માટે અમેરિકાને તૈયાર કરવા આતુર રુઝવેલ્ટે આવા મહત્ત્વના સમાચાર આપવા બદલ આઈન્સ્ટાઈનનો આભાર માન્યો. યુરેનિયમ પર સંશોધન કરવા અને પરમાણુ ઊર્જાની શક્યતાઓ ચકાસવા તેમણે સમિતિની નિમણૂક કરી. આ નિર્ણયને પગલે ન્યૂ મેક્સિકોના રણમાં લોસ આલમોસ ખાતે અત્યંત ગુપ્ત મેનહટન પ્રોજેક્ટ શરૂ થયો, જેમાં અણુ બોંબની ડિઝાઈન એસેમ્બલિંગ થયું અને ૧૯૪૫માં વિસ્ફોટ કરવામાં આવ્યો.

૧૯૩૯ની પહેલી સપ્ટેમ્બરે જર્મનીએ પોલેન્ડ પર ચડાઈ કરી અને મુખ્યત્વે જર્મન ભાષા બોલતા ઉત્તરમાં આવેલા બંદરીય શહેર ડેન્ઝિંગ પર કબજો જમાવી દીધો. ત્યારપછી બે જ દિવસમાં બ્રિટન અને ફ્રાન્સે જર્મની સામે યુદ્ધ જાહેર કર્યું પણ અમેરિકા તટસ્થ રહ્યું. જર્મનીએ પશ્ચિમ પોલેન્ડમાં આગેકૂચ જારી રાખી અને રાજધાની વોરસો કબજે કરીને ત્યાં નાઝી ગવર્નર જનરલની નિયુક્તિની ઘોષણા પણ કરી દીધી. એ જ સમયે સોવિયેત સંઘે પણ પૂર્વમાંથી પોલેન્ડ પર આક્રમણ કર્યું. આ બાજુ ઈંગ્લેન્ડમાં લંડનમાંથી અનેક બાળકોને દેશના અન્ય સલામત પ્રદેશોમાં લઈ જવામાં આવ્યાં. કેટલીક મહિલાઓ તેમનાં બાળકો સાથે કેનેડા જવા રવાના થઈ, પરંતુ તેમાંથી ઘણી દરિયો પાર કરવામાં સફળ થઈ શકી નહીં. યુદ્ધમાં જોતરાયેલા યુરોપિયન દેશો મોટા પાયે શસ્ત્રો અને યુદ્ધની અન્ય સામગ્રી મગાવવા લાગતાં અમેરિકાની આર્થિક સ્થિતિ સુધરવા લાગી.

૧૯૩૯-૧૯૪૦માં દરિયાપાર યુદ્ધ ચાલુ હતું ત્યારે ન્યૂયોર્કમાં વિશ્વમેળો યોજાઈ રહ્યો હતો. આઈન્સ્ટાઈન તથા ઘરના અન્ય સભ્યો તે માણવા માટે પહોંચી ગયા. મેળાનું થીમ "આવતીકાલનું વિશ્વ" હતું અને ધ્યેય આર્થિક સમૃદ્ધિ અને વ્યક્તિગત સ્વતંત્રતા હાંસલ કરવા માટે વિજ્ઞાન અને ટેક્નોલોજીના ઉપયોગને પ્રોત્સાહન આપવાનું હતું. મહામંદી અને તે સાથે અમેરિકાએ બીજા વિશ્વયુદ્ધમાં ઝંપલાવ્યું હતું તે સમયે જ આ મેળો ભવિષ્ય માટે આશાનું પ્રતીક

બની રહ્યો હતો. આયોજકોની વિનંતીને પગલે આઈન્સ્ટાઈને મેળાની ટાઈમ કેપ્સ્યુલ માટે "ટુ પોસ્ટેરિટી" (ભાવિ પેઢીને) નામે નિવેદન આપ્યું. તેમાં તેમણે વિશ્વની ટેક્નોલોજી ક્ષેત્રની કેટલીક સિદ્ધિઓને યાદ કરી, ત્યારબાદ ભાવિ પેઢીને માહિતી આપી કે હાલની પ્રજા આર્થિક અને યુદ્ધ બંને પ્રકારના ભયમાં જીવી રહી છે.

નવા દાયકાના પ્રારંભે આઈન્સ્ટાઈને અમેરિકાના નાગરિક તરીકે ન્યૂજર્સીના ટ્રેનટોનમાં શપથ લીધા. એ જ સમયે બીજી તરફ યુદ્ધ યુરોપમાં અને ત્યાંથી પણ આગળ દૂર પૂર્વમાં વિસ્તરી રહ્યું હતું. તો બ્રિટનમાં નેવિલે ચેમ્બર્લિનના રાજીનામા બાદ વિન્સ્ટન ચર્ચિલે વડાપ્રધાન પદે શપથ લીધા. તેમણે જોશપૂર્વક તેમનું સુવિખ્યાત "બ્લડ, સ્વેટ એન્ડ ટીયર્સ" (લોહી, પરસેવો અને આંસુ) પ્રવચન આપ્યું અને તેમના દેશવાસીઓને ભાવિ માટે તૈયાર રહેવા હાકલ કરી. તો યુદ્ધ મોરચે જર્મનીએ નોર્વે, ડેન્માર્ક, હોલેન્ડ, બેલ્જિયમ અને લક્સેમ્બર્ગમાં પ્રવેશ કરી દીધો; ડચ અને બેલ્જિયનોને શરણાગતિ સ્વીકારી લીધી, અને જર્મનીનું શાસન બે દેશોમાં ફેલાઈ ગયું. ઈટાલીએ ફ્રાન્સ અને બ્રિટન સામે યુદ્ધ જાહેર કર્યું અને જૂનના મધ્યમાં જર્મન લશ્કરે પેરિસમાં પ્રવેશ કર્યો. જર્મનીના હવાઈ દળે પ્રારંભમાં દિવસ-રાત લંડન પર હુમલા ચાલુ કર્યા, પરંતુ દિવસે અનેક યુદ્ધ વિમાનો તોડી પાડવામાં આવતાં છેવટે માત્ર રાત્રે હવાઈ હુમલા ચાલુ રહ્યા. આખા યુરોપમાં શહેરો ખાલી થઈ રહ્યાં હતાં અને નાગરિકો તેમના પરિવારો માટે સલામત સ્થળ શોધવા મથામણ કરી રહ્યા હતા, પરંતુ એ બધા પ્રયાસો નિષ્ફળ જતા હતા. દૂર પૂર્વમાં જાપાન, ચીન, બર્મા અને ફિલિપિન્સ વચ્ચે યુદ્ધ છેડાયું હતું. જાપાન, જર્મની અને ઈટાલીએ તેમના ધ્યેય હાંસલ કરવા માટે એકબીજાને મદદ કરવા લશ્કરી અને આર્થિક સમજૂતી કરી હતી. આ તમામ ઊથલપાથલ અને અશાંતિથી બચવા યુરોપના અનેક મહાન વિજ્ઞાનીઓ, જેમાં મોટા ભાગના યહૂદીઓ હતા તેઓ અમેરિકા અને કેનેડા ચાલ્યા ગયા.

અમેરિકામાં મતદારોએ લોકપ્રિય પ્રમુખ રુઝવેલ્ટને અસાધારણ કહી શકાય તેવી ત્રીજી મુદત માટે ચૂંટી કાઢ્યા. યુદ્ધની સંભાવનાને ધ્યાનમાં લઈ રુઝવેલ્ટે કૉંગ્રેસ (અમેરિકી સંસદ) સમક્ષ જંગી સંરક્ષણ બજેટ મંજૂર કરવા જણાવ્યું,

તેમજ ૫૦,૦૦૦ વિમાનોના ઉત્પાદન માટે વિનંતી કરી. તે સાથે જ ૨૧થી ૩૬ વર્ષના તમામ પુરુષો માટે ફરજિયાત લશ્કરી સેવા માટે કૉંગ્રેસે સિલેક્ટિવ સર્વિસ સિસ્ટમ "ધ ડ્રાફ્ટ"ની રચના કરી અને દરેક માટે તત્કાળ નોંધણી કરાવવાનું ફરજિયાત બન્યું. ત્યારબાદ તરત જ સ્મિથ એક્ટ નામે સુધારો દાખલ કરીને તમામ વિદેશીઓને લશ્કરી સેવા માટે જણાવી દેવામાં આવ્યું.

જાપાને પર્લ હાર્બર પર હુમલો કર્યો તેના એક મહિના પહેલાં જ અણુ ઊર્જાના વિકાસ માટે અમેરિકાની સરકારે જંગી ટેક્નોલોજિકલ અને વૈજ્ઞાનિક સેવાઓ માટેની યોજના અમલમાં મૂકી હતી. સરકારી અધિકારીઓએ અત્યંત વર્ગીકૃત મેનહટન યોજના તૈયાર કરી હતી, જે ૧૯૪૨ના પ્રારંભે લોસ આલ્મોસ ખાતે અત્યંત કુશળ ભૌતિક વિજ્ઞાનીઓ અને ટેક્નિકલ નિષ્ણાતો દ્વારા પ્રયોગશાળાઓમાં ગુપ્તપણે અમલમાં મૂકવાની હતી. સમગ્ર મેનહટન યોજના માટે જનરલ લેસલી ગ્રોવ્સની નિમણૂક થઈ. તેમણે લોસ આલ્મોસ નેશનલ લેબોરેટરી ખાતે સંશોધન ડિરેક્ટર તરીકે ભૌતિક વિજ્ઞાની જે. રોબર્ટ ઓપનહેમરની નિમણૂક કરી. ઓપનહેમરની જવાબદારી અણુબૉંબ વિકસાવવાની કામગીરી પર દેખરેખ રાખવાની હતી. મેનહટન યોજના શરૂ કરવામાં આવી ત્યારે સૌથી મોટો પડકાર બૉંબ માટે જરૂરી માત્રામાં અને સ્વીકૃત ગુણવત્તામાં ઈંધણનો જંગી જથ્થો મેળવવાનો હતો. તે સમયે માત્ર બે જાણીતા સ્રોત હતા – યુરેનિયમ-૨૩૫ અને પ્લુટોનિયમ-૨૩૯. તેનું ઉત્પાદન કરવા માટે પ્રયોગશાળાઓ પણ નહોતી, એ તો તૈયાર કરવાની હતી. આ માટે ટેનેસીમાં ૧,૦૦૦ ગ્રામ્ય પરિવારોને અન્યત્ર ખસેડ્યા પછી એક લેબોરેટરી બાંધવામાં આવી, જ્યાં સરકારી કર્મચારીઓએ ક્લિન્ટન એન્જિનિયર વર્ક્સ (૧૯૪૩માં તેનું નામ બદલીને ઓક રિજ રાખવામાં આવ્યું) ખાતે કાચા યુરેનિયમમાંથી યુરેનિયમ-૨૩૫ મેળવવાની કામગીરી શરૂ કરી. ૧૯૪૫ સુધીમાં વિજ્ઞાનીઓએ બૉંબ બનાવી શકાય તેવી પૂરતી માત્રામાં યુરેનિયમ-૨૩૫ નો જથ્થો તૈયાર કરી લીધો. પ્લુટોનિયમ મેળવવા માટે સરકારે ૧૯૪૩માં વૉશિંગ્ટન રાજ્યમાં કોલમ્બિયા નદી પાસે ૫,૦૦,૦૦૦ એકર જમીનમાં સુવિધા ઊભી કરી દીધી. તેને હેનફોર્ડ એન્જિનિયર વર્ક્સ નામ આપવામાં આવ્યું. આ માટે ૧,૫૦૦ પરિવારોને અન્યત્ર ખસેડવામાં આવ્યા, તે ઉપરાંત ત્રણ નાનાં ગામ

અને ખેતરો કાયમ માટે અદશ્ય થઈ ગયાં.

અમેરિકાએ યુદ્ધમાં ઝંપલાવી દીધું હતું. જાપાન ખાતેના અમેરિકી રાજદૂતે અમેરિકા પર જાપાનના સંભવિત હુમલા બાબતે રુઝવેલ્ટને ચેતવ્યા પછી ૧૯૪૧ની સાતમી ડિસેમ્બરે પર્લ હાર્બર પર હુમલો થયો. અમેરિકા અને બ્રિટને તત્કાળ જાપાન વિરુદ્ધ યુદ્ધની ઘોષણા કરી દીધી. ૧૦મી ડિસેમ્બરે જર્મનીએ અમેરિકા સામે યુદ્ધની જાહેરાત કરી. ઈટાલીએ પણ એવી જ જાહેરાત કરી જેને પગલે અમેરિકાએ યુરોપના આ બંને ફાસીવાદી દેશો વિરુદ્ધ યુદ્ધ જાહેર કરી દીધું.

ઈટાલિયન ભૌતિક વિજ્ઞાની અને નોબેલ વિજેતા એનરિકો ફર્મી તેમનાં યહૂદી પત્ની સાથે ફાસીવાદી ઈટાલી છોડીને અમેરિકા આવી પહોંચ્યા હતા. ફર્મી અને તેમના સાથીદારો નિયંત્રિત અણુ રિએક્શન તૈયાર કરવા માટે શિકાગો યુનિવર્સિટીમાં કામ કરી રહ્યા હતા. ૧૯૪૨ની બીજી ડિસેમ્બર બપોરના સમયે એટલે કે પર્લ હાર્બર પરના હુમલાના એક વર્ષ પછી તેમને નાનકડી ભૂગર્ભ પ્રયોગશાળામાં અણુના પરમાણુઓમાંથી અલગ થતી નિયંત્રિત ઊર્જાના પ્રથમ સંકેતો મળ્યા. હવે ઓક રિજ અને હેનફોર્ડ ખાતેની પ્રયોગશાળાઓ અણુ શસ્ત્રો માટે પરમાણુ ઈંધણ મેળવી શકે તેમ હતી.

આત્મરક્ષણના પ્રયાસોમાં મદદ કરવા આઈન્સ્ટાઈન પણ તૈયાર હતા, પરંતુ તેમ કરી ન શક્યા : સરકાર તેમને જરૂરી સિક્યોરિટી ક્લીયરન્સ આપી શકે તેમ નહોતી. અમેરિકા તેના આ નવાસવા નાગરિકને સલામતી માટે જોખમ માનતું હતું, કેમ કે તેમના રાજકીય અભિપ્રાયો વિવાદાસ્પદ હતા અને સામજિક રીતે તેઓ ખુલ્લેઆમ ડાબેરીઓની સાથે જોડાયેલા હતા, જેને કારણે એક શકમંદ અમેરિકન હતા. એફબીઆઈના એજન્ટો વર્ષો સુધી આઈન્સ્ટાઈનની હિલચાલ પર નજર રાખતા રહ્યા અને તેમના મૃત્યુ પછી પણ તેમના વિશે માહિતી એકત્ર કરતા રહ્યા. આઈન્સ્ટાઈન અંગે તેમણે ૧,૪૦૦ પાનાંની ફાઈલ તૈયાર કરી હતી અને હવે તે એફબીઆઈની વેબસાઈટ પર જોઈ શકાય છે. પ્રારંભિક નિવેદનમાં એવો દાવો કરવામાં આવ્યો છે કે આઈન્સ્ટાઈન સામ્યવાદી હતા, પરંતુ અંદરનાં પાનાંઓમાં એફબીઆઈએ એવું તારણ રજૂ કર્યું છે કે આઈન્સ્ટાઈન સામ્યવાદી વિચારધારા ધરાવતા હોય

એવું લાગતું નથી, કોઈ સામ્યવાદી સંગઠન સાથે જોડાયેલા નથી અને કોઈ ભાંગફોડની પ્રવૃત્તિમાં પણ સંડોવાયેલા નહોતા. એફબીઆઈના એજન્ટોને જો ખબર હોત કે આઈન્સ્ટાઈનની ચેતવણીને કારણે જ સ્વતંત્રતા અને દેશના રક્ષણ માટેની મેનહટન યોજના સ્થાપિત થઈ હતી તો સંભવ છે કે તેમણે આઈન્સ્ટાઈનને અમેરિકાના વફાદાર ગણ્યા હોત. પછીનાં વર્ષોમાં એક વખત તેમણે કહ્યું હતું, "હું ક્યારેય સામ્યવાદી નહોતો, પરંતુ જો હોત તો પણ મને તેની શરમ ન આવત." તેઓ માનતા કે સામ્યવાદના ખતરા બાબતે અમેરિકા વધારે પડતું ચિંતા કરતું હતું. આ સંદર્ભમાં તેમણે નોંધ લીધી હતી કે પશ્ચિમ યુરોપના દેશોમાં સામ્યવાદી પક્ષોનું અસ્તિત્વ હોવા છતાં આવો કોઈ ડર નથી.

અમેરિકાની સરકાર આઈન્સ્ટાઈનને મેનહટન યોજના માટે જરૂરી સિક્યોરિટી ક્લીયરન્સ આપી શકે તેમ નહોતી, છતાં તેઓ એ કામ કરવા સંમત થયા હોત કે નહીં એ સ્પષ્ટ થતું નથી. પણ તેમણે બીજી રીતે તેમનો રાષ્ટ્રપ્રેમ વ્યક્ત કર્યો હતો. તેઓ અમેરિકી નૌકાદળ માટે વિસ્ફોટકોની બાબતોના સલાહકાર બન્યા, જેના માટે તેમને પ્રતિદિન ૨૫ ડૉલર ચૂકવવામાં આવતા હતા. તેમના એક સાથીદારે આ અંગે મજાક પણ કરી હતી કે આઈન્સ્ટાઈન હવે નૌકાદળના સભ્ય છે, પરંતુ તેમણે તેમના વાળ કપાવવાની જરૂર નહીં પડે. વૉશિંગ્ટનથી પણ કેટલાક લોકો આઈન્સ્ટાઈનની સલાહ લેવા માટે આવતા, જેમ કે ટોર્પિડો – જળ સુરંગનો મહત્તમ વિનાશક ઉપયોગ કેવી રીતે થઈ શકે, અથવા એ પ્રકારના બીજા સવાલો તેમને પૂછવામાં આવતા અને આઈન્સ્ટાઈન પણ ફાસીવાદને હરાવવા માટેના પ્રયાસોમાં સામેલ થવા તત્પર રહેતા. જો કે, સૌથી ઘાતક શસ્ત્રોના નિર્માણમાં કોઈ સીધી સંડોવણીથી તેમને બાકાત રાખવામાં આવ્યા છે એ વાત તેઓ ત્યારે જાણતા નહોતા.

૧૯૪૪માં તેમણે બીજી એક રીતે પણ અમેરિકાના યુદ્ધના પ્રયાસોમાં સહાય કરી હતી. ધ બુક એન્ડ ઑથર્સ વૉર બોન્ડ કમિટી અત્યંત મહત્ત્વની હસ્તપ્રતો અથવા સુવિખ્યાત લોકો દ્વારા લખાયેલી હસ્તપ્રતોની હરાજી કરીને એ નાણાંમાંથી વૉર બોન્ડ ખરીદતી હતી. આ કમિટીએ આઈન્સ્ટાઈનને તેમની સાપેક્ષતા પરની ૧૯૦૫ની હસ્તપ્રત દાનમાં આપવા માગે છે કે કેમ તે વિશે પૂછ્યું. મૂળ હસ્તપ્રત તો હવે ઉપલબ્ધ નહોતી, પરંતુ આ મહાન ભૌતિક

વિજ્ઞાની તેની છપાયેલી નકલમાંથી પોતાના અક્ષરમાં નવેસરથી લખી આપવા સંમત થયા. તેમની સેક્રેટરી એ મોટા અવાજે વાંચતી અને આઈન્સ્ટાઈન લખતા. આ જ હેતુ માટે તેમણે અન્ય એક હસ્તપ્રત પણ દાનમાં આપી હતી. ફેબ્રુઆરીમાં બંને હસ્તપ્રતની હરાજી થઈ, જેમાં સાપેક્ષતા પરની હસ્તપ્રતના ૬.૫ મિલિયન ડૉલર અને બીજી હસ્તપ્રતના પાંચ મિલિયન ડૉલર ઊપજ્યા હતા. એ જમાનામાં આ રકમ ઘણી મોટી કહેવાય, પણ આજે પણ આ રકમ નાની ન કહેવાય. અજાણ્યા ખરીદારે પછીથી બંને હસ્તપ્રત અમેરિકી સંસદની લાઈબ્રેરીને દાનમાં આપી દીધી હતી.

યુદ્ધ દરમિયાન જર્મનો દ્વારા થઈ રહેલા અત્યાચારોની વાતો સાંભળીને આઈન્સ્ટાઈન ભારે વ્યથિત થઈ ગયા હતા. ખાસ કરીને પોલેન્ડમાં વોર્સોમાં એક જ સ્થળે રહેવા મજબૂર બનેલા યહૂદીઓની હાલત અને તેમના બળવાની વાતે તેમને દુઃખી કરી નાખ્યા હતા. પોલેન્ડ ઉપર કબજો જમાવનાર નાઝીઓએ વોર્સોના યહૂદીઓને એક જ સ્થળે રહેવા ફરજ પાડી હતી. યુ.એસ. હોલોકસ્ટ મેમોરિયલ મ્યુઝિયમની વેબસાઈટમાં જણાવ્યા અનુસાર, ૧૯૪૨ના ઉનાળામાં એ સ્થળેથી ૩,૦૦,૦૦૦ કરતાં વધુ યહૂદીઓને ખસેડવાનું શરૂ થયું હતું. જેમાં ૨,૫૦,૦૦૦ ને તો ટ્રેબ્લિન્કા ખાતે કોન્સન્ટ્રેશન કૅમ્પમાં લઈ જવામાં આવ્યા. બાકી રહેલા આશરે ૫૬,૦૦૦ રહેવાસીઓને સમાચાર મળી ચૂક્યા હતા કે કૅમ્પમાં લઈ જવામાં આવેલા લોકોનું નિકંદન કાઢી નાખવામાં આવ્યું છે. ત્યાર પછીના વર્ષે કેટલાક યુવાનોએ સંગઠનની રચના કરી અને બાકીના રહેવાસીઓને વિનંતી કરી કે હવે જેને લઈ જવામાં આવે તેમણે રેલવેમાં જવાની ના પાડી દેવી, કેમ કે તેમને જાણકારી મળી ગઈ હતી કે આ રીતે લઈ જવાતા તમામ લોકોને મૃત્યુને ઘાટ ઉતારી દેવામાં આવતા હતા. આ પછી જર્મન સૈનિકો આવ્યા ત્યારે આ યુવાનોએ ગુપ્ત રીતે મેળવેલી બંદૂકો વડે ગોળીબાર કર્યા, જેને કારણે જર્મન સૈનિકોએ પીછેહઠ કરવી પડી. જો કે થોડા મહિના પછી મોટી સંખ્યામાં જર્મન સૈનિકો આવી પહોંચ્યા. આ વખતે યુવાનોની સાથે મળી અન્ય યહૂદીઓએ પણ એક મહિના સુધી જર્મન સૈન્યનો મુકાબલો કર્યો, પરંતુ છેવટે થાક્યા ત્યારે સૈનિકોએ આખી વસાહતને આગ ચાંપી દીધી અને ૭,૦૦૦ને તો સ્થળ પર જ ઠાર મારી દીધા, જ્યારે બાકીનાને મજૂરીકામ

માટે અને કોન્સન્ટ્રેશન કેમ્પમાં લઈ જવામાં આવ્યા. વોર્સોમાં યહૂદીઓએ બતાવેલી હિંમત વિશે સાંભળીને આઈન્સ્ટાઈને મૃતકોને અંજલિ આપતું બે ફકરાનું નિવેદન તૈયાર કર્યું હતું. યુરોપમાં સામૂહિક હત્યાકાંડ માટે તેમણે સમગ્ર જર્મન પ્રજાને જવાબદાર ઠેરવી, કેમ કે હિટલરે તેનાં પુસ્તકો અને ભાષણો દ્વારા તેના લાંબા ગાળાના ઈરાદા જાહેર કરેલા હોવા છતાં જર્મનોએ તેને વિશાળ બહુમતીથી ચૂંટ્યો હતો.

શસ્ત્ર માટે થઈ રહેલી સ્પર્ધાથી આઈન્સ્ટાઈન ચિંતિત હતા અને લિઓ ઝિલાર્ડની વિનંતીથી તેમણે માર્ચ ૧૯૪૫માં પ્રમુખ રુઝવેલ્ટને વધુ એક પત્ર લખ્યો હતો. જે લોકો વર્ગીકૃત સંશોધન કરી રહ્યા હતા અને જે લોકો નીતિ ઘડી રહ્યા હતા તેમની વચ્ચે સંપર્કના અભાવ બાબતે અનેક ભૌતિક વિજ્ઞાનીઓ ચિંતિત છે અને એ અંગે પ્રમુખે ઝિલાર્ડ સાથે વાતચીત કરવી જોઈએ તેવી એ પત્રમાં વિનંતી કરવામાં આવી હતી. આઈન્સ્ટાઈન મેનહટન યોજના વિશે કશું જાણતા નહોતા, પરંતુ સંભવતઃ તેમને એમ કહેવામાં આવ્યું હતું કે આનાં પરિણામો ઘણાં ગંભીર હશે. જો કે એ પત્ર રુઝવેલ્ટ સુધી પહોંચ્યો જ નહીં, કેમ કે ૧૨મી એપ્રિલે તેમનું નિધન થયું. ત્યારપછી બનેલી શ્રેણીબદ્ધ ઘટનાઓ જોવા પણ તેઓ ન રોકાયા, જેમ કે જર્મન પ્રતિકારનો અંત, ૩૦ એપ્રિલે હિટલરની આત્મહત્યા તથા ૭મી મેએ જર્મનીની સત્તાવાર શરણાગતિ. યુરોપમાં સાથીદળોની જીત થઈ અને મહામુશ્કેલીએ મળેલી એ જીત બાદ ૮મી મેએ વીઈ – વિક્ટરી ઈન યુરોપ દિવસ ઊજવવામાં આવ્યો, પરંતુ પેસિફિકમાં જાપાને હજુ શરણાગતિ સ્વીકારી નહોતી.

૧૯૪૫માં જાપાન સાથેના યુદ્ધના અંત પહેલાં અમેરિકાની સરકારે સ્મિથ રિપોર્ટ નામે એક દસ્તાવેજ જારી કર્યો. અન્ય બાબતોની સાથે તેમાં એ જાહેર કરવામાં આવ્યું હતું કે આઈન્સ્ટાઈને ૧૯૩૯માં રુઝવેલ્ટને સચેત કર્યા હતા કે જર્મનો બોંબ બનાવી શકે છે અને તેથી અમેરિકામાં થયેલા અણુ સંશોધન બદલ તેઓ સીધા જવાબદાર છે. જૂન ૧૯૪૫ના અંતે લખાયેલા આ રિપોર્ટમાં અણુ બોંબ યોજનાની વિગતો આપવામાં આવી હતી અને નોંધ લેવામાં આવી હતી કે આ બોંબનું તત્કાળ પરીક્ષણ થાય તેમ વિજ્ઞાનીઓ અને લશ્કરની ઈચ્છા હતી- અને "એક એવું શસ્ત્ર વિકસાવવામાં આવ્યું છે જે કોઈની પણ

કલ્પના કરતાં વધારે વિનાશક હોઈ શકે છે." આ નોંધ અનુસાર, હકારાત્મક પાસું એ છે કે પરમાણુ ઊર્જાનો શાંતિપૂર્ણ ઉપયોગ શક્ય છે. મોટા ભાગના નિષ્ણાતો એ વાતે સંમત છે કે, આઈન્સ્ટાઈને લખેલા પત્ર વિના પણ અમેરિકા બોંબ બનાવી શક્યું હોત, કેમ કે તે માટેની ટેક્નોલોજી અમેરિકા અને ઈંગ્લેન્ડ બંને પાસે હતી.

૧૬ જુલાઈએ લોસ આલ્મોસ ખાતેના વિજ્ઞાનીઓ ઓલ્મોગોર્ડોમાં અણુ બોંબનું પરીક્ષણ કરવા સજ્જ હતા. પરીક્ષણ સફળ રહ્યું અને તેમાં સંકળાયેલા વિજ્ઞાનીઓ ભારે ઉત્સાહમાં આવી ગયા. જો કે ઘણાને આ સિદ્ધિની ચિંતા થઈ અને વિશ્વશાંતિ માટે તેનો શો ઉપયોગ છે તે અંગે તેમને સવાલ થયો. બોંબ યોજના પૂરી થઈ છે એ સાંભળીને અપરાધભાવથી પીડાતા લિઓ ઝિલાર્ડે તત્કાળ એક અપીલ જારી કરીને નૈતિક આધાર પર જાપાન ઉપર બોંબનો ઉપયોગ ન કરવા અમેરિકાને જણાવ્યું. જો કે તેમાં તેમને સફળતા મળી નહીં.

અત્યાર સુધીમાં તો આપણામાંના મોટા ભાગનાએ રણ વિસ્તારમાં ઊંચે સુધી ઊઠેલા મશરૂમ જેવાં ઘેરા વાદળોની ફિલ્મ અને ફોટો જોઈ લીધા છે. પણ એ પરીક્ષણના ત્રણ અઠવાડિયા પછી છ ઑગસ્ટે યુએસ બી-૨૯ બોમ્બર *એનોલા ગેઈ* દક્ષિણ પેસિફિકના નાનકડા ટાપુ ટિનિઆનથી ઊપડ્યું, બોંબ અને ૧૨ માણસો સાથે રાત્રીના અંધકારમાં જાપાન તરફ ૧,૫૦૦ માઈલ આગળ વધ્યું અને હિરોશીમા ઉપર "લિટલ બૉય" નામ આપવામાં આવેલો યુરેનિયમ-૨૩૫ બોંબ ઝીંકી દીધો. તેનાં કંપનો, આગ અને રેડિએશને હિરોશીમામાં ૭૦,૦૦૦ અને નાગાસાકીમાં ૪૦,૦૦૦નો ભોગ લીધો, અને બીજા હજારો લોકો પછીથી મૃત્યુ પામ્યા. જાપાને શરણાગતિ સ્વીકારી લીધી અને ૧૯૪૫ની ૧૪મી ઑગસ્ટે બીજા વિશ્વયુદ્ધનો અંત આવ્યો. આ યુદ્ધ પૂરું થયું ત્યાં સુધીમાં સૈનિકો, નાગરિકો તેમજ કોન્સન્ટ્રેશન કેમ્પોમાં માર્યા ગયેલા સહિત આખી દુનિયામાં ૫૦ મિલિયન લોકોએ જીવ ગુમાવ્યા હતા.

૧૯૦૫ના પોતાના સંશોધનના અંતિમ પરિણામ સમાન પરમાણુ શસ્ત્રોની વિનાશક અસરો અંગે ત્યાર પછીનાં વર્ષોમાં આઈન્સ્ટાઈન સતત ખેદ અને આઘાત વ્યક્ત કરતા રહ્યા. તેમણે કહ્યું હતું, જર્મનો બોંબ નહીં બનાવી શકે તેવી તેમને ખાતરી હોત તો પોતે રુઝવેલ્ટને લખવામાં આવેલા પત્ર પર કદી

સહી ન કરત. જર્મન વિજ્ઞાનીઓ પરમાણુ ચેઈન રિએક્શનની સંભાવનાઓ અંગે જાણતા હતા, પરંતુ તેમની પાસે સ્રોતો ન હોવાથી તેઓ બૉંબ બનાવી શક્યા નહોતા, અને જો તેમની પાસે સ્રોતો હોત તો પણ જરૂરી પ્રક્રિયાઓમાંથી તેમણે પસાર થવાનું હતું, જે યુદ્ધની એ સ્થિતિમાં શક્ય નહોતું.

બૉંબ પર પ્રતિબંધ મૂકવાના પોતાના નવા મિશનના સંદર્ભમાં ૧૯૪૫ના નવેમ્બરમાં આઈન્સ્ટાઈને અણુ બૉંબ તેમજ તમામ શસ્ત્રો પર નિયંત્રણ રાખે તેવી વિશ્વ સરકારની તરફેણ કરી હતી. આવી રચના ત્રણ મહાન લશ્કરી સત્તાઓ : અમેરિકા, સોવિયેત સંઘ અને ગ્રેટ બ્રિટન કરી શકે. આવી વિશ્વ સરકાર પાસે તમામ લશ્કરી બાબતોની સત્તા રહેશે અને જ્યાં અત્યાચાર થતા હોય એવા દેશોમાં દરમિયાનગીરી કરી શકશે. યુદ્ધ જેવા અનેક ગણા મોટા દૈત્યની સરખામણીમાં જુલ્મી વિશ્વ સરકાર વધુ ઈચ્છનીય છે તેમ તેમણે લખ્યું હતું. કોઈપણ રાષ્ટ્રીય સરકારમાં અનિષ્ટ તત્ત્વ તો હોય જ છે, પરંતુ હવે વધુ એક યુદ્ધ તેના કરતાં પણ વધુ ખતરનાક હશે. જો કે, આવી વ્યવસ્થાની ભલામણ કરવા બદલ રશિયન એકેડેમી ઑફ સાયન્સે આઈન્સ્ટાઈનની ટીકા કરી હતી.

યુદ્ધના અંત સાથે સાહજિક બનેલી ઘટના એ હતી કે આઈન્સ્ટાઈન ઈન્સ્ટિટ્યૂટ ફૉર એડવાન્સ સ્ટડીમાંથી સત્તાવાર રીતે નિવૃત્ત થયા. હવે તેમણે વિશ્વ સરકારની રચના ઉપરાંત શાંતિ અને નિઃશસ્ત્રીકરણ યુદ્ધની નિરર્થકતા વિશે સતત લખવાનું ચાલુ રાખ્યું. આવા એક લેખમાં તેમણે લખ્યું, "અણુ ઊર્જામુક્ત થવાની ઘટના એ કોઈ નવી સમસ્યા નથી, વાસ્તવમાં હાલ જે સમસ્યા છે તેને ઉકેલવાની વધારે તાકીદની આવશ્યકતા છે." વર્તમાન સમસ્યાઓ હંમેશાં હોય છે એવી જ છે. ઘણાં વર્ષો પહેલાં ૧૯૦૫માં નોબેલ શાંતિ પુરસ્કાર મેળવનાર બેરોનેસ બર્થા વોન શટનરે કહ્યું હતું કે, યુદ્ધના નિયમો સુધારવા એ કોઈને તેલમાં ઉકાળતી વખતે ઉષ્ણતામાનને નિયંત્રિત કરવા જેવી બાબત છે. યુદ્ધમાં કોઈ "સુધારા" થઈ શકે નહીં. આઈન્સ્ટાઈનને લાગ્યું કે મૂળભૂત સંશોધનની કામગીરીમાં રોકાયેલા વિજ્ઞાનીઓની એ નૈતિક ફરજ છે કે આવી બાબતોમાં લશ્કરને સહકાર ન આપવો. આ બાબતે તેમણે લખ્યું હતું, "ત્રીજું વિશ્વયુદ્ધ કેવી રીતે લડાશે તે મને ખબર નથી, પરંતુ હું તમને કહી શકું છું કે ચોથામાં તેઓ શેનો ઉપયોગ કરશે - ખડકોનો!"

પ્રકરણ

૧૧

અંતિમ વર્ષો

અહીં જે કંઈ બની રહ્યું છે તે અંગે ચૂપ રહેવાની અને બધું ગળી જવાની મારી અસમર્થતાને કારણે મારા નવા વતનમાં હું એક પ્રકારે વિવાદાસ્પદ વ્યક્તિત્વ બની ગયો છું.

– મેકાર્થીના સમયગાળામાં પોતાના આખાબોલાપણા અંગે બેલ્જિયમનાં રાણી ઍલિઝાબેથ સમક્ષ વ્યક્ત કરેલી વ્યથા, ૨૮ માર્ચ, ૧૯૫૪

૧૯૪૫ના ડિસેમ્બરમાં ન્યૂયોર્કની એસ્ટોર હોટેલ ખાતે નોબેલ પારિતોષિક વિજેતાઓના માનમાં યોજાયેલા એક ભોજન સમારંભમાં બોલતાં આઈન્સ્ટાઈને અણુશસ્ત્રો બાબતે ચિંતા વ્યક્ત કરી હતી. "યુદ્ધમાં જીત થઈ છે, પરંતુ શાંતિ જીતી શકાઈ નથી" તેમ તેમણે અત્યંત મૃદુતાથી કહ્યું ત્યારે દેખીતી રીતે તેમના મનમાં વિવિધ દેશો વચ્ચે ચાલી રહેલી શસ્ત્રસ્પર્ધાનો મુદ્દો મુખ્ય હતો.

યુદ્ધ પછીનાં વર્ષોમાં આઈન્સ્ટાઈનને સતત એક જ બાબતની – અણુબૉંબ અને તેના સંભવિત ઉપયોગ અંગે ચિંતા રહેતી. ફરી તેમણે શાંતિની તરફેણમાં, યુદ્ધની વિરુદ્ધમાં અને વિશ્વ સરકારની તરફેણમાં બોલવાનું શરૂ કર્યું. આ દરમિયાન તેમણે કેટલીક બાબતોમાં "ગાંધીની પદ્ધતિ" અખત્યાર કરવાની

પણ તરફેણ કરી. તેઓ માનતા કે જ્યાં સુધી દેશો પોતપોતાના અલગ શસ્ત્ર-સરંજામ રાખશે, ત્યાં સુધી યુદ્ધ થતાં રહેશે. તેઓ નવી રચાયેલી ઈમર્જન્સી કમિટી ઑફ એટમિક સાયન્ટિસ્ટ્સના અધ્યક્ષ બન્યા. આ સમિતિનો મુખ્ય ઉદ્દેશ અણુ ઊર્જાના શાંતિપૂર્ણ ઉપયોગનો હતો. ત્યાર પછી તો આ સમયથી લઈને જીવનના અંત સુધી આઈન્સ્ટાઈન શાંતિ અને વિશ્વ સરકારના મુદ્દાઓમાં ગળાડૂબ રહ્યા. જર્મની પ્રત્યેની તેમની નારાજગી કોઈ પણ રીતે ઓછી ન થઈ. જે લોકોએ હિટલરનો જાહેરમાં વિરોધ કરવાની હિંમત કરી હતી તેવા જૂજ જર્મનો સિવાય આઈન્સ્ટાઈન જર્મની સાથે કોઈ પણ પ્રકારનો સંપર્ક ઈચ્છતા નહોતા. એટલે સુધી કે પુરસ્કાર લેવા માટે જર્મની જનાર યહૂદી તત્ત્વજ્ઞાની માર્ટિન બુબેરની આકરા શબ્દોમાં ટીકા કરી હતી, તો સાથે જર્મની દ્વારા તેમને રિઝવવાના પ્રયાસોને પણ નિષ્ફળ બનાવી દીધા હતા. પ્રતિષ્ઠિત ગણાતી મેક્સ પ્લેન્ક ઈન્સ્ટિટ્યૂટનું વિદેશી સભ્યપદ સ્વીકારવાનો તેમણે ઈનકાર કરી દીધો હતો, તેમજ તેમના જન્મસ્થળ ઉલ્મનું માનદ્ નાગરિકત્વ પણ ન સ્વીકાર્યું. ૧૯૫૨માં પશ્ચિમ બર્લિનના કિસ્સામાં પણ એવું જ કર્યું તથા ૧૯૫૩માં લશ્કરી સેવાના વિરોધીઓના આંતરરાષ્ટ્રીય સંગઠનનું જર્મન વિભાગનું સભ્યપદ સ્વીકારવાની પણ ના પાડી.

આક્રમકતા વિના વિવાદો ઉકેલવાના તેમના અભિયાન દરમિયાન ૧૯૪૭માં એક વખત તેમણે અમેરિકા પર સીધો આક્ષેપ કરતાં કહ્યું હતું કે, અમેરિકા બીજી બધી બાબતો કરતાં લશ્કરી સત્તાને મહત્ત્વ આપે છે, જેને કારણે દેશો વચ્ચેના સંબંધો પર અસર પડે છે. તેને પગલે સરકારની માનસિકતા આક્રમક થઈ ગઈ. તેમણે ચેતવણી ઉચ્ચારી કે ઓટ્ટો વોન બિસ્માર્ક અને કેસર વિલહેલ્મ-બીજાથી શરૂ કરીને જર્મનીના આવા જ વલણને કારણે ૧૦૦ વર્ષ કરતાં ઓછા સમયમાં તેનું પતન થયું. તેમણે દલીલ કરી કે શસ્ત્રો વધુ શક્તિશાળી બનવાને પગલે લશ્કરી માનસિકતા હવે વધારે ખતરનાક બની છે. અણુબોંબના નિર્માણ અને તેના ઉપયોગ પર પ્રતિબંધ મૂકતો આંતરરાષ્ટ્રીય કાયદો ઘડાવો જોઈએ તેવું પણ આઈન્સ્ટાઈને લખ્યું હતું.

લાંબી માંદગી અને અનેક મુશ્કેલીઓ વેઠ્યા બાદ આઈન્સ્ટાઈનનાં પ્રથમ પત્ની મિલેવાનું ૧૯૪૮માં ઝુરિકમાં ૭૨ વર્ષની વયે અવસાન થયું. પરિણામે

એડુઅર્ડ માતાના પ્રેમ અને હૂંફ વિના એકલો પડી ગયો. જો કે આઈન્સ્ટાઈનનું જીવનચરિત્ર લખનાર કાર્લ સીલિગે એડુઅર્ડની નિયમિત મુલાકાત લેવાનું અને તેની કાળજી લેવાનું શરૂ કર્યું. સીલિગના આ પગલા બદલ આઈન્સ્ટાઈને તેનો આભાર માન્યો અને સાથે ખેદ પણ વ્યક્ત કર્યો કે પોતે બીમાર પુત્રની કાળજી લઈ શકતા નથી. તેમણે સીલિગને લખ્યું કે, પુત્ર પ્રત્યેના પોતાના જ વલણને તેઓ સમજી શકતા નથી અને પોતે પત્રો દ્વારા પણ તેના સંપર્કમાં રહેતાં અચકાય છે. "મને લાગે છે કે હું કોઈ પણ સ્વરૂપમાં તેની સામે ઉપસ્થિત થઈશ તો તેનામાં વિવિધ પ્રકારની પીડાદાયક લાગણીઓ પેદા થશે" તેવો તેમણે તર્ક રજૂ કર્યો હતો.

નવા દેશ ઈઝરાયેલની રચનાની કામગીરી ૧૯૪૭થી ચાલી રહી હતી. સંયુક્ત રાષ્ટ્રોએ પેલેસ્ટિનનું બે સાર્વભૌમ દેશો – એક આરબ અને એક યહૂદીમાં વિભાજન કરવા મતદાન કર્યું હતું અને બ્રિટિશ શાસકોને પેલેસ્ટિન પરનો તેમનો કબજો છોડી દેવા જણાવવામાં આવ્યું હતું. જો કે, ૧.૩ મિલિયન આરબોએ ૬,૦૦,૦૦૦ યહૂદીઓને તેમની ભૂમિ આપવાની યોજના નકારી કાઢી હતી. યહૂદી નેતાઓએ ૧૯૪૮માં ઈઝરાયેલની વચગાળાની સરકારની જાહેરાત કરી. ત્યારબાદ બ્રિટિશરો બે મહિનામાં ત્યાંથી હટી ગયા અને ઈઝરાયેલની સ્વતંત્રતાની જાહેરાત કરી. આરબોએ લડત આપી અને આસપાસનાં આરબ રાજ્યોએ ઘૂસણખોરી કરી, પરંતુ ઈઝરાયેલીઓએ એ લોકોને પાછા ધકેલી દીધા. ૭,૫૦,૦૦૦ કરતાં વધુ આરબો કાં તો ભાગી ગયા અથવા આશ્રય છાવણીઓમાં મોકલી આપવામાં આવ્યા. આશરે ૮,૦૦,૦૦૦ યહૂદીઓ આરબ રાષ્ટ્રોમાંથી ભાગી છૂટ્યા, જેમાંથી પાંચ લાખ સીધા ઈઝરાયેલ ગયા. એક વર્ષની અંદર ઈઝરાયેલે આરબ દેશો સાથે યુદ્ધવિરામના કરારો કર્યા અને તે ક્ષેત્રમાં અસ્થાયી શાંતિ સ્થપાઈ. લગભગ ૨૦૦૦ વર્ષે અસ્તિત્વમાં આવેલા પ્રથમ યહૂદી રાષ્ટ્રના પ્રમુખ કેઈમ વિઝમાન બન્યા અને ડેવિડ બેન-ગુરિઅન વડાપ્રધાનપદે શપથ લીધા.

૧૯૫૨માં વિઝમાનના નિધન પછી નવા રાષ્ટ્રનું પ્રમુખપદ સંભાળવા આઈન્સ્ટાઈનને દરખાસ્ત કરવામાં આવી. તેમણે એમ કહીને અસ્વીકાર કર્યો કે આ દરખાસ્તથી પોતે સન્માન અનુભવે છે, પરંતુ એ કામગીરી માટે પોતે

યોગ્ય નથી. તે ઉપરાંત આ નવા દેશ બાબતે તેમની લાગણી વિરોધાભાસી હતી, કેમ કે તેની નીતિઓને તેઓ ટેકો આપી શકે તેમ નહોતા. આઈન્સ્ટાઈને આ દરખાસ્ત નકારી કાઢી તેનાથી ઈઝરાયેલી નેતાઓએ રાહત અનુભવી હતી. વડાપ્રધાન બેન-ગુરિઅને યેત્ઝાક નેવોનને – જેઓ પછીથી ઈઝરાયેલના પ્રમુખ બન્યા તેમને કહ્યું હતું કે, "મને જણાવો કે તેમણે હા કરી હોત તો શું થાત ? મારે તેમને આ હોદ્દાની દરખાસ્ત કરવી પડે તેમ હતી, પણ તેમણે સ્વીકાર કર્યો હતો તો આપણે મુશ્કેલીમાં મુકાત."

દરમિયાન બીજા વિશ્વયુદ્ધમાં ખુવાર થઈ ગયેલા યુરોપના અર્થતંત્રને મદદ કરવા અમેરિકામાં યુરોપિયન રિકવરી પ્રોગ્રામ - નામે માર્શલ પ્લાન રજૂ થયો. અમેરિકાના વિદેશપ્રધાન જ્યોર્જ સી. માર્શલે ૧૯૪૭માં હાર્વર્ડ યુનિવર્સિટી ખાતે આપેલા ભાષણ દરમિયાન આ યોજનાની દરખાસ્ત કરી હતી. તેમણે અત્યંત યોજનાબદ્ધ નીતિ તૈયાર કરી, જેના હેઠળ અમેરિકા પૂર્વ યુરોપના ૧૬ દેશોના ૨૭૦ મિલિયન લોકોને ભૂખમરો, ઘર વિનાની નિરાશ્રય, બીમારી, બેરોજગારી અને રાજકીય અસ્થિરતા જેવી સ્થિતિમાંથી બચાવી શકે તેમ હતું. આ દેશોનું અર્થતંત્ર ભાંગી પડ્યું હતું, લાખો લોકો ઘરવિહોણા થયા હતા તથા કૃષિનો નાશ થતાં એવી પરિસ્થિતિમાં આવી ગયા હતા જેને કારણે ભૂખમરાના સંજોગો ઊભા થયા હતા. યુરોપનાં ઘણાં ભવ્ય શહેરો નાશ પામ્યાં હતાં અને અન્ય શહેરોને ભારે નુકસાન થયેલું હતું. યુદ્ધ દરમિયાન રેલવે, પુલો તથા રસ્તાઓને નિશાન બનાવવામાં આવ્યાં હોવાને કારણે પરિવહન વ્યવસ્થા પણ ભાંગી પડી હતી, એટલું જ નહીં દરિયામાં અનેક વેપારી જહાજો તોડી પાડવામાં આવ્યાં હતાં. છતાં યુરોપના દેશોએ યુદ્ધ ચાલુ રાખ્યું હતું અને અર્થતંત્રને પાછું પાટા પર લાવવા તેમની પાસે કોઈ નાણાકીય સ્રોત નહોતા. બીજી તરફ અમેરિકા સારી સ્થિતિમાં હતું, કેમ કે એકમાત્ર હવાઈને બાદ કરતાં તેની ભૂમિ પર કોઈ વિનાશ થયો નહોતો.

માર્શલ યોજના હેઠળ ૧૩ અબજ ડોલર (આજની કિંમતે આશરે ૧૦૦ અબજ ડોલર) ચાર વર્ષના ગાળામાં યુરોપના આર્થિક માળખાને મજબૂત કરવા આપવામાં આવ્યા. યુરોપની પ્રજા શિક્ષિત, ઉદ્યોગ સાહસિક તેમજ પોતાની ભૂમિનું ફરી નિર્માણ કરી શકે તેવી સક્ષમ હોવાના કારણે અમેરિકાની નાણાકીય

સહાયના ધ્યેય સિદ્ધ થયા. યોજના એટલી સુંદર રીતે પાર પડી કે યુદ્ધ પછી ટૂંકા ગાળામાં જ યુરોપ બેઠું થઈ ગયું અને તેના જનક જ્યોર્જ માર્શલને ૧૯૫૩માં નોબેલ શાંતિ પુરસ્કાર આપવામાં આવ્યો. તે અગાઉ ૧૯૪૮માં તેમને ટાઈમ સામયિક દ્વારા "મેન ઑફ ધ યર" જાહેર કરવામાં આવ્યા હતા.

શાંતિવાદ અને વિશ્વ સરકાર માટેના પોતાના પ્રયાસ ચાલુ રાખવા ઉપરાંત આઈન્સ્ટાઈને ધર્મમાં પણ રસ જાળવી રાખ્યો હતો. દા.ત. ૧૯૪૮માં તેમણે ક્રિશ્ચન રજિસ્ટર સામયિકમાં ધર્મ અને વિજ્ઞાનના સુમેળ અંગે લેખ લખ્યો હતો. તેમણે સ્વીકાર્યું હતું કે આ મુદ્દો જટિલ છે, કેમ કે વિજ્ઞાન જે કહે છે તેની સાથે લોકો સંમત થઈ શકે છે પરંતુ ધર્મની વ્યાખ્યા અંગે સંમત થઈ શકતા નથી. ધર્મના જે ભાગ અંગે મતભેદ થવાની શક્યતા છે તે છે તેનો પૌરાણિક હિસ્સો—જે ધર્મનો માત્ર એક જ હિસ્સો છે—અને ધાર્મિક ધ્યેયો માટે દંતકથાઓને અનુસરવી જરૂરી નથી. તેમના મતે એકમાત્ર આયોજિત ધાર્મિક જૂથ ક્વાકર્સ અથવા સોસાયટી ઑફ ફ્રેન્ડ્સ હતું : "હું સોસાયટી ઑફ ફ્રેન્ડ્સને એવો ધાર્મિક સમુદાય માનું છે જે ઉચ્ચ નૈતિક મૂલ્યો ધરાવે છે. મને જાણ છે ત્યાં સુધી તેઓ કદી અનિષ્ટ સમાધાન કરતા નથી અને હંમેશાં તેમના અંતરઆત્માને અનુસરે છે. ખાસ કરીને આંતરરાષ્ટ્રીય જીવનમાં તેમનો પ્રભાવ મને લાભદાયી અને અસરકારક લાગે છે" તેમ તેમણે એક ઑસ્ટ્રેલિયન પત્રકારને લખી મોકલાવ્યું હતું. એક ખ્રિસ્તી સાધ્વીને પાઠવેલા પત્રમાં તેમણે લખ્યું હતું, "વ્યક્તિનું નૈતિક મૂલ્ય તેની ધાર્મિક માન્યતાને આધારે માપી શકાતું નથી, પરંતુ તેના જીવન દરમિયાન તેને કુદરત પાસેથી કેવી ભાવનાત્મક પ્રેરણા મળે છે એ મહત્ત્વનું છે."

યુદ્ધ સમાપ્ત થયા પછી આઈન્સ્ટાઈનનાં બહેન માજા યુરોપમાં તેમના બીમાર પતિ પાસે જવા માગતાં હતાં, પરંતુ એ શક્ય ન બન્યું. ભાઈના ઘરમાં વર્ષો સુધી સંતુષ્ટ જીવન જીવ્યા બાદ માજાને લકવો થઈ ગયો અને તેઓ પથારીવશ થઈ ગયાં. આઈન્સ્ટાઈનને પણ પેટની તકલીફો ચાલુ હતી અને તેમની તબિયત પણ સારી નહોતી રહેતી. તેઓ ૭૦ વર્ષના થયા તેના થોડા મહિના પહેલાં જ ડૉક્ટરોને લાગ્યું કે આઈન્સ્ટાઈનને પેટમાં ચાંદું પડેલું છે અને તેમને બ્રુકલિનની યહૂદી હૉસ્પિટલમાં દાખલ કરવામાં આવ્યા. જો કે નિદાન થયું ત્યારે ખબર

પડી કે તેમના પેટની મુખ્ય ધમનીમાં લોહીનો ભરાવો થઈ ગયો છે. એ ભરાવો દ્રાક્ષના કદ જેટલો હતો. આ નાજુક સ્થિતિમાં ઑપરેશન પણ શક્ય નહોતું, કેમ કે ધમનીની દીવાલ ફાટે તો ઘણું મોટું જોખમ પેદા થઈ શકે તેમ હતું. આથી આઈન્સ્ટાઈનને થોડાં અઠવાડિયાં માટે આરામ લેવા ઘરે મોકલવામાં આવ્યા. સાજા થયા પછી ફ્લોરિડામાં હયાત વિચારકો અંગે તૈયાર થઈ રહેલા પુસ્તકમાં પોતાના જીવન વિશેની વિગતો આપવાની કામગીરી કરી. જો કે આ બાબતનો તેમણે પોતાની જ "અંજલિ" લખવા જેવી બાબત તરીકે ઉલ્લેખ કર્યો હતો.

પ્રિન્સ્ટન પરત આવ્યા પછી આઈન્સ્ટાઈને જોયું કે માજાની સ્થિતિ તો વધારે કથળી હતી. તેમણે એક લાગણીશીલ ભાઈની ભૂમિકા અદા કરી અને દરરોજ રાત્રે માજાને કંઈક વાંચી સંભળાવતા. ઉંમર વધવા સાથે આ બંને ભાઈ-બહેન એટલાં બધા એકસરખા દેખાતાં હતાં કે કોઈ અજાણ્યા માટે બંને વચ્ચે ભેદ પાડવાનું પણ મુશ્કેલ બની જાય. ખાસ કરીને તેમના વાળ અને પાછળના ભાગેથી તો પરિચિતો માટે પણ તેમને ઓળખવાનું મુશ્કેલ બનતું. તેમને સાથે જોનાર મિત્ર લિલી કેલરે આ અંગે કહ્યું હતું, "ભરાવદાર વાળ ધરાવતા બે વૃદ્ધ લોકો સંપૂર્ણ સમજણ અને પ્રેમપૂર્વક સાથે બેઠા હતા." માજા ઘણાં વર્ષો સુધી પીડાયાં અને ૧૯૫૧માં ૭૦ વર્ષની ઉંમરે પ્રિન્સ્ટનમાં જ મૃત્યુ પામ્યાં. માજાની વિદાયથી આઈન્સ્ટાઈનના જીવનમાં ઘણી ખોટ પડી. માજાના મૃત્યુના એક વર્ષ પછી તેમના પતિ પૌલનું પણ નિધન થયું હતું.

૧૯૪૯માં આઈન્સ્ટાઈન ઉંમરના સાત દાયકાને પાર કરી આગળ વધ્યા ત્યારે એક ભવ્ય ઉજવણીનું આયોજન કરવામાં આવ્યું. તેમને શુભેચ્છા આપવા અને વિજ્ઞાનના ક્ષેત્રમાં તેમણે આપેલા ફાળા અંગે ચર્ચા કરવા પ્રિન્સ્ટનમાં ૩૦૦ વિજ્ઞાનીઓ એકત્ર થયા. ઉજવણી માટેના હૉલમાં આઈન્સ્ટાઈન દાખલ થયા અને ધીમેધીમે મંચ તરફ જઈ રહ્યા હતા ત્યારે ઉપસ્થિત તમામ મહેમાનો એકદમ શાંત થઈ ગયા. ત્યારપછી બધાએ ઊભા થઈને તાળીઓના ગડગડાટથી આઈન્સ્ટાઈનને વધાવી લીધા.

ત્યારપછીના વર્ષે જો કે આઈન્સ્ટાઈનને પોતાની ઉંમર અને આરોગ્ય વિશે ચિંતા વધતાં તેમણે વસિયત તૈયાર કરી દીધું. વસિયતના અમલ માટે તેમણે

મિત્ર ઓટ્ટો નેથનની નિમણૂક કરી અને પોતાની સાહિત્યિક મિલકતના જતન માટે હેલેન ડ્યુક્સની સાથે નેથનને પણ ટ્રસ્ટી બનાવ્યા. જેરૂસલેમની હિબ્રુ યુનિવર્સિટી સાથે ભૂતકાળના મતભેદોને ભૂલી જઈને તેમણે વસિયતમાં એવી વ્યવસ્થા કરી કે નેથન અને ડ્યુક્સના નિધન પછી પોતાનાં અભ્યાસપત્રો હિબ્રુ યુનિવર્સિટીને આપી દેવામાં આવે. તેમનું વાયોલિન તેમણે પૌત્ર બર્નહાર્ડને આપ્યું, જ્યારે નાણાકીય મિલકત હેલેન ડ્યુક્સ, પુત્રો હેન્સ આલ્બર્ટ અને એડુઅર્ડ તેમજ સાવકી દીકરી મારગોટ વચ્ચે વહેંચી આપી.

૧૯૫૦ના ફેબ્રુઆરીમાં પ્રમુખ ટ્રુમને સનસનાટીભર્યા સમાચાર આપ્યા : કે અમેરિકાએ અણુબોંબ કરતાં પણ વધુ શક્તિશાળી હાઈડ્રોજન બોંબ બનાવવામાં સફળતા મેળવી લીધી છે. હંગેરીમાં જન્મેલા ભૌતિક વિજ્ઞાની એડવર્ડ ટેલરને તેના 'જનક' ગણાવવામાં આવ્યા. આ સમાચાર સાંભળી વ્યથિત થયેલા આઈન્સ્ટાઈને પ્રિન્સ્ટનમાંથી જ દેશવ્યાપી ટેલિવિઝન પ્રસારણ પર નિવેદન આપવાનો નિર્ણય કર્યો. તેમણે ચેતવણી ઉચ્ચારી કે જો આ બોંબનો ક્યારેય પણ ઉપયોગ થશે તો આખી પૃથ્વી પરમાણુ વિકિરણોથી ઝેરી થઈ જશે અને પૃથ્વી પરના સમગ્ર જીવનનો સર્વનાશ થઈ જશે. જૂનમાં સંયુક્ત રાષ્ટ્રોના રેડિયો ઈન્ટરવ્યૂમાં તેમણે ફરી ચેતવણી ઉચ્ચારી હતી કે, ''યુદ્ધ રોકવા માટે સ્પર્ધાત્મક શસ્ત્રોનો વિકાસ એ ઉકેલ નથી. એ દિશાનું દરેક પગલું આપણને સર્વનાશ તરફ લઈ જશે. ... હું પુનરોચ્ચાર કરું છું કે શસ્ત્રો એ યુદ્ધ સામેનું રક્ષણ નથી પણ આપણને અનિવાર્યપણે યુદ્ધ તરફ દોરી જાય છે. ... શાંતિ માટે પ્રયાસ કરવા અને યુદ્ધ માટે તૈયારીઓ કરવી એ એકબીજાથી વિરોધી બાબતો છે.''

આ અરસામાં એક રાજકીય ઘટનાએ ઘણા અમેરિકનોને ચિંતામાં મૂકી દીધા. યુદ્ધના અંત પછી સોવિયેત સંઘ અને અમેરિકા સાથીદેશો ન રહ્યા, જેને કારણે અમેરિકામાં સામ્યવાદનું પગરણ થવાનો ભય વધ્યો, આ ભય રૂઢિચુસ્ત રાજકારણીઓને સૌથી વધુ સતાવવા લાગ્યો. અમેરિકી સંસદમાં આમ તો ઘણાં વર્ષોથી હાઉસ અન-અમેરિકન એક્ટિવિટીઝ કમિટી (એચ યુ એ સી) બનાવવામાં આવેલી હતી, પરંતુ હવે યુદ્ધના અંત પછી આ સમિતિએ હોલિવૂડમાં સામ્યવાદના પ્રભાવની તપાસ શરૂ કરી. ૧૯૪૭ના સપ્ટેમ્બરમાં

એચયુએસીએ ૪૧ લોકોને સુનાવણીમાં હાજર રહેવા સમન્સ પાઠવ્યા. તેમાંથી ૧૯ વ્યક્તિઓએ સમિતિને સહકાર આપવાની ના પાડી દેતાં તેમને 'શત્રુ' જાહેર કરવામાં આવ્યા. તેમાંથી છેવટે ૧૧ આવ્યા ખરા પણ પ્રશ્નોના જવાબ આપવાનો ઈનકાર કર્યો અને સમિતિની ટીકા કરી, આ કારણે તેમને કૉંગ્રેસ (સંસદ)ની અવગણના બદલ કસૂરવાર ઠેરવવામાં આવ્યા અને ટૂંકા ગાળા માટે જેલની સજા કરવામાં આવી. તેમને મુક્ત કરવામાં આવ્યા પછી ઘણાં વર્ષો સુધી તેઓ ફિલ્મ ઉદ્યોગમાં બ્લેક લિસ્ટેડ રહ્યા. આ બ્લેકલિસ્ટ એચયુએસી દ્વારા નહીં, પરંતુ સ્ટુડિયો માલિકોના જૂથ દ્વારા જ તૈયાર કરવામાં આવ્યું હતું અને તેમણે આ યાદીમાં આવતા લોકોને ફરી કામ ન આપવા નિર્ણય કર્યો હતો. આ સિવાય 'મૈત્રીપૂર્ણ' સાક્ષીઓમાં ગેરી કૂપર, રોનાલ્ડ રેગન તથા રોબર્ટ ટેલર જેવા અભિનેતાઓનો સમાવેશ થતો હતો. તેઓ હોલિવૂડમાં સામ્યવાદની ઘૂસણખોરી બાબતે સંસદીય સમિતિ સમક્ષ જુબાની આપવા તૈયાર હતા. એચયુએસીએ હોલિવૂડમાં બીજી વખત આવી તપાસ ૧૯૫૧માં હાથ ધરી હતી.

આ તબક્કે વિસ્કોસિનના જુનિયર સાંસદ સેનેટર જોસેફ મેકાર્થીનો સમિતિમાં પ્રવેશ થયો. કટ્ટર સામ્યવાદ વિરોધી લાગણી ધરાવતા મેકાર્થીએ હોલિવૂડને બદલે સરકારમાં ઘૂસેલા સામ્યવાદીઓ પર ધ્યાન કેન્દ્રિત કર્યું. ૧૯૫૦માં એક ભાષણ દરમિયાન તેમણે એવો દાવો કરીને હવામાં નાટ્યાત્મક રીતે એક કાગળ લહેરાવ્યો હતો કે તેમાં વિદેશ વિભાગમાં ઘૂસેલા સામ્યવાદીઓ અને સામ્યવાદ પ્રત્યે સહાનુભૂતિ ધરાવતા લોકોનાં નામ છે. સેનેટની વિશેષ સમિતિએ આ આક્ષેપોની તપાસ કરી અને આક્ષેપો નિરાધાર જણાયા. જો કે તેનાથી વિચલિત થયા વિના મેકાર્થીએ આક્રમકતાપૂર્વક સામ્યવાદ વિરોધી અભિયાન ચલાવવા પોતાના હોદ્દાનો ઉપયોગ કરવાનું ચાલુ રાખ્યું. પોતે કરેલા આક્ષેપો અંગે જરાસરખો પણ પુરાવો મળે તો તેઓ સરકારી કર્મચારીઓ અને અધિકારીઓને રાજકીય રીતે શકમંદ જાહેર કરીને તેમને અપમાનિત કરતા. તેમણે કૉંગ્રેસ સમક્ષ એવી શ્રેણીબદ્ધ સુનાવણી કરી હતી, જેમાં લોકોએ પોતાનો બચાવ કરવો પડતો. સમિતિ પાસે તેના દાવાના સમર્થનમાં સાવ ઓછા અથવા ક્યારેક કોઈ પુરાવા ન હોય, પરિણામે લોકોનાં જીવન બરબાદ

થઈ જતાં અને તે બદલ કોઈ માફી પણ માગવામાં આવતી નહીં. નિરાધાર શંકાનો ભોગ બનેલા લોકોને તેમના હાલ પર છોડી દેવામાં આવતા.

આ સ્થિતિનો ભોગ બનેલા ઘણા લોકોને આઈન્સ્ટાઈને એચયુએસી તથા તેને સમકક્ષ સેનેટની ઈન્ટરનલ સિક્યોરિટી સબમિટીની સુનાવણીમાં સહકાર ન આપવા સલાહ આપી હતી. આ પ્રક્રિયાના વ્યક્તિગત નાગરિક અધિકારોના ઉલ્લંઘન સમાન ગણીને આઈન્સ્ટાઈને મે ૧૯૫૩માં બ્રુકલીનના શિક્ષક વિલિયમ ફ્રોનગ્લાસને લખેલા પત્રમાં સલાહ આપી હતી કે, “મને માત્ર ગાંધીની પદ્ધતિમાં અસહકારનો ક્રાંતિકારી રસ્તો દેખાય છે. ખુલાસો આપવાનો ઈનકાર કરવા માટે એવો મજબૂત આધાર જોઈએ કે કોઈ નાગરિકની આ રીતે પૂછપરછ કરવી એ શરમજનક છે તથા આ પ્રકારની પૂછપરછથી બંધારણનું ઉલ્લંઘન થાય છે.” અન્ય એક વ્યક્તિને તેમણે લખ્યું હતું કે, એક સ્વતંત્ર દેશના નાગરિકો તેમના પક્ષના સભ્યપદનો હિસાબ આપવા બંધાયેલા નથી.

૧૯૫૩માં મેકાર્થીએ અમેરિકાના લશ્કરને નિશાન બનાવવાનો નિર્ણય કર્યો. તેમનો દાવો હતો કે લશ્કરની આ શાખામાં પણ સામ્યવાદીઓ છે અને તપાસનો આદેશ આપ્યો. સુનાવણી દરમિયાન લશ્કરના એટર્નીને લાગ્યું કે મેકાર્થી તેમના આક્ષેપોમાં કંઈક વધારે પડતા આગળ વધી રહ્યા છે અને તેથી એટર્નીએ ગુસ્સામાં કહ્યું, “શું તમારામાં શિષ્ટાચાર નથી સર? આટલા સમય પછી તમને શિષ્ટાચાર સમજાતો નથી?” આ પછી મેકાર્થીનો પ્રભાવ ઘટવા લાગ્યો. ખાસ કરીને ૧૯૫૪માં ટેલિવિઝન પર પ્રસારિત થયેલી સુનાવણી બાદ. કેમ કે તે સમયે એકસાથે લાખો લોકોએ તેની રીતભાત પ્રત્યક્ષ રીતે જોઈ હતી. વર્ષના અંતે સેનેટે એક ઠરાવ પસાર કરીને મેકાર્થીને સંસદનું માન ઘટે તેવી અને તેને વિવાદાસ્પદ સ્થિતિમાં લાવે તેવી પદ્ધતિઓ અખત્યાર કરતા અટકાવ્યા. બસ ત્યારથી સરકારો દ્વારા તેને અનુરૂપ ન હોય તેવા રાજકીય અભિપ્રાયો ધરાવતા લોકોને પકડવાની અને સજા કરવાની પદ્ધતિઓ માટે “મેકાર્થીઝમ” શબ્દપ્રયોગ પ્રચલિત બન્યો છે. વધારે પડતો દારૂ પીવા લાગેલા મેકાર્થીનું આ પછી અઢી વર્ષ બાદ હિપેટાઈટિસને કારણે મૃત્યુ થયું હતું.

રાજકારણીઓથી હતાશ થયેલા આઈન્સ્ટાઈને વિજ્ઞાનના નીતિવિષયક નિર્ણયો લેવામાંથી રાજકારણીઓને દૂર રાખવાની ભલામણ કરી હતી.

૧૯૫૨માં તેમણે લખ્યું કે રાજકારણીઓએ વિજ્ઞાન પર નિયંત્રણ રાખવું ન જોઈએ, તેમજ અન્ય દેશો સાથે મુક્ત વૈજ્ઞાનિક આદાન-પ્રદાનમાં અવરોધ ઊભા ન કરવા જોઈએ. તેમણે એમ કહીને રાજકારણીઓ પ્રત્યે નારાજગી વ્યક્ત કરી હતી કે તેઓ શાંતિના સમયે પણ આપણા જીવન ઉપર યુદ્ધના સમયની જેમ હાવી થાય છે.

૧૯૫૩માં આઈન્સ્ટાઈન શારીરિક રીતે વધુ નિષ્ક્રિય બનતા ગયા. તેમને લાગ્યું કે ઉંમરની સાથે તેમનું આરોગ્ય કથળ્યું છે. એ ઉનાળામાં પ્રિન્સ્ટનની શેરીઓમાં તેમનું ફરવાનું સાવ ઓછું થઈ ગયું, તેમણે તીડના ટોળાનો ફરફર્રાટ સાંભળ્યો ત્યારે કદાચ જાણતા હતા કે છેલ્લાં ૧૭ વર્ષથી તેઓ જે આ મધુર અવાજ સાંભળે છે તે હવે છેલ્લી વખત હશે કે કેમ! આઈસક્રીમ કોન હાથમાં રાખીને ચાલતાં ચાલતાં કૂતરાંઓને પંપાળવાના અને પડોશીઓ સાથે ગપ્પાં મારવાના દિવસો હવે પૂરા થઈ ગયા હતા. આ સ્થિતિમાં તેમણે યુનિફાઈડ ફિલ્ડ થિયરી પર ટૂંકું પેપર લખ્યું. થોડા આશાવાદ સાથે તેમણે કહ્યું હતું કે, પોતે સંખ્યાલક્ષી ગણતરી બાબતે નિશ્ચિત છે પરંતુ ભૌતિક બાબતે નિશ્ચિત નથી.

૧૯૫૪માં તેમને રક્તસ્રાવની બીમારી લાગુ પડી હતી, તેમ છતાં તેમના છેલ્લા વૈજ્ઞાનિક પેપર પર કામ કર્યું. આ કામમાં તેમને સાથ આપ્યો પેલેસ્ટિનમાં જન્મેલી અને અમેરિકામાં ભણેલી યુવાન ભૌતિક વિજ્ઞાની બ્રુરિઆ કૌફમાને. આખું વર્ષ તેણે મેસર સ્ટ્રીટમાં આઈન્સ્ટાઈનના ઘરની મુલાકાત લીધી અને થિયરીમાં ગણતરી અંગે, તેમાં થતી ભૂલો અંગે નોંધ કરી અને તેના પર નવેસરથી કામ કર્યું. છેવટે બંનેને લાગ્યું કે તેમનું પેપર પૂરું થયું છે અને ત્યાર પછીના વર્ષે તે પ્રકાશિત કરવામાં આવ્યું.

૧૯૫૪માં મેકાર્થી અને એમયુએસી સુનાવણી ટોચ પર હતી ત્યારે અમેરિકાની સરકારે લોસ આલ્મોસના ભૂતપૂર્વ ડિરેક્ટર અને અણુબોંબના જનક જ. રોબર્ટ ઓપનહેમર પર સામ્યવાદીઓના હિતેચ્છુ હોવાનો આક્ષેપ કર્યો. વાસ્તવમાં તેમના ભાઈ ફ્રેન્ક ૧૯૩૦ના દાયકામાં સામ્યવાદી પક્ષના સભ્ય હતા તે કારણે રોબર્ટ પર શંકા કરવામાં આવી. સરકારના પર્સોનલ સિક્યોરિટી બોર્ડે સુનાવણી કરી અને તેમને અવિશ્વસનીય જાહેર કરીને તેમનું

સલામતી ક્લીયરન્સ પાછું ખેંચી લીધું. રોબર્ટને અણુ ઊર્જા પંચના હોદ્દા પરથી પણ દૂર કરી દીધા, જેને કારણે વૈજ્ઞાનિક નીતિ પર તેમના પ્રભાવનો અંત આવી ગયો. સમિતિના નિર્ણયનો આધાર હાઈડ્રોજન બોંબના જનક એડવર્ડ ટેલરે આપેલી જુબાની હતો, જેના નિર્માણનો અગાઉ ઓપનહેમરે વિરોધ કર્યો હતો. ઓપનહેમરે હાઈડ્રોજન બોંબનો વિરોધ કર્યો ત્યારે તેમજ તપાસ સમિતિ સમક્ષ ઉપસ્થિત થવાના હતા ત્યારે – એમ બંને વખતે – આઈન્સ્ટાઈને ઓપનહેમરને ટેકો આપ્યો હતો. ઓપનહેમર ૧૯૪૭થી ઈન્સ્ટિટ્યૂટ ફૉર એડવાન્સ્ડ સ્ટડીના ડિરેક્ટર હતા. ડાબેરીઓ અને સ્વતંત્રતાવાદીઓમાં હિરો બની રહેલા આઈન્સ્ટાઈન હવે જમણેરીઓ માટે વિલન બની ગયા. તેઓ ઈચ્છતા હતા કે આઈન્સ્ટાઈનનું નાગરિકત્વ છીનવી લેવામાં આવે અને તેમને હાંકી કાઢવામાં આવે. બુદ્ધિજીવીઓને નિશાન બનાવવામાં આવી રહ્યા હતા અને નાગરિક સ્વતંત્રતા અને અભિવ્યક્તિની સ્વતંત્રતા નકારવામાં આવી રહી હતી તે જોઈને આ વૃદ્ધ વિજ્ઞાનીને ભારે દુઃખ થતું હતું, આમ તો પોતે વર્ષોથી આવી પરિસ્થિતિઓથી પરિચિત હતા.

જીવનના આ છેલ્લા તબક્કે આઈન્સ્ટાઈન માટે આનંદની ક્ષણો ઓછી થઈ રહી હતી. સમારંભોથી તે દૂર રહેવા લાગ્યા. ૧૯૫૪ની ૧૪મી માર્ચે તેમના ૭૫મા જન્મદિવસની ઉજવણી પછી તેમણે ફરિયાદ કરી હતી કે તેમનાથી વધારે પડતી કેક ખવાઈ ગઈ છે. એ દિવસે તેમને અસંખ્ય લોકો તરફથી શુભેચ્છાપત્રો અને ભેટસોગાદો મળી હતી. આ બધું મોકલનારા ઘણાને તેઓ ઓળખતા પણ નહોતા. આવી એક ભેટ મળી હતી પોપટની, જેને તેમણે બિબો નામ આપ્યું હતું. કોઈએ સામાન્ય ટપાલની રીતે જ આ પોપટ મોકલાવ્યો હતો. નવી જગ્યાએ આવીને બેચેન અને હતાશા જણાતાં આ પક્ષીને કિલકિલાટ કરતું કરવા આઈન્સ્ટાઈને થોડા દિવસ સુધી તેને જોક્સ સંભળાવવાનો પ્રયાસ કર્યો હતો. ક્યારેક પ્રિન્સ્ટનના લેક કાર્નેગીમાં એક કે બે મિત્રો સાથે બોટિંગ કરવા પણ ગયા હતા. ડૉક્ટરોએ હવે તેમને પાઈપ પીવાનું બંધ કરાવી દીધું હતું પરંતુ તે પકડી રાખીને તેની કિનાર ચૂસવાનું તેમને ગમતું. ઉંમરને કારણે આવેલી અશક્તિને પરિણામે પિયાનો વગાડવાનું ક્યારનું છોડી દીધું હતું, છતાં ક્યારેક અમસ્તા જ પિયાનો પર બેસતા અથવા રેડિયો પર સંગીત

સાંભળતા. તેમને ત્યાં હજુ પણ મોટી સંખ્યામાં મહેમાનની અવરજવર ચાલુ હતી. કેટલાક કોઈ તાકીદની વિનંતી સાથે આવી પહોંચતા, તો બહારગામથી કેટલાક અડધી રાત્રે પણ તેમના ઘરનો દરવાજો ખખડાવતા.

આપણે જાણીએ છીએ કે આઈન્સ્ટાઈન ૨૦ વર્ષથી વિધુર હતા. આ કારણે ઘણી મહિલાઓ તેમને પત્રો લખીને પોતાની કુશળતાઓ વિશે માહિતી આપતી અને તેમની પત્ની થવાની દરખાસ્ત કરતી. અમેરિકામાં આઈન્સ્ટાઈનની ફેવરેટ બેસ્ટ ફ્રેન્ડ્સમાં માર્ગારિટા કોનેનકોવાનો સમાવેશ થતો હતો. તે એક જાણીતા શિલ્પકારનાં પત્ની હતાં. આ એ જ શિલ્પકાર હતા જેમણે બનાવેલી આઈન્સ્ટાઈનની પ્રતિમા આજે પણ ઈન્સ્ટિટ્યૂટની લાઈબ્રેરીમાં છે. જો કે પછીથી એવી અફવા ફેલાઈ હતી કે માર્ગારિટા સોવિયત જાસૂસ છે. માર્ગારિટા અને તેમના પતિએ સોવિયેતમાંથી અહીં રાજ્યાશ્રય મેળવ્યો હતો અને ન્યૂયોર્કના ગ્રીનવિચ વિલેજમાં ૧૯૨૦થી ૧૯૪૫ સુધી રહ્યાં હતાં. આ સ્થળ અને પ્રિન્સ્ટન વચ્ચે એક કલાકનો રસ્તો હતો. ત્યારબાદ તેમને સોવિયેત સંઘ પરત બોલાવી લેવામાં આવ્યાં હતાં. માર્ગારિટા પર જાસૂસ હોવાનો આક્ષેપ છે એ વાત આઈન્સ્ટાઈન કદાચ જાણતા નહોતા. આ મહિલા જાસૂસ હોત તો પણ આઈન્સ્ટાઈન પાસે એવી કોઈ વર્ગીકૃત માહિતી નહોતી, જેની સોવિયેત સત્તાવાળાઓને જરૂર હોય અને તેમને ઉપયોગી થઈ શકે. આ સોવિયેત મહિલાના ગયા પછી આઈન્સ્ટાઈને જોહાના ફેન્ટોવા સાથે દોસ્તી બાંધી અને આ મહિલા આઈન્સ્ટાઈનના નિધન સુધી તેમની મહિલામિત્ર રહ્યાં. ફેન્ટોવા આઈન્સ્ટાઈનથી ૨૦ વર્ષ નાનાં હતાં અને આઈન્સ્ટાઈનની બીમારીના સમયગાળા દરમિયાન તેમની સાથે રહ્યાં. આઈન્સ્ટાઈનના જીવનનાં છેલ્લા દોઢ વર્ષ દરમિયાન ફેન્ટોવાએ તેમની સાથેની ટેલિફોન વાતચીતની પૂરી નોંધ રાખી હતી. આ નોંધ પરથી જાણી શકાય છે કે એ ઉંમરે પણ આઈન્સ્ટાઈનને તેમના રસના વિષયોમાં વાતો કરવાની ગમતી હતી.

ઑક્ટોબર ૧૯૫૪માં આઈન્સ્ટાઈને એક સુપ્રસિદ્ધ પત્ર લખ્યો, જેમાં તેમણે દાવો કર્યો હતો કે જો તેમને તેમનું જીવન ફરીથી જીવવાની તક મળે તો પોતે વૈજ્ઞાનિક નહીં બને. તેમણે કહ્યું કે તેના બદલે પોતે પ્લમ્બર અથવા પેડલર બનવાનું પસંદ કરશે, કેમ કે "હાલના સંજોગોમાં એ લોકો હજુ પણ સ્વતંત્રતા

ભોગવી શકે છે.” આવું કહેવા પાછળ તેમનો આશય એવો નહોતો કે તેઓ ભૌતિકશાસ્ત્ર છોડી દેશે, તેમનો આશય એવો હતો કે સંશોધન અને શૈક્ષણિક કામગીરીને કારણે જે જવાબદારીઓ આવે છે તેનાથી તેઓ મુક્ત રહી શકશે. કદાચ તેઓ બર્નની પેટન્ટ ઑફિસમાં ક્લાર્ક તરીકેની પોતાની કામગીરીની યાદમાં સરી પડ્યા હતા, કેમ કે તે સમયે પોતે બહુ વિખ્યાત નહોતા થયા અને પોતાને ગમતા વિષયો પર સ્વતંત્રપણે વિચારવાની મોકળાશ, સ્વતંત્રતા અને સમય હતાં.

૧૯૫૫ના પ્રારંભે તત્ત્વજ્ઞાની અને લેખક બર્ટાન્ડ રસેલે આઈન્સ્ટાઈનનો સંપર્ક સાધ્યો અને આંતરરાષ્ટ્રીય શસ્ત્ર સ્પર્ધાનો વિરોધ કરતા વિજ્ઞાનીઓની સાથે સંયુક્ત નિવેદન જારી કરવા તેમને જણાવ્યું. ૧૯૬૦માં સાહિત્યનું નોબેલ પારિતોષિક જીતનાર રસેલે આ દસ્તાવેજ તૈયાર કર્યો હતો, જેમાં શીતયુદ્ધના સમયમાં પરમાણુ યુદ્ધની સંભાવનાની આશંકા વ્યક્ત કરવામાં આવી હતી. આ અપીલ તેઓ અમેરિકાની કૉંગ્રેસમાં રજૂ કરવા માગતા હતા. આ સંયુક્ત નિવેદનમાં વિજ્ઞાનીઓએ કહ્યું હતું કે જે યુદ્ધમાં હાઈડ્રોજન બૉંબ ફોડવામાં આવશે તેમાં કોઈ વિજેતા નહીં હોય કે કોઈની હાર નહીં થાય, માત્ર સર્વનાશ થશે અને તેમણે કૉંગ્રેસને માનવજાત પ્રત્યે માનવ બનવા અપીલ કરી હતી. રસેલે આ નિવેદન આઈન્સ્ટાઈનને મોકલી આપ્યું અને તેમણે ૧૧ એપ્રિલે તેના પર સહી કરીને રસેલને પરત મોકલી આપ્યું. રસેલ-આઈન્સ્ટાઈન મેનિફેસ્ટો તરીકે ઓળખાયેલા આ નિવેદન પર તે સમયના અન્ય નવ અગ્રણી વિજ્ઞાનીઓના હસ્તાક્ષર હતા અને વિશ્વના બીજા હજારો વિજ્ઞાનીઓએ તેને બહાલી આપી હતી.

એ જ દિવસે અથવા તે પછીના દિવસે આઈન્સ્ટાઈનની તબિયત કથળી. પેટમાં નીચેના ભાગમાં અસહ્ય દુખાવો ઊપડ્યો. ડૉક્ટરને નહીં બોલાવવાની તેમણે હેલેન ડ્યુક્સને સૂચના આપી. ચિંતિત બનેલી સેક્રેટરીએ જો કે ગુપ્ત રીતે મારગોટને જાણ કરી જેઓ તે સમયે હૉસ્પિટલમાં સારવાર માટે ગયાં હતાં. મારગોટે આઈન્સ્ટાઈનના ફિઝિશિયન ડૉ. ડીનને જાણ કરી. ૧૩ એપ્રિલની બપોરે તેઓ બેહોશ થઈ ગયા ત્યારે ડૉક્ટરને બોલાવવા સિવાય ડ્યુક્સ પાસે કોઈ વિકલ્પ નહોતો. ડૉક્ટર તરત જ આવ્યા અને મોર્ફિનનું

ઈન્જેક્શન આપ્યું, પરંતુ તેમને તત્કાળ હૉસ્પિટલ ખસેડવા તૈયાર નહોતા, કેમ કે એ સમયે તેમને એમ લાગ્યું કે જે સાધારણ હેમરેજ થયું છે તે ટૂંક સમયમાં સારું થઈ જશે. બીજા દિવસે વધુ નિષ્ણાત ડૉક્ટરો આવી પહોંચ્યા, પરંતુ આઈન્સ્ટાઈન તેમના પર ગુસ્સે થઈ ગયા અને પોતાને એકલા છોડી દેવા જણાવ્યું. આઈન્સ્ટાઈન અને તમામ ડૉક્ટરો હવે જાણતા હતા કે જે લોહી ગંઠાયું હતું તે ફૂટી ગયું છે અને મૃત્યુ નિશ્ચિત છે. આઈન્સ્ટાઈને ડૉક્ટરોને માત્ર એટલો જ સવાલ કર્યો કે તેમનું મૃત્યુ શું ભયાવહ હશે? પણ ડૉક્ટરો પાસે તેનો જવાબ નહોતો. હેલેન ડ્યુક્સે વધારે ચિંતા વ્યક્ત કરી ત્યારે તેને ગુસ્સે થઈને કહ્યું, "તું ખરેખર ગાંડી છે – મારે એક દિવસ તો જવાનું જ છે, અને ક્યારે જાઉં તેનો કોઈ ફેર પડતો નથી." ત્યાર પછીના બે દિવસમાં તેમની સ્થિતિ વધારે કથળી ત્યારે ડૉક્ટરોએ તેમને પ્રિન્સ્ટન હૉસ્પિટલમાં દાખલ થવા મનાવી લીધા, જેથી યોગ્ય રીતે સારવાર થઈ શકે. હૉસ્પિટલના સ્ટાફે પણ તેમનું પૂરતું ધ્યાન રાખ્યું.

૧૭-૧૮ એપ્રિલની રાત્રે આઈન્સ્ટાઈન શાંતિપૂર્વક સૂઈ ગયા. મધ્યરાત્રી પછી લગભગ તરત જ ઊંઘની અવસ્થામાં જ તેમનું નિધન થયું. તેમને છેલ્લા જીવંત જોનાર રાત્રે ફરજ બજાવી રહેલી નર્સ આલ્બર્ટા રોઝેલ હતી. તેમની સાવકી દીકરી મારગોટે એ જ મહિનામાં પારિવારિક મિત્ર હેડવિગ બોર્નને લખેલા પત્રમાં કહ્યું હતું, "તેમણે તેમના કુદરતી મૃત્યુના સમય સુધી રાહ જોઈ. તેમણે ખૂબ શાંતિપૂર્વક મૃત્યુનો સામનો કર્યો અને એ ક્ષણે પણ નિડર હતા. કોઈ લાગણીવેડા કે કોઈ ખેદ વિના તેઓ આ દુનિયા છોડી ગયા."

પ્રકરણ

૧૨

પ્રયોગશીલ આઈન્સ્ટાઈન

વૃદ્ધાવસ્થામાં મને પ્રયોગો કરવા માટેની ભાવના તીવ્ર બની રહી છે.

- આલ્બર્ટ આઈન્સ્ટાઈન, ૧૯૧૫, ઉંમર ૩૬

આઈન્સ્ટાઈનને સાવ સામાન્ય – છીછરી નહીં પણ વધારે વ્યાપક, ઊંડી - બાબતોમાં રસ હતો. વિશેષ અને સામાન્ય સાપેક્ષતાની જાણકારી રોજિંદા અનુભવની બાબત છે એ વાત સાચી, પરંતુ આઈન્સ્ટાઈન સ્પષ્ટ દેખાતી વ્યવહારુ બાબતોથી પ્રભાવિત હતા. તેમના ભૌતિક વિજ્ઞાનમાં તેઓ સામાન્ય રીતે એવા રસ્તા શોધતા જેને કારણે તેમની થિયરીનું પરીક્ષણ થઈ શકતું અને એવી અપેક્ષા રહેતી કે પ્રયોગ દ્વારા તે સાબિત થાય. મોલેક્યુલ અંગેની તેમની પ્રારંભિક કામગીરીની જેમ દરરોજ તેઓ કોઈ નવી બાબત હાથમાં લેતા અને તેને સાવ નવી રીતે જોવાનો પ્રયાસ કરતા. ત્યારપછી તેમને એ ચીજોમાં કોઈ તદન નવી જ બાબત જડી આવતી. કોઈ પણ સામાન્ય માણસ પણ આ ચીજોમાં અલગ દૃષ્ટિકોણથી જુએ તો તેને પણ નવી બાબત મળી શકે.

ઉદાહરણ રૂપે ૧૯૦૫ના તેમના અભ્યાસપત્રોની વાત કરીએ. તેમના પીએચ.ડી. થીસિસમાં તેમણે એવોગાર્ડોના નંબરનું રહસ્ય કેવી રીતે શોધવું એ દર્શાવ્યું હતું. ખાંડના દ્રાવણની વિગતોની સમીક્ષા કરીને આઈન્સ્ટાઈન

પોતાની મેળે એક નવું પરિણામ મેળવી શક્યા હતા. બ્રાઉનિયન ગતિમાં તેઓ પોલેન ગ્રેઈનની વિચિત્ર હિલચાલને સમજાવી શક્યા હતા. ૧૯૦૬માં આઈન્સ્ટાઈને આ પરિણામોને વિસ્તારીને એ દર્શાવ્યું કે કેવી રીતે પ્રવાહીના ઊંચા પીલરમાં સૂક્ષ્મ કણોનું વિતરણ કેવી રીતે થાય છે, અને તેમણે આપેલી આ સમજૂતી પ્રયોગ કરનારાઓ માટે પ્રમાણમાં સહેલી હતી. ભૌતિક વિજ્ઞાનીઓ ગણિત અંગે જે ઊંડી સૂઝ ધરાવે છે તેવી સૂઝ નહીં ધરાવતા રસાયણ વિજ્ઞાનીઓ બ્રાઉનના સિદ્ધાંતને સમજી શકે તે માટે સરળ ભાષામાં આઈન્સ્ટાઈને પેપર પણ લખ્યું હતું. વિશેષ સાપેક્ષતા અંગેનાં તેમનાં પેપરોમાં એવા સરળ રસ્તા બતાવ્યા હતા જેથી તે અંગે પરીક્ષણો થઈ શકે. એક સામાન્ય સૈદ્ધાંતિક વ્યક્તિમાં આવું લક્ષણ હોઈ ન શકે.

આઈન્સ્ટાઈનને મુખ્યત્વે ક્વૉન્ટમ ફિઝિક્સ, સ્ટેટેસ્ટિકલ ફિઝિક્સ અને ગુરુત્વાકર્ષણમાં રસ હતો, છતાં ભૌતિક વિજ્ઞાનનાં અન્ય ક્ષેત્રો માટે પણ સમય કાઢી લેતા હતા. બહુ ઓછા લોકો જાણે છે કે આઈન્સ્ટાઈને ૧૯૨૬માં 'ઑન ધ કૉઝ ઑફ મેન્ડર્સ ઈન ધ કોર્સીસ ઑફ રિવર્સ' શીર્ષક હેઠળ વિશેષ લેખ લખ્યો હતો, જે નેચરલ સાયન્સીસમાં પ્રકાશિત થયો હતો. તે સમયે ક્વૉન્ટમ ફિઝિક્સ તેના પ્રાથમિક તબક્કામાં હતું અને તે વિકસાવવામાં આઈન્સ્ટાઈન ગળાડૂબ હતા. આમ છતાં ક્વૉન્ટમ થિયરીમાંથી સમય કાઢીને તેમણે ખાડી તરફ જતી નદીના વહેણમાં ઊઠતી લહેરોને સમજાવવા પ્રયાસ કર્યો હતો. અવાજ ગૅસની વચ્ચેથી કેવી રીતે ગતિ કરે છે એ વિષય પર પણ તેમણે લેખ લખ્યો હતો.

***

આઈન્સ્ટાઈને ઘણા પ્રયોગો વિચાર્યા હતા અને તે માટેનું આયોજન કર્યું હતું પરંતુ જાતે એ પ્રયોગો કરવાને બદલે બીજાને તે હાથ ધરવા વિનંતી કરી હતી. સ્ટર્ન-ગર્લેશ આધારિત તેમણે એક નવો જ પ્રયોગ શોધી કાઢ્યો. મૂળ પ્રયોગમાં ચાંદીના અણુઓ ચુંબકીય ક્ષેત્રમાંથી પસાર થતા હતા. ઈલેક્ટ્રોન જેવા પરમાણુ કણોમાં સ્પિનની માત્રા હોય છે, અને એ તેનો મૂળભૂત ગુણધર્મ નહીં, પરંતુ અણુમાં રહેલાં ચુંબકીય તત્ત્વને કારણે હોય છે. આ અંગે થયેલા પ્રયોગમાં આઈન્સ્ટાઈને સુધારા સૂચવ્યા, એટલું જ નહીં તેમણે સુપર

કન્ડક્ટિવિટી મેળવવા માટે એક નવા પ્રયોગની દરખાસ્ત પણ કરી. આ સુપર કન્ડક્ટિવિટીની શોધ તેમના એક ડચ મિત્ર અને નોબેલ પારિતોષિક વિજેતા હેઈક કામેરલિંગ ઓન્સે કરી હતી. નીચા ઉષ્ણતામાને કેટલુંક મટિરિયલ વીજળીના પ્રવાહ સામે તમામ પ્રતિકારશક્તિ ગુમાવી દે છે. કરન્ટ જો સુપર કન્ડક્ટરમાં વહેવા લાગે તો તે કદી ઘટે નહીં. આજે રૂમ-ટેમ્પરેચરમાં ઉપયોગી થઈ શકે તેવા સુપર કન્ડક્ટરની શોધ ચાલુ છે, જે વીજ બિલ ઘટાડી શકે. ૧૯૨૨માં કેમરલિંગ ઓન્સના માનમાં લખેલા એક નિબંધમાં આઈન્સ્ટાઈને આ વિભાવનાને સમજવા માટે અલગ પ્રયોગનું સૂચન કર્યું હતું. તેમણે લખ્યું હતું કે, "દ્રવ્યોની સિસ્ટમનું ક્વૉન્ટમ મિકેનિક્સ સમજવાની બાબતમાં આપણી વ્યાપક અસમર્થતાને કારણે આપણે આ અસ્પષ્ટ આઈડિયામાંથી થિયરી તૈયાર કરી શકતા નથી. આપણે માત્ર પ્રયોગ ઉપર વિશ્વાસ રાખવો પડે." આઈન્સ્ટાઈનના આ નિબંધમાં "ક્વૉન્ટમ મિકેનિક્સ" શબ્દોનો પ્રયોગ થયો હતો જે છપાયેલા સ્વરૂપમાં સૌપ્રથમ વખત જોવા મળ્યો હોવાનું માનવામાં આવે છે.

આઈન્સ્ટાઈન બર્લિનમાં હતા ત્યારે એક પ્રયોગ તેમના ડચ મિત્ર હેન્ડ્રિક એ. લોરેન્ઝના જમાઈ અને ભૌતિક વિજ્ઞાની વેન્ડેર દે હાસની સાથે મળી કર્યો હતો. હાસને કામની જરૂર હતી અને ૧૯૧૫ના એપ્રિલમાં તેઓ આઈન્સ્ટાઈનના સહાયક તરીકે જોડાયા હતા. તેમણે સાથે મળી ચુંબકીય ક્ષેત્રના રજકણો અંગે કામગીરી કરી હતી. આ બાબતે આઈન્સ્ટાઈને લખ્યું હતું, "આ સત્રમાં મેં લોરેન્ઝના જમાઈની સાથે મળી એક સરસ પ્રયોગ કર્યો." તેમણે બંનેએ તૈયાર કરેલું પેપર, "એક્સપરિમેન્ટલ પ્રૂફ ઑફ એમ્પીર્સ મોલેક્યુલર કરન્ટ્સ" ત્યાર પછીના વર્ષે પ્રકાશિત થયું હતું. આ જ શીર્ષકથી બીજું પેપર પ્રકાશિત કરવું પડ્યું હતું, કેમ કે મિત્ર આઈન્સ્ટાઈન અને જમાઈ હાસના પહેલા પેપરમાં લોરેન્ઝે ભૂલ કાઢી હતી.

એમ્પિઅરે ૧૮૨૦માં સૂચન કર્યું હતું કે ઈલેક્ટ્રિક કરન્ટ ગતિમાં હોય ત્યારે ચુંબકત્વ સર્જાય છે. ૧૯૧૫ સુધીમાં ઈલેક્ટ્રોનની શોધ થઈ ચૂકી હતી, તેથી એમ્પિઅરના આઈડિયા અંગે આગળ કામગીરી કરવાનું સ્વાભાવિક હતું. આઈન્સ્ટાઈન અને દ હાસે લોખંડનું મોટું સિલિન્ડર લીધું અને તેના પર કોઈલ

વીંટાળી દીધી. તેમાંથી તબક્કાવાર કરન્ટ પસાર કર્યો અને આ બદલાતા કરન્ટને કારણે સિલિન્ડરનું ચુંબકત્વ બદલાતું ગયું. ચુંબકત્વમાં ફેરફાર થવાને કારણે સિલિન્ડર પર એક પ્રકારની ઊર્જા પેદા થઈ, જે ઘૂમવા લાગી. આઈન્સ્ટાઈન અને દ હાસના કામને સમજવા માટે નૌકાસ્પર્ધાનું ઉદાહરણ જોઈએ. બોટમાં બેઠેલા તમામ સ્પર્ધકો જો બોટને પોતપોતાની રીતે હંકારવાનો પ્રયાસ કરે તો તેઓ ક્યાંય આગળ વધી ન શકે, પરંતુ બોટના કૅપ્ટનની સૂચના પ્રમાણે ચાલે તો સરળતાથી બોટ હંકારી શકે. આઈન્સ્ટાઈન અને દ હાસે વિચાર્યું કે ચુંબકત્વ કૅપ્ટન જેવું કામ કરે છે અને તમામ ઈલેક્ટ્રોન લોખંડના સિલિન્ડરમાં તમામ અણુ એકસાથે ભ્રમણ કરવા લાગે છે. ઈલેક્ટ્રોન બરાબર ગતિમાં આવે ત્યારે સિલિન્ડર પણ ઘૂમવા લાગે છે. એક ચુંબક જાયરોસ્કોપની જેમ કામ કરે છે તેવો તેમનો આઈડિયા હવે *આઈન્સ્ટાઈન-દ હાસ ઈફેક્ટ* તરીકે ઓળખાય છે. આઈન્સ્ટાઈને લખ્યું કે, "આ પ્રયોગથી થિયરીને સમર્થન મળે એવી તમામ વિગતો મળી." આ બંને વિજ્ઞાનીઓ આમ તો સાચા નહોતા, પરંતુ તેમણે પ્રયોગ કર્યો ત્યારે જવાબ સાચો લાગતો હતો. અણુના સંદર્ભમાં ક્વૉન્ટમના આઈડિયાનો અમલ કરનાર નિલ્સ બોરને આઈન્સ્ટાઈન-દ હાસ ઈફેક્ટ પસંદ આવી હતી. જો કે, એટમના તેમના મોડલ માટે બોરની ટીકા થઈ હતી, કેમ કે એ મોડલમાં ઈલેક્ટ્રોનને ન્યૂક્લિયસને ફરતે ઘૂમતા દર્શાવવામાં આવ્યા હતા. પરંપરાગત ભૌતિક વિજ્ઞાન એમ કહે છે કે આવું કદી થઈ ન શકે. ગોળગોળ ફરતો ઈલેક્ટ્રોન ઊર્જાને બહાર ફેંકે અને ઝડપથી અણુની અંદર ખેંચાઈ જાય. બોરના આઈડિયાને આઈન્સ્ટાઈન અને દ હાસે પ્રયોગ દ્વારા પુરવાર કર્યો. આ અંગે બોરે લખ્યું હતું કે, "આઈન્સ્ટાઈન અને દ હાસે જણાવ્યું છે તેમ તેમના પ્રયોગથી એ વાત સ્પષ્ટપણે સાબિત થાય છે કે ઊર્જાને બહાર ફેંક્યા વિના ઈલેક્ટ્રોન અણુની અંદર ભ્રમણ કરી શકે છે." ક્વૉન્ટમ થિયરી માટે આ મહત્ત્વનું પગલું હતું.

પ્રયોગો જાણે પૂરતા ન હોય તેમ આઈન્સ્ટાઈન ઘણી બધી પેટન્ટ પણ ધરાવતા હતા. સ્વિસ પેટન્ટ ઑફિસમાં કામ કરતા હતા ત્યારથી જ દેખીતી રીતે તેમને પેટન્ટ મેળવવા માટેની યોગ્ય પ્રક્રિયાની જાણકારી હતી, અને સાથે એ પણ સમજાઈ ગયું હતું કે કેવી ચીજોની પેટન્ટ થઈ શકે અને કેવી ચીજોની ન થઈ

શકે? બ્રાઉનિયન મોશન અંગેના તેમના સંશોધનને પગલે આઈન્સ્ટાઈને તારણ આપ્યું હતું કે કૅપેસિટરની અંદર વૉલ્ટેજમાં ફેરફાર આવે છે. તેમણે આ અંગે "ઑન ધ લિમિટ ઑફ વેલિડિટી ઑફ ધ લૉ ઑફ ધ એલિમેન્ટરી ક્વોન્ટા" જેવા લાંબા શીર્ષક હેઠળ લેખ લખ્યો, જે ૧૯૦૭માં *એનાલેન ડેર ફિઝિક* માં પ્રકાશિત થયો હતો. પોતાની ધારણા સાબિત કરવા આઈન્સ્ટાઈનને એક એવા સાધનની જરૂર હતી જે વૉલ્ટના ઝીણામાં ઝીણા તરંગો પેદા કરી શકે અને પકડી શકે. તેમણે હેબિશ બંધુઓ સાથે સાથે મળીને ડિઝાઈન બનાવી અને તેનું નિર્માણ કર્યું. કદાચ પિતા હરમાન આઈન્સ્ટાઈનના ઈલેક્ટ્રિકના વ્યવસાયે તેમના પુત્રમાં આ રચનાત્મકતા જગાવી હશે. બીજી ઘણી સંભવિત પેટન્ટની જેમ જો કે આ પેટન્ટમાં ઉત્પાદકોને ખાસ રસ ન પડ્યો.

૧૯૨૦ના ઉત્તરાર્ધથી ૧૯૩૦ના દાયકાના પૂર્વાર્ધના ગાળામાં હંગેરિયન સંશોધક અને ભૌતિક વિજ્ઞાની લિઓ ઝિલાર્ડ સાથે હાથ મિલાવ્યા ત્યારબાદ આઈન્સ્ટાઈન ઘણી પેટન્ટ ધરાવતા હતા. ૧૯૨૭ના નવેમ્બરમાં આ બંને વિજ્ઞાનીઓએ ઘર વપરાશના રેફ્રિજરેટર માટે એક એવા પમ્પની પેટન્ટ માટે અરજી કરી જે બ્રિટન, જર્મની, ઑસ્ટ્રિયા અને સ્વિટ્ઝરલેન્ડ સહિત યુરોપના દેશોમાં દાખલ થયેલી પમ્પ માટેની પેટન્ટ અરજીઓ કરતાં અલગ હતી. તે સમયનાં રેફ્રિજરેટર ખૂબ અવાજ કરતાં અને વિશ્વાસપાત્ર પણ નહોતાં. તેના કરતાં વધારે જોખમી બાબત એ હતી કે એ રેફ્રિજરેટર્સમાં વપરાતો ઠંડક માટેનો ગૅસ ઝેરી હોવાથી ઘરના લોકો પર પણ ખતરો રહેતો. આ બંને વિજ્ઞાનીઓએ મિકેનિકલ ન હોય તેવા, અવાજ વિનાના રેફ્રિજરેટર તૈયાર કર્યાં અને એ આઈડિયા ઈલેક્ટ્રોલક્સ કંપનીને વેચી દીધો. તેમની ત્રીજી ડિઝાઈન જનરલ ઈલેક્ટ્રિકના જર્મન ડિવિઝન એ ઈ જી દ્વારા ખરીદવામાં આવ્યો હતો. બંને વિજ્ઞાનીઓએ કુલ પાંચ ડિઝાઈન તૈયાર કરી હતી, પરંતુ ૧૯૩૨ના અરસામાં વ્યાપક આર્થિક મંદી તેમજ ફ્રેઓન-ક્લોરોકાર્બન જેવા વધુ સલામત કૂલન્ટનું સંશોધન થયા બાદ આઈન્સ્ટાઈન-ઝિલાર્ડે ડિઝાઈન કરેલાં રેફ્રિજરેટર નકામાં બની ગયાં. આમ છતાં બંને વિજ્ઞાનીઓએ સાત વર્ષ સુધી સાથે કામગીરી ચાલુ રાખીને મિકેનિકલ સાધનો સહિત બીજી ઘણી પેટન્ટ મેળવી હતી અને તેમાંથી નાણાં પણ કમાયા હતા. અણુ ઊર્જા સંભવિત બન્યા પછી તેમની

મિકેનિકલ ડિઝાઈનોનું મહત્ત્વ વધ્યું હતું. ૧૯૩૩માં આઈન્સ્ટાઈન અમેરિકા આવ્યા પછીના ટૂંક સમયમાં જ રુડોલ્ફ ગોલ્ડસ્મિથે તેમની સાથે મળીને લાઉડસ્પીકર માટે પેટન્ટ નોંધાવી હતી. આ બંને સંશોધકોએ તેમના એક મિત્ર સંગીતકાર ઓલ્ગા ઈઝનર માટે સાંભળવાનું મશીન તૈયાર કરવાની યોજના બનાવી. આ માટેની પેટન્ટ નાઝીવાદના કબજા હેઠળ આવેલા જર્મનીમાં નોંધાવવામાં આવી અને તેમાં આઈન્સ્ટાઈનના સરનામાના ખાનામાં લખવામાં આવ્યું હતું - "વ્હેર એબાઉટ્સ અનનોન" (આ વ્યક્તિ ક્યાં છે તેની ખબર નથી).

આઈન્સ્ટાઈને હરમાન કેમ્ફને જાયરો કમ્પાસ (હોકાયંત્ર) વિકસાવવામાં પણ મદદ કરી હતી. ફૂટબૉલને ચોક્કસ દિશામાં મોકલવા માટે તેને કિક મારતી વખતે જે સ્પિન આપવામાં આવે એ સિદ્ધાંતને ધ્યાનમાં લઈને આઈન્સ્ટાઈને વિચાર્યું કે તેને આધારે તો કમ્પાસ બનાવી શકાય. વાસ્તવમાં તેઓ દ હાસ સાથે કામ કરતા હતા ત્યારે કમ્પાસનો આઈડિયા આવ્યો હશે. કેમ્ફે આ સાધનની પેટન્ટ મેળવી, પરંતુ તેમાંથી આઈન્સ્ટાઈનને એક ટકો રૉયલ્ટી મળી હતી. અન્ય એક વિજ્ઞાની મિત્ર ગુસ્તાવ બકે સાથે મળીને તેમણે પ્રકાશની માત્રાને જાતે એડજસ્ટ કરી શકે તેવા કૅમેરા માટે અમેરિકાની પેટન્ટ મેળવી હતી. આ કૅમેરા આજના ઑટોમેટિક ફ્લેશ કૅમેરાના પૂર્વજ કહેવાય.

***

આઈન્સ્ટાઈનની મહાનતા એટલા પરથી સાબિત થાય છે કે તમે જો સમગ્ર ભૌતિક વિજ્ઞાનને જ નાબૂદ કરી દો તો પણ તેઓ સૌથી મહાન નહીં તો ટોચના ભૌતિક વિજ્ઞાનીઓમાં તો અનિવાર્યપણે સ્થાન પામે. યુનિવર્સિટીમાં અભ્યાસ દરમિયાન વિદ્યાર્થીઓ વિશેષ અને સામાન્ય સાપેક્ષતા, બ્રાઉનિયન મોશન તથા ફોટોઈલેક્ટ્રિક અસર વિશે ભણે છે. હીટ, રેડિએશન અને સૂક્ષ્મકણો અંગે આઈન્સ્ટાઈને આપેલા સિદ્ધાંતો પણ શીખવાના હોય છે. આ પ્રત્યેક મુદ્દા વ્યાપક શક્યતાઓ ધરાવનારા હતા અને આજે પણ આ વિષયોમાં નોંધપાત્ર રીતે સંશોધનો થયા જ કરે છે.

મેટલનો એક ટુકડો લો અને તેને ગરમ કરો. એક ગ્રામ મેટલને એક ડિગ્રી

ગરમ કરવા માટે તમારે કેટલી ગરમીની જરૂર પડશે ? જે જવાબ મળે તે મેટલને ગરમ કરવા માટે ગરમીનું સચોટ માપ ' સી ' મળશે. બે ફ્રેન્ચ ભૌતિક વિજ્ઞાની - પિરે લુઈસ ડુલોન્ગ તથા એલેક્સિસથેરેસી પેટિટે શોધી કાઢ્યું હતું કે ઘણી નક્કર ધાતુઓની ગરમીની ક્ષમતા એક સરખી, આશરે ૬ કેલ/મોલ હોય છે. આ સિદ્ધાંત ડુલોન્ગ અને પેટિટ લૉ તરીકે ઓળખાયો, જે સાબિત કરે છે કે દરેક પદાર્થનું મૂલ્ય એક સરખું - સી - હોય છે. ૧૮૪૦ સુધીમાં એ સ્પષ્ટ થઈ ગયું હતું કે આ સિદ્ધાંતમાં કંઈક સમસ્યા છે, કેમકે ડાયમન્ડના રૂમ તાપમાન સ્પષ્ટપણે સી હતું જે ડુલોન્ગ-પેટિટ લૉ કરતાં ઓછું હતું. ગેસની બાબતમાં તો સ્થિતિ વધારે ખરાબ હતી.

ઝુરિકમાં આઈન્સ્ટાઈનના ભૂતપૂર્વ પ્રાધ્યાપક હેનરિક વેબર આ સમસ્યાનો ઉકેલ શોધવામાં ઘણેખરે અંશે સફળ થયા હતા. તેમણે બતાવ્યું કે ડાયમન્ડની નિશ્ચિત ગરમીની ક્ષમતા એકધારી નહોતી પરંતુ મોટાભાગે તેનો આધાર તાપમાન પર હતો. શૂન્યથી ૨૦૦ ડિગ્રી સેન્ટીગ્રેડના ડાયમાન્ડ માટે વેબરે શોધી કાઢ્યું કે ત્રણના પરિબળથી સી માં પરિવર્તન આવે છે. થર્મોસના શોધક જેમ્સ ડેવર ૧૮૯૮માં હિલેયમને પ્રવાહી સ્વરૂપ આપવામાં સફળ રહ્યા હતા. તેને પગલે નીચા ઉષ્ણતામાનના ભૌતિકશાસ્ત્રના એક નવા જ વ્યાપક વિજ્ઞાન માટેનો દરવાજો ખૂલ્યો. ડેવરે તેમનું ધ્યાન ડાયમન્ડ તરફ વાળ્યું અને ૨૦ થી ૮૫ કેલવિન વચ્ચે ગરમીની ક્ષમતા માપી. સી નું મૂલ્ય આશરે ૦.૦૫ કેલ/મોલ હોવાનું તેમણે શોધી કાઢ્યું, જે ડુલોન્ગ-પેટિટની ધારણા કરતાં ૧૦૦ ગણું ઓછું હતું.

સ્ટેટિસ્ટિકલ ફિઝિક્સના સ્થાપક લુડવિગ બોલ્ટ્ઝમને ૧૮૯૬માં સૈદ્ધાંતિક રીતે થોડી પ્રગતિ કરી. આઈન્સ્ટાઈનના અન્ય મિત્રો પોલ એરનફેસ્ટ અને મેક્સ પ્લેન્કની જેમ બોલ્ટ્ઝમનનું જીવન પણ કરૂણ હતું, પરંતુ એ બધાએ વીસમી સદીમાં ભૌતિક વિજ્ઞાનમાં કેટલીક સૌથી મહત્ત્વની શોધ કરી હતી. બોલ્ટમને અણુને નક્કર ધાતુમાં ટ્રીટ કર્યા હતા. તમામ ઑક્સિલેટરમાં ઊર્જા ઉમેરીને તેઓ સી ના એક એવા તારણ પર આવ્યા જેનો કામચલાઉ ઉત્તર સી / ૬ કેલ / મોલ મળ્યો. આ રીતે તેમણે ડુલોન્ગ-પેટિટ થીયરીને અમુક અંશે સૈદ્ધાંતિક પીઠબળ પૂરું પાડ્યું. ૧૯૦૭માં આઈન્સ્ટાઈને આ દિશામાં કામગીરી

કરી. આઈન્સ્ટાઈને બોલ્ટ્ઝમને મોડલને પ્લેન્કની શક્યતાઓ સાથે સાંકળ્યું. પ્લેન્કે રેડિયેશન અંગેના તેમના વર્ષ ૧૯૦૦ના સંશોધન પેપરમાં સૂચવ્યું હતું કે ઓસ્કિલેટરમાં ચોક્કસ માત્રામાં ઊર્જા હોય છે પરંતુ એ તમામ ઊર્જા એક સમાન શક્યતાઓવાળી નથી. બીજા શબ્દોમાં ઓસ્કિલેટરની ઊર્જાનું નિશ્ચિત માત્રામાં વિતરણ થાય છે. બોલ્ટ્ઝમનની જેમ આઈન્સ્ટાઈને પણ નક્કર ધાતુ પર ઓસ્કિલેટરની જેમ પ્રયોગ કર્યો પરંતુ તે માટે તેમણે પ્લેન્કની જેમ એક સમાન ઊર્જા વિતરણ કર્યું. તેનું જે પરિણામ મળ્યું તે નક્કર પદાર્થ માટે ચોક્કસ માત્રામાં ઊર્જા માટેના આઈન્સ્ટાઈનના સિદ્ધાંત તરીકે ઓળખાયું. ૧૯૦૭માં પ્રકાશિત પેપરમાં આઈન્સ્ટાઈને એક ગ્રાફ સામેલ કરીને દર્શાવ્યું કે પોતાની થીયરીમાં કેવી રીતે વેબરની વિગતોનો ઉપયોગ કરવામાં આવ્યો છે. ૧૯૧૨માં પીટર ડેબાયે આઈન્સ્ટાઈનની ફોર્મ્યુલામાં સુધારો કર્યો અને મૂલ્યોની ગણતરી માટેના પ્રયોગોનું સરસ રીતે વર્ણન કર્યું. આ વિષયના સંશોધનમાં જ કંઈ પ્રગતિ થઈ છે તેનો વ્યાપક ઉપયોગ આજે તો કમ્પ્યૂટર, વિડિયો તેમજ સિલિકોન અથવા જર્મેનિયમ આધારિત તમામ સાધનોમાં થાય છે.

બાળકો તરફથી હંમેશા એક સવાલ થતો હોય છે કે, આકાશ શા માટે ભૂરું છું. ભૌતિક વિજ્ઞાનીઓને આ પ્રશ્ન ઘણા વર્ષ સુધી મુંઝવતો રહ્યો હતો. બ્રાઉનિયન મોશન પર અસાધારણ કામગીરી કરનાર મેરિયન રિટ્ટર વોન સ્મોલન સ્મોલચોવસ્કીએ તેનો જવાબ શોધી કાઢ્યો હોવા છતાં તેનું શ્રેય મોટાભાગે આઈન્સ્ટાઈનને આપ્યું હતું. બ્રાઉનિયન સિદ્ધાંતમાં સ્થિતિમાં આવતા ફેરફારોને સમય સાથે સાંકળવામાં આવ્યા હતા, જ્યારે સ્મોલચોવસ્કીએ ચોક્કસ ગેસની સમીક્ષા કરીને શોધી કાઢ્યું કે ઘનતામાં આવતા ફેરફારોનો આધાર ઉષ્ણતામાન પર હતો. ગેસ પોચો અને દરેક જગ્યાએ એક સરખી ઘનતામાં હોય એવું લાગે પરંતુ સ્મોલચોવસ્કીએ કહ્યું કે આ ઘનતામાં પણ ફેરફાર હોઈ શકે. તેમણે દર્શાવ્યું કે ગેસ તેની ક્રિટિકલ સ્થિતિએ પહોંચે ત્યારે તેની ઘનતામાં થતા ફેરફારો ઘણા વ્યાપક બની જાય છે. આ ક્રિટિકલ પોઈન્ટ એટલે ઉષ્ણતામાન, અને તે યોગ્ય માત્રામાં હોય ત્યારે ગેસ અને પ્રવાહી ટકી શકે છે. ૧૦૦ ડિગ્રી સેન્ટીગ્રેડ પર વરાળ અને પાણી બંનેનું અસ્તિત્વ એ પદાર્થના ક્રિટિકલ પોઈન્ટનું ઉદાહરણ છે.

જો તમે રંગીન સ્ટ્રોને પાણીના ગ્લાસમાં મૂકો તો તમને કંઈક વિચિત્ર દેખાશે. સ્ટ્રો વળેલી લાગશે. હવા અને પાણીના રિફ્રેક્ટિવ ઈન્ડેક્સમાં ફેરફાર થવાને કારણે આ ભ્રમણા ઊભી થાય છે. રિફ્રેક્ટિવ ઈન્ડેક્સ એ જે તે પદાર્થમાં પ્રકાશની ઝડપનું માપ છે. પાણીની સરખામણીએ હવામાં પ્રકાશની ઝડપ વધારે હોય છે. પરિણામે પાણીની અંદર જતું પ્રકાશનું કિરણ વળેલું લાગશે. આ જ સિદ્ધાંત વાસ્તવિક ઊંડાઈની સમસ્યામાં લાગુ પડે છે. તમે પાણી ભરેલા વાસણમાં ઉપરથી જૂઓ તો વાસ્તવમાં પ્રવાહીનું પ્રમાણ જેટલું હોય છે તેના કરતાં ઓછું લાગશે. આ જ કારણે તમારે પ્રવાહી સ્વરૂપમાં દવા લેવાની હોય કે પ્રવાહીમાં દવા ભેળવવાની હોય ત્યારે તે માટેના વાસણને આંખને સમાંતર રાખીને જોવાથી જ ચોક્કસ માપનો ખ્યાલ આવશે.

ગેસના પરાવર્તિત ઈન્ડેક્સનો આધાર તેની ઘનતા પર છે, અગાઉ તેને *ગ્લેડસ્ટોન-ડેલ સિદ્ધાંત* તરીકે ઓળખવામાં આવતો હતો. સ્મોલચોવસ્કીએ વિચાર્યું કે ઘનતાના ફેરફારોને કારણે ગેસના ઈન્ડેક્સમાં ફેરફારો થાય છે, આથી ક્રિટિકલ તબક્કે ગેસ દ્વારા પ્રકાશનું વિચ્છેદન થતું હશે. આ ધારણા પુરવાર કરવા સ્મોલચોવસ્કીએ કેટલાક પ્રયોગો પણ કર્યા હતા. ૧૮૭૪માં રિચાર્ડ એવેનરિયસે દર્શાવ્યું હતું કે ક્રિટિકલ પોઈન્ટ નજીક હોય ત્યારે ગેસ દ્વારા પ્રકાશનું વ્યાપક વિચ્છેદન થાય છે. તે ક્રિટિકલ ઓપેલેસન્સ તરીકે ઓળખાય છે. ૧૮૬૯માં જહોન ટીન્ડેલે સૂચવ્યું કે વાતાવરણમાં રહેલાં પાણીનાં બુંદને કારણે પ્રકાશનું વિચ્છેદન થતું હોવાથી આકાશ ભૂરું દેખાય છે, અને આ જ પાણીના બુંદને કારણે ભેજ અને સૂર્ય સાથે હોય ત્યારે મેઘધનુષ દેખાય છે. તેમણે એવી પણ શક્યતા વ્યક્ત કરી હતી કે ધૂળની રજકણોને કારણે પ્રકાશનું વિચ્છેદન થતું હશે. આ કારણે જ સિગારેટમાંથી નીકળતો ધૂમાડો સામાન્ય રીતે ભૂરા રંગનો હોય છે અને પ્રદૂષિત વાતાવરણમાં સૂર્યાસ્ત સમયે આકાશ ચળકતું લાલ દેખાય છે.

આઈન્સ્ટાઈને સ્મોલચોવસ્કીની કામગીરીમાં સુધારા કર્યા અને એક એવી ફોર્મ્યુલા તૈયાર કરી જે માત્ર ધારણા કરતા કંઈક આગળ વધી હતી. આઈન્સ્ટાઈનની ફોર્મ્યુલા ચોક્કસ ઉષ્ણતામાનમાં ગેસ દ્વારા પ્રકાશના વિચ્છેદનની ચોક્કસ એન્ગલની ધારણા કરે છે. તેમણે કેટલાક પ્રયોગોના પરિણામો તથા

સૈદ્ધાંતિક ધારણાઓને નક્કર થીયરીમાં પરિવર્તિત કરી હતી. સ્મોલચોવસ્કી આ થીયરીથી એટલા બધા પ્રભાવિત થયા હતા કે તેના પ્રયોગો કરવા માટે તેમણે એક પ્રયોગશાળા સ્થાપી હતી. તેમાં પ્રાથમિક પરિણામો તો સારાં મળ્યાં, પરંતુ અંતિમ નિર્ણાયક પરિણામ મળે તે પહેલાં કમનસીબે સ્મોલચોવસ્કીનું નિધન થયું. છેવટે હવામાન વિભાગના વિજ્ઞાનીઓએ આઈન્સ્ટાઈનના સિદ્ધાંતને માપવા એવોગેડ્રોના પ્રયોગોનો ઉપયોગ કર્યો, અને તેમાં સફળતા મળી હતી.

***

આઈન્સ્ટાઈને પ્રકાશના પદાર્થોના સંશોધન પર વારંવાર ધ્યાન કેન્દ્રિત કર્યું હતું. પ્રકાશ અને પદાર્થની ધારણાનો પ્રયોગ કરવો હોય કે ગેસ દ્વારા પ્રકાશના વિચ્છેદન વિશે ઊંડો અભ્યાસ કરવાનો હોય, પણ એ દરેક વખતે એટલું સ્પષ્ટ હતું કે રેડિયેશનની સંભાવના સતત તેમને મગજમાં ઘૂમરાયા કરતી હતી. ૧૯૧૬ના નવેમ્બરમાં તેમણે લખ્યું હતું, "રેડિયેશનના ખેંચાણ અને પરાવર્તન બાબતે મારા મનમાં એક અદ્‌ભૂત વિચાર ઝબકી ગયો છે." આ વિચારને આધારે તેમણે ૧૯૧૬માં બે અને ૧૯૧૭માં એક, એમ કુલ ત્રણ લેખ લખ્યા હતા. આઈન્સ્ટાઈન ગેસને એવા પદાર્થોનું તત્વ માનતા જે રેડિયેશનમાં પરાવર્તિત થતું હતું. આઈન્સ્ટાઈને જે કર્યું તેને સરળ ભાષામાં કહેવું હોય તો, પદાર્થોમાં માત્ર બે જ સંભવિત ઊર્જા - કાંતો ઓછી અથવા વધુમાંથી કોઈ એક હોઈ શકે. તેમણે સવાલ કર્યો હતો કે ચોક્કસ સમયગાળામાં કેટલા પદાર્થો ઉપરથી નીચે અને કેટલા નીચેથી ઉપર જઈ શકે. એક પદાર્થ રેડિયેશનની એફ ફ્રિકવન્સી શોષી લઈને વધુ ઊર્જા સુધી પહોંચી શકે. આ પદાર્થો ફ્રિકવન્સી એફ માંથી પ્રકાશનું પરાવર્તન કરીને તેમની ઊર્જા ઘટાડી શકે. તેમણે બે ઘટકો આપણી સમક્ષ મૂક્યાં જે હવે આઈન્સ્ટાઈનના એ અને બી ઘટકો તરીકે ઓળખાય છે. પ્રથમ, એ ઘટક રેડિયેશન ન હોય ત્યારે પણ સ્વયંભૂ પરાવર્તન થતું હોવાનું વાતને પ્રતિપાદિત કરે છે, જ્યારે ઘટક બી રેડિયેશન દ્વારા થતા પરાવર્તનનું મોડલ રજૂ કરે છે. આ પ્રક્રિયા ઉપર અને નીચે એમ બંને તરફના પરાવર્તનમાં લાગુ પડે છે.

સમજૂતી માટે ધારી લો કે એક દીવાલ છે જેના પર કેટલાંક બાળકો ઊભા છે. દીવાલ એટલી ઊંચી છે જ્યાંથી કૂદકો મારવો તો સહેલો છે પરંતુ ઉપર ચઢી શકાતું નથી. ત્યાં એક બીજો ઓટલો છે જેના પર ચઢીને બાળકો દીવાલની ઊંચાઈ સુધી જઈ શકે છે. એ એલિવેટર (રેડિયેશન) ન હોય તો બાળકો જમીન પર આવવા માટે કૂદવું પડે. આ એ ઘટકના મોડલની પ્રક્રિયા છે. બાળકોને એલિવેટર મારફત દીવાલ પર લઈ જવાની કે દીવાલથી નીચે લાવવાની પ્રક્રિયા બી ઘટક તરીકે ઓળખાઈ.

જો બધું બરાબર હોય અને ઈક્વિલિબ્રિયમમાં હોય તો ઉપર અને નીચે જતાં પદાર્થોની સંખ્યા એક સરખી રહેશે. આને પગલે આઈન્સ્ટાઈનને જે સિદ્ધાંત જોઈતો હતો તે મળી ગયો. ઊંચા ઉષ્ણાતામાન માટે તેમનો સિદ્ધાંત વિનના રેડિયેશનના સિદ્ધાંતને સમાન હતો. આઈન્સ્ટાઈને બતાવ્યું કે જો આવું હોય તો ઘટકો માત્ર ચોક્કસ માત્રામાં જ રેડિયેશનનો સ્વીકાર અથવા પરાવર્તન કરે છે - જે ઊર્જા એચએફ ના ગુણાંકમાં હોય છે.

આઈન્સ્ટાઈનના સિદ્ધાંતમાં વધુ એક રહસ્ય છૂપાયેલું હતું. પદાર્થોને ઊંચા સ્થાને વેગથી લઈ જવામાં આવે અને તેમને નીચે તરફ ફેંકવામાં આવે તો એ પદાર્થોમાંથી પણ રેડિયેશન સ્વરૂપે ઊર્જા મળી શકે. આ તમામ રેડિયેશનની ફ્રિકવન્સી એક સમાન રહેશે. આ લેસરનો સિદ્ધાંત છે. પ્રકાશનો ટૂંકો વેગ લેસરમાં રહેલા અણુને ઊંચા સ્તરે લઈ જાય છે અને તે નીચે આવે ત્યારે ઓછો પ્રકાશ પેદા કરે છે. આ પ્રયોગ માટે આર્થર સ્કવોલો અને ચાર્લ્સ ટોનેસે એક સાધન વિકસાવ્યું જે નોબેલ પારિતોષિક વિજેતા સાબિત થયું, અને આ પણ એક એવું સંશોધન હતું જે આઈન્સ્ટાઈનની કામગીરીના આધારે વિકસાવવામાં આવેલું હતું.

૧૯૨૪ના જૂનમાં આઈન્સ્ટાઈનને એક યુવાન ભારતીય ભૌતિક વિજ્ઞાની સત્યેન્દ્રનાથ બોઝ તરફથી પત્ર મળ્યો. આ યુવાન ભારતીય વિજ્ઞાનીએ લખેલો લેખ *ધ ફિલોસોફિકલ મૅગેઝિન* દ્વારા પરત કરી દેવામાં આવ્યો હતો, પરંતુ બોઝને સમજાતું નહોતું કે આવું કેમ થયું? સત્યેન્દ્રનાથે આઈન્સ્ટાઈનને પત્ર લખ્યો અને સાથે લેખ પણ મોકલ્યો અને પૂછાવ્યું કે એ લેખમાં શું ખોટું છે? અને કશું ખોટું ન હોય તો લેખને *ઝિશ્ફિફ્ટ ફર ફિઝિક* (જર્નલ ઑફ ફિઝિક)

પ્રકાશનમાં આઈન્સ્ટાઈન મદદ કરી શકશે કે કેમ? આ પત્ર અને પેપર બધું અંગ્રેજી ભાષામાં હતું, તેથી આઈન્સ્ટાઈને પહેલાં તો તેનું જર્મનમાં ભાષાંતર કરાવવું પડ્યું. બોઝનાં પરિણામો સાચાં હતાં અને તેથી એ પેપર પ્રકાશિત પણ થયું. સત્યેન્દ્રનાથ બોઝે પ્લેન્કના રેડિએશન સિદ્ધાંતને વધુ મક્કમ સ્વરૂપમાં રજૂ કર્યો હતો અને તેમનો આ અભ્યાસ લેખ અત્યંત પ્રભાવશાળી સાબિત થયો. બોઝે જો કે પછીથી એકરાર કર્યો હતો કે, "મને ખ્યાલ નહોતો કે મેં જે સંશોધન કર્યું છે તે ખરેખર નવું હતું."

પદાર્થ ન હોય એવા કણોના જથ્થા વિશે વિચાર કરો. ઉપરાંત ધારી લો કે એ કણો ઉપર કે નીચે કોઈ એક ક્ષેત્રમાં છે. વળી, આ મોટાભાગના સમયમાં નિર્ધારિત નથી. બોઝે અવકાશને ચોક્કસ મૂલ્યોના જૂથમાં વહેંચી દીધું. ૧૯૨૪માં આવી ગણતરી અત્યંત વિચિત્ર ગણાતી. એ ગણતરી પ્લેન્કની રેડિયેશનની ફોર્મ્યુલા માટે આધાર બની. તે વધુ સરળ કરવામાં આવી અને એચ એફ ઊર્જા સાથે એચએફએલસી ના પદાર્થ વિહિન કણોની જેમ રેડિયેશન વર્તે છે એવું દર્શાવાયું.

આઈન્સ્ટાઈન બોઝના આઈડિયાને એક ડગલું આગળ લઈ ગયા. કાઉન્ટિંગ અને પેરેલલની આ પદ્ધતિને તેમણે ફોટોન સાથે જોડી, જેથી કંઈક નવું જ પરિણામ આવ્યું : ક્વૉન્ટમ ગૅસ. રજકણોનું આ નવું સ્વરૂપ હતું. તેમાં જથ્થો હોઈ શકે પરંતુ કોઈ પણ સેલમાં તેની સંખ્યા કેટલી હોઈ શકે તે બોઝના ગણતરીના નિયમના આધારે ચોક્કસ સ્વરૂપમાં જાણી શકાય. આ રીતે જે રજકણોને ગણી શકાય તેને ભારતીય ભૌતિક વિજ્ઞાની સત્યેન્દ્રનાથ બોઝના સન્માનમાં *બોઝોન્સ* નામ આપવામાં આવ્યું. આઈન્સ્ટાઈને બોઝની થિયરીના આધારે હિંમતભર્યું તારણ કાઢ્યું. આ રીતે ગણી શકાતા રજકણો, જે બોઝ-આઈન્સ્ટાઈનની ગણતરી' ને અનુસરે તેમાં અસાધારણ નીચું ઉષ્ણતામાન હોય. બોઝ ગૅસ નિશ્ચિત ઉષ્ણતામાનથી નીચે જાય ત્યારે સ્થિરતાના સ્તરની અસર થાય એવી આઈન્સ્ટાઈને ધારણા કરી, જેમાં એક ભાગ ઘટ્ટ બને અને બીજો સ્થિર આદર્શ ગૅસની સ્થિતિમાં રહે. આ સ્થિતિ *બોઝ-આઈન્સ્ટાઈન કન્ડેન્સેશન* તરીકે ઓળખાઈ. તેમાં ગૅસમાં રહેલા તમામ બોઝોન્સ બરાબર એકસરખી જ સ્થિતિ ધારણ કરે છે. બોઝ-આઈન્સ્ટાઈનનું પદાર્થનું આ સંક્ષિપ્તિકરણ પૃથ્વી

પરની અન્ય ચીજો કરતાં ઘણું અલગ હતું. એ વર્ષે ડિસેમ્બરમાં આઈન્સ્ટાઈને પૌલ એરેનફેસ્ટને લખ્યું હતું, "આ થિયરી રોચક છે, પરંતુ શું તેમાં કોઈ તથ્ય છે?" ૧૯૯૦ના દાયકામાં કોલોરાડોના બોલ્ડરમાં નેશનલ ઈન્સ્ટિટ્યૂટ ફૉર સ્ટાન્ડર્ડ્સ એન્ડ ટેક્નોલોજી ખાતે કામ કરતા ભૌતિક વિજ્ઞાનીઓ બોઝ-આઈન્સ્ટાઈનની થિયરી અનુસાર છેવટે પદાર્થનું સંક્ષિપ્તિકરણ કરવામાં સફળ રહ્યા હતા. આ પ્રયોગ સફળતાપૂર્વક કરવાના પડકારો એટલા બધા જટિલ હતા કે તેમાં સફળ થનારા વૈજ્ઞાનિકોને ૨૦૦૧માં નોબેલ પારિતોષિક એનાયત થયું હતું.

બોઝ-આઈન્સ્ટાઈનની ૧૯૨૫ની કામગીરી બાદ ટૂંક સમયમાં જ ભૌતિક વિજ્ઞાનીઓએ રજકણોની ગણતરીની અલગ પદ્ધતિ શોધી કાઢી હતી. એ વર્ષે વોલ્ફગેન્ગ પૌલીએ *પૌલી એક્સક્લુઝન સિદ્ધાંત* રજૂ કર્યો, જેમાં જણાવવામાં આવ્યું હતું કે, કોઈ બે ઈલેક્ટ્રોન એકસરખી સ્થિતિમાં ન હોઈ શકે. ઈટાલિયન અમેરિકન ભૌતિક વિજ્ઞાની એનરિકો ફર્મી અને બ્રિટિશ ભૌતિક વિજ્ઞાની પૌલ એડરિન મોરાઈસ ડિરેક પણ તેમના આઈડિયાને અનુસર્યા. તેમણે દરખાસ્ત કરી કે ઈલેક્ટ્રોન તો સમગ્ર રજકણોના જથ્થાનો માત્ર એક ભાગ છે. ફર્મીઓન્સ તરીકે જાણીતા થયેલા આ રજકણોની ગણતરી બોઝોન્સ કરતાં અલગ રીતે કરવાની હતી. જો કે આઈન્સ્ટાઈનને આ પદ્ધતિ યોગ્ય લાગી નહીં. તેમણે કહ્યું કે, તેઓ ડિરેકને સહેજપણ સમજી શકતા નથી, અને અસમતોલ માર્ગ ઉપર પ્રતિભા અને ગાંડપણનું સંતુલન કરવાનો આ પ્રયાસ આશ્ચર્યજનક છે.

***

આઈન્સ્ટાઈનનું છેલ્લું મહત્ત્વનું પેપર ૧૯૩૫માં અમેરિકન સામયિક *ફિઝિકલ રિવ્યૂ*માં પ્રકાશિત થયું હતું, પણ તેના લેખક તેઓ એકલા નહોતા. આઈન્સ્ટાઈનના બહુ જ જૂજ એવાં પેપર હતાં જે તેમણે કોઈની સાથે મળીને લખ્યાં હતાં અને તેની લાંબા ગાળાની વ્યાપક અસરો થઈ હતી. એ લેખનું શીર્ષક હતું, "કેન ક્વૉન્ટમ-મિકેનિકલ ડિસ્ક્રિપ્શન બી કન્સિડર્ડ કમ્પલિટ?", અને તેનો જવાબ સ્પષ્ટ 'ના' હતો. ક્વૉન્ટમ મિકેનિક્સ બાબતે આઈન્સ્ટાઈન કદી સંમત થયા નહોતા અને આ વિષય ઉપર તેમણે ઘણી ચર્ચામાં ભાગ લીધો

હતો. અહીં નેશન રોસેન અને બોરિસ પોદોલ્સ્કીની સાથે મળીને લખેલા લેખમાં તેમણે વિવાદ છંછેડી દીધો હતો. આઈન્સ્ટાઈને પોતે આ અંગે કહ્યું હતું કે, ''આ પેપરે ભૌતિક વિજ્ઞાનીઓમાં ઉશ્કેરાટ ફેલાવી દીધો હતો અને તાત્ત્વિક ચર્ચામાં મહત્ત્વની ભૂમિકા ભજવી હતી.''

એ બાબત થોડી આશ્ચર્યજનક છે કે ફોટોઈલેક્ટ્રિક અસર સમજાવવા માટે લાઈટ-ક્વૉન્ટમ ધારણા રજૂ કરનાર, ફોટોનની ગતિ માપનાર અને પ્રકાશને રજકણો ગણનાર આઈન્સ્ટાઈન ક્વૉન્ટમ મિકેનિક્સ બાબતે એટલા વિશ્વસ્ત નહોતા. આમ છતાં, ૧૯૧૨ના મે મહિનામાં ઝુરિકસ્થિત મિત્ર હેનરિક ઝેન્ગરને લખ્યું હતું કે, "ક્વૉન્ટમ થિયરીને જેટલી સફળતા મળે છે એટલી એ નબળી લાગે છે." જ્યારે ૧૯૨૪માં બોઝ-આઈન્સ્ટાઈન સ્ટેટેસ્ટિક્સ પર કામ કરી રહ્યા હતા ત્યારે તેમણે પૌલ એરેનફેસ્ટને લખ્યું હતું, "કોઈ જેટલો પદાર્થનો પીછો કરે એટલા એ વધારે પોતાને સંતાડે છે."

૧૯૨૬માં મેક્સ બોર્ને ક્વૉન્ટમ મિકેનિક્સનું શક્યતાઓના સંદર્ભમાં અર્થઘટન કર્યું હતું. તેમના મતે ફિઝિક્સ વધુમાં વધુ સંભવિત પરિણામોની યાદી હાંસલ કરી શકે તેમ છે. ક્વૉન્ટમ મિકેનિક્સમાં રજકણો તરંગોની જેમ વર્તે છે ત્યારે ક્વૉન્ટમ મિકેનિક્સનું સમીકરણ કહે છે કે, આપણે માત્ર એટલું જ કહી શકીએ કે કણ *સંભવતઃ* ક્યાં હશે અને *સંભવતઃ* તેની ગતિ કેટલી હશે. તેનાથી વધારે આપણે કશું કરી શકીએ નહીં. ત્યારપછી એ જ વર્ષે બોર્ને ક્વૉન્ટમ મિકેનિક્સની સમજ અંગેની પોતાની ધારણા અંગે પેપર પ્રકાશિત કર્યું ત્યારે તમામ મતભેદોનો અંત આવી ગયો હતો. આઈન્સ્ટાઈને તેમને કહ્યું હતું કે, "ક્વૉન્ટમ મિકેનિક્સ નોંધપાત્ર બાબત છે. ... આ થિયરીથી ઘણું સાબિત થાય છે પરંતુ એ જૂની બાબતની ગુપ્તતાની નજીક ભાગ્યે જ લઈ જાય છે. આમ છતાં, મને એટલી ખાતરી થઈ છે કે ભગવાને કોઈ પાસાં નથી નાખ્યાં." વાસ્તવમાં આઈન્સ્ટાઈન શક્યતાઓ નહીં, નિશ્ચિતતા ઈચ્છતા હતા.

કણો અને તરંગો વચ્ચેના તફાવતથી આઈન્સ્ટાઈન મૂંઝાયેલા હતા. આ તરંગો શું છે? ફિઝિક્સના સંદર્ભમાં તેનો અર્થ શું થાય? આઈન્સ્ટાઈને તર્ક કર્યો કે તેને પાઈલટ તરંગો કહી શકાય જે કણોને માર્ગદર્શન આપે છે. તેઓ

એવું વર્ણન ઇચ્છતા હતા જેમાં આવા તરંગ-કણોની બેવડી વિભાવના ન હોય અને વિચાર્યું કે કોઈ નવું ભૌતિક વિજ્ઞાન આ બંને પાસાંને એક સ્વરૂપમાં રજૂ કરી શકશે. પરંતુ ૧૯૨૭માં વેર્નર હિસેનબર્ગે તેમનો અનિશ્ચિતતાનો સિદ્ધાંત રજૂ કર્યો ત્યારે સ્થિતિ બગડી. તેમણે કહ્યું કે કણની સ્થિતિ અને ગતિ બંને તમે ચોક્કસપણે કહી ન શકો. આ અંગેની ગણતરીમાં હંમેશાં અનિશ્ચિતતા રહેશે. ખાસ કરીને, હિસેનબર્ગના સિદ્ધાંતમાં તો કાર્યકારણ સંબંધની વાત જ નાબૂદ કરી દેવામાં આવી હતી. કાર્યકારણનો સિદ્ધાંત કહે છે કે કોઈ કારણ ન સર્જાય તો કોઈ ઘટના બનતી નથી. દા.ત. પાણી ભરેલા ઘડાને ગરમી આપવામાં આવે તો જ પાણી ગરમ થાય. આ વિષયમાં નિલ્સ બોર સૌથી વધુ બોલકા હતા. તેઓ હિસેનબર્ગના સિદ્ધાંતને આક્રમક રીતે સમર્થન આપતા હતા, પરંતુ આઈન્સ્ટાઈન કોઈ પણ રીતે આ બાબતે સંમત નહોતા.

આ સમગ્ર વિવાદને પગલે ૧૯૩૫માં આઈન્સ્ટાઈન-પોદોલ્સ્કી-રોસેન (ઈ પી આર) પેપર રજૂ થયું હતું. જેણે ઈ પી આર વિરોધાભાસને જન્મ આપ્યો હતો. નેથન રોસેન બ્રુકલિનના હતા, જ્યારે બોરિસ પોદોલ્સ્કી રશિયન હતા અને અમેરિકા સ્થળાંતર કર્યું હતું. ૧૯૩૪-૧૯૩૫માં આ બંને યુવાન વિજ્ઞાનીઓ ઈન્સ્ટિટ્યૂટ ફૉર એડવાન્સ સ્ટડી ખાતે હતા જ્યાં આઈન્સ્ટાઈન થોડા સમય પહેલાં જ આવી પહોંચ્યા હતા. આ ત્રણે વિજ્ઞાનીઓએ ઈપીઆર પેરાડોક્સ સિદ્ધાંત આપ્યો. આમ તો મૂળભૂત રીતે આ સિદ્ધાંતની વિચારણા રોસેને કરી હતી, પરંતુ તે લખ્યો પોદોલ્સ્કીએ. આ સિદ્ધાંત પાછળનો આઈડિયા એ હતો કે ક્વૉન્ટમ મિકેનિક્સની વિરુદ્ધમાં દલીલ કરવા માટે ક્વૉન્ટમ મિકેનિક્સનો જ ઉપયોગ કરવો. હવે જે લોકો બોરના સિદ્ધાંતની તરફેણ કરતા હોય તેમણે આ વિરોધાભાસનો ઉકેલ આપવાનો હતો. ઈપીઆર પેરાડોક્સ અનુસાર તો ક્વૉન્ટમ મિકેનિક્સ માટે કોયડો ઊભો થઈ જાય : જો ક્વૉન્ટમ મિકેનિક્સ સાચું હોય તો તે સંપૂર્ણ ન હોઈ શકે, અને જો ક્વૉન્ટમ મિકેનિક્સ સંપૂર્ણ ન હોય તો આપણે એવી કઈ થિયરી શોધી શકીએ જે સંપૂર્ણ હોય? શું આપણે એવી થિયરી રજૂ કરી શકીએ જેણે આંકડાકીય ગણતરી પર આધાર રાખવો ન પડે અને એ કાર્ય-કારણ વિના ચાલે છતાં તેમાં સંપૂર્ણ જાણકારી હોય અને કાર્યકારણને પુનઃ જીવિત કરે? ઈપીઆર પેરાડોક્સને પગલે

છેલ્લાં થોડાં વર્ષોમાં આ વિષય ઉપર ઘણી ચર્ચા, વિવાદ અને પ્રયોગો થયા રહ્યા છે, પરંતુ કશું નક્કર પરિણામ મળી શક્યું નથી. છેવટે આ ક્ષેત્રના વિચારકોને બોઝ, ડિરેક, આઈન્સ્ટાઈન અને ફર્મીના સિદ્ધાંતો દ્વારા જ જવાબ મળ્યા છે. ફિઝિક્સની નવી ફોલોસોફીમાં બહુ-કણ સિસ્ટમ અને તેની ગણતરી કેવી રીતે કરવી તેના પર ભાર મૂકવામાં આવે છે.

આઈન્સ્ટાઈનનું પ્રદાન એ છે કે એક સદી પહેલાં તેમણે જે બે ક્ષેત્રોમાં ગહન સંશોધન કર્યું હતું તે – ક્વૉન્ટમ મિકેનિક્સ અને જનરલ રિલેટિવિટીનાં રહસ્યો ઉકેલવા માટે ભૌતિક વિજ્ઞાનીઓ, ફિઝિક્સના ઈતિહાસકારો અને ફિઝિક્સના વિચારકો પોતપોતાની રીતે મથામણ કરી રહ્યા છે. આઈન્સ્ટાઈન આપણા માટે "થિયરી ઑફ એવરીથિંગ" મૂકીને ગયા છે.

ઉ
પ
સં
હા
ર

આઈન્સ્ટાઈનનો વારસો

આપણે જોયું તેમ આઈન્સ્ટાઈનનું જીવન વિરોધાભાસોથી ભરેલું હતું. તેઓ પોતાને "શાંતિવાદ પ્રત્યે સમર્પિત" ગણાવતા હતા, છતાં બીજા વિશ્વયુદ્ધ દરમિયાન જર્મની કદાચ અણુ બૉંબ બનાવી શકે છે તેવા ભયથી તેમણે જ અમેરિકાના પ્રમુખ ફ્રેન્કલિન ડી. રુઝવેલ્ટને પરમાણુ શસ્ત્ર કાર્યક્રમ શરૂ કરવા વિનંતી કરી હતી. એક માનવતાવાદી તથા બાળકો અને પ્રાણીઓ પ્રત્યે પ્રેમ અને અનુકંપા રાખનાર આ વિજ્ઞાનીએ પોતાનાં દીકરાઓ અને પત્નીઓની ઉપેક્ષા કરી હતી. પોતે એકલવાયા છે તેવું જાહેર કરવા છતાં ઘણા લોકો સાથે ગાઢ મિત્રતા કેળવી હતી, મોટા પ્રમાણમાં પત્રવ્યવહારો કર્યા હતા તથા પોતે સમર્પિત હતા તેવાં સામાજિક કામો કરતાં સંગઠનોને ટેકો આપતા હતા. પોતે યહૂદી છે એ વાતનું ગૌરવ ધરાવનાર અને યહૂદીવાદને સમર્થન આપનાર આઈન્સ્ટાઈન કદી યહૂદી પરંપરાઓને અનુસર્યા નહોતા અને યહૂદી ધર્મ પાળ્યો નહોતો. પરંપરાગત ધાર્મિક માન્યતાઓ અને ઈશ્વરમાં નહીં માનનાર તેઓ કુદરતના કાયદા અને સંવાદિતામાં ઊંડી શ્રદ્ધા ધરાવતા હતા અને તેને તેઓ "વૈશ્વિક ધર્મ" કહેતા. યુવાન હતા ત્યારે જર્મનીની એકાધિકારવાદી અને જડ સંસ્થાઓ પ્રત્યે અણગમો ધરાવતા હતા, છતાં કામ કરવા માટે તેઓ એ જ સંસ્થાઓમાં પાછા આવ્યા હતા અને હિટલરનો ઉદય થયો તે પહેલાં ત્યાંના વૈજ્ઞાનિક સમુદાય સાથે આનંદથી રહ્યા હતા. તેમના સમગ્ર જીવનમાં સાદગી

અને વિનમ્રતા હતી અને પોતાની સિદ્ધિઓ બદલ તેઓ બાળસહજ કુતૂહલને તથા પરંપરાગત ડહાપણને નહીં અનુસરવાની પોતાની ઈચ્છાને શ્રેય આપતા હતા. જાહેરજીવનમાં શરમાળ લાગતા આઈન્સ્ટાઈને જો કે પોતાની માન્યતાઓ અને વિષયોનો ફેલાવો કરવા માટે માધ્યમોમાં પોતાની સુપ્રસિદ્ધ છબિનો ચતુરાઈપૂર્વક ઉપયોગ કર્યો હતો. ૨૦મી સદીના પ્રારંભે તેમણે જે ભૌતિક વિજ્ઞાન સ્થાપિત કર્યું છે તેના કારણે ટેક્નોલોજી અને વૈજ્ઞાનિક સિદ્ધિઓ શક્ય બની છે જે માનવજાત માટે અસાધારણ છે.

પ
રિ
શિ
ષ્ટ

આઈન્સ્ટાઈનના સુવિખ્યાત મગજની વાત

૧૯૫૫ની ૧૮મી એપ્રિલે આઈન્સ્ટાઈનનું નિધન થયું અને તેમના પાર્થિવ દેહની અંતિમક્રિયા કરવામાં આવી તે પહેલાં પોસ્ટમોર્ટમ દરમિયાન તેમનું મગજ અને આંખો જેવાં અંગો કાઢી લેવામાં આવ્યાં હતાં. તેમના મિત્રો ઓટ્ટો નેથન અને પૌલ ઓપનહેમે સંભવતઃ તેમના અસ્થિફૂલ પ્રિન્સ્ટન નજીક આવેલી ડેલાવર નદીમાં પધરાવ્યા હતા. તેમના નિધનના સમાચાર આખી દુનિયામાં અત્યંત ઝડપથી ફેલાયા હતા અને માધ્યમો મારફતે અંજલિઓનું જાણે ઘોડાપૂર આવ્યું હતું.

આઈન્સ્ટાઈનના નિધન પછી તેમના શરીરનું શું થયું એ સૌ જાણે છે. તેમના મગજ અને આંખોને ભાવિ અભ્યાસ માટે રાખી લેવામાં આવ્યાં. પોસ્ટમોર્ટમ કરનાર ડૉ. થોમસ હાર્વેએ કોઈની પરવાનગી લીધા વિના મગજ કાઢી લીધું અને કાયમ માટે સાચવી શકાય તેમ એક જારમાં મૂકી દીધું. અન્ય એક પેથોલોજિસ્ટ ડૉ. હેનરી એબ્રામ્સે હૉસ્પિટલ વહીવટીતંત્રની પરવાનગીથી આઈન્સ્ટાઈનની આંખો કાઢી લીધી અને એ પ્રમાણભૂત છે એવું સર્ટિફિકેટ આઈન્સ્ટાઈનના મૃત્યુ વખતે હાજર તેમના અંગત ડૉક્ટર ગાય ડીન પાસેથી મેળવી લીધું. દેખીતી રીતે પોસ્ટમોર્ટમ દરમિયાન આ પ્રક્રિયા અસામાન્ય નહોતી.

તેમનું મગજ કાઢી લેવામાં આવ્યું હોવા અંગે તેમના પરિવારને તો તેમની

અંતિમક્રિયા પછી જ ખબર પડી, ત્યારે એ લોકોને ભારે આઘાત લાગ્યો હતો. કેરોલીન અબ્રાહમે તેમના પુસ્તક *પઝેસિંગ જિનિયસ* માં લખ્યું છે કે શબઘરમાં પોસ્ટમોર્ટમ દરમિયાન આ અંગો કાઢવામાં આવ્યાં હોવાનું ઓટ્ટો નેથન જાણતા હતા. ડૉ. હાર્વે જો માત્ર વૈજ્ઞાનિક હેતુ માટે જ એ મગજનો ઉપયોગ કરવાના હોય તો તેમની પાસે તે રાખવા દેવામાં પરિવારને વાંધો નહોતો. તેમણે અલગ અલગ વિજ્ઞાનીઓને સંશોધન માટે ઓછામાં ઓછા ત્રણ ભાગ આપ્યા હતા, પરંતુ ઘણાં વર્ષ પછી તે પૈકી માત્ર એક વિજ્ઞાનીએ તેનો સંશોધનાત્મક ઉપયોગ કર્યો હતો. ૧૯૮૫માં બર્કલે ખાતેની કેલિફોર્નિયા યુનિવર્સિટીના પ્રોફે. માર્ટિન ડાયમન્ડે *એક્સપરિમેન્ટલ ન્યૂરોલોજી* નામના તબીબી સામયિકમાં લખ્યું હતું કે આઈન્સ્ટાઈનના મગજમાં ડાબી તરફ (ન્યૂરોનને પોષણ આપતા) ગ્લાયલ કોષો સરેરાશ કરતાં વધુ માત્રામાં હતા. આ કોષો વ્યક્તિની ગણિત અને ભાષાની કુશળતા પર અસર કરે છે. ત્યારપછી કેનેડાના ઓન્ટારિયોસ્થિત મૅકમાસ્ટર યુનિવર્સિટીના ન્યૂરોસાયન્ટિસ્ટ સેન્ડ્રા વિટલસને આઈન્સ્ટાઈનના મગજ અંગેનાં કેટલાંક સંશોધનો ૧૯૯૯ના જૂનમાં બ્રિટિશ તબીબી સામયિક *લાન્સેટ* માં પ્રકાશિત કર્યાં હતાં. વાસ્તવમાં ૧૯૯૬માં ડૉ. હાર્વીએ આઈન્સ્ટાઈનના મગજનું પરીક્ષણ કરવા માટે જે વિજ્ઞાનીઓને તેના હિસ્સા આપ્યા હતા, તે પૈકી માત્ર વિટલસનના જૂથે જ પરીક્ષણ હાથ ધર્યું હતું. આ સંશોધકોએ આઈન્સ્ટાઈનના મગજની સામાન્ય ગણાય એવા અન્ય ૩૫ પુરુષો તથા ૫૬ સ્ત્રીઓનાં મગજ સાથે સરખામણી કરી હતી. તેમણે શોધી કાઢ્યું કે આઈન્સ્ટાઈનના કિસ્સામાં મગજના નીચેના હિસ્સામાં જ્યાંથી ગણિતને લગતી વિચારપ્રક્રિયાનું સંચાલન થાય છે તે ભાગ બંને તરફે સરેરાશ કરતાં ૧૫ ટકા મોટો હતો. ઉપરાંત તેમણે એ પણ શોધી કાઢ્યું કે મગજના આગળના ભાગમાંથી પાછળ તરફ જતો ખાંચાવાળો ભાગ આઈન્સ્ટાઈનના મગજમાં વિસ્તરેલો જોવા મળતો નથી. વિટલસને તારણ કાઢ્યું કે આ ખાંચાવાળો ભાગ પૂર્ણ ન હોવો એ બાબત આઈન્સ્ટાઈનની અસાધારણ બુદ્ધિમતા માટે ચાવીરૂપ હોઈ શકે, કેમ કે તેની ગેરહાજરીને કારણે બંને તરફના ન્યૂટ્રોન સરળતાથી એકબીજા સાથે સંકલન સાધી શકે. આઈન્સ્ટાઈનના મગજના અન્ય હિસ્સા સરેરાશ કરતાં થોડા નાના જણાયા હતા, જેના કારણે સમગ્રતયા મગજનું કદ

અને વજન માણસોમાં સરેરાશ હોય છે એટલું રહ્યું.

આઈન્સ્ટાઈનના મગજ વિશેનું વિસ્તારપૂર્વકનું વર્ણન માઈકલ પેટર્નિટી અને કેરોલ અબ્રાહમ (જુઓ ગ્રંથસૂચિ - સંદર્ભસૂચિમાં)નાં પુસ્તકોમાં જોવા મળે છે. આ મગજ થોડાં વર્ષ પહેલાં યુનિવર્સિટી મેડિકલ સેન્ટર, પ્રિન્સ્ટન ખાતે પ્રિન્સ્ટન હૉસ્પિટલમાં પરત લાવવામાં આવ્યું હતું. તે સમયે તેની સંભાળની જવાબદારી તત્કાલીન પેથોલોજિસ્ટ ડૉ. એલિઓટ ક્રાઉસને સોંપવામાં આવી હતી.

સંદર્ભસૂચી

અબ્રાહમ, કેરોલીન. પઝેસિંગ જિનિયસઃ ધ બિઝારે ઓડિસી ઑફ આઈન્સ્ટાઈન્સ બ્રેઈન. ન્યૂયોર્ક : સેન્ટ માર્ટિન્સ, ૨૦૦૧.

બર્નસ્ટાઈન, જેરમી. ક્વૉન્ટમ પ્રોફાઈલ્સ. પ્રિન્સ્ટન, એન.જે.: પ્રિન્સ્ટન યુનિવર્સિટી પ્રેસ, ૧૯૯૧.

કેલપ્રાઈસ, એલિસ. ડિયર પ્રોફેસર આઈન્સ્ટાઈન : આઈન્સ્ટાઈન્સ લેટર્સ ટુ એન્ડ ફ્રોમ ચિલ્ડ્રન. એમહર્સ્ટ, એન.વાય.: પ્રોમેથસ બુક્સ, ૨૦૦૨.

———. "આઈન્સ્ટાઈન્સ લાસ્ટ મ્યુઝિંગ્સ." પ્રિન્સ્ટન યુનિવર્સિટી લાઈબ્રેરી ક્રોનિકલ, ઑટમ, ૨૦૦૩.

———. ધ આઈન્સ્ટાઈન એલમેન્ક. બાલ્ટિમોરઃ જોન્સ હોપકિન્સ યુનિવર્સિટી પ્રેસ, ૨૦૦૪.

———. ધ ન્યૂ ક્વૉટેબલ આઈન્સ્ટાઈન. પ્રિન્સ્ટન, એન.જે.: પ્રિન્સ્ટન યુનિવર્સિટી પ્રેસ, ૨૦૦૫.

ક્લાર્ક, રોનાલ્ડ ડબલ્યુ. આઈન્સ્ટાઈનઃ ધ લાઈફ એન્ડ ટાઈમ્સ. ન્યૂયોર્ક : ક્રોવેલ, ૧૯૭૧.

કલેક્ટેડ પેપર્સ ઑફ આલ્બર્ટ આઈન્સ્ટાઈન (સી પી એ ઈ). વિવિધ સંપાદકો અને ભાષાંતરકારો. વૉલ્યુમ ૧-૯. પ્રિન્સ્ટન, એન.જે.: પ્રિન્સ્ટન યુનિવર્સિટી પ્રેસ, ૧૯૮૬-૨૦૦૪.

ડરેલ, ક્લેમેન્ટ વી. રિડેબલ રિલેટિવિટી. પ્રસ્તાવના - ફ્રીમેન ડાયસન.

લંડનઃ બેલ એન્ડ સન્સ, ૧૯૬૨.

આઈન્સ્ટાઈન, આલ્બર્ટ. આઈડિયાઝ એન્ડ ઓપિનિયન્સ. ન્યૂયોર્ક : ક્રાઉન, ૧૯૫૪.

——. ધ મીનિંગ ઑફ રિલેટિવિટી. પાંચમી આવૃત્તિ. પ્રિન્સ્ટન, એન.જે.: પ્રિન્સ્ટન યુનિવર્સિટી પ્રેસ, ૧૯૫૬. પ્રિન્સ્ટન સાયન્સ લાઈબ્રેરી આવૃત્તિ (પી બી કે), ૧૯૮૮.

ફોલ્સિંગ, આલ્બર્શ. આલ્બર્ટ આઈન્સ્ટાઈન. ન્યૂયોર્ક : વાઈકિંગ, ૧૯૯૭.

ગાર્ડનર, હોવર્ડ. ક્રિએટિંગ માઈન્ડ્સઃ એન એનાટોમી ઑફ ક્રિએટિવિટી. ન્યૂયોર્ક : બેઝિક બુક્સ, ૧૯૯૩.

હાઈફિલ્ડ, રોજર, એન્ડ પૌલ સેન્ટર. ધ પ્રાઈવેટ લાઈવ્સ ઑફ આલ્બર્ટ આઈન્સ્ટાઈન. લંડનઃ ફેબર એન્ડ ફેબર, ૧૯૯૩.

જેમર, મેક્સ. આઈન્સ્ટાઈન એન્ડ રિલિજિયન. પ્રિન્સ્ટન, એન.જે.: પ્રિન્સ્ટન યુનિવર્સિટી પ્રેસ, ૧૯૯૯.

જેરોમ, ફ્રેડ. ધ આઈન્સ્ટાઈન ફાઈલઃ જે. એડગર હુવર્સ સિક્રેટ વૉર અગેઈન્સ્ટ ધ વર્લ્ડ્સ મોસ્ટ ફેમસ સાયન્ટિસ્ટ. ન્યૂયોર્ક : સેન્ટ માર્ટિન, ૨૦૦૨.

કાન્થા, સચી શ્રી. એન આઈન્સ્ટાઈન ડિક્શનરી. વેસ્ટપોર્ટ, કનેક્ટિકટ.: ગ્રાનવૂડ પ્રેસ, ૧૯૯૬.

ક્રેગ, હેલ્ગ. કૉસ્મોલોજી એન્ડ કોન્ટ્રોવર્સી : ધ હિસ્ટોરિકલ ડેવલપમેન્ટ ઑફ ટુ થિયરીઝ ઑફ ધ યુનિવર્સ. પ્રિન્સ્ટન, એન.જે.: પ્રિન્સ્ટન યુનિવર્સિટી પ્રેસ, ૧૯૯૯.

——. ક્વૉન્ટમ જનરેશન્સ : અ હિસ્ટ્રી ઑફ ફિઝિક્સ ઈન ધ ટ્વેન્ટિએથ સેન્ચ્યુરી. પ્રિન્સ્ટન, એન.જે.: પ્રિન્સ્ટન યુનિવર્સિટી પ્રેસ, ૨૦૦૨.

ઓવરબાય, ડેનિસ. આઈન્સ્ટાઈન ઈન લવઃ એ સાયન્ટિફિક રોમાન્સ. ન્યૂયોર્ક : વાઈકિંગ, ૨૦૦૦.

ઑક્સફર્ડ ડિક્શનરી ઑફ ફિઝિક્સ. ચોથી આવૃત્તિ. એલેન ઈઝાક્સ. ઓક્સફર્ડ : ઓક્સફર્ડ યુનિવર્સિટી પ્રેસ, ૨૦૦૦.

પેસ, અબ્રાહમ. સટલ ઈઝ ધ લોર્ડ ... ધ સાયન્સ એન્ડ ધ લાઈફ ઑફ આલ્બર્ટ આઈન્સ્ટાઈન. ન્યૂયોર્ક : ઑક્સફર્ડ યુનિવર્સિટી પ્રેસ, ૧૯૮૨.

પેટરનિટી, માઈકલ. ડ્રાઈવિંગ મિ. આલ્બર્ટ : અ ટ્રિપ અક્રોસ અમેરિકા વિથ આઈન્સ્ટાઈન્સ બ્રેઈન. ન્યૂયોર્ક : ડાયલ, ૨૦૦૦.

પોપોવિક, મિલાન. ઈન આલ્બર્ટ્સ શેડો : ધ લાઈફ એન્ડ લેટર્સ ઑફ મિલેવા મેરિક, આઈન્સ્ટાઈન્સ ફર્સ્ટ વાઈફ. બાલ્ટિમોરઃ જોન્સ હોપકિન્સ યુનિવર્સિટી પ્રેસ, ૨૦૦૩.

પ્રિન્સ્ટન યુનિવર્સિટી લાઈબ્રેરી ક્રોનિકલ. વૉલ્યુમ. ૬૫, નં. ૧ (ઑટમ ૨૦૦૩). ફેન્ટોવા-આઈન્સ્ટાઈન સંબંધો અને આઈન્સ્ટાઈને ફેન્ટોવાને લખેલાં કાવ્યો (જેનો અનુવાદ આલ્ફ્રેડ એન્ગલે કર્યો હતો) અંગે આલ્ફ્રેડ બુશ તથા એલિસ કેલપ્રાઈસના લેખોનો વિશેષાંક.

રેન્ન, જુર્ગેન, અને રોબર્ટ શ્કલમાન, સંપા. આલ્બર્ટ આઈન્સ્ટાઈન-મિલેવા મેરિક : ધ લવ લેટર્સ. અનુ. સ્વાન સ્મિથ. પ્રિન્સ્ટન, એન.જે.: પ્રિન્સ્ટન યુનિવર્સિટી પ્રેસ, ૧૯૯૨.

રોબોઝ આઈન્સ્ટાઈન, એલિઝાબેથ. હેન્સ આલ્બર્ટ આઈન્સ્ટાઈન. આયોવા સિટીઃ યુનિવર્સિટી ઑફ આયોવા.

રોઝેન્ક્રાન્ઝ, ઝીવ. ધ આઈન્સ્ટાઈન સ્ક્રેપબુક. બાલ્ટિમોરઃ જોન્સ હોપકિન્સ યુનિવર્સિટી પ્રેસ, ૨૦૦૨.

સ્કિલપ, પૌલ. સંપા. આલ્બર્ટ આઈન્સ્ટાઈનઃ ફિલોસોફર-સાયન્ટિસ્ટ. ઈવાનસ્ટોન, III.: લાઈબ્રેરી ઑફ લીવિંગ ફિલોસોફર્સ, ૧૯૪૯.

સેચલ, જહોન. સંપા. ટ્રેવોર લિપસ્કોમ્બ, એલિસ કેલપ્રાઈસ અને સેમ એલ્વર્ધીની સાથે. આઈન્સ્ટાઈન્સ મિરેક્યુલસ યર. પ્રિન્સ્ટન, એન.જે.: પ્રિન્સ્ટન યુનિવર્સિટી પ્રેસ, ૧૯૯૮. રિઈશ્યુ ૨૦૦૫.

નામસૂચી